உண்மை மனிதனின் கதை

பரீஸ் பொலெவோய்

தமிழில் : பூ. சோமசுந்தரம்

பாரதி
புத்தகாலயம்

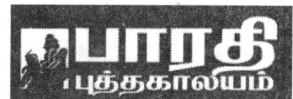

UNMAI MANITHANIN KATHAI
Parin Polovoy
Translated by **Pu. Somasundaram**
First Published : December, 2006 | Fifth Print: May, 2025
Published by
BHARATHI PUTHAKALAYAM
7, Elango Salai, Teynampet, Chennai - 600 018
Email: thamizhbooks@gmail.com | www.thamizhbooks.com

உண்மை மனிதனின் கதை

பரீஸ் பொலெவோய் | தமிழில்: பூ. சோமசுந்தரம்

எமது முதற் பதிப்பு : டிசம்பர், 2006 | ஐந்தாம் அச்சு: மே, 2024

நன்றி: மாஸ்கோ பதிப்பகம்

வெளியீடு:

பாரதி புத்தகாலயம்

பாரதி புத்தகாலயம்
7, இளங்கோ சாலை, தேனாம்பேட்டை, சென்னை - 600 018.
தொலைபேசி : 044 24332424 | விற்பனை : 24332924

விற்பனை நிலையங்கள்

7, இளங்கோ சாலை, தேனாம்பேட்டை, சென்னை - 600 018

ஈரோடு: 39, ஸ்டேட் பாங்க் சாலை - 9245448353 | **கரூர்:** நாரத கானசபா அருகில் (TNGEA OFFICE)- 9442706676

காரைக்குடி : 12, 2 வது தெரு, கம்பன் மணிமண்டபம் பின்புறம் - 9443406150

கும்பகோணம்: 352, ரயில் நிலையம் எதிரில் - 9443995061

கோவை: சிங்காநல்லூர் பேருந்து நிலையம் - 641 005 - 8903707294

சிதம்பரம்: 22A / 18B தேரடி கடைத் தெரு, கீழவீதி அருகில் - 9994399347

செங்கல்பட்டு: 1 D ஜி.எஸ்.டி சாலை - 044 27426964

சேலம்: 15, வித்யாலயா சாலை, ராமகிருஷ்ணா பார்க் அவென்யூ - 636 007- 8610050311

தஞ்சாவூர்: கடை எண்.8, முன்னாள் இராணுவத்தினர் மாளிகை, H.P.O. எதிரில் - 613 001 - 9442781491

திண்டுக்கல்: பேருந்து நிலையம் - 9942331105, 9976053719

திருச்சி: வெண்மணி இல்லம், கரூர் புறவழிச்சாலை - 9994289492

திருநெல்வேலி: நவஜீவன் டிரஸ்ட் வளாகம், 48-B/10, அம்பை ரோடு, வீரமாணிக்கபுரம் - 9442149981

திருப்பூர்: 447, அவினாசி சாலை - 9486105018 | **திருவண்ணாமலை:** முத்தம்மாள் நகர்

திருவல்லிக்கேணி: 48, தேரடி தெரு - 9444428358 | **திருவாரூர்:** 35, நேதாஜி சாலை - 9442540543

நாகர்கோவில்: 699, கே.பி.ரோடு R.V.புரம் - 9443450111 | **நெய்வேலி:** பேருந்து நிலையம் அருகில் - 9443659147

பழனி: பேருந்து நிலையம் - 7010760693 | **பெரம்பூர்:** 52, கூக்ஸ் ரோடு - 9444373716

புதுச்சேரி : கிழக்கு கடற்கரைச் சாலை, இலாசுப்பேட்டை, 9486102777

மதுரை: மேல பெருமாள் மேஸ்திரி வீதி - 625 001 - 9443449225 & சர்வோதயா மெயின்ரோடு

வடபழனி: பேருந்து நிலையம் எதிரில் அடையார் ஆனந்தபவன் மாடியில் - 9444476967

விருதுநகர்: 131, கச்சேரி சாலை - 0456 2245300 | **வேலூர்:** பேஸ் III, சத்துவாச்சாரி - 9442553893

நினைத்த நூல்கள்... நினைத்த நேரத்தில்...

thamizhbooks.com 8778073949

ரூ.290/-

பிரிண்டெக், சென்னை - 600 005.

மதிப்புரை

இருபதாம் நூற்றாண்டின் நடுப்பகுதியிலிருந்து உலக இலக்கியத்தில் சோவியத் இலக்கியத்தின் தாக்கம் அழியாத இடத்தைப் பெற்றிருந்தது. சோவியத் வீழ்ச்சிக்குப் பிறகும்கூட அது தொடர்கிறது. புஷ்கினும், டால்ஸ்டாயும், கார்க்கியும், ஷோலகோவும் இன்றும் நிலைத்து நிற்கிறார்கள்.

இலக்கியத்தில் யதார்த்தவாதத்தையும், அதிலிருந்து சோசலிச யதார்த்தவாதத்தையும் சோவியத் எழுத்தாளர்கள் உருவாக்கி வளர்த்தனர். மனித வாழ்வு மேம்பாடடைய வேண்டுமென்பதே அவர்களது குறிக்கோளாய் இருந்தது. ருஷ்யப் புரட்சிக்கு முந்திய காலத்தில் இலக்கியம் முதலாளிகள், நிலப்பிரபுக்களை எதிர்த்துப் புரட்சி செய்யத் தூண்டியது. அதில் கார்க்கியின் "தாய்" நாவல் தலைசிறந்தது.

புரட்சி வெற்றியடைந்த பின் புரட்சி அரசை வீழ்த்துவதற்கு எதிர்ப் புரட்சியாளர்கள் போர் தொடுத்தனர். அக்காலத்தில் நிகொலாய் ஆஸ்திராவ்ஸ்கியின் வீரம் விளைந்தது போன்ற நாவல்கள் வெளிவந்தன. அவை எதிர்ப்புரட்சியாளர்களை எதிர்த்துப் போராடும் மனவலிமையைப் புரட்சியாளர்களுக்கு அளித்தது. அதன்பின் சோசலிச வாழ்வின் அருமை பெருமைகளை எடுத்துரைக்கும் இலக்கியங்கள் தோன்றின.

சோவியத் இலக்கியத்தின் உச்சகட்டமாக இரண்டாம் உலகப் போர்க் காலத்தில் நாவல்கள் தோன்றின. இட்லரின் நாஜிப் படைகளை எதிர்த்து மகத்தான செஞ்சேனையும் மக்களும் போராடினர். வெறிகொண்ட இட்லரின் படைகளைப் புதைகுழிக்கு அனுப்பினர். அக்காலத்தில் பல நாவல்களும், சிறுகதைகளும் தோன்றின. வானவில், போர் இல்லாத இருபது நாட்கள், உண்மை மனிதனின் கதை தனிச்சிறப்பானது. செஞ்சேனையின் வீரமிக்க விமானி அலெக்ஸேயின் சாகசங்களை, இரு கால்களையும் போரில் இழந்தாலும் தொடர்ந்து போராடும் மனவுறுதியை மெய்சிலிர்க்கும் முறையில் இந்நாவல் தருகிறது.

இந்நாவலாசிரியர் பரீஸ் சோவியத் கம்யூனிஸ்டுக் கட்சியின் அதிகாரப்பூர்வ ஏடான பிராவ்தா பத்திரிகையின் போர்முனை நிருபர். ருஷ்யாவில் அர்யோல் பிரதேசத்தில் ஜெர்மானியர்கள் பெரும் விமானப் படைத் தாக்குதல் நடத்தினர். சோவியத் போர் விமானங்களும் எதிர்த் தாக்குதல் நடத்தின. நாற்பத்தேழு ஜெர்மன் விமானங்கள் சுட்டு வீழ்த்தப்பட்டன. சோவியத் தரப்பில் ஐந்து விமானங்களும்

மூன்று விமானிகளும் மட்டுமே சேதமானது, இவை பற்றிய செய்தி சேகரிக்கவே பிராவ்தா அவரை அனுப்பியது.

போர்முனையில் செஞ்சேனையின் விமானப் போராளிகளை பரீஸ் சந்திக்கிறார். அதில் ஒருவரைப் பின்தொடர்ந்து விசாரிக்கச் செல்கிறார். உள்ளே சென்றதும் அந்த விமானி, விளக்கைச் சற்றுத் தணித்துவிட்டு அவன் உடை களைந்தான். ஏதோ பொத்தென்று தரையில் விழுந்தது. நான் திரும்பிப் பார்த்தேன். அங்கே கண்டதை என்னால் நம்பமுடியவில்லை. தரையில் இரு பொய்க்கால்களை வைத்தான். கால்கள் இல்லாத விமானி. அதிலும் போர் விமான மோட்டி! இன்று மட்டுமே ஏழு முறை பறந்து இரண்டு பகை விமானங்களை வீழ்த்தியவன் என்று பரீஸ் குறிப்பிடுகிறார்.

இருபத்திரெண்டு வயதில் போர் விமானத்தை ஓட்டி ஜெர்மானியர்களால் சுட்டு வீழ்த்தப்படுகிறான் கதாநாயகன், அந்த விபத்தில் இரண்டு கால்களும் முறிந்துபோகின்றன. அடர்ந்த காட்டினூடே அவன் தவழ்ந்து ஊர்ந்து நெடுந்தூரம் பயணிக்கிறான் கரடி போன்ற மிருகங்களின் தாக்குதல்களிலிருந்து தப்பித்து மனிதர்களிடம் வந்து சேருகிறான். ராணுவ மருத்துவமனையில் அழுகிப்போன அவனது இரு கால்களும் துண்டிக்கப்படுகின்றன. தாய்நாட்டைக் காக்கும் தர்மயுத்தத்தில் அவனால் ஒரு முடவனாய் முடங்கிக் கிடக்க முடியாது. மீண்டும் விமானியாகி எதிரிகளின் விமானங்களைச் சுட்டு வீழ்த்த வேண்டுமென்ற கடமையுணர்ச்சி அவனை வாட்டுகிறது. அவனுக்கு இரண்டு கட்டைக்கால்கள் பொருத்தப்படுகிறது. அந்தக் கட்டைக்கால்களில் ராணுவ பூட்சுகளை மாட்டித் தனது முழங்கால்களில் பொருத்தி நடைப்பயிற்சியில் ஈடுபடுகிறான். அவனுக்கு வீரம் விளைந்தது நாவலும் அதன் கதாநாயகனும் நினைவுக்கு வருகிறார்கள். தொடர்ந்து கடுமையான பயிற்சிகளுக்குப் பின் கட்டைக் கால்களோடு விமானியாய் மீண்டும் பறக்கிறான். நாஜிகளின் விமானங்களை மீண்டும் சுட்டு வீழ்த்துகிறான், அவன்தான் உண்மை மனிதன்.

அலெக்சேய் தனது கதையைச் சொல்லச் சொல்ல பிராவ்தா நிருபர் இரண்டு நோட்டுப் புத்தகங்களில் குறிப்பெடுத்துக்கொண்டு பின்பு சற்று சிறந்த நாவலாய் படைத்துவிட்டார். இரண்டாம் உலகப் போர் முடிந்து நாவல் வெளியானபின் நாவலின் கதாநாயகன் நாவலாசிரியரைச் சந்திக்கிறான். போர் முடிந்த பின் அவன் தனது காதலியைத் திருமணம் செய்து விக்தர் என்ற மகன் இருப்பதாகவும் கூறுகிறான். அவனது தாய் வீட்டுக்கு வந்து மகனையும் மருமகளையும் கண்டு மகிழ்ச்சியோடு பேரனைச் சீராட்டியபடி வாழ்ந்து வருகிறாள் என்றும் கூறினான். 1950ஆம் ஆண்டு நாவலாசிரியர் - கதாநாயகனின் சந்திப்பு நிகழ்ந்தது. இந்த உண்மை மனிதனின் கதை வாழ்க்கை நாவல் வெளிவந்த

பின்பும் தொடர்கிறது. இந்தத் தகவல்களை நாவலாசிரியர் தனது பின்னுரையில் விரிவாக எழுதியுள்ளார். இந்நாவலுக்கு சோவியத் அரசு அவருக்குப் பரிசு வழங்கி கௌரவித்தது.

இந்நாவலின் சிறப்பு அம்சம் இயற்கைக் காட்சிகளையும், மனித நடவடிக்கைகளையும், வானப் போர்க் காட்சிகளையும் ஒரு திரைப்படம் போலக் காட்டுவதாகும். அற்புதமான வர்ணனைகள் பக்கத்துக்குப் பக்கம் மயில் தோகை விரித்தாடுவது போன்ற பேரழகுடன் திகழுகிறது. பறவைகளின் சஞ்சாரம், மிருகங்களின் நடமாட்டம், இலைகள் - கிளைகளின் அசைவொலிகள் நம்மைக் கானகத்திற்குள் இழுத்துச் செல்கின்றன.

போரில் தாங்கள் கைப்பற்றிய கிராமங்களில் ஜெர்மன் ராணுவத்தினர் செய்யும் அட்டூழியங்கள் சொல்லி மாளாது. விதவிதமான அக்ரமங்கள், பெண்களை முற்றிலும் நாசமாக்கியது உட்பட வாசகருக்கு வெறுப்பேற்றுகிறது. சோகத்தினூடே சிரிப்பூட்டும் சம்பவங்களுக்கும் குறைவில்லை.

ஜெர்மானியர்களால் சூறையாடப்பட்ட ஒரு கிராமத்தை கதாநாயகன் காயங்களோடு தவழ்ந்து சென்றடைகிறான். முதலில் அவனை ஜெர்மானியன் என்று சந்தேகப்பட்ட கிராமத்துப் பெண்கள், பின்பு அவன் செஞ்சேனை வீரன் என்று தெரிந்ததும் அவன் மீது அக்கறை கொண்டு கவனிக்கிறார்கள். அவனுக்குக் கோழிச்சாறு கொடுத்தால் தெம்பு வரும் ஆனால் கிராமத்திலிருந்து எல்லாக் கோழிகளையும் வாத்துக்களையும் ஜெர்மானியர்கள் பிடித்துத் தின்றுவிட்டார்கள். ஒரேயொரு கோழி மட்டும் பதுங்கித் தப்பித்துவிட்டது. ஜெர்மானியர்கள் போனபின் பெண்கள் அந்தக் கோழிக்கு கொரில்லாக் கோழி என்று பெயரிட்டு அழைக்கின்றனர். அந்தக் கோழியின் எஜமானி ஒரு பெண். அவள் அந்தக் கோழியைப் பலரும் கேட்டுத்தர மறுத்துவிட்டாள்.

ஆனால் அந்தப் பெண்மணி செஞ்சேனை வீரனுக்கு என்றதும் தனது கொரில்லாக் கோழியை அறுத்து சூப் வைத்துக் கொடுக்கிறாள் பெண்கள் மகிழ்ச்சியில் ஆரவாரிக்கின்றார்கள். அந்தப் பெண்கள் அனைவருமே ஜெர்மானியர்களால் வயது வித்தியாசமின்றிக் கற்பழிக்கப்பட்டார்கள். அங்கு ஒரே ஒரு இளம்பெண்ணை மட்டும் மூடிப் பதுக்கி வைத்துக் கற்பழிப்பிலிருந்து பெண்கள் தப்புவித்து விடுகிறார்கள். நாஜி மூர்க்கர்களின் கையில் சிக்காதவர்கள் கொரில்லாக் கோழியும், அந்தக் கொரில்லாப் பெண்ணும்தான். இந்தக் காட்சிகளை வாசிக்கும் போது நாமே அந்தக் கிராமத்தில் நேரடியாய் வாழ்வது போன்ற உணர்வேற்படுகிறது. துன்பத்திலும் இன்பம் என்பார்களே, அதைக் காட்சிப்படுத்துவதில் ஆசிரியர் பெரும் வெற்றி பெற்றுள்ளார்.

நாஜிகளுடன் யுத்தம் துவங்குவதற்கு முன் காதலித்தவர்களை போர் ஐந்தாண்டுகளாய் பிரித்துவிடுகிறது. காதலன் ஒரு போர்முனையிலும்,

காதலி ஒரு போர்முனையிலும் பிரிகிறார்கள். போருக்குப் பின்பு உயிரோடு எஞ்சிய ஜோடிகள் இணைந்து வாழ்கிறார்கள். இருவரில் ஒருவர் இறந்தாலோ அல்லது இருவருமே இறந்தாலோ துயரம் சூழ்ந்துவிடுகிறது.

போர்முனைகளிலுள்ள காதலர்களுக்கிடையே கடிதங்கள் பரிமாறப்படுகிறது. பரஸ்பரம் கடிதம் கிடைத்துவிட்டால் அதிர்ஷ்டம் தான் இல்லையேல் ஏக்கம் மட்டுமே மிஞ்சும். ஆனால் இரு கால்களையும் இழந்த அலெக்ஸேய்க்கு அவனது காதலி ஓல்காவின் கடிதம் கிடைத்து விடுகிறது. அவளும் போர்முனையில் நிற்பவள்தான். அவள் கடிதத்தில்,

"என் அன்பே, தியாகத்துக்கு அஞ்சுவது காதல் ஆகுமா? நமது காதல் அம்மாதிரிக் காதல் இல்லை. அருமை அலெக்ஸேய் அப்படியிருந்தால் என் கருத்தில் அது காதலே அல்ல. என்னையே எடுத்துக்கொள்வோமே, ஒரு வாரமாக நான் குளிக்கவில்லை. கால்சட்டைகளும் நுனிகள் பிய்ந்து விரல்கள் எல்லாப்புறங்களிலும் துருத்தும் பூட்சுகளைப் போட்டுக்கொண்டு வளையவருகிறேன். அதற்கடியில் ஊதா நிறத்தில் ஏதோ தென்படுகிறது. களைத்து அழுக்கேறி மெலிந்து போய்விட்டேன் நான். இப்போது நான் இங்கிருந்து உன்னிடம் வந்தால் நீ என்னை அருவருத்து ஒதுக்கியிருப்பாயா அல்லது கடிந்துகொள்ளத்தான் செய்வாயா?

வேடிக்கையான ஆள் நீ! உனக்கு என்ன நேர்ந்திருந்தாலும் (இரு கால்களையும் இழந்திருந்தாலும்) சரியே. எப்போதும் எந்த நிலைமையிலும் உன்னை எதிர்பார்த்துக்கொண்டிருக்கிறேன் என்பதை தெரிந்துகொள். நான் உன்னைப் பற்றி நிறைய நினைக்கிறேன். பதுங்கு குழிக்குள் வந்தபின்பு நாங்கள் அனைவருமே அடித்துப் போட்டது போல் உறங்கிவிடுகிறோம்.

அதற்கு முன்பு அடிக்கடி உன்னைக் கனவில் கண்டுவந்தேன்.

நான் உயிரோடு இருக்கும்வரை உன்னை எதிர்பார்ப்பேன். எப்போதும் எந்த நிலையிலும் உன்னை எதிர்பார்க்கும் இடம் இன்று இருக்கிறது என்பதை மனதில் இருத்திக்கொள். முத்தங்கள் என் அன்பே, என்று எழுதியிருந்தாள்.

ஒரு வாசகன் என்ற முறையில் எத்தனையோ காதல் கடிதங்களை நான் வாசித்திருக்கிறேன். மார்க்சு ஜென்னிக்கு எழுதிய கடிதம்தான் எனக்கு முதல். இரண்டாவதாக எனக்குப் பிடித்த காதல் கடிதம் இதுதான். நெஞ்சில் உரமூட்டும் காதல் கடிதம்.

நீங்களும் இந்த நாவலைப் படியுங்கள். "உண்மை மனிதனின் கதை" உங்களை உணர்ச்சி வெள்ளத்தில் மூழ்கடிக்கும் தப்பாது.....

எஸ்.ஏ. பெருமாள்

உண்மை மனிதனின் கதை

பரீஸ் பொலெவோய் பெயர்பெற்ற நூலாசிரியர், பத்திரிகையாளர். கடந்த நாற்பது ஆண்டுகளாக அவர் சோவியத் இலக்கியத்தில் பணியாற்றி வருகிறார். நான்கு பெரிய நவீனங்களும், கதைகள், கட்டுரைகளின் பதினேழு தொகுப்புகளும் அவர் எழுதியுள்ளார்.

பொலெவோய் 1908ஆம் ஆண்டு மாஸ்கோவில் பிறந்தார். அவரது பிள்ளைப் பருவமும், இளமையும் தவேர் (இப்போது கலீனின்) நகரில் கழிந்தன. அந்நகரப் பள்ளியில் அவர் கல்வி பயின்றார். பன்னிரண்டு ஆண்டுப் பிராயத்தில் அவர் எழுதிய முதல் குறிப்பு இங்கேதான் நகரச் செய்தித்தாளில் வெளியாகியது. அந்தக் காலம் முதல் நான் முறையாக எழுதவும் பத்திரிகையாளனின் புகழ்பெற்ற தொழிலில் பயிற்சி பெறவும் தொடங்கினேன். எல்லா இலக்கியத் துறைகளிலும் மிகவும் சுவையும் வாசுகரும் உள்ளது பத்திரிகைத் துறை என இன்றளவும் கருதுகிறேன் என்று தம் சுயசரிதையில் எழுதினார் பொலெவோய்.

1927ஆம் ஆண்டு அவரது முதலாவது கட்டுரைத் தொகுப்பு வெளியாயிற்று. மக்ஸீம் கோர்க்கியின் பாராட்டைப் பெற்றது இது. பரீஸ் பொலெவோய் அதற்குள் இயந்திரத் தொழிற்பள்ளியில் இரசாயனத் துறை மாணவராகப் பயின்று தேறி, துணி மில்லில் வேலை செய்யலானார். கோர்க்கியின் யோசனைக்கு இணங்கி அவர் பத்திரிகைத் தொழிலில் நிரந்தரமாக வேலை ஏற்றுக் கொண்டார். “ஸ்மேனா” என்ற செய்தித்தாளின் சார்பில் நாடெங்கும் சுற்றுப்பயணம் செய்தார். கட்டுரைகள், சொற்சித்திரங்கள் முதலியன எழுதினார்.

மாபெரும் தேசபக்தப் போர் தொடங்கியது முதல் பொலெவோய் “பிராவ்தா” செய்தித்தாளின் போர்முனை நிருபராகப் பணியாற்றினார். இலக்கிய ஆசிரியர் என்ற முறையில் அவர் இந்த வேலையால் பெருத்த நன்மை அடைந்தார்.

பரீஸ் பொலெவோய் சோவியத் படைவீரர்களுடன் வோல்காக் கரையிலிருந்து பெர்லின் மாநகர் வரை கடினமான வழியில் முன்னேறினார். அந்த ஆண்டுகளில் (1941 முதல் 1945 வரை) அவர் எழுதிய செய்தி நிருபங்களும் கட்டுரைகளும் கதைகளும் பின்வாங்கிய நாட்களின் துயரத்தையும் வெற்றிகரமான போர்களின் களிப்பையும் சோவியத் படையினரின் கடும் உழைப்பையும் அருஞ்செயல்களையும் பதிவு செய்தன.

பரீஸ் பொலெவோயின் சிறந்த நூல்கள் மாபெரும் தேசபக்த யுத்தம் பற்றியவையே. இவை சோவியத் யூனியனுக்கு வெளியேயும் விரிவாகப் பிரபலமானவை. உலக மக்களின் பற்பல மொழிகளில் அவை பெயர்க்கப்பட்டுள்ளன. “உண்மை மனிதனின் கதை”, “நாங்கள் சோவியத் மக்கள்” என்ற சிறுகதைத் திரட்டு, “தங்கம்”, “வெகு தூரப் பின்புலம்” என்னும் காதல் நவீனங்கள் ஆகியன இவை.

போருக்குப் பிந்திய காலப் பகுதியில் பொலெவோய் வோல்கா தோன் கால்வாய் நிறுவியவர்களைப் பற்றி “சமகாலத்தவர்” என்ற நூலையும் வெளிநாடுகளில் சுற்றுப்பயணம் செய்த அனுபவங்களை ஆதாரமாகக் கொண்டு “நாற்சந்திகளில் சந்திப்புகள்” என்ற தொகுப்பையும், தொலைதூர சைபீரியாவில் புதிய சோவியத் நகரையும் திறன் மிக்க நீர்மின் நிலையத்தையும் கட்டியமைத்தவர்களைப் பற்றி “காட்டாற்றின் கரைமேல்” என்ற காதல் நவீனத்தையும் எழுதினார்.

தற்போது பரீஸ் பொலெவோய் மைய இளைஞர் மாதச் சஞ்சிகை “யூனஸ்த்”தின் தலைமை ஆசிரியர். அவர் சோவியத் சமாதானப் பாதுகாப்புக் கமிட்டி உறுப்பினர். உண்மை மனிதனின் கதை என்னும் நவீனத்திற்காக அவர் அரசாங்கப் பரிசு பெற்றுள்ளார்.

இந்நூலின் தமிழ் வெளியீட்டில் உள்ள விளக்கப்படங்கள் சோவியத் யூனியனின் மக்கள் ஓவியர் நிக்கொலாய் மூக்கவ் தீட்டியவை இந்தப் படங்களுக்காக ஓவியருக்கும் அரசாங்கப் பரிசு அளிக்கப்பட்டது.

முதல் பாகம்

1

விண்மீன்கள் கூரிய குளிரொளியுடன் இன்னும் சுடர்ந்து கொண்டிருந்தன. எனினும் கீழ்த்திசையில் வானம் வெளுக்கத் தொடங்கிவிட்டது. மரங்கள் இருளிலிருந்து சிறிது சிறிதாகப் புலப்படலாயின. திடீரென அவற்றின் முடிகள்மீது பலத்த குளிர் காற்று வீசியடித்தது. உடனேயே காடு உயிர்த்தெழுந்து முழுக்குரலுடன் கணீரென அரவமிட்டது. தணிந்த சீழ்க்கை ஒலியால் ஒன்றையொன்று கூவி அழைத்தன. நூறாண்டுப் பைன் மரங்கள் பனி அடர்கள் கலவரமுற்ற கிளைகளிலிருந்து மெல்லிய சரசரப்புடன் உதிர்ந்தன.

காற்று வீசத் தொடங்கியது போன்றே திடீரென அடங்கிவிட்டது. மரங்கள் மீண்டும் குளிரில் விறைத்து உறைந்து போயின. அக்கணமே தெளிவாகக் கேட்கலாயின. புலர்வதற்கு முன் காட்டில் எழும் ஒலிகள். பக்கத்துத் திறப்பு வெளியில் ஓநாய்களின் பேராசை நிறைந்த சச்சரவு நரிகளின் உறுமல், உறக்கத்திலிருந்து எழுந்த மரங்கொத்தி இன்னும் தீர்மானமின்றி மரப்பட்டையைக் கொத்தும் "டொக்" ஒலி முதலியன. மரங்கொத்தி அடிமரத்தை அல்ல, பிடிலின் வெற்று உடலைக் கொத்துவது போன்று இன்னிசையுடன் காட்டின் நிசப்தத்தில் கேட்டது அந்த 'டொக்' ஒலி.

பைன் மரங்களின் முடிகள்மீது கனத்த ஊசியிலைகளினூடே மீண்டும் குப்பென வீசியடித்தது காற்று. வர வர ஒளி மிகுந்து கொண்டு போன வானத்தில் கடைசி விண்மீன்கள் அமைதியாக அவிந்தன. வானம் முன்னிலும் இறுகிக் குறுகிவிட்டது. இரவின் இருளை முற்றாக உதறி எறிந்துவிட்டுக் காடு தன் பசிய மாண்பு முழுதும் தோன்ற எழுந்தது. பைன் மரங்களின் சுருள் முடிகளும் பிர் மரங்களின் கூரிய கூம்பு முடிகளும் செம்மையுற்று ஒளிர்ந்ததைக் கொண்டு ஞாயிறு உதித்துவிட்டது என்பதையும் அன்றையப் பகல் தெளிவும் குளிரும் கதிர்வீச்சும் கொண்டிருக்கும் என்பதையும் அனுமானிக்க முடிந்தது.

பலபலவென்று விடிந்துவிட்டது. ஓநாய்கள் இரவில் வேட்டையாடி உண்ட இரையைச் சீரணிக்கும் பொருட்டுக் காட்டுப் புதர்களுக்குள் போய்விட்டன. நரி காட்டின் திறப்பு வெளியிலிருந்து அகன்றுவிட்டது. தந்திரத்துடன் தாறுமாறாக வைக்கப்பட்டிருந்த அதன் அடித்தடம்

வெண்பனி மீது பூப்பின்னல் நாடா போலத் தோற்றம் அளித்தது. நெடுங்காலக் காடு ஒரு சீராக இடையீடின்றி இரையலாயிற்று. பட்சிகளின் ஆர்ப்பும் மரங்கொத்தியின் அலகொலியும் மரக்கிளைகளினூடே சிவ்வெனப் பறந்த மஞ்சள்சிட்டுக் குருவியின் கீச்சொலியும் வண்ணப் புள்ளின் பேராசையைக் காட்டும் வறட்டுக் கத்தலும் மட்டுமே குழம்பலான கலவரமும் ஏக்கமும் நிறைந்த, மெல் அலைகளாகப் பரவிய இந்த அரவத்தில் வேறுபாடுகள் உண்டாக்கின.

ஆல்டர் மரக்கிளையில் கூரிய கரு அலகைத் தீட்டிக்கொண்டிருந்த கரிச்சான் பறவை திடீரெனத் தலையை ஒருபுறம் திருப்பி, கூர்ந்து கேட்டுவிட்டு, விர்ட்டென்று பறந்து போக ஆயத்தமாகக் குந்தியது. மரக்கிளைகள் கலவரமூட்டும் வகையில் சரசரத்தன. ஏதோ வலிய, பெரியது ஒன்று கண்மூடித்தனமாகக் காட்டினூடாக நடந்தது. புதர்கள் சிலிர்த்தன. சிறு பைன் மர முடிகள் அசைந்தாடின. இறுகிய வெண்பனிப்பாளம் ஆழ்ந்து போய்க் கறமுறத்தது. கரிச்சான் கத்திக் கூவிற்று. அம்பு இறகு போன்ற வாலை விரித்து, நேராக அப்பால் பறந்து போயிற்று.

காலைப் பனி அடர்களால் வெண்பொடி தூவப்பட்டிருந்த ஊசியிலைக் கிளைகளிலிருந்து வெளித் துருத்தியது. நீண்ட பழுப்பு மூஞ்சி அதன் உச்சியில் கனத்துக் கிளைத்த கொம்புகள் இருந்தன. மிரண்ட விழிகள் விசாலமான திறப்பு வெளி மீது கண்ணோட்டின. கடம்பையின் ரோஜா நிற மூக்குத்துளைகள் பதற்றத்துடன் நடுங்கின. அவற்றின் வழியே கலவரம் நிறைந்த மூச்சுடன் வெப்ப நீராவி குப்குப்பென்று வெளிவந்தது.

முதிய கடம்பை பைன் மரங்களுக்கு நடுவே சிலை போன்று அசைவின்றி நிலைத்து விட்டது. ரோமக் குச்சங்கள் அடர்ந்த அதன் தோல் மட்டுமே முதுகுப்புறம் சிலிர்த்தது. எச்சரிக்கை அடைந்து அதன் செவிகள் ஒவ்வோர் ஒலியையும் விடாது பற்றிப் பதித்துக் கொண்டன. பட்டைதின்னிப் பூச்சி பைன் மரக் கட்டையைக் கறவுவது கூடக் கேட்கும் அளவுக்குக் கூர்மையாயிருந்தது கடம்பையின் செவிப்புலன். ஆனால், இத்தகைய கூர்ங்காதுகளுக்குக்கூடக் காட்டில் புட்களின் ஆர்ப்பும் மரங்கொத்தியின் அலகொலியும் பைன் மர முடிகளின் ஒரு சீரான ஓசையும் தவிர வேறு எதுவும் கேட்கவில்லை.

மேலிருந்து கேட்ட ஒலி ஒன்று கடம்பையின் கவனத்தை ஈர்த்தது. கடம்பை நடுங்கிற்று, அதன் முதுகுத் தோல் சிலிர்த்தது. பின் கால்கள் மேலும் அதிகமாக மடங்கின.

ஆனால் இந்த ஒலியும் அச்சுறுத்துவதாக இல்லை. சில மேவண்டுகள் மந்தமாக ரீங்காரம் செய்தவாறு, பூத்த பிர்ச் மர இலைகளில் சுழல்வது போலிருந்தது. அது அவற்றின் ரீங்காரத்தின் நடு நடுவே சதுப்பு

நிலத்தில் கார்ன் கிரேக் பட்சியின் கத்தலை ஒத்த சடசடப்பு சில வேளைகளில் கேட்டது.

இதோ அந்த வண்டுகள், இறக்கைகள் ஒளிர, குளிர் நீலக்காற்றில் அவை நர்த்தனம் செய்தன. மீண்டும் மீண்டும் உயரே ஒலித்தது. சடசடப்பு வண்டுகளில் ஒன்று இறக்கைகளை மடிக்காமலே கீழ் நோக்கிப் பாய்ந்து வந்தது. மற்றவை விண்ணின் நீல வெளியில் மறுபடி நர்த்தனம் செய்யலாயின. கடம்பை இறுக்கமுற்ற தசைகளைத் தளரவிட்டு, திறப்பு வெளிக்கு வந்து, வானைக் கடைக்கணித்தபடியே வெண்பனிப் பாளத்தை நக்கிற்று. காற்றில் நடனமிட்ட திரளிலிருந்து இன்னும் ஒரு வண்டு திடீரென விலகி, பகட்டான, பெரிய வாலைப் பின்னே துருத்தியவாறு நேரே திறப்பு வெளியை நோக்கி வந்தது. அது படு விரைவாக அளவில் பெருத்துக்கொண்டு போயிற்று. கடம்பை புதருக்குள் தாவிப் புகுந்ததும் புகாததுமாக, பிரம்மாண்டமான ஏதோ ஒன்று, கூதிர்காலப் புயற்காற்றின் திடீர் வீச்சைவிடப் பயங்கரமான ஏதோ ஒன்று பைன் மர உச்சிகளைத் தாக்கித் தரையில் தடாலென்று மோதி வீழ்ந்தது. அதன் மோதலால் காடு முழுவதும் அதிர்ந்து முனகிற்று. காட்டுக்குள் நாற்கால் பாய்ச்சலில் மிரண்டோடிய கடம்பையை முந்திக்கொண்டு முழங்கிற்று அதன் எதிரொலி.

பசிய ஊசியிலை மரங்கள் அடர்ந்த காட்டுக்குள் எதிரொலி அடங்கிவிட்டது. விமானம் வீழ்ந்ததால் முறிந்த மர உச்சிகளிலிருந்து தீப்பொறிகள் போன்று சுடர்வீசிச் சிதறின பனி அடர்கள். மெதுவாகக் கம்பீரமான நிசப்தம் காட்டில் குடிகொண்டது. ஒரு மனிதன் முனகுவதும், வழக்கத்துக்கு மாறான சந்தடியாலும் சடசடப்பாலும் ஈர்க்கப்பட்டுக் காட்டுக்கு உள்ளிருந்து திறப்பு வெளிக்கு வந்த கரடியின் கனத்த பாதங்களுக்கு அடியே வெண் பனிப் பாளம் நொறுங்குவதும் அந்த ஆழ்ந்த நிசப்தத்தில் தெளிவாகக் கேட்டன.

கரடி பெரியது, முதியது, மயிர் அடர்ந்தது. அழுக்கடைந்த பழுப்பு ரோமக் கற்றைகள் அதன் உட்குழிந்த விலாக்களிலிருந்து துருத்திக் கொண்டிருந்தன. மெலிந்த, தசைநாண் செறிந்த பின்புறத்தில் அவை பனிக் கம்பிகள் போலத் தொடங்கின. இலையுதிர் காலம் தொடங்கி இந்த வட்டாரங்களில் போர்ப் புயல் வீசிக் கொண்டிருந்தது. முன்பு காட்டுக் காவலர்களும், வேட்டைக்காரர்களும் மட்டுமே, அதுவும் எப்போதாவதுதான், இந்தக் காட்டுக்கு வருவது வழக்கம். இப்பொழுதோ இதன் உட்பகுதிக்குள் கூடப் புகுந்துவிட்டது போர். அருகே நடந்த சண்டையின் பேரரவம் இலையுதிர் காலத்திலேயே கரடியின் குளிர்கால உறக்கத்தைக் கலைத்து முழையிலிருந்து அதை உசுப்பிவிட்டது. இப்போது பட்டினியும் எரிச்சலுமாக, அமைதியின்றிக் காட்டில் அலைந்து திரிந்தது அது.

திறப்பு வெளியில், சற்று முன்பு கடம்பை நின்ற அதே இடத்தில் நின்றது கரடி. கடம்பையின் புதுமை மாறாத சுவையாக மணத்த சுவடுகளை அது முகர்ந்தது. உட்குழிந்த விலாக்களை அசைத்தவாறு பேராசை தோன்றப் பெருமூச்செறிந்தது, உற்றுக் கேட்டது. கடம்பை போய்விட்டது. ஆனால், உயிருள்ள பலவீனமான பிராணி ஒன்றின் ஒலி அருகே கேட்டது. கரடியின் பிடர் மீது ரோமங்கள் குத்திட்டு நின்றன. அது முகத்தை முன்னே நீட்டியது. மறுபடியும் அந்த முறையீட்டொலி திறப்பு வெளியிலிருந்து லேசாகக் காதுக்கு எட்டிற்று.

வறண்ட, கெட்டியான பனிப்புறணி நெறுநெறுத்துத் தகர, மென்மையான பாதங்களை நிதானமாக, எச்சரிக்கையுடன் எடுத்துவைத்து, வெண்பனியில் புதைந்து அசையாது கடந்த மனித உருவத்தை நோக்கி நடந்தது கரடி....

2

விமானி அலெக்ஸேய் மெரேஸ்யெவ் இரட்டை இடுக்கியில் அகப்பட்டுக் கொண்டான். விமானச் சண்டையில் நேர கூடிய மிக மோசமான கேடு இது. தன்னிடம் இருந்த குண்டுகளை எல்லாம் அவன் சுட்டுத் தீர்த்திருந்தான். உண்மையாகவே ஆயுதமற்றவனாக இருந்தான். அத்தகைய நிலையில் நான்கு ஜெர்மன் விமானங்கள் அவனுடைய விமானத்தை நெருக்கமாகச் சூழ்ந்துகொண்டு, திரும்பவோ, செல்வழியை மாற்றவோ அவனுக்கு இடந்தராமல் தங்கள் விமான நிலையத்துக்கு இட்டுச் செல்லத் தொடங்கின....

இந்தக் கதி நேர்ந்த விதம் இதுவே: பகை விமான நிலையத்தின் மேல் திடீர்த்தாக்கு நடத்த புறப்பட்டன. "இல்" விமானங்கள் லெப்டினன்ட் மெரேஸ்யெவின் தலைமையில் சண்டை விமானங்களின் அணி அவற்றுக்குத் துணையாகப் போயிற்று. துணிகரத் திடீர்த் தாக்கு வெற்றிகரமாக நடந்தேறியது. "பறக்கும் டாங்கிகள்" என்று காலாட்படையினரால் அழைக்கப்பட்ட தாக்கு விமானங்கள் பைன் மர உச்சிகள் மீதாக அனேகமாக ஊர்ந்து சென்று பகைவர் அறியாதபடி நேரே விமானத் திடலை அடைந்தன. அதில் வரிசையாக நின்றன "யூன்கெர்ஸ்" ரகத்தைச் சேர்ந்த பெரிய துருப்பு விமானங்கள். ரம்பப் பற்கள் போன்ற மங்கிய நீல மரவரிசைகளின் பின்னிருந்து திடீரென முன்னே பாய்ந்து, துருப்பு விமானங்களின் பேருடல்களுக்கு மேலாகப் பறந்து, பீரங்கிக் குண்டுகளையும், மெஷின்கள் குண்டுகளையும், வால் வைத்த குண்டுகளையும் அவற்றின் மீது பொழிந்தன சோவியத் தாக்கு விமானங்கள். தனது அணியின் நான்கு போர்விமானங்களுடன் தாக்கிடத்தின் மேலிருந்த வான வெளியைக் காவல் செய்துகொண்டிருந்த மெரேஸ்யெவ் கீழே நோக்கினான். ஆட்களின் கரிய உருவங்கள் விமான

நிலையத்தில் ஓடிச் சாடியதும், திமிசு போடப்பட்ட வெண்பனி மீது துருப்பு விமானங்கள் பெருங்கனத்துடன் நாற்புறமும் ஊர்ந்து செல்லத் தொடங்கியதும், தாக்கு விமானங்கள் மறுபடியும் மறுபடியும் பாய்ந்து குண்டுமாரி பொழிந்ததும், சுய நிதானத்துக்கு வந்த "யூன் கெர்ஸ்" விமானிகள் குண்டுத்தாக்குக்கு இடையே தங்கள் விமானங்களை ஓட்டப் பாதைக்குச் செலுத்தி வானில் கிளப்ப ஆரம்பித்ததும் எல்லாம் அவனுக்கு நன்றாக தென்பட்டன.

இப்போதுதான் அலெக்ஸேய் தவறு செய்தான். தாக்கு இடத்துக்கு மேலே வானத்தைக் கண்டிப்பாகக் கண்காணிப்பதற்குப் பதிலாக அவன், விமானிகள் சொல்வதுபோல, அனாயசமாகக் கிட்டிய இரையால் கவர்ந்து இழுக்கப்பட்டுவிட்டான். அப்போதுதான் தரையிலிருந்து கிளம்பிய மெதுவான இயக்கம் கொண்ட கனத்த துருப்பு விமானத்தின் மீது கல்லெறி போலப் பாய்ந்து, நெளி வலிவு அலுமினியத்தாலான அதன் பல நிற நாற்கோண உடல் மீது சில நீள் வரிசைக் குண்டுகளை மனநிறைவுடன் சுட்டான். தான் இலக்குத் தப்பவில்லை என்ற நம்பிக்கை காரணமாக, பகை விமானம் தரையில் வீழ்ந்து புகுந்ததை அவன் பார்க்கக்கூட இல்லை. விமான நிலையத்தின் மறு புறத்தில் இன்னொரு யூன் கெர்ஸ் விமானம் உயரே கிளம்பியது அலெக்ஸேய் அதைத் துரத்திச் சென்றான். தாக்கினான், ஆனால் குறி தவறிவிட்டது. அவனுடைய குண்டு வரிசைகள் மெதுவாக உயரே எழும்பிக் கொண்டிருந்த பகை விமானத்தின் மேலாக வழுகிச் சென்றன. அவன் விமானத்தைச் சட்டெனத் திருப்பி, மறுபடி தாக்கினான். மீண்டும் இலக்கு பிசகிவிட்டது. பின்னொரு முறை தன் இரையை எட்டிப் பிடித்து, அதன் சுருட்டு வடிவான அகன்ற உடலில் விமான பீரங்கிகள் அனைத்திலுமிருந்த குண்டுகளைப் பல நீண்ட வரிசைகளாகச் சுட்டுச் செலுத்தி, காட்டுக்கு மேலே எங்கோ ஒரு புறத்தில் அதை வீழ்த்தினான். "யூன்கெர்ஸ்" விமானத்தைத் தரையில் வீழ்த்திய பின், எல்லையின்றிப் பரந்து அலைவீசிய பசிய கடல் போன்ற காட்டில் கரிய புகைப் படலம் எழுந்த இடத்துக்கு மேலே இரண்டு வெற்றி வட்டங்கள் இட்டுவிட்டு, ஜெர்மன் விமானநிலையத்தை நோக்கித் தன் விமானத்தைத் திருப்ப முற்பட்டான் அலெக்ஸேய்.

ஆனால், அங்கே பறந்து செல்ல அவனுக்கு வாய்க்கவில்லை. தனது அணியின் மூன்று சண்டை விமானங்கள் ஒன்பது "மெஸ்ஸெர்" ரக விமானங்களுடன் பொருது கொண்டிருக்கக் கண்டான். ஜெர்மன் விமான நிலையத் தலைமைக் காரியாலயத்தினர் தாக்கு விமானங்களை எதிர்க்கும் பொருட்டு இவற்றை அழைத்திருக்க வேண்டும். எண்ணிக்கையில் தங்களைப் போல் மூன்று மடங்கான இந்த ஜெர்மன் விமானங்கள் மீது துணிவுடன் பாய்ந்து தாக்கு விமானங்களிலிருந்து அவற்றின் கவனத்தைத் திருப்ப சோவியத் சண்டை விமானிகள் முயன்றார்கள்.

காயமடைந்தது போலப் பாசாங்கு செய்து வேட்டைக்காரர்களைத் தன் குஞ்சுகளிடமிருந்து அப்பால் ஈர்த்துச் செல்லும் பெட்டைக் காடைபோல, அவர்கள் சண்டையிட்டவாறே பகை விமானங்களை ஒருபுறமாக மேலும் மேலும் தொலைவில் இழுத்துச் சென்றார்கள்.

எளிதில் கிடைத்த இரையினால் தான் மயங்கிவிட்டது குறித்து அலெக்ஸேய் நாணமடைந்தான். தலைக்காப்புக்கு அடியில் கன்னங்கள் சிவந்து காந்துவதை உணரும் அளவுக்கு அவனுக்கு வெட்கம் உண்டாயிற்று. ஒரு பகை விமானத்தை இலக்கு வைத்துக்கொண்டு பற்களை நெரித்தவாறு சண்டையில் பாய்ந்து கலந்துகொண்டான். அவனது தாக்குக்கு இலக்கான "மெஸ்ஸெர்" விமானம் மற்றவற்றிலிருந்து சற்று தனித்து ஒதுங்கியிருந்தது. அதுவும் தனக்கு உரிய இரையைத் தேடிக் கொண்டிருந்தது போலும். தனது விமானத்தை முழு விரைவுடன் செலுத்திப் பகைவன் மீது பக்கவாட்டிலிருந்து பாய்ந்தான் அலெக்ஸேய். ஜெர்மனியனை அவன் முற்றிலும் முறைப்படியே தாக்கினான். பகை விமானத்தின் சாம்பல் நிற உடல் இலக்குக் காட்டியின் துவாரத்தில் முழுதும் தென்பட்டபோதுதான் அவன் பீரங்கி விசையை அழுத்தினான் எனினும், பகைவிமானம் நிம்மதியாக அருகே வழுகிச் சென்றது. குறி தவறியிருக்க முடியாது. இலக்கு அருகாமையில் இருந்தது. அசாதாரணத் துலக்குடன் தென்பட்டது. குண்டுகள் தீர்ந்துவிட்டன என்பதை அலெக்ஸேய் ஊகித்துக் கொண்டான். முதுகு குப்பென்று வியர்ப்பதை உணர்ந்தான். சரிபார்ப்பதற்காக விசையை மீண்டும் அழுத்தினான். விமான பீரங்கியை இயக்கும் போது விமானி தன் உடல் முழுவதாலும் உணரும் அதிரொலி அவனுக்குப் புலப்படவில்லை. குண்டுப் பெட்டிகள் வெற்றாயிருந்தன. பகைத் துருப்பு விமானங்களை விரட்டிச் செல்கையில் அவன் தன்னிடமிருந்த குண்டுகளை எல்லாம் சுட்டுத் தீர்த்துவிட்டான்.

ஆனால் பகைவனுக்குத்தான் இது தெரியாதே! ஒப்பு வலிமையைக் குறைந்தபட்சம் எண்ணிக்கையிலாவது அதிகப்படுத்தும் பொருட்டு, சண்டை அமளியில் ஆயுதமின்றியே கலந்துகொள்ள அலெக்ஸேய் தீர்மானித்தான். அவன் எண்ணியது தவறு. அவன் வீணாகத் தாக்கிய போர் விமானத்தில் இருந்தவன் அனுபவம் முதிர்ந்த, கூர்ந்து கவனிப்பு உள்ள விமானி. சோவியத் விமானம் ஆயுதமற்றது என்பதைக் கண்டு கொண்ட ஜெர்மானியன் தன் தோழ விமானிகளுக்குக் கட்டளையிட்டான். நான்கு ஜெர்மன் விமானங்கள் சண்டையிலிருந்து விலகி இரு மருங்குகளிலும் மேலேயும் கீழேயுமாக அவனைச் சூழ்ந்து நெருக்கி, தாம் விரும்பிய வழியில் செல்லுமாறு நீல வானத்தில் தெளிவாகத் தென்பட்ட குண்டு வரிசைகளால் அவனை நிர்ப்பந்தித்தவாறு இரட்டை "இடுக்கில்" பற்றிக் கொண்டன.

இங்கே, ஸ்தாரயா ருஸ்ஸா பிரதேசத்தில் "ரிஹ்த்கோபென்" என்னும் பெயர்பெற்ற ஜெர்மன் விமான டிவிஷன் மேற்கே இருந்து வந்திருப்பதாகச் சில நாட்களுக்கு முன்பு அலெக்ஸேய் கேள்விப்பட்டிருந்தான். பாசிஸ்ட் சாம்ராஜ்யத்தின் சிறந்த விமானிகள் அதில் பணியாற்றினார்கள். கோயெரிங்கின் அரவணைப்பு அதற்குக் கிடைத்திருந்தது. இந்த விமானி ஓநாய்களின் உகிர்களில் சிக்கிவிட்டோம் என்பதை அலெக்ஸேய் புரிந்துகொண்டான். அவனைத் தங்கள் விமான நிலையத்துக்கு இட்டுச் சென்று, இறங்கும்படி கட்டாயப்படுத்தி, உயிரோடு சிறைபிடிக்க அவர்கள் விரும்புகிறார்கள் என்பது தெளிவாயிருந்தது. அந்தக் காலத்தில் இம்மாதிரிச் சந்தர்ப்பங்கள் நேர்ந்தன. தன் நண்பன், "சோவியத் யூனியனின் வீரன்" பட்டம் பெற்ற அந்திரெய் தெக்தியா ரென்கோவின் தலைமையில் சண்டை விமான அணி ஒன்று ஜெர்மன் வேவு விமானத்தை இட்டுவந்து தன் விமான நிலையத்தில் இறங்கச் செய்ததை அலெக்ஸேய் கண்கூடாகப் பார்த்திருந்தான்.

சிறைப்பட்ட ஜெர்மானியனின் நீண்ட பசிய வெளிர்நிற முகமும் அவனது தள்ளாட்ட நடையும் அலெக்ஸேயின் நினைவில் கணப்போது தோற்றம் அளித்தன. "சிறைப்படுவதா? ஒரு காலும் இல்லை! அது மட்டும் நடவாது" என்று அவன் தீர்மானித்தான்.

பற்களை இறுகக் கெட்டித்துக்கொண்டு விரைவை முடிந்தவரை அதிகப்படுத்தினான் மெரேஸ்யெவ். பின்பு விமானத்தைச் செங்குத்து நிலைக்குக் கொண்டுவந்து தன்னைத் தரைப்புறம் அழுத்தி வைத்திருந்த மேற்பக்கத்து ஜெர்மன் விமானத்துக்கு அடியே புக முயன்றான். காவல் விமானங்களிடமிருந்து தப்பி வெளியேற அவனுக்கு வாய்த்து விட்டது. ஆனால், ஜெர்மானியன் சரியான நேரத்தில் பீரங்கி விசையை அழுத்தி விட்டான். அலெக்ஸேயின் விமான எஞ்சின் பழுதடைந்து அடிக்கடி வெட்டி வெட்டி இயங்கத் தொடங்கியது. விமானம் முழுவதும் மரண சுரத்தில் நடுநடுங்கிற்று.

சேதப்படுத்திவிட்டார்கள் ! விமானத்தைத் திருப்பி மேகத்தின் வெண்மை மூட்டத்துக்குள் புகுந்து, பின் தொடர்ந்தவர்களைத் தடம் தவறச் செய்வதில் அலெக்ஸேய் வெற்றி பெற்றான். ஆனால், அப்புறம் என்ன செய்வது? குண்டடிப்பட்ட விமான எஞ்சினின் நடுக்கத்தை விமானி தன் உடல், உள்ளம், அனைத்தாலும் உணர்ந்தான். இது பழுதுற்ற எஞ்சினின் மரணத் துடிப்பு அல்ல போலவும், தனது சொந்த உடலைப் பீடித்த நடுக்குக் காய்ச்சல் போலவும் அவனுக்குத் தோன்றியது.

எஞ்சின் எந்தப் பகுதியில் தாக்குண்டிருக்கிறது? இன்னும் எவ்வளவு நேரம் காற்றில் நிலைத்திருக்க விமானத்தால் முடியும்? பெட்ரோல்

தொட்டிகள் வெடித்துவிடுமோ? இவற்றை எல்லாம் அலெக்ஸேய் எண்ணவில்லை, உணர்ந்தான் என்பதே சரியாயிருக்கும். தான் வெடிமருந்துப் பீப்பாய் மீது அமர்ந்திருப்பதாகவும் வெடித்திரி வழியாக அதை நோக்கித் தீ நாக்கு விரைந்து வந்துகொண்டிருப்பதாகவும் அவனுக்குத் தோன்றியது. விமானத்தை எதிர்ப்புறமாக, முன்னணி வரிசையை நோக்கி, தன்னவர்களின் பக்கம் திருப்பினான் அலெக்ஸேய். ஏதேனும் நேர்ந்துவிட்டால் சொந்த மனிதர்களின் கரங்களால் அடக்கம் செய்யவாவது படலாமே என்பது அவன் நோக்கம்.

முடிவுக் கட்டம் விரைவிலேயே தொடங்கிவிட்டது. எஞ்சின் சட்டென இயக்கத்தை நிறுத்தி ஓசை அடங்கிப் போயிற்று. செங்குத்தான மலையிலிருந்து சரிவது போல விமானம் விரைவாகக் கீழ் நோக்கிப் பாய்ந்தது. விமானத்துக்கு அடியில் பசிய சாம்பல் அலைகளாகக் பெருகியது. கடல் போன்று எல்லை காண முடியாத காடு... அருகில் இருந்த மரங்கள் நீண்ட பட்டைகளாக ஒன்று கலந்து விமானத்தின் இறக்கைகளுக்கு அடியில் பாய்ந்தோடுகையில், 'என்ன ஆனாலும் சிறைப்படவில்லையே!" என்று எண்ணினான் விமானி. காடு வனவிலங்கு போன்று தன்னைத் துள்ளிப் பாய்ந்த போது இயல்பூக்கத்தால் தூண்டப்பட்டு எரிவூட்டி விசையைச் சட்டென மூடினான். மடாரொலி கேட்டது. அவ்வளவுதான் கணப்போதில் எல்லாம் மறைந்துவிட்டன. விமானத்தோடு அவன் கொழு கொழுப்பான கரு நீரில் மூழ்கிவிட்டது போல.

விழுகையில் விமானம் பைன் மர முடிகள் மேல் மோதியது. இது தாக்கு வேகத்தை மட்டுப்படுத்திற்று. சில மரங்களை முறித்துவிட்டு விமானம் பல பகுதிகளாகச் சிதறியது. ஆனால் அதற்கு ஒரு நொடி முன்னதாக அலெக்ஸேய் இரு கையிலிருந்து பிய்த்துக் காற்றில் எறியப்பட்டான். கிளைகள் அகன்ற நூற்றாண்டுப் பிர் மரத்தின் மேல் விழுந்து அதன் கிளைகள் மீதாகச் சறுக்கி அதன் அடியில் காற்றினால் திரட்டிக் குவிக்கப்பட்டிருந்த வெண்பனிக் குவியலின் ஆழத்தில் புதைந்தான். இது அவன் உயிரைக் காப்பாற்றியது.

எவ்வளவு நேரம் உணர்வற்ற நிலையில் அசையாது கிடந்தான் என்பதை அலெக்ஸேயால் நினைவுபடுத்திக் கொள்ள முடியவில்லை. இனந்தெரியாத மனித நிழல்களும், கட்டிடங்களின் ஒப்புயரக் கோடுகளும், நம்பமுடியாத வகை இயந்திரங்களும் இடையறாது பளிச்சிட்டவாறு அவன் முன்னே விரைந்தன. அவற்றின் சூறாவளி இயக்கம் காரணமாக அவன் உடல் முழுவதிலும் தெளிவற்ற சுரண்டல் வலி உண்டாயிற்று. பின்பு இந்தக் குழப்பத்திலிருந்து

பெரிய, வெம்மையுள்ள, நிச்சயமற்ற வடிவங்கள் கொண்ட ஏதோ ஒன்று வெளிப்பட்டு சூடான நாற்றமூச்சை அவன் மேல் விட்டது. அவன் அப்பால் விலக முயன்றான். ஆனால், அவனுடைய உடல் வெண்பனியில் ஒட்டிக்கொண்டுவிட்டது போல் இருந்தது. தெளிவாக விளங்காத அச்சத்தால் உலப்புற்று அவன் வெடுக்கென்று துள்ளி எழுந்தான். உடனேயே தன் நுரையீரலில் பாயும் குளிர் காற்றையும் கன்னங்களில் வெண்பனியின் குளிரையும் உணர்ந்தான். இப்போது அவன் மேனி முழுவதிலும் அல்ல, கால்களில் மட்டுமே கடுமையான வலி ஏற்பட்டது.

"உயிரோடு இருக்கிறோம்!" என்ற எண்ணம் அவன் உணர்வில் பளிச்சிட்டது. எழுந்து நிற்பதற்காக அங்கங்களை அசைத்தவன், யாருடைய பாதங்களுக்கோ அடியில் வெண்பனிப் பாளம் நொறுங்குவதையும் இரைச்சலும் கம்மலும் கொண்ட மூச்சையும் கேட்டான். "ஜெர்மானியர்கள்!" என்று உடனே அனுமானித்தான். கண்களைத் திறக்கவும் தற்காத்துக் கொண்டு துள்ளி எழவும் உண்டான விருப்பத்தை அடக்கிக்கொண்டான். "சிறைப்பட்டுவிட்டேன், எவ்வளவோ முயன்றுங்கூடப் போர்க் கைதி ஆகி விட்டேன்!" இனி என்ன செய்வது? என்று எண்ணமிட்டான்.

எல்லாத் தொழிலிலும் வல்லவனான தனது மெக்கானிக் யூரா கைத்துப்பாக்கி உறையின் அறுந்த வாரைத் தைப்பதாகத் தலைக்கு நாள் ஏற்றுக்கொண்டவன் தைக்காமலே இருந்துவிட்டதும், எனவே பறக்கும் போது ரிவால்வரை விமானி உடையின் தொடைப்பையில் வைத்துக் கொள்ள நேர்ந்ததும், அவன் நினைவுக்கு வந்தன. இப்போது அதை எடுப்பதற்கு விலாப்புறம் புரண்டு படுக்க வேண்டியிருந்தது. பகைவன் கவனிக்காதபடி இவ்வாறு செய்வதோ இயலாதிருந்தது. அலெக்ஸேய் முகங்குப்புறக் கிடந்தான். ரிவால்வரின் கூரிய பட்டைகள் தொடையில் அழுத்துவதை அவன் உணர்ந்தான். ஆயினும் அசையாது கிடந்தான். பகைவன் தன்னை இறந்தவன் என ஒருவேளை நினைத்து அப்பால் போய்விடுவான் என்று நினைத்தான்.

ஜெர்மானியன் பக்கத்தில் தொப்புத்தொப்பென அடிவைத்து நடந்தான். விந்தையான முறையில் பெருமூச்சு விட்டான். மறுபடி இதேஸ்இயவின் பக்கத்தில் வந்தான் வெண் பனிப் புறணயை நொறுக்கினான், குனிந்தான். ஜெர்மானியன் தனியாள் என்பதை மெரேஸ்யெவ் இப்போது கண்டு கொண்டான். இதில் தான் தப்புவதற்கு வாய்ப்பு இருந்தது அவனுக்காகப் பதிபோட்டிருந்தது. திடீரெனத் துள்ளி எழுந்து அவன் குரல்வளையை இறுக்கி, துப்பாக்கிக்கு கூட இடம் கொடுக்காமல் சமப்போராட்டம்

நடத்தினால்.... ஆனால் இதை நிதானமாகக் கணக்கிட்டுத் துல்லியமாகச் செய்து முடிக்க வேண்டியிருந்தது.

தனது கிடையை மாற்றிக்கொள்ளாமலே மெதுவாக, மிக மெதுவாக அலெக்ஸேய் ஒரு கண்ணைச் சிறிது திறந்தவன், தன் முன்னே ஜெர்மானியனுக்குப் பதிலாகப் பழுப்பு நிறமான சடை அடர்ந்த மறு ஒன்றைத் தாழ்த்திய இமை மயிர்களின் ஊடாகக் கண்டான். விழியை இன்னும் கொஞ்சம் அகலத் திறந்தவன், அக்கணமே அவற்றை இறுக மூடிக்கொண்டுவிட்டான். அவனுக்கு எதிரே பின்கால்களில் குந்தியிருந்தது பெரிய, மெலிந்த, பறட்டைச் சடைக் கரடி.

3

சண்டைச் சந்தடியால் முழையிலிருந்து எழுப்பப்பட்டிருந்த கரடி பசித்திருந்தது. எரிச்சல் கொண்டிருந்தது. ஆனால், பிணங்களின் இறைச்சியைக் கரடிகள் உண்பதில்லை. பெட்ரோல் நெடி சுள்ளென்று அடித்த அசைவற்ற உடல் நெடுக மோந்த கரடி சோம்பலுடன் திறப்பு வெளிக்குப் போயிற்று. முனகலும் சரசரப்பும் அதைத் திருப்பிவரச் செய்தன.

இப்போது அது அலெக்ஸேயின் அருகே குந்தியிருந்தது. பிணத்தின் மாமிசத்தின்பால் அருவருப்பும் வயிற்றைக் கிள்ளும் பசியும் அதற்குள் போராடிக் கொண்டிருந்தன. பசியே வெற்றி பெறலாயிற்று. கரடி பெருமூச்செறிந்தது. எழுந்தது. வெண்பனிக் குவியலில் கிடந்த மனிதனைப் பாதத்தால் புரட்டித் திருப்பிற்று. விமானி உடையின் "பேய்த் தோலை" உகிர்களால் கிழிக்க முற்பட்டது. விமான உடை அதற்கு மசியவில்லை. கரடி வாய்க்குள்ளாக உறுமிற்று. கண்களைத் திறக்கவும், அப்பால் விலகவும், கூச்சலிடவும், தன் மார்பின் மேல் சாய்ந்து அழுத்தும் இந்தக் கனத்த பேருடலை நெட்டித் தள்ளவும் உண்டான விருப்பத்தை அடக்கிக் கொள்ள அந்தக் கணத்தில் அலெக்ஸேய் அரும்பாடு படவேண்டியிருந்தது. ஆவேசமும் சீற்றமும் பொங்கத் தற்காத்துக் கொள்வதற்கு அவனது உடலும் உள்ளமும் ஒருங்கே துடித்தன. ஆனால் அவனோ, தன்னைக் கட்டுப்படுத்திக்கொண்டு மெதுவாக, கரடிக்குத் தெரியாமல் கையைப் பைக்குள் விட்டு ரிவால்வரின் வரைகளிட்ட கைப்பிடியைத் தொட்டுணர்ந்து பெருவிரலால் குதிரையைச் சுடுநிலைக்குக் கொண்டுவந்து ஆயுதந்தரித்த கையைக் கரடி காணாதவாறு வெளியே எடுத்து விட்டான்.

கரடி முன்னிலும் வலுவாக விமான உடையைப் பற்றிக் கிழிக்க முயன்றது. அழுத்தமான துணி முடமுடத்தது. எனினும் மறுபடியும் தாக்கு பிடித்தது. கரடி வெறித்து உறுமியது. உடையைப் பற்களால் பற்றி மென்மயிருக்கும் பஞ்சுப் பற்றைக்கும் ஊடாக உடலை

நசுக்கியது. பெரு முயற்சி செய்து உடல் வலியைப் பொறுத்துக் கொண்டான் அலெக்ஸேய். கரடி தன்னை வெண்பனிக் குவியலிலிருந்து வெளியே இழுத்த தருணத்தில் ரிவால்வரைச் சட்டென உயர்த்திக் குதிரையை அழுத்தினான்.

மந்தமான வெடியோசை சடாரென்ற ஒலிப்புடன் பரவியது.

கரடி இரையை மெதுவாகப் பிடியிலிருந்து விட்டது. அலெக்ஸேய் பகை விலங்கின் மேலிருந்து பார்வையை அகற்றாமல் வெண்பனியில் விழுந்தான். விலங்கு பின்கால்களில் குந்தியிருந்தது. சிறு மயிர் அடர்ந்த அதன் பீளை சாடிய கருவிழிகள் விளங்காமையைத் தோற்றுவித்தன. கொழு கொழுவென்ற குருதி அதன் வெட்டுப் பற்களின் இடை வழியாகக் கலங்கிய தாரையாகப் பெருகி வெண்பனிமேல் சொரிந்தது. கம்மலாக, பயங்கரமாகக் கத்தி, உடற்சுமையைச் சிரமத்துடன் தாங்கியவாறு பின்னங் கால்களில் எழுந்த கரடி, அலெக்ஸேய் மறுமுறை சுடுவதற்குள்ளேயே, மரண மூர்ச்சையடைந்து வெண்பனியில் துவண்டு விழுந்துவிட்டது. இளநீல வெண்பனிப் புறணியில் மெதுவாகச் செம்மை பரவிற்று. உருகத் தொடங்கிய வெண்பனியிலிருந்து கிளம்பிய ஆவி விலங்கின் தலையருகே படலமாகக் கிளம்பிற்று. கரடி இறந்து விட்டது.

அலெக்ஸேயின் இறுக்கம் தளர்ந்தது; பாதங்களில் சுரீரென்ற காந்தும் வலியை அவன் மீண்டும் உணர்ந்தான். வெண்பனியில் தொய்ந்து விழுந்து உணர்விழந்தான்....

அவனுக்கு நினைவு வந்தபோது சூரியன் உயரே எழுந்து விட்டிருந்தது.

பழுப்புச் சடை அடர்ந்த அலங்கோலமாக அழுக்கு உடல் அருகே இளநீலப் பனி மீது கிடந்தது. காடு ஆரவாரித்தது. மரங்கொத்தி மரப் பட்டையை ஒலிப்புடன் கொத்திற்று. மஞ்சள் வயிறுகளும் துடிதுடிப்பும் கொண்ட சிட்டுக்குருவிகள் புதர்களில் தத்தியவாறு கீச்சிட்டன.

“உயிரோடிருக்கிறேன், உயிரோடிருக்கிறேன், உயிரோடிருக்கிறேன்” என்று மனதுக்குள் திரும்பத் திரும்பச் சொல்லிக் கொண்டான் அலெக்ஸேய். உயிர் வாழ்வின் அற்புதமான வீறல்மிக்க, போதையூட்டும் உணர்வால் நிறைந்து அவனுடைய அகம் அனைத்தும் உடல் முழுதும் களிதுள்ளியது. மரண அபாயத்தை எதிர்ப்பட்டு மீளும் ஒவ்வொரு தடவையும் மனிதனுக்கு ஏற்படுவதே இந்த உணர்வு.

விறல்மிக்க இவ்வுணர்வால் ஆட்கொள்ளப்பட்டு அவன் துள்ளி எழுந்து நின்றான். ஆனால் அப்போதே முனகலுடன் கரடியின் உடல்மேல் தொப்பென உட்கார்ந்துவிட்டான். உள்ளங்காலில்

உண்டான வலியால் அவன் உடல் முழுதும் காந்தியது. மண்டைக்குள் மூளையை அதிரச் செய்யும் கடகடப்புடன் தேய்ந்த பழைய திரிகை சுழல்வது போன்று ஆழ்ந்த கனத்த ஓசை நிறைந்திருந்தது. இமைகளுக்கு மேல் யாரோ விரலால் அழுத்துவது போலக் கண்கள் வலித்தன. சுற்றிலும் இருந்தவை யாவும் ஒரு கணம் ஆதவனின் தண்ணிய மஞ்சள் கதிரொளியில் மூழ்கித் துலக்கமாகப் பளிச்செனத் தென்பட்டன. மறுகணமோ, தீப்பொறிகள் மினுமினுக்கு சாம்பல் நிறப் போர்வையால் மூடப்புட்டுப் பார்வைக்கு மறைந்தன.

"மோசம்..... விழும்போது அடிபட்டிருக்கிறது போலிருக்கிறது. கால்களுக்கும் ஏதோ நேர்ந்து விட்டது" என்று எண்ணமிட்டான் அலெக்ஸேய்.

வரைபடப் பெட்டியை அவன் விழும்போது தவறவிட்டுவிட்டான். ஆனால், வரைப்படம் இல்லாமலே கூட அன்றைய வழியை அலெக்ஸேய் தெளிவாக எண்ணிப் பார்த்தான். தாக்குவிமானங்களின் இலக்கான ஜெர்மானியப் போர்த்தள விமான நிலையம் போர்முனை வரிசையிலிருந்து சுமார் அறுபது கிலோமீட்டர் மேற்கே இருந்தது. ஜெர்மானியச் சண்டை விமானங்களை விமானப் போரில் ஈடுபடுத்தி, விமான நிலையத்திலிருந்து ஏறக்குறைய இருபது கிலோமீட்டர் தொலைவு கிழக்கே இட்டுவருவதில் அவனுடைய விமானிகள் வெற்றி பெற்றார்கள். இரட்டை "இடுக்கியில்" இருந்து தப்பி வெளியேறிய பின் அலெக்ஸேய் இன்னும் சற்று தூரம் கிழக்கே சென்றிருப்பான். ஆகவே, முனைமுகத்திலிருந்து சுமார் முப்பந்தைந்து கிலோமீட்டர் தொலைவில் முன்னணி ஜெர்மன் டிவிஷன்களின் முதுகுப்புறம் வெகுதூரத்தில், கருக்காடு என அழைக்கப்பட்ட விசாலமான வனப் பிரதேசத்தில் எங்கோ அவன் விழுந்திருக்க வேண்டும். அருகாமையிலிருந்த ஜெர்மன் பின்னணிகள் மீது தாக்குதல் நடத்தச் சென்ற வெடி விமானங்களுக்கும் திடீர்த் தாக்கு விமானங்களுக்கும் துணையாக அவன் இந்த வனப் பிரதேசத்தின் மேலாக எத்தனையோ தடவை பறந்திருந்தான். மேலிருந்து பார்ப்பதற்கு இந்தக் காடு முடிவற்ற பச்சைக் கடல் போன்றே எப்போதும் அவனுக்குத் தோற்றமளித்தது. நல்ல வானிலையில் காடு பைன் மர முடிகளின் மகுடங்கள் அணிந்து இலகும். மோசமான வானிலையில் சாம்பல் நிற மூடுபனியில் ஆழ்ந்து, சிற்றலைகள் படிந்த சுருண்ட நீர்பரப்பு போலக் காணப்படும்.

இந்த அடர்ந்த காட்டின் மையத்தின் அவன் விபத்துக்கு உள்ளானது ஒரு வகையில் நல்லது, இன்னொரு வகையில் மோசம். வழக்கமாகச் சாலைகளையும் குடியிருப்புகளையுமே நோக்கிச் செல்லும் ஹிட்லர் படையினர், இந்தக் கன்னிக்காட்டில் எதிர்ப்படுவது அரிதுதான் என்பதனால் இது நல்லது. ஆனால் மனிதனுடைய உதவியையோ

ஒரு துண்டு ரொட்டியையோ, தங்கிடத்தையோ, ஒரு மடக்குக் கொதிநீரையோ எதிர்பார்க்க வகையற்ற அடர் காட்டுப் புதர்கள் வழியாக, வெகு நீண்டது அல்லவாயினும் கடினமான நடைப்பயணம் அவன் செய்ய வேண்டி யிருந்தது என்பதனால் இது கெட்டது. தவிர, கால்கள் - கால்கள் கிளம்புமா? அவை நடக்குமா?

கரடியின் உடல் மேலிருந்து அவன் மெதுவாக எழுந்தான். உள்ளங்கால்களில் உண்டான அதே சுரீரென்ற வலி கீழிருந்து மேல்வரை அவன் மேனியெங்கும் துளைத்துப் பரவியது. அவன் வீறிட்டான். மறுபடி உட்கார வேண்டியதாயிற்று. மென் மயிர்த் தோல் நீள் பூட்சைக் கழற்ற முயன்றான். அது கழலவில்லை. ஒவ்வொரு தடவையும் அதைச் சுண்டி இழுத்தபோது வலி தாங்காமல் முனகினான். அப்போது அலெக்ஸேய் பற்களைக் கடித்துக்கொண்டு, கண்களை இடுக்கியவாறு, தன் பலத்தை எல்லாம் திரட்டி இரு கைகளாலும் பூட்சை வெட்டி இழுத்தான் - அக்கணமே நினைவிழந்தான். உணர்வு திரும்பியதும் அவன் காலில் சுற்றியிருந்த பிளானல் துணியை ஜாக்கிரதையாகப் பிரித்தான். பாதம் முழுவதும் வீங்கி ஒரு மொத்தமாக நீலம் பாரித்திருந்தது. அவன் மழுவாய்க் கொதித்தது. கணுக்கணுவாய்த் தெறிப்பது போல வலித்தது. அலெக்ஸேய் பாதத்தை வெண்பனிமேல் வைத்தான். வலி கொஞ்சம் மட்டுப்பட்டது. தன் பல்லைத் தானே பிடுங்குவது போன்ற ஆவேசத்துடன் இரண்டாவது பூட்சையும் வெட்டி இழுத்துக் கழற்றினான்.

இரண்டு கால்களும் எதற்கும் பயன்படாத நிலையில் இருந்தன. பைன் மர முடிகள் மீது விமானத்தின் மோதலால் அவன் தனது அறையிலிருந்து தூக்கி எறியப்பட்டபோது பாதங்களை எதுவோ நசுக்கி விரலடியையும் விரல்களையும் சேர்ந்த சிற்றெலும்புகளை நொறுக்கி விட்டது போலும். சாதாரண நிலைமைகளில் முறிந்து வீங்கிய இந்தக் கால்களால் எழுந்து நிற்க அவன் நினைத்துக்கூட இருக்க மாட்டான்தான். ஆனால் அவன் இந்தக் காட்டின் உள்ளே, பகைவனின் பின்புலத்தில் தன்னந்தனியாக இருந்தான். இங்கே மனிதனைச் சந்திப்பது துன்பம் குறைவதை அல்ல, சாவையே குறித்தது. எனவே நடப்பது, கிழக்கு நோக்கி நடப்பது என்று அவன் தீர்மானித்தான். வசதியான பாதைகளையும், குடியிருப்புகளையும் தேடாமல் காடு வழியாகவே நடப்பது, என்ன ஆனாலும் சரியே, நடப்பது என்று முடிவு செய்தான்.

மனத்தைத் திடப்படுத்திக்கொண்டு அவன் கரடியின் உடலிலிருந்து எழுந்தான். ஐயோ என்று முனகினான். பற்களை நெறு நெறுத்து முதல் அடி எடுத்து வைத்தான். சற்று நின்று மற்றக் காலை வெண்பனியிலிருந்து வெளியே எடுத்து இன்னோர் அடி வைத்தான்.

தலைக்குள் இரைச்சல் உண்டாயிற்று. காடும் திறப்பு வெளியும் அசைந்தாடின. ஒரு புறமாக மிதந்து சென்றன.

மெத்தென்ற வெண்பனி மேல் நடப்பது ஓரளவு சகிக்கக்கூடியதாக இருந்தது. ஆனால், வீசு காற்றால் துப்புரவாக்கப்பட்டிருந்த கடினமான பனிக்கட்டிப் பாதையில் கால் வைத்ததுமே வலி பொறுக்கமாட்டாமல் அவன் நின்றுவிட்டான். மேற்கொண்டு ஓர் அடி எடுத்து வைக்கக்கூட அவனுக்குத் தயக்கமாயிருந்தது.

அலெக்ஸேய் வெண்பனிமேல் உட்கார்ந்தான். முன்போன்ற உறுதியான சிறு வெட்டிழுப்புக்களால் பூட்சுகளைக் கழற்றினான். நகங்களாலும் பற்களாலும் அவற்றைப் புறங்கால் பக்கம் கிழித்தான் - அவை நொறுங்கிய பாதங்களை இறுக்காதிருப்பதற்காக அங்கோரா ஆட்டு ரோமத்தால் நெய்த பெரிய, மென்மையான லேஞ்சியைக் கழுத்திலிருந்து எடுத்து இரு பாதிகளாகக் கிழித்துப் பாதங்களில் சுற்றிக்கொண்டு பூட்சுகளைப் போட்டுக்கொண்டான்.

இப்போது நடப்பது முன்னிலும் எளிதாக இருந்தது. நடப்பது என்றது சரியல்ல. நடப்பது அல்ல, இயங்குவது. சதுப்பு நிலத்தில் நடப்பது போன்று குதிகால்களை ஊன்றி முன் பாதங்களை உயரத் தூக்கியவாறு எச்சரிக்கையுடன் இயங்குவது வலியும் இறுக்கமும் காரணமாக, சில அடிகள் முன்னேறியதும் தலை சுற்றத் தொடங்கியது. ஏதேனும் அடிமரத்தில் முதுகைச் சாய்த்தபடி, கண்களை மூடிக்கொண்டு நிற்க வேண்டி வந்தது. அல்லது இரத்த நாளங்களில் கடுமையான நாடித்துடிப்பை உணர்ந்தவாறு வெண்பனிக் குவியலில் சற்றே அமர்ந்து இளைப்பாற நேர்ந்தது.

இந்த மாதிரியாக அவன் சில மணி நேரம் நடந்தான். ஆயினும் அவன் திரும்பிப் பார்த்தபோது காட்டுப் பாதைக் கோடியில் அவனுக்குப் பரிச்சயமான திறப்பு வெளி இன்னும் தென்பட்டது. இது அலெக்ஸேய்க்கு மிக்க வருத்தம் உண்டாக்கிற்று. ஆனால், அச்சமூட்டவில்லை. இன்னும் விரைவாகச் செல்ல அவனுக்கு விருப்பம் ஏற்பட்டது. வெண்பனிக் குவியலிலிருந்து எழுந்து பற்களை இறுகக் கடித்தவாறு முன்னே சென்றான். தனக்கு முன்னே சிறு குறிக்கோள்களை வைத்துக்கொண்டு, கவனத்தை அவற்றில் மையப்படுத்தியபடி நடந்தான். ஒரு பைன் மரத்திலிருந்து மற்றொன்றுக்கு ஒரு அடிக்கட்டையிலிருந்து மற்றொன்றுக்கு ஒரு வெண்பனிக் குவியலிலிருந்து மற்றொன்றுக்கு என்று, ஆள் நடமாட்டம் அற்ற வெற்றுக் காட்டுப் பாதையின் கன்னி வெண்பனியில் அவன் பின்னே பதிந்தது கோணல் மாணலான, தளர்வுள்ள, தெளிவற்ற அடித்தடம் - காயமடைந்த விலங்கின் அடித்தடம் போல.

4

இந்த ரீதியில் மாலைவரை அவன் முன்னே சென்றான். அலெக்ஸேயின் பின்புறம் எங்கோ அஸ்தமிக்கும் தறுவாயிலிருந்த சூரியனின் வெப்பமற்ற மாலைச் செங்கதிர்கள் பைன் மர முடிகள் மீது தழல் ஒளி வீசின. காட்டில் மங்குலின் சாம்பல் நிறம் மேலும் அடரலாயிற்று. அந்த வேளையில், பாதைக்கு அருகே, ஜூனிப்பர் புதர்கள் மண்டிய பள்ளத்தாக்கில் அலெக்ஸேய்க்குப் புலனாயிற்று ஒரு காட்சி. அது அவனுடைய குருதியை உறையச் செய்தது. தலைக்காப்பின் கீழ் அவனுடைய முடி சிலிர்த்தது.

இங்கே பக்கத்தில் எங்கோ சண்டை நடந்திருந்தது. ஜூனிப்பர் புதர் அடர்ந்த பள்ளத்தாக்கில் மருத்துவப் பாசறை இருந்திருக்க வேண்டும். காயமடைந்தவர்கள் இங்கு எடுத்துவரப்பட்டு ஊசியிலைத் தலையணைகள் மீது கிடத்தப்பட்டார்கள். புதர்ப் பந்தர்களுக்கு அடியில் முன்போலவே வரிசைகளாகப் படுத்திருந்தார்கள். அவர்கள் வெண்பனியால் பாதி மூடப்பட்டும் எங்கும் வெண்பனி தூவப்பட்டும் காட்சியளித்தார்கள். அவர்கள் இறந்தது காயங்களினால் அல்ல என்பது முதல் பார்வையிலிருந்தே தெளிவாகத் தெரிந்தது. லாவகமான கதிர்வீச்சால் எவனோ அவர்கள் அனைவரது குரல்வளைகளையும் அறுத்துத் துண்டித்திருந்தான். தங்களுக்குப் பின்னே என்ன நடக்கிறது என்று பார்க்க முயல்பவர்கள் போலத் தலைகளை வெகுதூரம் பின் சாய்த்தவாறு ஒரே பாங்கில் கிடந்தார்கள். இந்தப் பயங்கரக் காட்சியின் மர்மம் உடனேயே துலங்கி விட்டது. ஒரு பைன் மரத்தின் அடியில், வெண்பனி மூடியிருந்த சோவியத் படைவீரனது உடலின் அருகே, அவனுடைய தலையைத் தன் மடிமீது வைத்தவாறு இடுப்புவரை பனியில் புதைந்து உட்கார்ந்திருந்தாள் மருத்துவத்தாதி. சிறிய, நொய்ந்த இளம் பெண் அவள். காதுகளை மூடும் மென்மயிர்த்தோல் தொப்பியின் நாடாக்களை மோவாயின் அடியில் கட்டிக்கொண்டிருந்தாள். அவளுடைய தோள் பட்டைகளுக்கு நடுவே துருத்திக் கொண்டிருந்தது மெருகினால் பளபளக்கும் கத்திப் பிடி எஸ்.எஸ். படையின் கறுப்புச் சீருடை அணிந்த ஒரு பாசிஸ்டும், தலையில் இரத்தக்கறை படிந்த பட்டுத்துணிக் கட்டு போட்டிருந்த ருஷ்யப்படை வீரனும் ஒருவர் குரல்வளையை ஒருவர் பற்றி நெரித்தவாறு இறுதியான மரணப் போராட்ட நிலையில் உறைந்து கிடந்தார்கள். கறுப்புச் சீருடை அணிந்த பாசிஸ்டு காயமடைந்தவர்களைத் தன் கத்தியால் அறுத்துக் கொன்றான். மருத்துவத் தாதியின் முதுகில் குத்தினான். அவனால் இன்னும் கொல்லப்படாத ஒருவன் அக்கணமே அவனைப் பிடித்து, அணையும் தறுவாயிலிருந்த தன் உயிரின் எஞ்சிய வலியை எல்லாம் திரட்டி, பகைவனின் குரல்வளையை நெரித்திருந்த விரல்களில்

செலுத்தினான் என்பதை எல்லாம் அலெக்ஸேய் உடனே புரிந்து கொண்டான்.

காயமுற்ற வீரனைத் தன் உடலால் அரவணைத்துக் காக்கும் நொய்ந்த இளம் பெண்ணையும், அகன்ற முழங்கால் மூடிகள் கொண்ட பழைய கித்தான் பூட்சுகள் அணிந்த அவளுடைய கால்களின் அருகே ஒருவரையொருவர் இறுகப் பற்றியவாறு கிடந்த கொலைகாரன், பழிதீர்ப்பவன் ஆகிய இவ்விருவரையும் வெண்பனிப்புயல் அதே நிலையில் அடக்கம் செய்துவிட்டிருந்தது.

மெரேஸ்யெவ் சில வினாடிகள் பிரமித்துப்போய் நின்றான். அப்புறம் மருத்துவத்தாதியின் அருகே தத்திச் சென்று அவள் உடலிலிருந்த கத்தியை உருவினான். அது எஸ்.எஸ். படையினருக்குரிய கத்தி. பண்டை ஜெர்மானிய வாளின் வடிவில் செய்யப்பட்டிருந்தது. அதன் கருங்காலிக் கைப்பிடியில் எஸ்.எஸ். படையின் சின்னம் வெள்ளியால் பொறிக்கப்பட்டிருந்தது. துருவேறிய அலகில் "Alles fur Deutschland" (எல்லாம் ஜெர்மனிக்கே) என்ற வாசகம் இன்னும் தெளிவாயிருந்தது. அலெக்ஸேய் வெண்பனியைத் தோண்டி முடமுடத்துப் பனிக்கட்டி படிந்திருந்த கூடாரத் துணியை எடுத்து, மருத்துவத்தாதியின் உடலை அதனால் கவனத்துடன் போர்த்து அதற்கு மேல் சில பைன் மரக்கிளைகளை வைத்தான்...

இதை எல்லாம் அவன் செய்வதற்குள் இருட்டாகிவிட்டது. மேற்கே அந்தியொளி மரங்களுக்கிடையே மறைந்தது. குளிர் நிறைந்த அடர் இருள் பள்ளத்தாக்கில் சூழ்ந்தது.

வோல்காப் பிரதேச ஸ்தெப்பியில் உள்ள கமீஷின் என்னும் இடத்தில் பிறந்த நகரவாசி அலெக்ஸேய் காட்டு விவகாரங்களுக்குப் பழக்கப்படாதவன். எனவே, இரவு தங்க இடவசதி செய்து கொள்வதையும் நெகிடி மூட்டுவதையும் பற்றி அவன் உரிய நேரத்தில் அக்கறை எடுத்துக் கொள்ளவில்லை. இப்போதோ காரிருள் சூழ்ந்துவிட்டது. அடிபட்டு நொறுங்கிய அவன் பாதங்கள் உழைத்துச் சோர்ந்து தாங்கமுடியாதபடி வலித்தன. இந்த நிலையில் விறகு தேடச் செல்வதற்கு அவனுக்கு எழவில்லை பைன் மரக் கன்றுகள் அடர்ந்த புதருக்குள் நுழைந்து, மரத்தின் அடியில் குந்தி, கைகளால் மூட்டைக் கட்டிக்கொண்டு, முழங்கால்களில் முகத்தைப் புதைத்தவாறு உருண்டை போல முடங்கிவிட்டான். தனது மூச்சினால் வெப்பம் ஊட்டப்பட்டு தொடங்கிய இயக்கமற்ற நிம்மதியை ஆர்வத்துடன் அனுபவித்தவாறு அசைவற்றிருந்தான்.

ரிவால்வர் சுடுவதற்குத் தயாராக வைக்கப்பட்டிருந்தது. ஆனால், காட்டில் கழித்த அந்த முதல் இரவில் அலெக்ஸேயால் அதைக்

கையாள முடிந்திருக்குமா என்பது சந்தேகந்தான். கற்சிலை போன்று அசைவின்றி உறக்கத்தில் ஆழ்ந்திருந்தான். அவன் பார்வை புக முடியாத அடர் இருள் அவனைச் சுற்றி நெருக்கமாகக் கவிந்திருந்தது. பைன் மரங்களின் ஒரு சீரான ஓசை, பாதைக்கு அருகே எங்கோ முனகிக்கொண்டிருந்த கோட்டானின் கத்தல், தொலைவில் ஓநாய்கள் இட்ட ஊளை ஆகியவை போன்ற காட்டுக்கு இயல்பான ஒலிகள் அதில் நிறைந்திருந்தன. இவ்வொலிகளில் எதையுமே அலெக்ஸேய் கேட்கவில்லை.

ஆனால், காலையில், ஏதோ அதிர்ச்சியால் போல அவன் சட்டென விழித்துக்கொண்டான். சாம்பல் நிற வைகறை அப்போதுதான் புலரத் தொடங்கியிருந்தது. அருகிலிருந்த மரங்கள் மட்டுமே குளிர்காலப் பனிமூட்டத்திலிருந்து தெளிவற்ற நிழலுருக்களாக வெளித் தெரிந்தன. அலெக்ஸேய் விழித்ததும் தனக்கு நேர்ந்ததையும் தான் இருக்கும் இடத்தையும் நினைவுபடுத்திக் கொண்டான். காட்டில் தான் உரிய கவனமின்றிக் கழித்த இரவை இப்போது எண்ணித் திகிலடைந்தான். ஈரக் குளிர் அவனது விமான உடையின் “பேய்த்தோலையும்” மென்மயிரையும் துளைத்துக்கொண்டு எலும்புகள் வரை ஊடுருவிவிட்டது. உடம்புக்கட்டில் அடங்காமல் விடவிடத்தது. ஆனால், எல்லாவற்றிலும் கோரமாக இருந்தன கால்கள். இப்போது, வெறுமே இருக்கையில் கூட அவை முன்னிலும் கடுமையாக வலித்தன. எழுந்திருக்க வேண்டும் என்று எண்ணியபோது அவனுக்குப் பகீர் என்றது. ஆனால், தலைக்கு நாள் பூட்சுகளைக் கழற்றியது போன்றே திட உறுதியுடன் சடக்கென எழுந்து நின்றான் அவன். நேரம் விலைமிக்கதாக இருந்ததே.

அலெக்ஸேயைப் பீடித்திருந்த எல்லாத் துன்பங்களுடனும் சேர்ந்து கொண்டது பசி. முந்திய நாள் கூடாரத் துணியால் மருத்துவத் தாதியின் உடலைப் போர்த்து மூடும்போதே அவளருகே செஞ்சிலுவை அடையாளமிட்ட தார்ச்சீலைப் பையை அவன் கவனித்திருந்தான். ஏதோ ஒரு விலங்கு ஏற்கெனவே அங்கே மணியம் பண்ணியிருந்தது. கறவிய துளைகளின் அருகில் வெண்பனி மேல் துணுக்குகள் சிதறிக் கிடந்தன. தலைக்கு நாள் அலெக்ஸேய் இதை அனேகமாகக் கவனிக்கவில்லை. இன்று அவன் அந்தப் பையை எடுத்தான். அதில் சில போர்க்கள முதலுதவிப் பாக்கெட்டுகளும் பதனிட்ட இறைச்சி டப்பா ஒன்றும் இருந்தன. ரொட்டியோ, ரஸ்க்குகளோ பையில் இருந்ததாகத் தோன்றியது. ஆனால் பறவைகளோ, விலங்குகளோ இந்த உணவைத் தின்று தீர்த்துவிட்டன. டப்பாவையும், மருந்துப் பட்டித் துணிகளையும் விமானி உடையின் பைகளில் திணித்துக் கொண்டான். இளம் பெண்ணின் கால்களிலிருந்து காற்றால்

பரத்தி ஒதுக்கப்பட்டிருந்த கூடாரத் துணியைச் சரிப்படுத்தினான். மரக்கிளைகளின் வலைப்பின்னலுக்குப் பின்னே இளஞ்சிவப்பாக ஒளிர்ந்த கிழக்குத் திசையில் மெதுவாக நகரலானான்.

அவனிடம் இப்போது ஒரு கிலோகிராம் பதனிட்ட இறைச்சி கொண்ட டப்பி இருந்தது. நாள்தோறும் ஒரு முறை நடுப்பகலில் சாப்பிடுவது என்று அவன் தீர்மானித்தான்.

5

ஒவ்வோர் அடி எடுத்து வைக்கையிலும் கொடிய வலி உண்டாயிற்று. அதை உணராதிருக்கும் பொருட்டு, தனது பாதையைப் பற்றிச் சிந்திப்பதும் கணக்கிடுவதுமாகக் கவனத்தை வேறுபுறம் திருப்பத் தொடங்கினான். ஒரு நாளுக்குப் பத்து, பன்னிரண்டு கிலோ மீட்டர் நடந்தால், மூன்று அல்லது அதிகமாய்ப் போனால் நான்கு நாட்களில் தன்னவர்களிடம் சேர்ந்துவிடலாம் என்று எண்ணமிட்டான்.

அப்படியானால், நல்லது! இப்பொழுது : பத்து, பன்னிரண்டு கிலோமீட்டர் நடப்பது என்றால் என்ன அர்த்தம்? ஒரு கிலோமீட்டர் என்பது இரண்டாயிரம் காலடிகள். ஆகவே, பத்து கிலோமீட்டர் என்பது இருபதினாயிரம் காலடிகள். ஒவ்வொரு ஐந்நூறு அறுநூறு அடிகளுக்குப் பின்பும் நின்று இளைப்பாற வேண்டியிருக்கும் என்பதைக் கணக்கில் எடுத்துக் கொண்டால் இது பெரிய தொலைவுதான்....

தலைக்கு நாள் பாதையின் தூரத்தைக் குறைப்பதற்காக அலெக்ஸேய் ‘ஒரு யுக்தி செய்தான்: பைன் மரம், அடிக் கட்டை, வழியிலிருந்த நொடி என்று எதையேனும் புலப்படும் பொருளை இலக்காக வைத்துக்கொண்டு, இளைப்பாறும் இடத்திற்குச் செல்வது போல அதை நோக்கி முன்னேறினான். இப்போதோ அவன் இவற்றை எல்லாம் எண்களில் மொழி பெயர்த்தான். காலடிகளின் எண்ணிக்கையாக மாற்றினான். இளைப்பாறும் இடங்களுக்கு இடையே உள்ள தூரத்தை ஆயிரம் அடிகளாக, அதாவது அரைக் கிலோ மீட்டராக வைத்துக்கொள்ள நிச்சயித்தான். இளைப்பாறுவதையும் நேரக்கணக்கில், ஐந்து நிமிடங்களுக்கு மேற்படாமல் வைத்துக்கொள்வது என்று முடிவு செய்தான். பொழுது புலர்வதிலிருந்து பொழுது சாய்வதற்குள், சிரமத்துடன் தான் என்றாலும் அவன் பத்து கிலோமீட்டர் தொலைவைக் கடந்து விடுவான் என்று இந்தக் கணக்கு காட்டியது.

ஆனால் முதல் ஆயிரம் அடிகள் நடப்பதற்கு அவன் என்ன பாடு பட்டுவிட்டான்! வலியை உணராதிருக்கும் பொருட்டு அடிகளை எண்ணுவதில் தன் கவனத்தைத் திருப்ப முயன்றான். ஆனால், ஐந்நூறு அடிகள் நடந்தபின் எண்ணிக்கையைக் குழப்பவும்

பொய்யாக எண்ணவும் தொடங்கினான். எரியும், குத்திக்குடையும் வலியைத் தவிர வேறு எதையும் பற்றிச் சிந்திக்கவே அவனால் முடியவில்லை. ஆயினும் இந்த ஆயிரம் அடிகளை அவன் நடந்து தீர்த்தான். உட்காருவதற்குத் திராணி இல்லாமையால் வெண்பனியில் முகங்குப்புற விழுந்து பனிப் புறணியை ஆர்வத்துடன் நக்கலானான். நெற்றியையும் இரத்த ஓட்டத்தால் விண்விண்ணென்று தெறித்த கன்னப் பொருத்துக்களையும் வெண்பனியில் அழுத்தினான். அதன் சில்லென்ற ஸ்பரிசத்தால் வருணனைக்கெட்டாத இன்பத்தை அனுபவித்தான்.

அப்புறம் திடுக்கிட்டுக் கடிகாரத்தைப் பார்த்தான். வினாடி முள் ஐந்தாவது நிமிடத்தின் கடைசிக் கணங்களைக் கடந்து கொண்டிருந்தது. அது தன் வட்டத்தைச் சுற்றி முடித்ததும் ஏதோ பயங்கரம் நிகழ்ந்து தீரும் என்பதுபோலப் பேரச்சத்துடன் அதை நோக்கினான். “அறுபது” என்ற எண்ணை அது தொட்டதுமே துள்ளி எழுந்து வலியால் முனகிவிட்டு மேலே நடந்தான்.

நடுப்பகலுக்குள் இம்மாதிரி நான்கு தொலைவுகளை அவன் கடந்துவிட்டான். அப்படியே வழி நடுவே வெண்பனியில் உட்கார்ந்தான். அநேகமாகக் கைக்கு எட்டும் தூரத்தில் கிடந்தது பெரிய பிர்ச் அடிமரம். அதுவரை போகக்கூட அவனிடம் வலுவில்லை. தோட்களைக் கூனியவாறு எதைப் பற்றியும் நினைக்காமல் எதையும் பார்க்கவோ, கேட்கவோ செய்யாமல், பசியைக்கூட உணராமல் நெடுநேரம் உட்கார்ந்திருந்தான்.

பின்பு பெருமூச்சு விட்டு, சில வெண்பனி உருண்டைகளை வாயில் போட்டுக் கொண்டான். உடலைப் பிணித்த மரப்பை உதறிப் போக்கிக்கொண்டு, பையிலிருந்து துருவேறிய டப்பியை எடுத்தான். அதைக் கட்டாரியால் திறந்தான். உறைந்து போய்ச் சப்பென்றிருந்த கொழுப்புத் துண்டை வாயில் போட்டுக்கொண்டான். அதைச் சுவைக்காமலே விழுங்க விரும்பினான். ஆனால், கொழுப்பு இளகிவிட்டது. அதன் ருசியை அவன் வாயில் உணர்ந்தான். உடனே அவனுக்கு அகோரப் பசி எடுத்தது. டப்பாவிலிருந்து மேலும் இறைச்சியை எடுக்க உண்டான ஆசையைச் சிரமத்துடன் அடக்கிக் கொண்டு எதையாவது விழுங்க வேண்டும் என்பதற்காக வெண்பனியைத் தின்னத் தொடங்கினான்.

மறுபடி பயணம் தொடங்கு முன் அலெக்ஸேய் ஜூனிப்பர் புதரிலிருந்து இரண்டு கொம்புகளை வெட்டி எடுத்துக் கொண்டான். அவற்றைத் தாங்கலாக ஊன்றிக்கொண்டு நடந்தான். ஆனால், நடப்பது மணிக்கு மணி அதிகக் கடினமாகிக்கொண்டு போயிற்று.

6

--அந்த அடர் காட்டில், மனிதனின் அடித்தடத்தையே காணாமல் மூன்றாவது நாள் கழிக்கையில் அலெக்ஸேய் இன்பகரமான ஒரு பொருளைக் கண்டெடுத்தான்.

சூரியனின் முதல் கிரணங்கள் தோன்றியதுமே அவன் விழித்துக் கொண்டான். குளிராலும் உள்ளார்ந்த காய்ச்சலாலும் அவன் உடல் நடுங்கிற்று. விமானி உடையின் பையில் அவன் கைக்கு ஏதோ தட்டுப்பட்டது. அது சிகரெட் பற்ற வைக்கும் கொளுவி. துப்பாக்கித் தோட்டாவால் மெக்கானிக் யூரா நினைவுச்சின்னமாக அவனுக்குச் செய்து கொடுத்தது. என்ன காரணத்தாலோ அலெக்ஸேய் அதைப் பற்றி அடியோடு மறந்திருந்தான். நெருப்பு மூட்டலாம், மூட்ட வேண்டும் என்பதும் அவனுக்கு நினைவில்லை. இப்போது தான் எதன் அடியில் படுத்திருந்தானோ அந்த பிர் மரத்திலிருந்து பாசிபிடித்த சில உலர்ந்த சுள்ளிகளை ஒடித்து அவற்றை ஊசியிலைகளால் மூடி நெருப்பு மூட்டினான். மங்கிய நீலப்புகைக்கு அடியிலிருந்து மஞ்சள் தீ நாக்குகள் பளிச்சென்று மண்டியெழுந்தன. கீல் நிறைந்த உலர்ந்த கட்டை விரைவாக, குதூகலமாகத் தீப்பற்றிக் கொண்டது. தழல் ஊசியிலைகள் மீது படர்ந்தது. காற்று வீசி அதை மூண்டெரியச் செய்தது. முனகல்களும் சீழ்க்கைகளும் மும்முரமாய் எரிந்தது நெருப்பு.

நெகிடி சடசடத்துச் சீறி, வறண்ட, இதமான வெப்பத்தைப் பரப்பியது. அலெக்ஸேய்க்கு, அப்பாடா என்றிருந்தது. விமானி உடுப்பின் "ஜிப்பை" நெகிழ்த்தினான். உள் சட்டைப் பையிலிருந்து கசங்கிய சில கடிதங்களை எடுத்தான். எல்லாம் ஒரே ஆளால் பிரயாசையுடன் குண்டு குண்டாக எழுதப்பட்டிருந்தன. ஒன்றிலிருந்து அலெக்ஸேய் ஒரு நிழல் படத்தை எடுத்தான். பல்வண்ணப் பூக்கள் தீட்டிய கவுன் அணிந்த ஒடிசலான இளம் பெண்ணின் படம் அது. புல் மீது மண்டியிட்டு அமர்ந்திருந்தாள் அவள். அலெக்ஸேய் படத்தை நெடுநேரம் பார்த்துக் கொண்டிருந்தான். அப்புறம் அதை ஸெல்லோபேன் காகிதத்தில் ஜாக்கிரதையாக வைத்துச் சுற்றினான். கடிதத்துக்குள் செருகினான். கடிதத்தைச் சிந்தனையுடன் சற்று நேரம் கையில் பிடித்திருந்துவிட்டு மறுபடி பைக்குள் வைத்துக் கொண்டான்.

"பரவாயில்லை, பரவாயில்லை, எல்லாம் நலமே முடியும்" என்று அந்தப் பெண்ணிடமும் இல்லாமல் தனக்குத் தானேயும் இல்லாமல் சொன்னான். யோசனையில் ஆழ்ந்தவனாக "பரவாயில்லை" என்று திரும்பக் கூறினான்.

இப்பொழுது பழக்கமான அங்க அசைவுகளுடன் பூட்சுகளைக் கழற்றினான். லேஞ்சித் துண்டுகளைச் சுற்று பிரித்தான். கால்களைக் கூர்ந்து நோக்கினான். அவை முன்னிலும் அதிகமாக வீங்கியிருந்தன.

விரல்கள் வெவ்வேறு திசைகளில் துருத்திக் கொண்டிருந்தன. பாதங்கள் ரப்பரால் ஆனவை போலவும் அவற்றில் காற்று அடைக்கப்பட்டிருப்பது போலவும் தோன்றியது. அவற்றின் நிறம் முந்திய நாளைக் காட்டிலும் அதிகமாகக் கறுத்திருந்தது.

அலெக்ஸேய் பெருமூச்செறிந்து, அணையும் தறுவாயிலிருந்த நெகிடியிடம் விடை பெற்றுக்கொண்டு, மீண்டும் வழி நடக்கலானான். பனிக்கட்டியால் மூடப்பட்ட வெண்பனியில் ஊன்றுகோல்கள் சரக் சரக்கென்று நெறுநெறுக்க, உதடுகளைக் கடித்தவாறு நடந்தான். சில வேளைகளில் அவன் உணர்விழந்தான்.

மாலைக் கருக்கல் வரை அவன் ஐந்து தொலைவுகளை கஷ்டத்துடன் கடந்தான். தரையில் கிடந்த பிரமாண்டமான பாதி உளுத்த பிர்ச் மரக் கட்டையைச் சுற்றலும் ஊசியிலைகளையும் சுள்ளிகளையும் குவித்து இரவில் பெரிய நெகிடி மூட்டினான். கட்டை ஒளியின்றி வெம்மையாகக் கணகணத்துக் கொண்டிருந்த வரையில் வெண்பனியில் நீண்டு படுத்து உறங்கினான் அலெக்ஸேய். உயிரூட்டும் வெப்பத்தை முதலில் ஒரு விலாவிலும் பிறகு மறு விலாவிலுமாக உணர்ந்தான். இயல்பூக்கத்தால் தூண்டப்பட்டுப் புரண்டு கொடுத்தான். அவ்வப்போது விழித்துக்கொண்டு, சோம்பலாகத் தழல் விட்டுச் சீறியவாறு அணையும் தறுவாயிலிருந்த கட்டைமேல் சுள்ளிகளை அள்ளிப் போட்டான்.

நள்ளிரவில் பனிப்புயல் வீசத் தொடங்கிற்று. அலெக்ஸேயின் தலைக்குமேலே பைன் மரங்கள் அசைந்தாடின. கலவரத்துடன் இரைத்தன, முனகின, கிரீச்சிட்டன. முள்ளாய்க் குத்தும் வெண்பனிப் படலங்கள் தரை மீது சாரி பாய்ந்தன. சடபடத்துப் பொறி சிந்திய தழலுக்கு மேலே நர்த்தனம் ஆடிற்று சரசரக்கும் இருள். ஆனால், வெண்பனிச் சூறாவளி அலெக்ஸேய்க்குக் கலவரம் ஊட்டவில்லை. நெகிடி வெப்பத்தின் காப்பில் அவன் இனிமையாக, ஆர்வத்துடன் உறங்கினான்.

நெருப்பு விலங்குகளிடமிருந்து பாதுகாப்பு அளித்தது. பாசிஸ்டுகளைப் பற்றியோ, இத்தகைய இரவில் அஞ்சவே தேவையில்லை. பனிப்புயல் வீசுகையில் அடர் காட்டுக்கு உள்ளே வர அவர்கள் துணிய மாட்டார்கள். இருந்தாலும், உழைத்துச் சோர்ந்த உடல் புகை வெப்பத்தில் இளைப்பாறிய அதே சமயத்தில், விலங்குகளுக்குரிய எச்சரிக்கைக்கு அதற்குள் பழக்கப்பட்டுவிட்ட காதுகள் ஒவ்வோர் ஒலியையும் உற்றுக் கேட்டன. காலையாகு முன் சூறாவளி அடங்கிவிட்டது. சந்தடியற்ற தரைக்கு மேலே இருளில் கவிந்திருந்தது அடர்ந்த வெளிர் மூடுபனி. அந்த வேளையில், பைன் மர முடிகளின் ரீங்காரத்துக்கும் விழும் வெண்பனிக்கும் சரசரப்புக்கும் அப்பால் அலெக்ஸேய் செவிகளுக்குத் தொலைவிலிருந்து வந்த போர் ஓசைகள் கேட்பது போலப் பிரமை உண்டாயிற்று. வெடியதிர்ச்சிகளும்,

மெஷின்கள் குண்டு வெடி வரிசைகளும் துப்பாக்கி வெடிகளும் அவன் காதுகளுக்கு எட்டின.

“போர் முனை நெருங்கிவிட்டதா என்ன? இவ்வளவு விரைவிலா?”

7

ஆனால் காலை ஆன பிறகு அலெக்ஸேய் எவ்வளவோ கூர்ந்து கவனித்துங்கூட போர் அரவங்கள் அவன் காதில் படவே இல்லை. துப்பாக்கி சுடுவதோ, பீரங்கிக் குண்டுகள் வெடிப்பதோ கூட அவனுக்குக் கேட்கவில்லை.

மரங்களிலிருந்து வெண் புகை உமிழும் தாரைகளாகப் பொழிந்தது வெண்பனி. வெயில் படும்போது கண்ணைக் குத்தும்படி பளிச்சிட்டது அது. சிற்சில இடங்களில் வெண்பனி மீது லேசாகச் சொட்டென ஒலித்தவாறு விழுந்தன. உருகிய பனியின் கனத்த துளிகள். வசந்தம்! அன்று காலை தான் அது அவ்வளவு தீர்மானமாகவும் விடாப்பிடியாகவும் தன் வருகையை முதன் முதலாக அறிவித்துக் கொண்டது.

பதனிட்ட இறைச்சியின் அற்ப மிச்சங்களை, மணம் வீசும் கொழுப்பு படிந்த சில இறைச்சி நார்களைக் காலையிலேயே தின்பது என்று அலெக்ஸேய் தீர்மானித்திருந்தான். இல்லாவிட்டால் தன்னால் எழுந்து நிற்க முடியாது என்ற அவனுக்குப் பட்டது. டப்பாவின் கூர் விளிம்புகளில் பட்டுக் கையின் சில இடங்களைக் கீறிக்கொண்டு விரலால் டப்பாவைத் துப்புரவாக வழித்து நக்கினான். அப்புறமும் கொழுப்பு எஞ்சியிருப்பதாக அவனுக்குத் தோன்றியது. டப்பாவில் வெண்பனியை நிறைத்தான். அணைந்துகொண்டிருந்த நெகிடியின் வெளிர் சாம்பலைத் திரட்டி அகற்றினான். தணல் மீது டப்பாவை வைத்தான். அப்புறம் ஒரு சிறிது இறைச்சி மணம் வீசிய அந்தச் சுடு நீரைச் சிறு சிறு மடக்குகளாக இன்பத்துடன் பருகினான். டப்பாவில் தேநீர் காய்ச்சலாம் என்று தீர்மானித்து அதைப் பைக்குள் வைத்துக் கொண்டான். சூடான தேநீர் பருகலாம்! இது உவப்பான கண்டுபிடிப்பு. மீண்டும் அவன் வழி நடக்கத் தொடங்கியபோது இது அவனுக்கு ஓரளவு உற்சாகம் ஊட்டியது.

ஆனால் இப்போது பெருத்த ஏமாற்றம் அவனுக்காகக் காத்திருந்தது. இரவில் அடித்த சூறைக் காற்று பாதையை ஒரேயடியாக அழித்து விட்டிருந்தது. சாய்வான, முடி கூம்பிய வெண்பனிக் குவியல்களால் அது வழியைத் தடுத்திருந்தது. ஒரே நிறத்தில் பளிச்சிட்ட வெண்ணீலம் கண்களைக் குத்தியது. மென் தூவி போன்ற, இன்னும் படிந்து இறுகாத வெண்பனியில் கால்கள் ஆழப் புதைந்தன. அவற்றைச் சிரமத்துடனேயே வெளியில் எடுக்க வேண்டியிருந்தது. வெண்பனியில் தாமும் புதைந்த ஊன்றுகோல்களும் நன்றாக உதவவில்லை.

நடுப்பகலில் மரங்களின் அடியில் நிழல்கள் கறுத்தன. மரமுடிகளின் வழியே காட்டுப் பாதையை எட்டிப் பார்த்தது சூரியன். காலை முதல் அந்த நேரம் வரை அலெக்ஸேய் சுமார் ஆயிரத்தைந்நூறு அடிகள் மட்டுமே நடந்திருந்தான். இதற்குள் அவன் ஒரேயடியாகக் களைத்துப் போனான். மேலே ஒவ்வொரு அடி எடுத்து வைப்பதற்கும் அவன் தன் சித்த உறுதிக்கு வெகுவாக முறுக்கேற்ற வேண்டியிருந்தது. அவன் தள்ளாடினான். கால்களுக்கு அடியிலிருந்து தரை வழுகிச் சென்றது. நிமிடத்திற்கு ஒரு தரம் அவன் விழுந்தான். நெறுநெறுக்கும் வெண்பனியில் நெற்றியை அழுத்தியவாறு வெண்பனிக் குவியலின் உச்சியில் கண நேரம் கிடந்தான். பின்பு எழுந்து இன்னும் சில அடிகள் முன் சென்றான். தூக்கம் அடக்க மாட்டாமல் விழிகளைக் கப்பியது படுத்து மறதியில் ஆழவேண்டும், ஒரு தசையைக் கூட அசைக்காமல் கிடக்க வேண்டும் என்ற ஆசை மனத்தை மார்த்தது. வருவது வரட்டும்! குளிரில் விறைத்துப்போய் இடமும் வலமுமாகத் தள்ளாடியவாறு அவன் நின்றுவிட்டான். பிறகு உதட்டை வலிக்கும்படிக் கடித்து தன்னை சுதாரித்துக் கொண்டு கால்களைக் கஷ்டத்துடன் இழுத்து இழுத்துப் போட்டு மறுபடி சில அடிகள் முன்னேறினான்.

மேற்கொண்டு தன்னால் முடியாது, எந்தச் சக்தியும் தன்னை இடத்தை விட்டு நகர்த்த முடியாது என்பதை அவன் கடைசியில் உணர்ந்தான். இப்போது தான் உட்கார்ந்துவிட்டால் மறுபடி எழுந்திருக்கப் போவதில்லை என்பதும் அவன் உணர்வில் பட்டது. ஏக்கத்துடன் சுற்றுமுற்றும் கண்ணோட்டினான். அருகே பாதையோரத்தில் சுருட்டையான இளம் பைன் மரக்கன்று நின்றது. கடைசி முயற்சி செய்து நடந்து அதை நெருங்கி அதன் மேல் விழுந்தான். இரு கவர்களாகப் பிரிந்த அதன் உச்சியின் கவட்டில் மோவாயை அழுத்திக் கொண்டான். அடிபட்ட கால்கள் மேல்

சார்ந்த சுமை ஓரளவு குறைந்தது. இதமாக இருந்தது. சுருள் வில்கள் போன்ற கிளைகள் மேல் சாய்ந்தவாறு அமைதியை அனுபவித்தான். இன்னும் வசதியாகப் படுக்கும் விருப்பத்துடன் மோவாயைப் பைன் மரத்தின் கவட்டில் சாத்தி, கால்களை ஒவ்வொன்றாக இழுத்துக் கொண்டான். உடலின் சுமையைத் தாங்கவில்லை. ஆதலால் அவை வெண்பனிக் குவியலிலிருந்து சுளுவாக விடுபட்டு விட்டன. அப்போது அலெக்ஸேய்க்கு மறுபடியும் ஒரு யோசனை தோன்றிற்று.

அது தான் சரி! ஆமாம், அது தான் சரி! இந்தச் சிறு மரக்கன்றை வெட்டி, உச்சியில் கவர்ப்பு உள்ள நீண்ட தடி தயாரிக்கலாம். தடியை முன்னே விசி ஊன்றி, அதன் கவட்டில் மோவாயை அழுத்தி உடல் சுமையை அதன்மேல் சாத்தலாம். பின்பு இதோ இப்போது பைன் மரக்கன்றின் அருகே செய்ததுபோலக் கால்களை முன்னே நகர்த்தி வைக்கலாம். முன்னேற்றம் மெதுவாயிருக்குமா? ஆமாம். மெதுவாகத்தான் இருக்கும். ஆனால் இவ்வளவு களைப்பு உண்டாகாது. வெண்பனிக் குவியல்கள் படிந்து கெட்டிப்படும் வரை காத்திராமல் தொடர்ந்து வழி நடக்கலாம்.

உடனேயே அவன் முழந்தாள் படியிட்டு அமர்ந்து, கட்டாரியால் மரக்கன்றை வெட்டி, கிளைகளைச் செதுக்கி எறிந்துவிட்டு, கவட்டில் கைக்குட்டையையும் பட்டித்துணிகளையும் சுற்றிக் தட்டினான். அக்கணமே முன் செல்ல முயன்று பார்த்தான். தடியை முன்னே தள்ளி ஊன்றினான், மோவாயாலும் கைகளாலும் அதை ஆதாரமாக அழுத்திக்கொண்டு ஓர் அடி, இரண்டு அடி முன்னேறினான். மறுபடி தடியை முன்னே ஊன்றி, மறுபடி அதை ஆதாரமாகப் பற்றி அழுத்திக்கொண்டு ஓரிரு அடிகள் நடந்தான். அடிகளை எண்ணுவதும் தனது முன்னேற்றத்துக்குப் புதிய அளவுமானத்தைத் திட்டம் செய்வதுமாக மேலே சென்றான்.

8

தடியை முன்னே ஊன்றுவதும் அதன்மேல் மோவாயை அழுத்திக்கொண்டு கால்களை அதனருகே இழுப்பதுமாக இன்னும் இரண்டு நாட்கள் அவன் வெண்பனிப் பாதையில் தளர் நடை போட்டான். பாதங்கள் மரத்துப்போய் விட்டன. அவை எதையும் உணரவில்லை. ஆனால் ஒவ்வோர் அடி வைப்பிலும் உடல் சுரீரென்று வலித்தது. பசியின் கொடுந்தொல்லை அடங்கி விட்டது. வயிற்றில் இசிவும் குடல்வலியும் நின்று விட்டன. வெற்றான இரைப்பை கட்டியாகிவிட்டது போலவும் பாங்கின்றிப் புரண்டு உள் உறுப்புகள் எல்லாவற்றையும் நசுக்குவது போலவும் ஊமைநோவு நிலையாக ஏற்படலாயிற்று.

அலெக்ஸேய் இளைப்பாறும்போது இளம் பைன் மரப் பட்டைகளைக் கட்டாரியால் உரித்து அவற்றையும் பிர்ச் லின்டன் ஆகிய மரங்களின் இலை மொக்குகளையும் மென்மையான பாசியையும் உணவாகக் கொண்டான். வெண்பனிக்கு அடியிலிருந்து பாசியைத் தோண்டி எடுத்து இராத்தங்கல்களின் போது கொதிநீரில் வேக வைப்பான். வெண்பனி உருகிய இடங்களில் சிவப்பு பில்பெர்ரிப் புதர்களின் மெருகேறியவை போன்ற இலைகளைச் சேகரித்து அவற்றால் "தேநீர்" தயாரித்துப் பருகுவது அவனுக்கு மிக்க இன்பம் அளிக்கும். சூடான நீர் உடலுக்கு வெப்பம் ஊட்டி வயிறு நிறைந்துவிட்டது போன்ற பிரமையைக் கூட உண்டாக்கும். புகை நெடியும் புல்வாடையும் வீசிய அந்தச் சுடு கஷாயத்தைப் பருகி அலெக்ஸேய் எப்படியோ முழு அமைதி அடைவான். அப்போது வழி அவ்வளவு முடிவற்றதாகவும் அச்சுறுத்துவதாகவும் அவனுக்குத் தோன்றாது.

ஆறாவது இரவை அவன் கிளைகள் பரந்த பிர் மர விதானத்தின் அடியில் மீண்டும் கழித்தான். அருகே இருந்த கீல் நிறைந்த பழைய அடிக்கட்டையைச் சுற்றி நெருப்பு மூட்டினான். இந்த அடிக்கட்டை இரவு முழுவதும் கணகணவென்று எரிய வேண்டும் என்று அவன் கணக்கிட்டான். இன்னும் இருட்டவில்லை. பிர் மர உச்சியில் ஓடிச் சாடியது கண்ணுக்குத் தெரியாத அணில். அது கூம்புக்கனிகளைக் கறவித் தோலுரித்தது. வெற்றான பிய்ந்த கூம்புக்கனிகளை அவ்வப்போது கீழே எறிந்தது. அலெக்ஸேயின் மனத்திலோ உணவைப் பற்றிய சிந்தனை இப்போது நிலையாகக் குடி கொண்டிருந்தது. எனவே கூம்புக்கனிகளில் அணிலுக்கு என்ன கிடைக்கிறது என்று அறிய அவனுக்கு ஆவல் உண்டாயிற்று. ஒரு கூம்புக்கனியை எடுத்து, கடிபடாத செதில் ஒன்றைப் பிய்த்து அகற்றினான். செதிலுக்கு அடியில் ஒற்றைச் சிறகுள்ள, தினை அளவான விதை இருக்கக் கண்டான். செடார் மரத்தின் மிகச்சிறு கொட்டை போலிருந்தது. அது பற்களுக்கு இடையில் அதை வைத்து நசுக்கினான். செடார் எண்ணெயின் இனிய மணம் வாயில் உண்டாயிற்று.

செதில்கள் விரியாத சில பச்சைப் பிர் கூம்புக்கனிகளைச் சுற்றிலு மிருந்து உடனே பொறுக்கிச் சேர்த்து, அவற்றை நெருப்பிற்கு அருகே போட்டு, கிளைகளை நெருப்பில் செருகினான் அலெக்ஸேய். கூம்புக்கனிகள் செதில் பிரிந்ததும் அவற்றிலிருந்து விதைகளைக் குலுக்கி எடுத்தான். உள்ளங்கைகளால் தேய்த்து அவற்றின் சிறகுகளை ஊதிப் போக்கினான். சிறுவிதைகளை வாயில் போட்டுக் கொண்டான்.

நெகிடியில் இன்னும் சில கிளைகளைப் போட்டுவிட்டு, பிர் கூம்புக்கனிகளை மறுபடி சேகரிப்பதில் முனைந்தான். செடார் எண்ணெயின் மணம் நெடுங்காலமாக அவன் மறந்திருந்த குழந்தைப் பருவக் காட்சியை அவன் நினைவில் எழுப்பியது. பழக்கமான

பொருள்களால் செம்ம நிறைந்த சிறு அறை. தொங்கும் விளக்கிற்கு அடியே மேஜை. அம்மா உற்சவ உடை அணிந்து சர்ச்சிலிருந்து திரும்பியவள், பெட்டியிலிருந்து காகிதப் பொட்டலத்தை ஆடம்பரமாக எடுத்து, செடார் கொட்டைகளைத் தட்டில் கொட்டுகிறாள். குடும்பத்தினர் - அம்மா, பாட்டி, இரு அண்ணன்கள், கடைக்குட்டி அலெக்ஸேய் - எல்லோரும் மேஜையைச் சுற்றி உட்கார்ந்து கொள்கிறார்கள். கொண்டாட்டத் தின்பண்டமான கொட்டைகளை உடைக்கும் சடங்கு தொடங்குகிறது...

காடு இரைந்தது. முகத்தில் வெக்கை அடித்தது. ஆனால் முதுகுப் புறமிருந்து வந்தது முள்ளாய்க் குத்தும் குளிர். இருளில் கோட்டான் கூவிற்று, நரிகள் கத்தின. நெகிடியின் பக்கத்தில் அணையும் தறுவாயில் கண்சிமிட்டிக் கொண்டிருந்த கங்குகளைச் சிந்தனையுடன் நோக்கியவாறு முடங்கியிருந்தான் பட்டினியான, நோயுற்ற, களைப்பால் செத்துச் சாவடைந்த மனிதன். பிரமாண்டமான இந்த அடர் காட்டில் அவன் தன்னந்தனியன். இருளில் அவன் முன்னே இருந்தது தெரியாத, எதிர்பாரா ஆபத்துகளும் சோதனைகளும் நிறைந்த பாதை.

"பரவாயில்லை, பரவாயில்லை, எல்லாம் நலமே முடியும்!" என்று திடீரெனச் சொன்னான் இந்த மனிதன். தனது ஏதோ பழைய நினைவால் தூண்டப்பட்டு வெடிப்பு கண்ட உதடுகளால் அவன் புன்னகைத்தது நெகிடியின் கடைசிச் செவ்வொளிர்வில் தென்பட்டது.

9

பனிப்புயல் அடித்த இரவில் தொலைதூரச் சண்டைச் சத்தங்கள் எங்கிருந்து வந்தன என்பதைத் தனது பயணத்தின் ஏழாம் நாள் அலெக்ஸேய் தெரிந்துகொண்டான்.

ஒரேயடியாகக் களைத்துச் சோர்ந்து, ஒவ்வொரு நிமிடமும் இளைப்பாறியவாறு, வெண்பனி உருகத் தொடங்கியிருந்த காட்டுப் பாதையில் அவன் தளர் நடை நடந்தான்.

பாதை சட்டென்று இடப்புறம் திரும்பிய முனையில் அவன் திடீரென்று கல்லாய்ச் சமைந்து நின்றுவிட்டான். இரு மருங்கிலும் அடர்ந்திருந்த இள மரங்களால் நெருக்குண்டு பாதை சிறப்பாகக் குறுகலாயிருந்த இடத்தில் ஜெர்மன் மோட்டார்களை அவன் கண்டான். இரண்டு பிரமாண்டமான பைன் மரங்கள் அவற்றின் வழியைத் தடுத்து நின்றன. இந்தப் பைன் மரங்களின் அருகில் தனது ரேடியேட்டரை அவற்றில் புதைத்தபடி நின்றது கோடரி வடிவான கவச மோட்டார். அது செக்க செவேலென்று இருந்தது. அதன் டயர்கள் எரிந்து போய்விட்டதால் அது இரும்புச் சக்கர வளையங்கள் மேல் நின்றது. அதன் பீரங்கி மேடை விசித்திர நாய்க்குடை போல

மரத்தின் அடியில் வெண்பனி மீது ஒரு புறமாக விழுந்து கிடந்தது. கவச மோட்டாரின் அருகில் மூன்று பிணங்கள் கிடந்தன. எண்ணெய்க் கறை படிந்த கறுப்புக் கோட்டுக்களும் துணித் தலைக்காப்புகளும் அணிந்த மோட்டார்ப் படையினரின் பிணங்கள் அவை.

எரிந்து சிவந்த மேற்பகுதிகளும் கரியாகிக் கறுத்திருந்த உட்பகுதிகளும் கொண்ட இரண்டு ஜீப் கார்கள் கவச மோட்டாரை ஒட்டினாற்போல நின்றன. அவை நின்ற இடத்தில் சுற்றிலும் இளகியிருந்த வெண்பனி எரிவு, சாம்பல், கரி இவற்றால் கருண்டிருந்தது. நாற்புறமும் - காட்டுப்பாதையிலும், பாதையோரப் புதிர்களிலும், நீர்வழி கிடங்குகளிலும் - ஹிட்லர் படைவீரர்களின் பிணங்கள் சிதறிக் கிடந்தன. அந்தப் படை வீரர்கள் கிலியடித்து ஆளுக்கு ஒருபுறமாக ஓடினார்கள் என்பதும், என்ன நடந்தது என்று அவர்கள் சரியாகப் புரிந்துகொள்ளக்கூட இல்லை என்பதும், ஒவ்வொரு மரத்துக்கும் ஒவ்வொரு புதருக்கும் பின்னே சாவு புயலின் வெண்பனிப் போர்வைக்குள் மறைந்து அவர்களுக்காகப் பதிபோட்டுக் காத்திருந்தது என்பதும் அந்தப் பிணங்கள் கிடந்த கிடையிலிருந்தே தெரிந்தது.

ரத்தக் களரி நடந்த அந்த இடத்தை அலெக்ஸேய் நெடுநேரம் கவனமாகப் பார்வையிட்டான். மிதிபட்டு வெண்பனியில் புதைந்திருந்த சிறிது கடிக்கப்பட்டிருந்த ரஸ்குத் துண்டு ஒன்று ஓரிடத்தில் அவனுக்கு அகப்பட்டது. அது பழையது பூஞ்சணம் பூத்தது. அலெக்ஸேய் அதை வாயருகே கொண்டு போனான். ரை ரொட்டியின் புளித்த வாடையை ஆர்வத்துடன் முகர்ந்தான். அதை அப்படியே வாய்க்குள் திணித்துக் கொண்டு, மணமுள்ள ரொட்டியை ருசித்து ருசித்துச் சுவைக்க வேண்டும் போல ஆசையாயிருந்தது. ஆனால், அலெக்ஸேய் அதை மூன்று கூறுகளாகத் துண்டு போட்டான். இரண்டு துண்டுகளைக் காற்சட்டைப் பையின் ஆழத்தில் வைத்தான். ஒரு துண்டைக் கிள்ளிச் சிறுபொருக்குகளைப் பெயர்த்து அந்தப் பொருக்குகளை வாயிலிட்டு மிட்டாயைக் குதப்புவது போலச் சுவைக்காமல் குதப்பி அவற்றால் உண்டான மகிழ்ச்சியை நீடிக்கச் செய்ய முயன்றான்.

போர்க்களத்தை இன்னொரு தடவை சுற்றிப் பார்த்தான். அப்போது அவனுக்கு ஓர் எண்ணம் உதயமாயிற்று. கொரில்லா வீரர்கள் இங்கே எங்காவது அருகாமையில் இருக்க வேண்டும்! புதர்களிலும் மரங்களைச் சுற்றியும் பொருபொருத்த வெண்பனியை மிதித்துக் கெட்டியாக்கியிருப்பவை அவர்களுடைய பாதங்கள் தாம். பிர் மரத்தின் உச்சியிலோ, புதர்களின் பின்னேயோ, வெண்பனிக் குவைகளின் பின்னேயோ இருந்து கொரில்லா வேவுவீரன் பிணங்களின் நடுவே அலைந்து திரியும் தன்னைக் கண்டு கொண்டு பார்வையிடுகிறான் போலும். இவ்வாறு நினைத்த அலெக்ஸேய் கைகளை வாயருகே குவித்து வைத்துக் கொண்டு, "ஓஹோ ஹோ! கொரில்லா வீரர்களே!

கொரில்லா வீரர்களே? என்று தன் சக்தியை எல்லாம் திரட்டிக் கத்தினான்.

தனது குரல் எவ்வளவு சோர்வுடன் தணிவாக ஒலிக்கிறது என்பதைக் கேட்டு அவன் வியப்படைந்தான். காட்டின் உட்புறமிருந்து பதில் குரல் கொடுத்து அவனது கத்தலை அடிமரங்களால் துண்டு துண்டாக மீட்பொலித்த எதிரொலிகூட அதிக உரக்கக் கேட்பது போல அவனுக்குப்பட்டது.

“கொரில்லா வீரர்களே ! கொரில்லா வீரர்களே! ஏ-ஹே ஹே!” என்று கூவி அழைத்தான் அலெக்ஸேய், எரிந்த மோட்டாரின் கரித்துணுக்குகளுக்கும் பேச்சற்ற பகைவர் உடல்களுக்கும் நடுவே வெண்பனியில் உட்கார்ந்தபடியே சிதறலான கணீரென்ற எதிரொலியால் காடுதான் அவனுக்குப் பதில் குரல் கொடுத்தது. திடீரென்று - அல்லது பெருத்த நரம்பு இறுக்கம் காரணமாகத்தான் ஒருவேளை அவனுக்கு இப்படித் தோன்றியதோ? - ஊசியிலைகளின் இசைநயமுள்ள ஆழ்ந்த ஓசையின் ஊடே, சில வேளைகளில் துலக்கமாகப் பிரித்தறிந்து கொள்ளும் வகையிலும் சில வேளைகளில் முற்றிலும் அடங்கி ஓய்ந்துவிடுபவையாகவும் மந்தமாக அடிக்கக் கேட்டன அதிரொலிகள். தொலைவிலிருந்து காட்டின் வெறுமையிலிருந்த தனக்கு நண்பனின் அழைகுரல் கேட்டுவிட்டது போல அவன் திடுக்கிட்டு உடல் சிலிர்த்தான் எனினும், தன் காதுகளை நம்பாமல் கழுத்தை முன்னே துருத்தியவாறு வெகுநேரம் உட்கார்ந்திருந்தான். இல்லை. அவன் ஏமாறவில்லை. கிழக்கே இருந்து ஈரக்காற்று வீசியது. பீரங்கிக் குண்டுகளின் துலக்கமான வெடியோசைகள் மறுபடியும் காற்றில் மிதந்துவந்தன.

தெளிவாகிவிட்டது! மும்முரமான பீரங்கித் தாக்கும் எதிர்த்தாக்கும். ஓசையை வைத்துக்கொண்டு பார்த்தபோது போர்முனை வரிசை ஒரு பத்து கிலோமீட்டர் தொலைவில் இருக்க வேண்டும். அங்கே ஏதோ நடந்துவிட்டது. ஒரு தரப்பு தாக்கு நடத்திற்று. மறுதரப்பு தற்காத்துக் கொள்வதற்காக ஆவேசத்துடன் எதிர்த்துத் தாக்கிற்று. அலெக்ஸேயின் கண்கள் ஆனந்த நீர் சொரிந்தன.

அவன் கிழக்கே நோக்கினான். இந்த இடத்தில் பாதை நேர் எதிர்த் திசையில் ஒரேயடியாகத் திரும்பியிருந்தது என்பது உண்மையே அலெக்ஸேய்க்கு முன்னே விரித்துக் கிடந்தது வெண்பனிப் போர்வை. ஆனால் அங்கிருந்துதான் இந்த அழைகுரல் அவனுக்குக் கேட்டது. கொரில்லா வீரர்களது அடித்தடங்கள் பதிந்து வெண்பனியில் கருமையாகத் தெரிந்த நீட்டுப் போக்கான பள்ளங்கள் அந்தத் திசைக்கே இட்டுச் சென்றன. வீரம் மிக்க வனவாசிகளான கொரில்லாக்கள் இந்தக் காட்டில்தான் எங்கோ வசித்தார்கள்.

“பரவாயில்லை, பரவாயில்லை, தோழர்களே, எல்லாம் நலமே முடியும்” என்று வாய்க்குள்ளாக முணுமுணுத்து விட்டு அலெக்ஸேய் ஊன்றுகோலைத் துணிவுடன் வெண்பனியில் நாட்டி மோவாயை அதன் மேல் ஊன்றி உடல் சுமை முழுவதையும் அதன் மீது அழுத்தி மிகுந்த சிரமத்துடன் ஆனால் உறுதியுடன் கால்களைப் பனிக்குவையில் நகர்த்தி வைத்தான். பாதையிலிருந்து விலகிக் கன்னி வெண்பனித் திடலில் அவன் முன்னேறலானான்.

10

அன்றைய தினம் வெண்பனியில் நூற்றைம்பது அடிகள் கூட முன்னேற அவனுக்கு வாய்க்கவில்லை. மாலைக் கருக்கல் அவனைத் தடை செய்துவிட்டது. மறுபடி ஒரு பழைய அடிக்கட்டையைத் தேர்ந்தெடுத்து அதைச் சுற்றிலும் கள்ளிகளைக் குவித்து, துப்பாக்கித் தோட்டாவால் செய்த அருமை சிகரெட் கொளுவியை எடுத்துப் பற்ற வைக்க முயன்றான். அது எரியவில்லை. இன்னொரு தரம் முயன்றான். அவன் உடல் சில்லிட்டுப் போயிற்று. கொளுவியில் பெட்ரோல் தீர்ந்துபோய் விட்டது. அதைக் குலுக்கினான். எஞ்சிய பெட்ரோல் ஆவியை வெளிக்கொணர்வதற்காக ஊதினான். ஒன்றும் பயனில்லை. இருட்டி விட்டது. பொருத்து சக்கரத்துக்கு அடியிலிருந்து சிதறிய நெருப்புப் பொறிகள் சிறு மின்னல்கள் போல, அவன் முகத்தைச் சூழ்ந்திருந்த இருளைக் கண நேரத்துக்கு விலக்கின. சக்கிமுக்கிக்கல் தேய்ந்துவிட்டது. அப்படியும் நெருப்பு மூட்ட முடியவில்லை.

தட்டித் தடவித் தவழ்ந்து அடர்த்தியான இளம் பைன் மரக்கன்றின் அடியை அடைந்து, நூல் உருண்டைபோலச் சுருண்டு, மோவாயை முழங்கால்களில் புதைத்துக்கொண்டு முட்டுக்களைக் கைகளால் இறுகக் கட்டியவாறு காட்டின் சந்தடிகளைக் கேட்டபடியே முடங்க வேண்டியதாயிற்று. அந்த இரவில் புகலற்ற சோர்பு அலெக்ஸேயை ஒருகால் ஆட்கொண்டிருக்கும். ஆனால் உறங்கிய காட்டில் பீரங்கி வெடிகளின் ஓசைகள் முன்னைவிடத் துலக்கமாகக் கேட்டன. குண்டுகள் சுடப்படுகையில் உண்டாகும் குட்டையான அடியோசைகளையும் குண்டுகள் வெடிக்கும்போது ஏற்படும் ஆழ்ந்த சிதறொலிகளையும் தனிப் பிரித்து அறியத் தான் தொடங்கிவிட்டதாகக் கூட அலெக்ஸேய்க்குத் தோன்றியது.

விளங்காத கலவரமும் துயரமும் உலப்பக் காலையில் விழித்துக் கொண்டு அலெக்ஸேய் உடனே நினைத்தப் பார்த்தான். “என்னதான் நடந்துவிட்டது? கெட்ட கனவு கண்டேனா?” என்று. அப்போது அவனுக்கு ஞாபகம் வந்தது சிகரெட் கொளுவியைப் பற்றி. ஆனால் வெயில் கொஞ்சலாக வெப்பமூட்டத் தொடங்கி, சுற்றும்

இருந்தவை யாவும் - மங்கிய மணல் மணலான வெண்பனியும், பைன் அடிமரங்களும், ஊசியிலைகளுமேகூட - மினுமினுத்துப் பளிச்சிட்டதும், இது பெரிய விபத்தாகப் படவில்லை. இன்னும் மோசமாயிருந்தது வேறொன்று. இறுகப் பிணைத்திருந்த மரத்துப் போன கைகளைப் பிரித்ததும் தன்னால் எழுந்து நிற்க முடியாது என்பதை அவன் உணர்ந்தான். எழுந்திருப்பதற்குச் சில வீண் முயற்சிகள் செய்கையில் அவனது ஊன்றுகோல் முறிந்துவிட்டது. சாக்கு போலத் தரையில் துவண்டு விழுந்தான் அவன். மரத்த அங்கங்கள் சரிநிலைக்கு வர இடமளிப்பதற்காகப் புரண்டு நிமிர்ந்து படுத்தான். ஊசியிலைப் பைன் மரக் கிளைகளின் ஊடாக ஆழங்காண முடியாத நீலவானை நோக்கலானான். தூய வெண்மையான, மென் தூவி போன்ற தங்கமுலாம் பூசிய சுருட்டை விளிம்புகள் கொண்ட மேகங்கள் அதிலே விரைந்து மிதந்து சென்றன. இப்போது அங்கங்கள் கொஞ்சங்கொஞ்சமாகச் சரியாகத் தொடங்கியிருந்தன. ஆனால் கால்களுக்கு என்னவோ நேர்ந்து விட்டது. அவற்றால் எழுந்து நிற்கவே முடியவில்லை. பைன் மரத்தைப் பிடித்துக்கொண்டு எழுந்து நிற்க அலெக்ஸேய் இன்னும் ஒரு முறை முயன்றான். கடைசியாக இதில் அவனுக்கு வெற்றி கிடைத்துவிட்டது. ஆனால் கால்களை மரத்தின் பக்கம் கொண்டுவர முயற்சி செய்ததுமே பலவீனம் காரணமாகவும் உள்ளங்கால்களில் ஏற்பட்ட ஏதோ பயங்கரமான, புதிய, நமைச்சலுடன் கூடிய வலி காரணமாகவும் விழுந்து விட்டான்.

இதுதான் முடிவா என்ன? இங்கே, பைன் மரங்களுக்கு அடியில், இப்படியே மடிந்துபோக வேண்டியதுதானா? இங்கே அவனுடைய உடலை விலங்குகள் கறவிக் குதறித்தின்று எலும்புகளை மட்டுமே விட்டு வைக்கும். அந்த எலும்புகளைக் கூட எவனும் ஒருபோதும் காணமாட்டான். அடக்கம் செய்ய மாட்டானே! சோர்வு திமிற முடியாதபடி அவனைத் தரையோடு தரையாக அழுத்தியது. ஆனால் தொலைவில் முழங்கிற்று பீரங்கிக் குண்டு வீச்சு. அங்கே சண்டை நடந்து கொண்டிருந்தது. அங்கே தன்னவர்கள் இருந்தார்கள். இந்தக் கடைசி எட்டு, பத்து கிலோமீட்டர் தொலைவைக் கடப்பதற்கு வேண்டிய வலிமை அவனிடம் இருக்காதா என்ன?

பீரங்கிக் குண்டு வீச்சு கவர்ந்து இழுத்தது. உற்சாகம் ஊட்டிற்று. அவனை வற்புறுத்தி அழைத்தது. இந்த அழைப்புக்கு அவன் பதில் அளித்தான். கைகளையும் முழங்கால்களையும் ஊன்றி எழுந்து, விலங்கு போலக் கிழக்கு நோக்கித் தவழ்ந்து செல்லலானான். தொடக்கத்தில் தொலைவில் நடந்த சண்டை ஓசைகளால் மயக்கப்பட்டுத் தன்வசமின்றிச் சென்றான். பின்னர் சுய உணர்வுடன் முன்னேறினான். காட்டில் இந்த மாதிரி முன்னேறுவது ஊன்றுகோலின் உதவியுடன் செல்வதைவிட எளிது. பாதங்கள் இப்போது எந்தச் சுமையையும்

தாங்க வேண்டியிருக்கவில்லை ஆதலால் குறைவாகவே வலிக்கின்றன. விலங்குபோல் தவழ்ந்து செல்வதால் எவ்வளவோ அதிக விரைவாகத் தன்னால் முன்னேற முடியும் என்பதை எல்லாம் அவன் புரிந்து கொண்டான். மகிழ்ச்சி காரணமாக உண்டை ஒன்று நெஞ்சில் கிளம்பித் தொண்டையில் அடைத்துக் கொள்வதை மீண்டும் அவன் உணர்ந்தான். தனக்குத் தானே அல்ல, இத்தகைய நம்ப முடியாத இயக்கத்தின் வெற்றியைச் சந்தேகித்த பூஞ்சை உள்ளம் படைத்த வேறு எவனுக்கோ போல அவன் இரைந்து சொன்னான்.

"பரவாயில்லை, பெரியவரே, இப்போது எல்லாம் ஒழுங்குக்கு வந்துவிடும்!"

ஓர் இடைநிறுத்தத்தின் போது அவன் குளிரில் விறைத்துப் போன அங்கைகளைக் கக்கத்துக்கிடையே வைத்துச் சூடுபடுத்திக் கொண்டான். இளம் பிர் மரம் ஒன்றுக்குத் தவழ்ந்துபோய் அதன் பட்டையைச் சதுரத் துண்டுகளாக அறுத்து எடுத்துக் கொண்டான். அப்புறம் பிர்ச் மரப் பட்டையை நகங்கள் பிய்ந்துபோகும்படி உரித்து நீண்ட வெண்பட்டை நார்கள் சிலவற்றை எடுத்துக் கொண்டான். கம்பளி லேஞ்சித் துண்டுகளை பூட்சுகளுக்கு உள்ளிருந்து வெளியே எடுத்தான். அவற்றைக் கைகளில் சுற்றிக்கொண்டான். அங்கைகள் மேல் செருப்பின் அடித்தோலின் வடிவில் மரப்பட்டையை வைத்து பிர்ச் மர நார்களால் அதை இணைத்துக் கட்டிக்கொண்டான். பின்பு இராணுவ மருந்துப் பைகளில் இருந்த பட்டித் துணிகளை அதன்மேல் சுற்றி இறுக்கினான். வலது கையில் மிகவும் சௌகரியமான அகன்ற அடித்தாங்கல் அமைந்துவிட்டது. இடது கையிலோ பற்களால் சுற்றிக் கட்டுப்போட வேண்டியிருந்தபடியால் கட்டுமானம் அவ்வளவு நன்றாக வாய்க்கவில்லை. எனினும் கைகள், செருப்புக்கள் அணிந்து இருந்தன. இயங்குவது முன்னைவிடச் சுலபமாக இருப்பதை உணர்ந்தவாறு அலெக்ஸேய் மேலே தவழ்ந்து சென்றான். அடுத்த நிறுத்தத்தில் முழங்கால்கள் மீது மரப்பட்டைத் துண்டுகளை வைத்துக் கட்டிக்கொண்டான்.

நடுப்பகலில் கதகதப்பு உடம்பில் உறைக்கத் தொடங்கியது. அதற்குள் அலெக்ஸேய் கைகளால் கணிசமான "அடிகள்" முன்னேறியிருந்தான். பீரங்கிக் குண்டு வீச்சு - அவன் அதை நெருங்கிவிட்டதனாலோ அல்லது செவிப்புலனின் ஏதேனும் ஏமாற்று காரணமாகவோ தெரியவில்லை - முன்னிலும் உரக்க ஒலித்தது. நிரம்ப வெப்பமாக இருந்தமையால் அவன் விமானி உடுப்பின் "ஜிப்பை" நெகிழ்த்த வேண்டியதாயிற்று.

பாசி அடர்ந்த சதுப்புத் தரையின் குறுக்காக அவன் தவழ்ந்து சென்றான். அதில் வெண்பனிக்கு அடியிலிருந்து வெளித் துருத்திக் கொண்டிருந்தன பசியமேடுகள். அங்கே விதி அவனுக்கு இன்னொரு

பரிசை ஆயத்தமாக வைத்திருந்தது. ஈரிப்பும் மென்மை(யை) உள்ள வெளிறிய பாசி மீது மெருகூட்டியவை போலப் பளபளத்த கூரிய இலைகள் இங்கொன்றும் அங்கொன்றுமாக இருந்த மெல்லிய நூல் போன்ற தண்டுகளை அவன் கண்டான். இந்த இலைகளின் நடு நடுவே, மேட்டின் மேற்பரப்பின் மீதே கிடந்தன கருஞ்சிவப்பான கிரான் பெர்ரிப் பழங்கள் கொஞ்சம் நசுங்கியிருந்தாலும் சாறு நிறைந்திருந்தன அவை. அலெக்ஸேய் குனிந்தான். வெல்வெட் போன்ற மென்மையும் வெதுவெதுப்பும் சதுப்புநில ஈர மணமும் கொண்ட பாசியிலிருந்து பெர்ரிப் பழங்களை ஒன்றன் பின் ஒன்றாக உதடுகளாலேயே கவ்விப் பறித்துத் தின்னத் தொடங்கினான்.

வெண்பனியின் கீழ் இருந்த கிரான்பெர்ரிப் பழங்களின் இனிப்பும் புளிப்புமாக இனிய சுவை, சில நாட்களுக்குப் பிறகு அவன் முதல் தடவை உண்ட இந்த உண்மையான உணவு அவன் வயிற்றில் இசிவு வலி உண்டாக்கிற்று. ஆனால் அறுப்பது போன்ற இந்தக் குத்துவலி நிற்கும் வரை காத்திருக்க அவனுக்குச் சக்தி பற்றவில்லை. ஒவ்வொரு திட்டாகத் தவழ்ந்து ஏறி, வாய்ப்பாக இருந்துகொண்டு, இனிப்பும் புளிப்புமான மணமுள்ள பழங்களைக் கரடி போன்று நாக்காலும் உதடுகளாலும் லாவி லாவித் தின்றான். இந்த மாதிரிச் சில திட்டுக்களைக் காலி செய்துவிட்டான். வெண்பனி உருகியதால் தேங்கியிருந்த வசந்தகாலக் குளிர் நீர் அவனுடைய பூட்சுகளுக்குள் கசிந்து ஈரமாக்கிற்று. கால்களிலோ, காந்தும் கொடிய வலி உண்டாயிற்று. களைப்பினால் உடல் சோர்ந்தது. ஆனால், அவனோ, இவற்றில் எதையும் உணரவே இல்லை. வாயில் ஓரளவு இனிப்பு கலந்த கடும் புளிப்பையும் வயிற்றில் இனிய கனத்தையும் மட்டுமே அவன் உணர்ந்தான்.

அவனுக்குக் குமட்டல் எடுத்தது. ஆனால், அவனால் ஆசையை அடக்க முடியவில்லை. மறுபடியும் பழங்களைத் திரட்டுவதில் முனைந்தான். தான் செய்திருந்த செருப்புக்களைக் கைகளிலிருந்து கழற்றினான். பொரிப் பழங்களைப் பறித்து டப்பாவிலும் தலைக்காப்பிலும் அவற்றைச் செம்மச் செம்ம நிறைத்துக் கொண்டான். நாடாக்களால் தலைக்காப்பை இடுப்புவாருடன் சேர்த்துக் கட்டிக்கொண்டான். உடல் முழுவதையும் ஆட்கொண்ட கடும் உறக்க மயக்கத்தை அரும்பாடு பட்டுப் போக்கிக் கொண்டு தவழ்ந்து மேலே சென்றான்.

இரவில் முதிய பிர் மர விதானத்தின் அடியை அடைந்து, கிரான்பெர்ரிப் பழங்களைத் தின்றான். மரப் பட்டைகளையும் பிர் கூம்புகனி விதைகளையும் சுவைத்தான். எச்சரிக்கையும் கலவரமும் நிறைந்த உறக்கத்தில் ஆழ்ந்தான். யாரோ ஓசை செய்யாமல் இருளில் தன் அருகே பதுங்கி வருவதுபோல அவனுக்கு அநேகந் தடவை

தோன்றியது. அவன் கண்களை விழித்து, சட்டென எச்சரிக்கை அடைந்து ரிவால்வரைக் கையில் பிடித்தவாறு அசையாது உட்கார்ந்திருந்தான். விழும் கூம்புக்கனியின் சத்தம், லேசாக உறைந்து இறுகும் வெண்பனியின் சரசரப்பு, வெண்பனிக்கு அடியிலிருந்து பெருகும் சிற்றோடைகளின் மெல்லிய கலகலவொலி, எல்லாமே அவனுக்கு நடுக்கம் உண்டாக்கின.

விடியும் தறுவாயில்தான் ஆழ்ந்த தூக்கம் அவனை ஆட்கொண்டு விட்டது. நன்றாக வெளிச்சம் ஆனபிறகு தான் எந்த மரத்தடியில் உறங்கினானோ அதைச் சுற்றிலும் நரிக்கால்களின் அடித்தடங்களை அவன் கண்டான். அவற்றின் நடுவே, தரையில் இழுபட்ட வாலின் நீண்ட அடையாளம் தென்பட்டது.

ஓகோ, இதுவா அவனைத் தூங்க விடாமல் தொந்தரவு செய்தது! நரி அவனைச் சுற்றிலும் அருகாவும் நடந்தது. சற்று உட்கார்ந்துவிட்டுப் பின்னும் நடந்தது என்பது தடங்களிலிருந்து தெரிந்தது. அலெக்ஸேயின் மனத்தில் கெட்ட சிந்தனை உதயமாயிற்று. தந்திரமுள்ள இந்தப் பிராணி மனிதனின் சாவை முன்கூட்டி உணர்ந்து கொள்கிறது என்றும், ஈவு விதிக்கப்பட்டவனைப் பின்பற்றத் தொடங்குகிறது என்றும், வேட்டைக்காரர்கள் சொல்வார்கள். கோழைத்தனமுள்ள இந்த ஊனுண்ணியை இந்த முன்னுணர்வுதான் அவனுடன் பிணைத்திருக்கிறதோ?

திடீரென அலெக்ஸேய் எச்சரிக்கை அடைந்தான். கிழக்கேயிருந்து இடைவிடாது கேட்டுக்கொண்டிருந்த பீரங்கிக் குண்டுகளின் அதிரொலியின் ஊடாக, மெஷீன்கன் குண்டு வரிசைகளின் சடசடப்பு சட்டெனத் துலக்கமாக அவன் காதுகளுக்கு எட்டிற்று.

களைப்பை அக்கணமே உதறி எறிந்து விட்டு, நரியையும் இளைப்பாறலையும் பற்றி மறந்து அவன் மீண்டும் காட்டுக்கு உள்ளே தவழ்ந்து முன்னேறினான்.

11

இவ்வாறு அவன் இன்னும் ஒரு நாளோ, இரண்டு அல்லது மூன்று நாட்களோ தவழ்ந்து சென்றான். நேரக் கணக்கு அவனுக்குத் தப்பிவிட்டது. தன்னுணர்வற்ற பிரயாசைகளின் கோவையில் எல்லாம் ஒன்று கலந்துவிட்டன. சிற்சில வேளைகளில் உறக்க மயக்கமோ மறதியோ எதுவோ ஒன்று அவனை ஆட்கொண்டு விடும். சென்ற வண்ணமாகவே உறக்கத்தில் ஆழ்ந்துவிடுவான். ஆனால் அந்த மறதி நிலையிலும் அவன் தொடர்ந்து மெதுவாகத் தவழ்ந்து சென்று கொண்டே இருந்தான். ஏதேனும் மரத்திலோ, புதரிலோ மோதிக்கொண்டாலோ, உருகிய பனி நீரில் முகங்குப்புற

விழுந்தாலோதான் அவன் இயக்கம் நிற்கும். அவனைக் கிழக்கு நோக்கி ஈர்த்த சக்தி அத்துணை வலியதாக இருந்தது. அவனுடைய சித்தவுறுதி அனைத்தும், தெளிவற்ற அவனது எண்ணங்கள் யாவும் ஒரேயொரு சிறு புள்ளியில் குவிமுனைப் படுத்தப்பட்டிருந்தன. தவழ வேண்டும், இயங்கவேண்டும், என்ன நேர்ந்தாலும் சரியே முன்னே செல்ல வேண்டும் என்பதே அது.

வெண்பனிக்கு அடியில் வளர்ந்திருந்த பெர்ரிப் பழங்களை அவன் உணவாகக் கொண்டான், பாசியை வாயிலிட்டுக் குதப்பினான். ஒரு முறை பெரிய எறும்புப் புற்று ஒன்று அவனுக்கு எதிர்ப்பட்டது. மழைநீரால் வாரிவிடப்பட்டுக் கழுவப்பட்ட ஒரு சீரான தீனிப்புல் போர் போன்று அது காட்டில் உயர்ந்து நின்றது. எறும்புகள் இன்னும் பனிக்கால உறக்கத்திலிருந்து எழவில்லை. எனவே அவற்றின் புற்று உயிரற்றது போலக் காணப்பட்டது. அலெக்ஸேய் அந்தப் பொரு பொருத்த படப்பைக்குள் கையை விட்டான். அவன் அதை வெளியில் எடுத்தபோது அவனுடைய தோலில் கடித்துப் புகுந்திருந்த எறும்புகளின் சிற்றுடல்கள் கையில் அப்பியிருந்தன. உலர்ந்து வறண்ட வாயில், போதையூட்டும் கடும் புளிப்புள்ள எறும்புச் சாற்றின் சுவையை இன்பத்துடன் அனுபவித்தவாறு இந்த எறும்புகளைத் தின்னலானான் அலெக்ஸேய். மறுபடி மறுபடி எறும்புப் புற்றுக்குள் அவன் கையைவிட்டான். எதிர்பாராத இந்தத் தாக்குதலால் விழிப் பூட்டப்பெற்றுப் புற்று முழுவதும் கடைசியில் உயிர்த்தெழுந்தது.

சிற்றுயிர்கள் கடுஞ் சீற்றத்துடன் தற்காத்துப் போராடின. அலெக்ஸேயின் கையையும் உதட்டையும் நாக்கையும் அவை கடித்தன. விமானி உடைக்குள் புகுந்து அவனுடைய உடலைக் கடித்துப் பிடுங்கின. ஆனால் அவனுக்கோ, இந்தக் கடிகள் உவப்பாகக்கூட இருந்தன. எறும்புச் சாற்றின் காரமான சுவை அவனுக்கு உற்சாகம் ஊட்டிற்று தாகம் எடுத்தது. மேடுகளுக்கு நடுவே பழுப்புக் காட்டு நீர் தேங்கிய குட்டம் ஒன்றைக் கண்டு அதன் புறம் குனிந்தான் அலெக்ஸேய். குனிந்தவன், சடாலென்று பின்னே சாய்ந்தான். கரிய நீர்க் கண்ணாடியிலிருந்து நீல வானின் பின்புலத்தில் அவனை நோக்கியது பயங்கரமான, பழக்கமற்ற முகம். கருந்தோலால் இழுத்துப் போர்த்த மண்டையோடு போன்றிருந்தது. அது ஏற்கெனவே சுருளத் தொடங்கிவிட்ட அலங்கோலமான கட்டை மயிர்கள் அதில் மண்டியிருந்தன. கருங் குழிகளிலிருந்து உறுத்துப்பார்த்தன பெரிய, உருண்டையான, வெறியுடன் பளிச்சிடும் விழிகள். சிடுக்கிட்ட தலைமுடிகள் சடைசடையாக நெற்றிமீது விழுந்தன.

"இது நானாக இருக்க முடியுமா?" என்று எண்ணினான் அலெக்ஸேய். மறுபடி நீருக்கு மேலாகக் குனிய அஞ்சி, தண்ணீர் பருகாமல் வெண்பனியைத் தின்றுவிட்டுக் கிழக்கு நோக்கித் தவழ்ந்து சென்றான்.

கிழக்கோ, முன் போன்றே, சக்திமிக்க காந்தத்தால் அவனைக் கவர்ந்து இழுத்தது.

வெடிகுண்டால் ஏற்பட்ட ஒரு பெரிய பள்ளம் வெடிப்பினால் வெளியேற்றப்பட்ட மஞ்சள் மணலால் அரண் செய்யப்பட்டிருந்தது. அந்தப் பள்ளத்தில் இரவைக் கழிக்க ஊர்ந்து சென்றான் அலெக்ஸேய். பள்ளத்தின் அடித்தளத்தில் நிசப்தமாகவும் வசதியாகவும் இருந்தது. காற்று அதற்குள் வீசியடிக்கவில்லை. கீழ்நோக்கிச் சரிந்த மணலின் சரசரப்பு மட்டுமே காற்றுவீச்சுக்கு அடையாளமாக இருந்தது. விண்மீன்களோ, கீழிருந்து பார்ப்பதற்கு அசாதாரண ஒளியுள்ளவையாகக் காணப்பட்டன. அவை தலைக்கு மேலே சிறிதே உயரத்தில் தொங்குவது போலவும் பைன் மரத்தின் ஊசியிலை அடர்ந்த கிளை, பளிச்சிடும் இந்தத் தீப்பொறிகளைத் துணியால் ஓயாமல் துடைத்துக்கொண்டிருக்கும் கை போலவும் பிரமை ஏற்பட்டது. காலையாகுமுன் குளிர் அதிகரித்தது. ஈர உறைபனி மரங்கள் மீது தொங்கிக் கொண்டிருந்தது. காற்று திசை மாறி வடக்கேயிருந்து வீசத் தொடங்கவே, இந்த உறைபனி கட்டியாக இறுகிவிட்டது.

இந்த இரவில் அலெக்ஸேய் என்ன காரணத்தாலோ ஒருபோதும் இல்லாத அளவு பலவீனம் அடைந்துவிட்டான். பைன் மரப் பட்டைச் சேமிப்பு அவன் சட்டைக்கிடையில் இருந்தது, எனினும் அதைச் சவைக்கக் கூட அவன் முற்படவில்லை. இரவில் உடல் தரையோடு ஒட்டிக் கொண்டுவிட்டது போல மிக்க சிரமப்பட்டு அதை நகர்த்தினான். விமான உடையிலும் தாடி மீசைகளிலும் உறைந்து கெட்டியாகியிருந்த பனிக்கட்டித் துணுக்குகளைத் தட்டிப் போக்காமலே பள்ளத்தின் சுவற்றைப் பற்றி ஏறத் தொடங்கினான். ஆனால் இரவில் பனிக்கட்டி படிந்து இருந்த மணல்மீது அவன் கைகள் சக்தியின்றி வழுகின. தொற்றி ஏறி வெளிச் செல்ல அவன் மீண்டும் மீண்டும் முயன்றான், மீண்டும் மீண்டும் வழுகிப் பள்ளத்தின் அடித்தளத்தில் சரிந்தான். தடவைக்குத் தடவை அவனுடைய முயற்சிகள் பலவீனம் அடைந்து கொண்டு போயின. வேறொருவர் உதவி இன்றித் தன்னால் வெளியேற முடியாது என்று முடிவில் அவனுக்கு நிச்சயப்பட்டுவிட்டது. அவன் துணுக்குற்றான். இந்த எண்ணம் அவனை வழுக்குச் சுவர் மேல் மீண்டும் தொற்றியேறத் தூண்டியது. கைகளைச் சில தடவைகள் மட்டுமே எடுத்து வைத்தவன், திராணியற்று, சோர்ந்து வழுக்கி விழுந்துவிட்டான்.

"அவ்வளவுதான்! இனி எல்லாம் ஒன்றுதான்!"

பள்ளத்தின் அடித்தளத்தில் சுருண்டு முடங்கினான் அவன். சித்தவுறுதியைக் குறைத்து அதைச் செயலற்றது ஆக்கும் பயங்கர அமைதியை உடல் முழுவதிலும் உணர்ந்தான். சோர்ந்த கையசைப்பால்

சட்டைப் பையிலிருந்து கசங்கிய கடிதங்களை எடுத்தான். ஆனால் அவற்றைப் படிக்க அவனுக்கு வலுவில்லை. பல்நிற உடை அணிந்து பூத்துக்குலுங்கும் புல்தரையில் உட்கார்ந்திருந்த இளம் பெண்ணின் நிழற்படத்தை செல்லோபேன் காகிதச் சுற்றிலிருந்து வெளியே எடுத்தான் ஆழ்ந்த ஏக்கத்துடன் முறுவலித்து அவளிடம் வினவினான்.

''கடைசிப் பிரிவு சொல்லிக்கொள்ள வேண்டியதுதானா?'' திடீரென அவனுக்குத் தூக்கிவாரிப் போட்டது. போட்டோவும் கையுமாக அப்படியே கல்லாய்ச் சமைந்து விட்டான். காட்டுக்கு மேலே வெகு உயரே, குளிர்மையான, ஈரிப்புள்ள காற்றில் எங்கேயோ தனக்குப் பழக்கமான ஒலிகேட்பது போல அவனுக்குத் தோன்றியது.

மயக்கி ஈர்த்த உறக்க நிலையிலிருந்து அக்கணமே அவன் விழிப்படைந்தான். இந்த ஓசையில் சிறப்பானது எதுவும் இல்லை. கட்டிப்பனி படிந்த மர முடிகளின் ஒரு சீரான சலசலப்பிலிருந்து விலங்கின் நுண்ணுணர்வு உள்ள செவிகள் கூட அதை வேறுபிரித்து அறிய முடிந்திராது - அவ்வளவு மந்தமாக இருந்தது அவ்வொலி. ஆனால் அலெக்ஸேயோ, வரவர அதிகத் துலக்கமாக அதைச் செவிமடுத்தான். தனிப்பட்ட சீழ்க்கை ஒலிகளைக் கொண்டு தான் ஒரு காலத்தில் ஓட்டியது போன்ற சோவியத் சண்டை விமானம் பறக்கிறது என்று அவன் சரியாக ஊகித்துணர்ந்தான்.

விமான எஞ்சினின் கடகடப்பு அருகே நெருங்கியது, மிகுந்து கொண்டு போயிற்று. விமானம் காற்றில் திரும்புகையில் அவ்வொலி சில வேளைகளில் சீழ்க்கையாகவும் சில வேளைகளில் முனகலாகவும் மாறியது. முடிவில் சாம்பல் நிற வானில் வெகு உயரே புலப்பட்டது. மெதுவாக இயங்கும் மிகச் சிறிய சிலுவை வடிவம் மேகங்களின் சாம்பல் புகைப்படலத்தில் ஒன்றி மறைவதும் பின்பு அதிலிருந்து வெளியே நீந்துவதுபோலப் பறப்பதுமாக இருந்தது அது. அதனுடைய இறக்கைகளில் செந்நட்சத்திரங்கள் இதோ தென்பட்டன. இதோ அலெக்ஸேயின் தலைக்கு நேர் மேலே, தனது தட்டைப் பகுதிகள் வெயிலொளியில் பளிச்சிட அது ஒரு கரண வளைவு வந்தது. பின்னர் திரும்பி, வந்த திசையில் மீண்டும் செல்லலாயிற்று. விரைவில் அதன் கடகடப்பு கட்டிப் பனி படிந்து காற்றில் மெல்லென முழங்கிய காட்டு மரக் கிளைகளின் ஓசையில் மூழ்கி அடங்கிப் போயிற்று. எனினும் அதன் மெல்லிய சீழ்க்கையொலி தனக்குக் கேட்பது போல அலெக்ஸேய்க்கு நெடுநேரம் வரை தோன்றிக் கொண்டிருந்தது.

தான் விமானி அறையில் இருப்பதாக அவன் எண்ணிக்கொண்டான். ஒருவன் சிகரெட் புகையை இழுத்துவிடக்கூடப் போதாத ஒரு கண நேரத்தில் அவன் தனது காட்டு விமான நிலையத்தை அடைந்திருப்பான். பறந்தவன் யாராயிருக்கும்? ஒருவேளை அந்திரெய் தெக்தியாரென்கோ காலை வேவு பார்த்தலுக்கு வந்திருப்பானோ? பகை விமானம்

எதிர்ப்படலாம் என்ற மறைமுக நம்பிக்கை காரணமாக வேவுப் பறப்பின் போது வெகு உயரே செல்வது அந்திரெய்க்கு விருப்பமானது... அந்திரெய் தெக்தியாரென்கோ ... விமானம்... தோழ இளைஞர்கள்...

புது ஆற்றல் தனக்குள் ஊறிப் பெருகுவதை உணர்ந்தான் அலெக்ஸேய். உறையிலிருந்து காட்டாரியை எடுத்து நொய்த்த, வலுவற்ற அடிகளால் பனிக்கட்டிப் புறணியை வெட்டி அகற்றினான். உறைந்த மணலை நகங்களால் பறண்டி, படிகள் அமைப்பதில் முனைந்தான். அவன் நகங்கள் பியந்து போயின. விரல்களில் இரத்தம் கசிந்தது. எனினும் அவன் கட்டாரியாலும் நகங்களாலும் முன்னிலும் விடாப்பிடியாக வேலையைத் தொடர்ந்தான். அப்புறம் இந்தக் குழிப்படிகள் மேல் முழங்கால்களையும், கைகளையும் ஆதரவாக வைத்துக் கொண்டு அவன் மெதுவாக ஏறத் தொடங்கினான். அரண் சுவர் வரை எட்ட அவனுக்கு வாய்த்துவிட்டது. இன்னும் ஒரு மூச்சு முயன்றால் அரண் சுவர் மேல் படுத்து வெளியே உருண்டுவிடலாம். ஆனால் கால்கள் வழுக்கவே, கட்டிப்பனி மீது உண்டாகும்படி முகத்தால் இடித்தவாறு அவன் கீழே சரிந்துவிட்டான். அவனுக்குப் பலத்த காயம் பட்டது. ஆனால், விமான எஞ்சினின் கடகடப்பு இன்னும் அவன் காதுகளில் ஒலித்துக் கொண்டிருந்தது. இன்னொரு தடவை தொற்றியேற முயன்று மீண்டும் வழுக்கி விழுந்தான். அப்போது தன் வேலையை விமர்சன நோக்குடன் கவனித்துப் பார்த்து, படிகளை இன்னும் ஆழமாக்கினான். மேல்படிகளின் விளிம்புகளை முன்னினும் கூர்படுத்தினான். பிறகு வலுக்குறைந்து கொண்டு போன உடலின் சக்தியை எல்லாம் ஜாக்கிரதையாக ஒரு முனைப்படுத்தி மீண்டும் தவழ்ந்து ஏறினான்.

மிக்க சிரமத்துடன் அவன் மணல் அரண் சுவரின் குறுக்காக மறுபுறம் விழுந்து, தன் செயலின்றியே உருண்டான். பின்பு விமானம் பறந்து சென்ற திக்கில் தவழ்ந்து முன்னேறினான். மூடுபனியை விரட்டி கட்டிப் பனிப் படிகத் துண்டுகளில் மின்னியவாறு அந்தத் திசையிலிருந்து காட்டின் மேலே எழுந்தது ஞாயிறு.

12

ஆனால் தவழ்வது முற்றிலும் கடினமாக இருந்தது. கைகள் நடுங்கின, உடலின் சுமையைத் தாங்கமாட்டாமல் துவண்டு மடங்கின. இளகிய வெண்பனியில் சில தடவை அவன் முகம் புதைய விழுந்தான். புவியின் ஈர்ப்புச் சக்தி பல மடங்கு அதிகமாகிவிட்டது போல அவனுக்குத் தோன்றியது. அதை எதிர்த்து வெல்வது அசாத்தியமாக இருந்தது. சற்று நேரமாவது, ஒரு அரைமணியாவது படுத்து இளைப்பாற வேண்டும் என்ற ஆசை அடக்க முடியாதபடி எழுந்தது. எனினும் இன்று மிக வலிய கவர்ச்சி அலெக்ஸேயை முன்னே இழுத்தது. உடலைப்

பிணித்த அயர்வை மதியாமல், அவன் மேலே மேலே தவழ்ந்து முன்னேறினான். விழுந்தான், எழுந்தான், தவழ்ந்து முன் சென்றான். வலியையோ, பசியையோ, அவன் உணரவில்லை. எதையும் அவன் காணவில்லை. பீரங்கிக் குண்டு வீச்சையும் துப்பாக்கி வெடிகளையும் தவிர வேறு எந்த ஒலியும் அவன் காதில் படவில்லை.

அகங்கைகள் தாங்க வலுவற்றுப் போனதும் அவன் முழங்கைகளை ஊன்றித் தவழ முயன்றான். இது மிகவும் அசௌகரியமாக இருந்தது. அப்போது அவன் நீண்டு படுத்து, முழங்கையால் வெண்பனியை அழுத்திப் புரண்டு முன் செல்ல முயற்சி செய்தான். இதில் அவனுக்கு வெற்றி கிட்டிற்று. இவ்வாறு புரண்டு உருண்டு முன்னே செல்வது அதிகச் சுளுவாயிருந்தது. அதற்குப் பெரும் பிரயாசை தேவைப்படவில்லை. தலை மட்டுந்தான் மிகவும் கிறுகிறுத்தது. ஒவ்வொரு நிமிடமும் தன்னுணர்வு தப்பியது. புரள்வதை அடிக்கடி நிறுத்தி, வெண்பனியில் உட்கார்ந்து தரையும் காடும் வானும் சுழல்வது நிற்கும் வரை காத்திருக்க நேர்ந்தது.

தன்னவர்களிடம் போய்ச்சேர வாய்க்குமா என்பது பற்றி இப்போது அலெக்ஸேய் எண்ணவே இல்லை. உடம்பு இயங்கும் நிலையில் இருக்கும் வரை தவழ்ந்தும் புரண்டும் முன்னேறிக் கொண்டிருப்போம் என்பதை அவன் அறிந்திருந்தான். பலங்குன்றிய எல்லாத் தசைகளதும் இந்தப் பயங்கர உழைப்பின் விளைவாக அவனுக்குக் கணப்போது நினைவு தப்புகையிலும் அவனுடைய கைகளும் உடல் முழுவதும் முன்போன்றே சிக்கலான இயக்கங்களைத் தொடர்ந்து செய்து கொண்டு போயின. அவன் பீரங்கிக் குண்டு வீச்சு நடந்த திசையை, கிழக்கை நோக்கி வெண்பனியில் புரண்டு சென்ற வண்ணமாயிருந்தான்.

அந்த இரவை அவன் எப்படிக் கழித்தான், மறுநாள் காலையில் எவ்வளவு நேரம் புரண்டு சென்றான் என்பது அலெக்ஸேய்க்கு நினைவில்லை. துன்புறுத்தும் அரை மறதியில் எல்லாம் அமிழ்ந்துவிட்டது. தனது இயக்கப் பாதையில் கிடந்த தடைகள் மட்டுமே அவனுக்கு நினைவிருந்தன. வெட்டப்பட்ட பொன்னிறப் பைன் அடிமரம், அதிலிருந்து கசிந்த அம்பர் நிறக் கீல், வெட்டுக் கட்டைகளின் அடுக்கு சுற்றிலும் சிதறியிருந்த மரத்தூளும் சிறாய்களும், வெட்டுப் பகுதியில் துலக்கமாகத் தெரிந்த ஆண்டு வரைப்படிவுகள் கொண்ட ஏதோ அடிக்கட்டை ஆகியன இவை ....

வெளிச் சத்தம் ஒன்று அலெக்ஸேயை அரைமறதியிலிருந்து சுய நினைவுக்குக் கொணர்ந்தது. அவன் உட்கார்ந்து சுற்று முற்றும் கண்ணோட்டினான். மரங்கள் வெட்டப்பட்ட பெரிய வெளியின் நடுவே தான் இருப்பதை அவன் கண்டான். வெயிலொளி அதை முழுக்காட்டிக் கொண்டிருந்தது. ரம்பத்தால் அறுக்கப்பட்டு இன்னும்

துண்டு போடப் படாத மரங்களும் கட்டைகளும் அடுக்குகளாக வைக்கப்பட்ட விறகுக் கட்டைகளும் எங்கும் காணப்பட்டன.

திட்டமாக விளங்காத அபாய உணர்வால் நிறைந்தவனாக அலெக்ஸேய் சுற்றிலும் நோக்கினான், மரங்கள் அண்மையில் தான் அறுக்கப்பட்டிருந்தன. எனவே இங்கே ஆள் நடமாட்டம் இருப்பதாகத் தெரிந்தது. ஒருவேளை ஹிட்லர் படையினர் காப்பகழ்களும் அரண்களும் அமைப்பதற்காக இங்கே காட்டைத் திருத்துகிறார்களோ? அப்படியானால் விரைவில் இங்கிருந்து அப்பால் போய்விட வேண்டும். மரம் வெட்டிகள் எந்த கணத்திலும் வந்துவிடக் கூடுமே. ஆனால் வலியால் விலங்கு மாட்டப்பட்டிருந்த உடல் கல்லாகச் சமைந்துவிட்டது போலிருந்தது. அசையத் திராணி இல்லை.

தொடர்ந்து தவழ்ந்து செல்வதா? இதை அவன் முடிவு செய்வதற்குள், காட்டு வாழ்க்கை நடத்திய நாட்களில் அவனுக்குள் செவ்வைப்பட்டிருந்த இயல்பூக்கம் அவனை எச்சரிக்கை கொள்ளச் செய்தது. தன்னை யாரோ கவனமாக வைத்த கண் வாங்காமல் உற்றுப் பார்ப்பதை அவன் காணவில்லை, விலங்கு போன்று உணர்ந்தான். தான் பின் தொடரப்படுவதை அலெக்ஸேய் புலன்கள் அனைத்தாலும் உணர்ந்தான்.

கிளை மடமடத்தது. அலெக்ஸேய் திரும்பிப் பார்த்தான். நீலச்சாம்பல் நிறப் பைன் மரத்தின் அடர்ந்த சுருட்டை முடிகள் காற்றுப் போக்குக்கு இசையச் சாய்ந்திருந்தன. ஆனால், சில கிளைகள் பொது இயக்கத்துக்கு ஏற்ப அசையாமல் தமக்கே உரிய தனி வகையில் நடுங்கியதை அலெக்ஸேய் கண்ணுற்றான். கிளர்ச்சிப் பெருக்குள்ள தணிந்த கிசுகிசுப்பு, மனிதக் கிசுகிசுப்பு அங்கிருந்து வருவது போன்று அவனுக்குத் தோன்றியது.

அலெக்ஸேய் மார்புப் பையிலிருந்து துருப்பிடித்த ரிவால்வரை எடுத்தான். அதன் குதிரையைச் சுடுநிலைக்குக் கொண்டுவர இரண்டு கைகளாலும் அவன் சிரமப்பட வேண்டியிருந்தது. குதிரை கிளிக்கிட்டதும் பைன் மரக் கிளைகளிடையே யாரோ திடுக்கிட்டுப் பின்னே நகர்ந்தது போலப்பட்டது. சில மர முடிகள் யாரோ அவற்றில் இடித்துக்கொண்டது போல பின்னுக்குச் சாய்ந்தன. அப்புறம் சந்தடி எல்லாம் அடங்கிப் போயிற்று.

“என்ன அது? விலங்கா, மனிதனா?” என்று எண்ணமிட்டான் அலெக்ஸேய். புதர்களுக்குள் யாரோ கேள்விக்குறிப்புடன் “மனிதனா?” என்று கேட்டது போல அவனுக்குத் தோன்றியது. அப்படித் தோன்றியதோ அல்லது மெய்யாகவே புதருக்குள் யாரேனும் ருஷ்ய மொழியில் பேசினார்களோ? ஆமாம், ருஷ்ய மொழியில். ருஷ்ய மொழி பேசப்பட்டதால் அவனுக்கு ஆனந்த வெறி திடீரென்று

தலைக்கேறிவிட்டது. அங்கே இருப்பவர்கள் நண்பர்களா பகைவர்களா என்று சிறிதும் சிந்தித்துப் பார்க்காமல் வெற்றி முழக்கம் செய்து துள்ளி எழுந்து நின்றான், குரல் வந்த பக்கம் பாய்ந்தான். அக்கணமே ரிவால்வரை வெண்பனியில் நழுவ விட்டுவிட்டு முனகலுடன் வெட்டுண்ட மரம்போல் விழுந்துவிட்டான்.

13

எழுந்து நின்று வீண் முயற்சி செய்தபின் நிலைகுலைந்து விழுந்த அலெக்ஸேய் கணநேரம் உணர்வு இழந்துவிட்டான். ஆனால் நெருங்கிய அபாயம் பற்றிய அதே உணர்வு அவனைச் சுய நினைவு அடையச் செய்தது. பைன் மரச் சோலையில் சந்தேகமின்றி மறைந்திருந்தார்கள் ஆட்கள். அவர்கள் அவனைக் கண்காணித்தார்கள், எதையோ பற்றிக் கிசுகிசு வென்று பேசிக்கொண்டார்கள்.

அலெக்ஸேய் கைகளை ஊன்றி நிமிர்ந்து, வெண்பனியிலிருந்து ரிவால்வரை எடுத்துக்கொண்டு அதைத் தலைக்கு அருகில் மறைவாகப் பிடித்தவாறு உன்னிப்பாக நோக்கலானான். அபாயம் அவனை சுயநினைவுக்குக் கொண்டுவந்தது. உணர்வு தெளிவாக வேலை செய்தது. இவர்கள் யார்? விறகு வெட்டுவதற்காக பாசிஸ்டுகளால் இங்கே வலுக்கட்டாயமாக அனுப்பப்பட்டிருக்கும் மரம் வெட்டிகளோ? ஒருவேளை அவனைப்போலவே பகைவர்களால் சூழப்பட்ட ருஷ்யர்களோ? ஜெர்மானியப் பின்னணிகளிலிருந்து முனைமுக வரிசையின் ஊடாகத் தம்மவர்களிடம் செல்கிறார்களோ? அல்லது இந்த வட்டாரத்தைச் சேர்ந்த குடியானவர்களில் யாரேனுமோ? யாரோ ஒருவன் மனிதனா?" என்று தெளிவாகக் கத்தியது அவன் காதில் படத்தானே செய்தது?

இவ்வாறு அவன் எண்ணமிடுகையில் புதர்களிலிருந்து கிளர்ச்சி பொங்கும் குழந்தைக் குரல் கணீரென ஒலித்தது.

"ஏய், நீ யார்? ஜெர்மன்காரனா? உனக்கு ஜெர்மன் பாஷை தெரியுமா?"

இச்சொற்கள் அலெக்ஸேயைத் திடுக்கிடச் செய்தன. ஆனால் கத்தினவன் சந்தேகமின்றி ருஷ்யன், சந்தேகமின்றிச் சிறுவன் என்பது தெளிவாயிருந்தது.

"நான் ருஷ்யன், ருஷ்யன். நான் விமானி. ஜெர்மானியர்கள் என் விமானத்தைச் சுட்டு வீழ்த்திவிட்டார்கள்."

இப்போது அலெக்ஸேய் எச்சரிக்கையாக இருக்கவில்லை புதர்களின் பின்னே இருப்பவர்கள் தன்னவர்கள், ருஷ்யர்கள், சோவியத் நாட்டினர் என்பது அவனுக்கு உறுதிப்பட்டு விட்டது. அவர்கள் அவனை நம்ப வில்லையாக்கும். அதனால் என்ன? யுத்தம் எச்சரிக்கையைக்

கடைப்பிடிக்கக் கற்பிக்கிறது. தான் முற்றிலும் வலு இழந்து விட்டதையும் கையையோ, காலையோ மேற்கொண்டு அசைக்கவோ, இயங்கவோ, தற்காத்துக் கொள்ளவோ தன்னால் முடியாது என்பதையும் தனது நெடும் பயணத்தில் முதல் தடவையாக அவன் உணர்ந்தான். அவனுடைய கன்னங்களின் கறுத்த குழிவுகள் வழியே பெருகி வழிந்தது கண்ணீர்.

"பார், அழுகிறான்! ஏய், நீ எதற்காக அழுகிறாய்?" என்று ஒலித்தது புதரின் பின்னிலிருந்து வந்த குரல்.

"அட ருஷ்யன் நான். ருஷ்யன், நம்மவன், விமானி."

"எந்த விமான நிலையத்தைச் சேர்ந்தவன்?"

"ஆமாம், நீங்கள் யாரோ?"

"உனக்கு அது எதற்காக? நீ பதில் சொல்லு!"

"நான் மொன்ச்சாலோவ்ஸ்க் விமான நிலையத்தைச் சேர்ந்தவன். எனக்கு உதவுங்களேன், வெளியே வாருங்களேன்! என்ன சனியன் பிடித்த.."

புதர்களுக்குள் ஆட்கள் தீவிரமாகக் கிசுகிசுத்து விவாதித்தார்கள். இப்போது அவர்களுடைய பேச்சு அலெக்ஸேய்க்குத் தெளிவாகக் காதில் விழுந்தது.

"கேட்டாயா, மொன்ச்சாலோவ்ஸ்க் நிலையத்தைச் சேர்ந்த வனாம்... ஒரு வேளை உண்மையாயிருக்கலாம்... அழ வேறு செய்கிறான்...

"ஏய், விமானி, ரிவால்வரை இப்படி வீசி எறி, சொல்லிவிட்டோம். இல்லாவிட்டால் வெளியே வர மாட்டோம், ஓடிவிடுவோம்!"

அலெக்ஸேய் ரிவால்வரை ஒருபுறம் எறிந்தான். புதர்கள் விலகின. ஆவல் கொண்ட சிட்டுக்குருவிகள் போன்று எந்த நிமிடமும் சிவ்வென்று பறந்துவிடத் தயாராக எச்சரிக்கையுடன், ஒருவர் கையை ஒருவர் பிடித்துக்கொண்டு அவன் பக்கம் நெருங்கலாயினர் இரண்டு சிறுவர்கள்.

மூத்தவன், தகப்பனின் பிரமாண்டமான நமுதா நீள் ஜோடுகளை அணிந்து அலெக்ஸேயின் அருகே வந்து வெண்பனியில் கிடந்த ரிவால்வரை எற்றித் தள்ளினான்.

"விமானி என்றா சொல்கிறாய்? தஸ்தாவேஜுகள் இருக்கின்றனவா? காட்டு."

சட்டைப் பைக்குள்ளிருந்து பிரமாணப் புத்தகத்தை எடுத்துக் காட்ட வேண்டியதாயிற்று. கமாண்டருக்குரிய நட்சத்திரம் பொறித்த சிவப்புப் புத்தகம், சிறுவர்கள் மீது மந்திரம் போட்டது போன்ற விளைவை

ஏற்படுத்தியது. பகைவர் கைப்பற்றலுக்கு உள்ளாகியிருந்த நாட்களில் அவர்கள் இழந்துவிட்ட பிள்ளைமைகூட, அவர்கள் முன் தங்களவன், அருமை சோவியத் சேனையைச் சேர்ந்த விமானி இருப்பதைக் கண்டதுமே ஒரேயடியாகத் திரும்பிவந்து விட்டது போல் இருந்தது.

"மாமா, நீ ஏன் இப்படி இளைத்துப் போயிருக்கிறாய்?"

"பாசிஸ்டுகள் இங்கிருந்து விரட்டப்பட்டு விட்டார்கள். நம்மவர்கள் அவர்களை எப்படி அடித்துப் புடைத்து நொறுக்கினார்கள் தெரியுமா? பயங்கரச் சண்டை நடந்தது இங்கே. ஜெர்மன்காரர்களைக் கொன்று குவித்து விட்டார்கள் நம்மவர்கள். அடேயப்பா, எத்தனை பேரைக் கொன்றுவிட்டார்கள் தெரியுமா?

"பாசிஸ்டுகள் அகப்பட்டதில் ஏறிக்கொண்டு தப்பி ஓடினார்கள். ஒருவன் தொட்டியை ஏர்க்காலுடன் சேர்த்துக் கட்டிக்கொண்டு தோட்டியில் சவாரி செய்தான். காயமடைந்த இரண்டு பெயர் குதிரை வாலைப் பிடித்துக்கொண்டார்கள். மூன்றாமவன் அதன் மேல் ஏறிக் கொண்டான், இந்தக் கோலத்தில் அவர்கள் பிரயாணம் செய்தார்கள்.... ஆமாம் மாமா, உன் விமானத்தை எங்கே அடித்து வீழ்த்தினார்கள்?"

இப்படிச் சற்று நேரம் புட்கள் போலச் சிலம்பிய பின் சிறுவர்கள் காரியத்தில் முனைந்தார்கள். திறப்பு வெளியிலிருந்து குடியிருப்பு அவர்கள் சொற்படி ஐந்து கிலோமீட்டர் தூரத்தில் இருந்தது. வில்லோ மரக்கிளைகள் சேகரிப்பதற்காக "ஜெர்மானியக் காடுதிருத்திடத்துக்குச் சிறுவர்கள் கொண்டுவந்திருந்த ஸ்லெட்ஜ் மிக மிகச் சிறியதாக இருந்தது. தவிர, பாதையற்ற கன்னி வெண்பனிமீது ஓர் ஆளை இழுத்துச் செல்வது சிறுவர்களின் சக்திக்கு மீறிய செயல். முழுமூச்சாகக் கிராமத்துக்கு ஓடி ஆட்களை அழைத்து வரும்படி இளையவன் பேத்யாவுக்கு உத்தரவிட்டான். மூத்தவன் செர்யோன்கா. தான் அலெக்ஸேயை ஜெர்மானியர்களிடமிருந்து பாதுகாப்பதற்காக அவனருகே தங்கிவிட்டான். ஆனால் வெளிக்கு இப்படிச் சொன்ன போதிலும் உள்ளூற அவன் நினைத்தது வேறு. அலெக்ஸேயை அவன் நம்பவில்லை. பாசிஸ்டு பலே தந்திரக்காரன் சாகப்போகிறவன் போலப் பாவனை செய்வான், சான்றுப் பத்திரங்களையும் எங்கேனும் திருடியிருப்பான் என்று எண்ணினான். ஆனால் கொஞ்சங் கொஞ்சமாக இந்தச் சந்தேகங்கள் விலகிவிடவே சிறுவன் கலகலவென்று பொரிந்து கொட்டத் தொடங்கினான்.

மென்மையான, புஸுபுஸுவென்று அடர்ந்த ஊசியிலைப் பரப்பின் மேல் படுத்து, பாதிமூடிய விழிகளுடன் உறங்கி வழிந்தான் அலெக்ஸேய். சிறுவனின் கதையை அவன் அரைகுறையாகவே கேட்டான். திடீரென அவனது உடல் முழுவதையும் பிணித்த அமைதியான உறக்க நிலையில், தனித்தனியான, சம்பந்தாசம்பந்தம்

இல்லாத சொற்றொடர்களே அவன் உணர்வை எட்டின. அவற்றின் பொருளைப் புரிந்து கொள்ளாமலே தாய்மொழியின் ஒலிகளில் துயிலூடே இன்பம் துய்த்தான். அலெக்ஸேய் ப்ளாவ்னி என்ற கிராமத்தைச் சேர்ந்த மக்களுக்கு நேர்ந்த விபத்தைப் பற்றி அப்புறம் தான் அவன் தெரிந்துகொண்டான்.

காடுகளும் ஏரிகளும் நிறைந்த இந்தப் பிரதேசத்துக்கு ஜெர்மானியர்கள் அக்டோபர் மாதமே வந்துவிட்டார்கள். ப்ளாவனியின் சுற்று வட்டாரங்களில் சண்டைகள் நடக்கவில்லை. ஒரு முப்பது கிலோ மீட்டர் மேற்கே அவசர அவசரமாக நிறுவப்பட்டிருந்த தற்காப்பு அரண் வரிசையில் இருந்த சோவியத் படைப் பிரிவைத் தாக்கி அழித்துவிட்டு விறல் மிக்க பாங்கி முன்னணிப் பிரிவுகளுடன் வந்த பாசிஸ்ட் படைகள், பாதையிலிருந்து ஒதுக்குப்புறமாகக் காட்டு ஏரியின் பக்கத்தில் மறைந்திருந்த இந்தக் கிராமத்தின் உள்ளே புகாமலே கிழக்கு நோக்கிச் சென்றுவிட்டன.

போர் தங்களை விட்டு விலகிப் போய்விட்டது என்று ப்ளாவனி கிராமக் குடியானவர்கள் மகிழ்ந்தார்கள். பாசிஸ்டுகள் வழக்கமாகக் கோருவதற்கு இணங்கத் தங்கள் கூட்டுப் பண்ணைத் தலைவனது பதவிப் பெயரை நாட்டாண்மைக்காரன் என்று மாற்றிவிட்டார்கள். ஆக்கிரமிப்பாளர்கள் சதாகாலமும் சோவியத் மக்களை மண்ணை மதித்துத் துவைத்துக்கொண்டிருக்கப் போவதில்லை. ஆகவே இந்தத் துன்பம் விலகும் வரை பொறுத்துச் சமாளிப்பது காட்டின் ஒதுக்குப்புறத்தில் இருந்த ப்ளாவ்னி கிராமத்தவர்களுக்கு ஒருவேளை முடியலாம். இவ்வாறு நம்பி கிராமவாசிகள் முன் போலவே கூட்டுறவு முறையில் தொடர்ந்து வாழ்ந்து வந்தார்கள். ஆனால் சதுப்பு நிலப்பூண்டு நிறச் சீருடை அணிந்த ஜெர்மானியர்களைத் தொடர்ந்து மோட்டார்களில் வந்தார்கள் கறுப்புச் சீருடை அணிந்த ஜெர்மானியர்கள். அவர்களுடைய தொப்பிகள் மேல் மண்டையோடும் எலும்புகளும் அடையாளமாகப் பொறிக்கப்பட்டிருந்தன. ஜெர்மனிக்கு நிரந்தர வேலைக்காகச் செல்லப் பதினைந்து தொண்டர்களை இருபத்து நான்கு மணி நேரத்துக்குள் தருமாறு ப்ளாவ்னி வாசிகளுக்கு உத்தரவு இடப்பட்டது. உத்தரவு நிறைவேற்றப்படாவிட்டால் கிராமம் பெருவிபத்துக்கு உள்ளாகும் என்று அச்சுறுத்தப்பட்டது.

ஆனால், குறித்த நேரத்தில் ஒருவரும் வரவில்லை. கறுப்பு உடையணிந்த ஜெர்மானியர்கள் ஏற்கெனவே அடைந்துள்ள அனுபவம் காரணமாக, ஆட்கள் வருவார்கள் என்று பெரிதும் எதிர்பார்க்கவில்லை. அவர்கள் சில ஆட்களைப் பிடித்து, கிராம நிர்வாக அலுவலகத்துக்கு முன் அவர்களைச் சுட்டுக் கொன்றார்கள். மற்றவர்களை எச்சரிப்பதற்காக, நாட்டாண்மைக்காரன், குழந்தைப் பள்ளியின் முதிய ஆசிரியை வெரோனிக்கா கிரிகோர்யெவ்னா. இரு கூட்டுப்பண்ணைக் குழுத் தலைவர்கள், ஜெர்மானியர் கைகளில் பிடிபட்ட ஒரு பத்து குடியானவர்கள் ஆகியவர்கள் இந்த மாதிரிச் சுட்டுக்கொல்லப்பட்டார்கள். அவர்களுடைய உடல்களை அடக்கம் செய்யவும் ஜெர்மானியர்கள் அனுமதிக்கவில்லை. இன்னும் இருபத்து நான்கு மணி நேரத்துக்குள் தொண்டர்கள் உத்தரவில் குறிக்கப்பட்ட இடத்துக்கு வந்து சேராவிட்டால் கிராமத்தினர் எல்லோருக்கும் இந்தக் கதியே நேரும் என்று அறிவித்தார்கள்.

தொண்டர்களோ இந்தத் தடவையும் வரவில்லை. எஸ்.எஸ். படையினர் காலையில் கிராமத்தைச் சுற்றிப்பார்க்கையில் எல்லா வீடுகளும் வெறுமையாயிருந்தன. கிழவர்களோ, சிறுவர்களோ, ஒரு பூதரும் இல்லை அவற்றில், தங்கள் வீடுகளையும் நிலத்தையும் வருஷக்கணக்காகச் சேகரித்திருந்த எல்லாப் பண்டங்களையும், அனேகமாக எல்லாக் கால்நடைகளையும் அப்படியே போட்டுவிட்டு, இந்த வட்டாரங்களில் அடர்த்தியாக இருக்கும் இரவுப் பனிமூட்டத்தின்

மறைவில் எல்லா ஜனங்களும் போன சுவடு தெரியாமல் மறைந்துவிட்டார்கள். கிராமத்தார் அனைவரும் ஓர் ஆள் பாக்கியின்றிப் பதினெட்டு வெர்ஸ்டாக்கள் தொலைவில் காட்டுக்குள் இருந்த பழைய திருத்திடத்துக்குக் குடியேறிப் போய்விட்டார்கள். மண்ணைத் தோண்டி நிலவறைகள் அமைத்த பின் ஆண்கள் கொரில்லாப் போர் புரியச் சென்றார்கள். பெண்களும் குழந்தைகளும் வசந்தகாலம் வரை காட்டில் தங்கியிருந்தார்கள். கலகக்காரக் கிராமத்தை எஸ்.எஸ். படையினர் எரித்துச் சாம்பலாக்கிவிட்டார்கள். பாசிஸ்டுகள் செத்த பிரதேசம் என்று அழைத்த இந்த வட்டாரம் முழுவதிலும் பெரும்பாலான கிராமங்கள் இவ்வாறே தீக்கிரையாக்கப்பட்டிருந்தன.

"எங்கள் அப்பா கூட்டுப்பண்ணைத் தலைவராக இருந்தார். அவரை நாட்டாண்மைக்காரர் என்று ஜெர்மானியர்கள் அழைத்தார்கள்" என்று சொல்லிக்கொண்டு போனான் செர்யோகா. அவனுடைய சொற்கள் சுவரின் மறுபுறமிருந்து வருபவைபோல அலெக்ஸேயின் உணர்வில் சென்று பதிந்தன. அவரையும் என் அண்ணனையும் ஜெர்மானியர் கொன்று விட்டார்கள். பதினாறு ஆட்கள் கொல்லப்பட்டார்கள். என் கண்ணால் பார்த்தேன். அவர்களைப் பார்ப்பதற்கு நாங்கள் எல்லோரும் இழுத்துச் செல்லப்பட்டோம். அப்பா விடாமல் கத்தித்திட்டி நொறுக்கினார். "பன்றிப் பயல்களா, எங்களுக்கு உங்களைப் பழிவாங்குவார்கள் சோவியத் வீரர்கள்! எங்களைப் படுத்தியதற்குத் தண்டனையாக இரத்தக் கண்ணீர் வடிக்கப் போகிறீர்கள்" என்று இரைந்தார்...

அலெக்ஸேய் உறக்க மயக்கத்திலிருந்து சிரமத்துடன் தன்னை விடுவித்துக்கொண்டு, "அப்படியானால் காட்டில்தான் வசிக்கிறீர்களாக்கும்?" என்று காதில் அரிதாகவே படும்படி ஈன சுரத்தில் சிறுவனிடம் வினவினான்.

"வேறு எங்கே? அங்கேதான் வசிக்கிறோம். பேத்யா, அம்மா, நான், மூன்று பேர்தாம் இப்போது இருக்கிறோம். நியூஷ்கா என்று ஒரு தங்கை இருந்தாள். பனிக்காலத்தில் காலமாகிவிட்டாள் - உடம்பெல்லாம் வீங்கிச் செத்துப் போனாள். இன்னொரு சின்னக் குழந்தையும் செத்துப்போய் விட்டது. ஆக மீதம் இருப்பவர்கள் நாங்கள் மூன்று பேர் மட்டுமே... அதோ தாத்தா வருகிறார் பேத்யாவோடு, பாருங்கள்!"

சிறுவர்களால் மிஹாய்லா தாத்தா என்று அழைக்கப்பட்ட கிழவர் உயரமும் கூனலும் ஒடிசலுமாக இருந்தார். அவர் முகத்தில் நல்லியல்பு சுடர் விட்டது. குழந்தையினுடையவை போன்ற தூய விழிகள் ஒளி வீசின. முற்றிலும் வெள்ளியாக நரைத்த அடர்த்தியற்ற மென் தாடி அருவி போலக் காட்சியளித்தது. பல நிற ஒட்டுத் துண்டுகளால் ஆன பழைய ஆட்டுத்தோல் மேல்கோட்டை அலெக்ஸேய்க்கு மாட்டி,

அவனுடைய லேசான உடலை அனாயசமாகத் தூக்கி அப்புறமும் இப்புறமும் புரட்டியவாறு கிழவர் இடைவிடாது பேசிக்கொண்டு போனார். அவர் குரலில் குழந்தைத்தனமான வியப்பு தொனித்தது.

"அடப்பாவமே! ஆள் எப்படி ஒரேயடியாகத் தேய்ந்து மாய்ந்து போயிருக்கிறான்! எவ்வளவு எய்த்து இளைத்து விட்டான் பாரேன்!... அட என் ஆண்டவனே, வெறும் எலும்புக்கூடு தான் மிச்சம் சண்டைதான் ஆட்களை என்னவெல்லாம் பாடு படுத்துகிறது. அடாடா-டா! அடா டா-டா!"

பச்சைக் குழந்தையைப் போல அலெக்ஸேயைப் பதபாகமாகத் தூக்கி, அகன்ற ஸ்லெட்ஜில் கிடத்தினார். பூட்டு பயிற்றை அவன் மேல் சுற்றிக் கட்டினார். சற்று யோசித்தார், தமது துணிக்கோட்டைக் கழற்றிச் சுருட்டி அலெக்ஸேயின் தலைக்கு அடியில் வைத்தார். முன்னே போய், கோணிச் சாக்குகளால் செய்த நுகத்தில் கழுத்தை மாட்டிக் கொண்டார். சிறுவர்களுக்கு ஆளுக்கு ஒரு கயிறு கொடுத்து ஊம், புறப்படுவோம்!" என்றார். மூவருமாக இளகிய வெண்பனி மீது ஸ்லெட்ஜை இழுத்துச் செல்லலானார்கள். வெண்பனி ஸ்லெட்ஜின் சறுக்கு கட்டைகளுக்கு அடியே உருளைக்கிழங்கு மாவுபோல ஒட்டிக்கொண்டு கறுமுறுத்தது, பாதங்களுக்கு அடியே புதைந்தது.

14

அடுத்த இரண்டு மூன்று நாட்கள் அலெக்ஸேய்க்கு வெப்பம் மிகுந்த அடர்ந்த மூட்டத்தால் சூழப்பட்டிருந்தன. அப்போது நடந்தவற்றை அவன் தெளிவின்றி மங்கலாகவே கண்டான். எதார்த்த நிகழ்ச்சிகளும் ஜன்னிக் கனவுகளும் ஒன்றோடொன்று கலந்து குழம்பின. உண்மைச் சம்பவங்களைக் கோவையாக வரிசைப்படுத்திக் கொள்வது வெகு நாட்கள் சென்ற பின்னரே அவனுக்கு இயன்றது.

அகதிக் கிராமம் நெடுங்காலப் பைன் மரக் காட்டில் வாழ்ந்தது. ஊசியிலைகளால் வேயப்பட்டு, இன்னும் முற்றும் உருகாத வெண்பனிப் போர்வை அணிந்திருந்த நிலவறை வீடுகளை முதல் பார்வையில் கண்டு கொள்வதே கடினமாயிருந்தது. அவற்றிலிருந்து வந்த புகை தரையிலிருந்து கிளம்புவது போல் தோற்றம் அளித்தது.

கிராமவாசிகள் மிகப் பெரும்பாலும் பெண்களும் குழந்தைகளும் ஒரு சில கிழவர்களுமே, எங்கிருந்தோ வந்த சோவியத் விமானி ஒருவனை மிஹாய்லா காட்டிலிருந்து வண்டியில் எடுத்துக்கொண்டு வருகிறார் என்ற தகவலை அறிந்ததும் இவர்கள் எல்லோரும் எதிர்கொள்ள விரைந்தார்கள். ஸ்லெட்ஜை இழுத்துக்கொண்டு மூவர் வருவது மரங்களின் ஊடாகத் தென்பட்டதும் பெண்கள் ஸ்லெட்ஜைச் சூழ்ந்துகொண்டார்கள். கால்களுக்கு இடையே புகுந்த சிறுவர் சிறுமியரை

அடித்தும் நெட்டித் தள்ளியும் அப்பால் அகற்றியவாறு ஸ்லெட்ஜைச் சுவர் போலச் சூழ்ந்து கொண்டு, புலம்புவதும் முறையிடுவதும் அழுவதுமாக நடந்தார்கள். எல்லோருமே கந்தை அணிந்திருந்தார்கள். எல்லோருமே ஒரு மாதிரி வயது முதிர்ந்தவர்களாகக் காணப்பட்டார்கள். நிலவறை வீடுகளின் புகைக்கரி அவர்கள் முகங்களில் அப்பியிருந்தது. கண்களின் ஒளியைக் கொண்டும் இந்தப் பழுப்பு முகங்களில் தங்கள் வெண்மைக் காரணமாகத் துலக்கமாகத் தென்பட்ட பற்களின் மினுமினுப்பைக் கொண்டும் தான் இளநங்கையை முதியவளிலிருந்து இனம் பிரித்துக் கண்டு கொள்ள முடிந்தது.

"பெண்டுகளா, பெண்டுகளா, அட பெண்டுகளா! என்ன கூட்டம் போடுகிறீர்கள் இங்கே, எதற்காக? இதென்ன, நாடகமேடை என்ற எண்ணமா? தமாஷாவா? அட கால்களுக்கு அடியில் நுழையாதீர்கள், ஆட்டுக்கூட்டங்களா ஆண்டவா, மன்னிப்பாயாக - அரைப் பைத்தியங்களா? என்று மிஹாய்லா தமது கழுத்துப் பட்டையை லாகவமாக அழுத்தியவாறு இரைந்தார்.

கூட்டத்தினரின் பேச்சுக்கள் அலெக்ஸேயின் காதுகளை எட்டின.

"ஐயோ, எப்படித் துரும்பாக இளைத்திருக்கிறான் பாரேன்! அசங்கவே காணோமே, உயிரோடுதான் இருக்கிறானா?"

"நினைவு இழந்து கிடக்கிறான்... இவனுக்கு என்ன நேர்ந்தது? ஐயோ பெண்டுகளே, எப்படி இளைத்திருக்கிறான், எப்படி எலும்பும் தோலுமாக இருக்கிறான்!"

அப்புறம் வியப்பு அலை சற்று அடங்கியது. இந்த விமானிக்கு நேர்ந்தது என்ன என்று தெரியாவிட்டாலும் பயங்கரமாக இருக்கும் எனப் புலப்பட்டது. பெண்கள் அதனால் மலைத்துப் போனார்கள். ஸ்லெட்ஜ் காட்டோரமாக இழுத்துவரப்பட்டு நிலவறைக் கிராமத்தை மெதுவாக நெருங்கிக் கொண்டிருக்கையில், அலெக்ஸேயை யார் வீட்டில் தங்க வைப்பது என்பது பற்றி விவாதம் தொடங்கி விட்டது.

"என் வீடு உலர்ந்திருக்கிறது. மணல் பரப்பியிருக்கிறது. நல்ல காற்றோட்டம் உண்டு.... என் வீட்டில் சிறு அடுப்பு இருக்கிறது" என்று கூறினாள் பளிச்சிடும் வெண்விழிகளும் வட்ட முகமும் கொண்ட சிறு கூடான ஒரு மாது.

அடுப்பாம், அடுப்பு! எத்தனை பெயர் உங்கள் வீட்டில் வசிக்கிறீர்கள்? புழுக்கமே ஆளைக் கொன்றுவிடுமே!... மிஹாய்லா, என் வீட்டில் தங்க வை, என் மூன்று மகன்கள் செஞ்சேனையில் இருக்கிறார்கள். கொஞ்சம் போலக் கோதுமை மாவு மிஞ்சியிருக்கிறது. இவனுக்கு தோசை சுட்டுப் போடுவேன்!"

"இல்லை, இல்லை, என் வீட்டில் தங்கட்டும்! எங்கள் வீடு விசாலம். நாங்கள் இரண்டு பேர் தாம் வசிக்கிறோம். இடம்

நிறைய இருக்கிறது தோசை சுட்டு எங்கள் வீட்டுக்கு எடுத்து வா. எங்கே சாப்பிட்டாலும் இவனுக்கு ஒன்றுதானே. நாங்கள் இவனைச் சொஸ்தப்படுத்துவோம். பனிப்பதனம் செய்த மீனும் வெண் காளான் வற்றலும் என்னிடம் இருக்கிறது. மீன் குழம்பும் காளான் சூப்பும் வைத்துத் தருவேன்."

"இவன் மீன் குழம்பு சாப்பிடுகிறது எங்கே? பிழைப்போமா மாட்டோமா என்று கிடக்கிறான்! எங்கள் வீட்டுக்கு இவனைக் கொண்டு வாரும் மிஹாய்லா மாமா, எங்களிடம் பசுமாடு இருக்கிறது, பால் கிடைக்கும்!"

ஆனால் மிஹாய்லாவோ கிராமத்தின் நடுவில் இருந்த தனது நிலவறை வீட்டுக்கு ஸ்லெட்ஜை இழுத்துச் சென்றார்.

-அலெக்ஸேய் நினைவுபடுத்திக் கொண்டான். இருண்ட, சிறு நிலவறை வளையில் அவன் படுத்திருக்கிறான் சுவரில் நுழைக்கப்பட்டிருந்த சிறாய் விளக்கு சற்றே புகைந்து சடசடப்புடன் பொறிகள் சிந்தியவாறு எரிகிறது. அதன் வெளிச்சத்தில் தெரிகின்றன நிலவறையில் உள்ள சாமான்கள். மரக்கட்டையைத் தரையில் புதைத்து அதன் மேல் ஜெர்மானியச் சுரங்க வெடிப் பெட்டிப் பலகைகளைப் பொருத்திச் செய்யப்பட்டிருந்த மேஜை, அதன் அருகே மணைகளுக்குப் பதிலாக முண்டுக் கட்டைகள், மேஜை மேல் குனிந்தவாறு அமர்ந்திருக்கிறாள் கிழவி போன்று கருப்பு உடை அணிந்த ஒடிசலான ஒரு பெண். மிஹாய்லா தாத்தாவின் இளைய மாற்றுப்பெண் வார்யா இவள். அடர்த்தியற்ற சுருட்டை வெண்மயிர் படிந்த கிழவரின் தலையும் தெரிகிறது.

வைக்கோல் நிரப்பிய கோடிட்ட மெத்தை மேல் படுத்திருக்கிறான் அலெக்ஸேய் பல்வண்ண ஒட்டுக்கள் போட்ட அதே ஆட்டுத்தோல் கோட்டையே அவன் போர்த்திருக்கிறான். உடம்பெல்லாம் கற்களால் அடித்து நொறுக்கப்பட்டது போல வலிக்கிறது. உள்ளங்கால்களில் சுடு சொற்கள் கட்டப்பட்டிருப்பது போலக் கால்கள் காந்துகின்றன. எனினும், நம்மை ஒருவரும் தொட மாட்டார்கள். இயங்கவோ, சிந்தனை செய்யவோ, அஞ்சவோ தேவையில்லை என்பதைத் தெரிந்து கொண்டு இந்த மாதிரி அசையாமல் கிடப்பது இன்பமாய் இருக்கிறது.

அலெக்ஸேய் கண்களை மூடிக்கொள்கிறான். கறுப்பு ஜெர்மன் கழுகுச் சின்னம் பொறித்த சாக்குத் துணியால் உறை தைக்கப்பட்ட திறந்த கதவின் வழியாக திடீரெனக் குளிர் காற்று குப்பென வீசவே அவன் கண்களைத் திறக்கிறான். மேஜை அருகே இருக்கிறாள் யாரோ ஒரு மாது. மேஜைமேல் ஒரு சாக்குப் பையை வைத்துவிட்டு, அதைத் திரும்ப எடுத்துக்கொண்டு விடுவோமா எனத் தயங்குபவள் போல அதன்மேல் கைகளை வைத்தவாறு பெருமூச்செறிகிறாள். பின்பு வார்யாவிடம் சொல்லுகிறாள்:

"இது ரவை. சமாதானக் காலம் முதலே கோஸ்த்யாவுக்காகப் பத்திரப்படுத்தி வைத்திருந்தோம். இப்போதோ அவனுக்கு ஒன்றும் தேவையில்லை. நீங்கள் எடுத்துக் கொள்ளுங்கள். விருந்தாளிக்குப் பொங்கல் சமைத்துப் போடுங்கள். சின்னப் பிள்ளைகளுக்கு ஏற்றது ரவைப் பொங்கல். இவருக்கு இப்போது இது சரியாயிருக்கும்."

இப்படிச் சொல்லிவிட்டு, தனது ஏக்கத்தை எல்லோர் மீதும் பரப்பியவாறு திரும்பி மெதுவாக வெளியேறுகிறாள் அவள். அப்புறம் ஒருத்தி மீன் கொண்டு வருகிறாள். மற்றொருத்தி கணப்புக்கல்லில் சுட்ட தோசைகள் கொண்டுவருகிறாள். அவற்றின் வெதுவெதுப்பான, புளித்த கோதுமை மணம் நிலவறை முழுதிலும் பரவுகிறது.

செர்யோன்காவும் பேத்யாவும் வருகிறார்கள். குடியானவர்களுக்குரிய நிதானத்துடன் செர்யோன்கா வாயிலருகே தலையிலிருந்து தொப்பியைக் கழற்றிக் கையில் பிடித்துக் கொண்டு, "உங்களுக்கு வணக்கம்" என்று சொல்லி மேஜை மேல் இரண்டு சர்க்கரைக் கட்டிகளைப் போடுகிறான். மட்டப் புகையிலைத் துணுக்குகளும் தவிடும் அவற்றில் ஒட்டிக் கொண்டிருக்கின்றன.

"அம்மா கொடுத்தனுப்பினாள். சர்க்கரை உடம்புக்கு நல்லது, சாப்பிடுங்கள்" என்று கூறிவிட்டுத் தாத்தாவை நோக்கிக் காரியப் பாங்குடன் சொன்னான்: எரிந்த கிராமத்துக்கு மறுபடி போனோம். இரும்புச் சட்டி ஒன்றைத் தோண்டி எடுத்தோம். ரொம்பக் கரித்து போகாத இரண்டு மண்வாரிகளும் காம்பு இல்லாத கோடரியும் கிடைத்தன. கொண்டு வந்தோம், பிரயோஜனப்படும்."

வெகுநேரத்துக்குப் பிறகுதான், இதை எல்லாம் எண்ணிப் பார்த்தபோதுதான், கிராமத்தினர் தனக்குக் கொண்டுவந்து அளித்த பரிசுகள் எவ்வளவு மதிப்பு மிக்கவை என்பதை அலெக்ஸேயால் அறிந்துகொள்ள முடிந்தது: இந்தக் குளிர்காலத்தில் சுமார் மூன்றில் ஒரு பங்கு கிராமவாசிகள் பட்டினியால் மடிந்துபோனார்கள். ஒரு ஆளையோ அல்லது இருவரையோகூட அடக்கம் செய்யாத குடும்பம் ஒன்றுகூடக் குடியிருப்பில் இல்லை.

"ஆகா, பெண்களே, பெண்களே! விலைமதிப்பில்லாத மாணிக்கங்கள் நீங்கள் ! என்ன, கேட்டாயா, அலெக்ஸேய், ருஷ்யப் பெண் விலை மதிக்க முடியாத இரத்தினம் என்கிறேன். அவள் நெஞ்சு இளகிவிட்டதோ, தன்னிடம் உள்ளதை எல்லாம் அள்ளித் தந்துவிடுவாள், தலையைக்கூடக் கொடுத்து விடுவாள் நமது பெண் ஊம்? இல்லையா?" - அலெக்ஸேய்க்குக் கொடுக்கப்பட்ட இந்தப் பரிசுப் பொருள்களை எல்லாம் ஏற்றுக்கொண்டு மிஹாய்லா தாத்தா இவ்வாறு திரும்பத்திரும்ப உரைத்தார். பின்பு தமக்கு எப்போதும் இருக்கும் வேலையில் மீண்டும் ஈடுபட்டார்: சேணத்தைச்

செப்பனிட்டார், நுகவார்களைத் தைத்தார். அல்லது தேய்ந்து போன நமுதா ஜோடுகளுக்கு அடிகள் தைத்தார். "தம்பீ, அலெக்ஸேய், வேலையிலும் இவள், அதுதான் நமது பெண்பிள்ளை, நமக்குச் சளைக்கமாட்டாள். சில வேளைகளிலோ வேலையில் ஆண்களையே முந்தி விடுவாள்! இந்தப் பெண்களின் நாக்கு இருக்கிறதே. அதுதான் பொல்லாதது. என்னை முட்டாளாக அடித்துவிட்டார்கள் இந்த வம்பிகள் - மொத்தத்தில் ஒரே முட்டாளாக்கி விட்டார்கள் என்னை. என் வீட்டுக்காரி அனீஸியா காலமானதும் நான், பாவி, நினைத்துக் கொண்டேன்: ஆண்டவா, போற்றி, சந்ததி இல்லாமல் நிம்மதியாக

வாழ்வேன்!' என்று. ஆண்டவன் இதற்கு என்னைத் தண்டித்து விட்டான். எங்கள் கிராம ஆண்களில் இராணுவத்தில் எடுத்துக் கொள்ளப்படாமல் பாக்கி இருந்தவர்கள் எல்லோரும் ஜெர்மானியர்கள் வந்ததும் கொரில்லாப் படைகளில் சேர்ந்துவிட்டார்கள். நானோ, செய்த பெரும் பாவத்துக்குத் தண்டனையாகப் போலும், பெண்கள் கூட்டத்துக்குக் கமாண்டர் ஆகிவிட்டேன் - ஆட்டு மந்தையில் கடா போல... ஓஹோ-ஹோ !''

தன்னை ஆழ்ந்த வியப்புக்கு உள்ளாக்கிய எத்தனையோ விஷயங்களை அலெக்ஸேய் இந்தக் காட்டுக் குடியிருப்பில் கண்டான். ப்ளாவ்னி கிராமத்தில் வாழ்ந்த மக்களுக்கு வீடுகளோ, வேளாண்மைக் கருவிகளோ, கால்நடைகளோ, அன்றாடத் தேவைக்கான தட்டுமுட்டுச் சாமான்களோ, உடைகளோ, எதுவுமே - பல தலைமுறைகளின் உழைப்பால் சேகரிக்கப்பட்டிருந்தவை எவையுமே - இல்லாதவாறு அடித்துவிட்டார்கள் பாசிஸ்டுகள். மக்கள் இப்போது காட்டில் வசித்தார்கள். பெருந் துன்பம் உழன்றார்கள். ஹிட்லர் படையினர் தங்களைக் கண்டுபிடித்து விடுவார்களோ என்ற அச்சத்தால் ஒவ்வொரு கணமும் உலப்புற்றார்கள். பட்டினி கிடந்தார்கள். மரித்தார்கள். ஆனால், ஆறுமாத வசவு திடுக்களுக்கும் விவாதங்களுக்கும் பிறகு ஆயிரத்துத் தொள்ளாயிரத்து முப்பதாம் ஆண்டில் முன்னணி ஊழியர்களால் எப்படியோ ஒருவிதமாக நிறுவப்பட்ட கூட்டுப்பண்ணை தகர்ந்துவிடவில்லை. மாறாக, போரினால் ஏற்பட்ட பெரு விபத்து மக்களை முன்னிலும் நெருக்கமாக ஒற்றுமைப்படுத்தியது. நிலவறை வீடுகளைக்கூட மக்கள் ஒன்றுசேர்ந்து தோண்டி அமைத்துக்கொண்டார்கள். அவற்றில் பழங்கால முறைப்படி யாருக்கு எது கிடைத்ததோ அதில் ஆட்களைக் குடியேறவிடாமல் வேலைக் குழு முறைப்படி ஒழுங்காகக் குடியேற்றினார்கள். தனது கொலையுண்ட மருமகனின் இடத்தில் கூட்டுப்பண்ணைத் தலைமைப் பொறுப்பை ஏற்றுக்கொண்டார் மிஹாய்லா தாத்தா. கூட்டுப்பண்ணை வழக்க பழக்கங்களை அவர் சிரத்தையுடன் கடைப்பிடித்தார். காட்டின் நடுவே பைன் மரத் தோப்புக்குள் விரட்டப்பட்டு நிலவறை வீடுகளில் வசித்த கிராமத்தினர் வேலைக் குழுக்களாகவும் பிரிவுகளாகவும் அமைந்து வசந்த கால வேளாண்மைக்கு ஆயத்தம் செய்யலானார்கள்.

தப்பி ஓடிய பிறகு தங்களிடம் மிஞ்சியிருந்த தானியங்களை, பட்டினியால் தவித்துக் கொண்டிருந்த குடியானவ மாதர்கள் பொது நிலவறையில் ஒரு மணி கூட விடாமல் கொண்டு சேர்த்தார்கள். ஜெர்மானியர் கைகளில் அகப்படாமல் உரிய நேரத்தில் காட்டுக்கு ஓட்டி வரப்பட்ட பசுக்களின் கன்றுகளைப் பராமரிப்பதற்குக் கண்டிப்பான ஏற்பாடுகள் செய்யப்பட்டன. ஆட்கள் பட்டினி கிடந்தார்கள். ஆனால் பொதுக் கால்நடைகளை உணவுக்காகக் கொல்லவில்லை. உயிரையே

இழக்க நேரிடும் அபாயத்தை மேற்கொண்டு சிறுவர்கள் தீக்கிரையான கிராமத்துக்குப் போய் எரிபாடுகளைத் தோண்டி நெருப்புச் சூட்டால் நீலம் பாரித்திருந்த கலப்பைகளை எடுத்து வந்தார்கள். அவற்றில் ஓரளவு உருப்படியாக இருந்தவற்றுக்கு மரக் கைப்பிடிகள் செய்து பொருத்தினார்கள். சாக்குத்துணிகளால் நுகங்கள் செய்தார்கள். வசந்த காலத்தில் பசுக்களைக் கட்டி உழுவதற்காக பெண்களின் வேலைக் குழுக்கள் முறை வைத்துக்கொண்டு ஏரிகளில் மீன்பிடித்துக் குளிர்காலம் பூராவும் கிராமத்திற்கு அதனால் உணவளித்தன.

மிஹாய்லா தாத்தா தன் பெண்களைப் பற்றி முணுமுணுப்பார். அலெக்ஸேய்க்குப் பிடிபடாத ஏதேனும் வேளாண்மை விவகாரங்களைப் பற்றி அவர்கள் அவருடைய நிலவறையில் நீண்ட வாக்குவாதங்கள் தொடங்கும் போது காதுகளைப் பொத்திக் கொள்வார். சில வேளைகளில் தம்மை மீறிய கோபம் காரணமாக உச்சக்குரலில் அவர்களை அதட்டுவார். ஆயினும் இந்த மாதர்களை மதிக்க அவருக்கு இயன்றது. அலெக்ஸேய் மௌனமாகக் கேட்டுக் கொண்டிருப்பதைப் பயன்படுத்திக்கொண்டு சில வேளைகளில் “பெண் ஜன்மங்களை” வானளாவப் புகழ்வார்.

“நீயேதான் பாரேன் அலெக்ஸேய், என் அருமை நண்பா, என்ன நேர்ந்திருக்கிறது என்பதை தலைமுறை தலைமுறையாகப் பெண்ணின் சுபாவம் சிறு துண்டைக்கூட இரண்டு கைகளாலும் இறுகப் பற்றிக்கொள்வதுதான். ஊம்? அப்படித்தானே ஏன்? கஞ்சத்தனமா? இல்லை அவளுக்கு அந்தத் துண்டு விலை மிக்கது. குழந்தைகளுக்கு ஊட்டுபவள் பெண்தானே, என்னதான் சொன்னாலும் குடும்பத்தை நிர்வகிப்பவள் அவள்தானே, அதனால்தான் பொருள்கள் விஷயத்தில் அவளுக்கு அவ்வளவு கரிசனம். இப்போது கேள், விஷயம் என்ன என்பதை நாங்கள் எப்படி வாழ்கிறோம் என்பதை நீயே பார்க்கிறாய் பொறுக்குக்களைக் கூடக் கணக்கிட்டுச் செலவிடுகிறோம். பஞ்சமான பஞ்சமில்லை! இந்த நிலைமையில் திடீரென்று கொரில்லா வீரர்கள் எங்களிடம் வந்து சேர்ந்தார்கள். இது நடந்தது ஜனவரியில் அவர்கள் எங்கள் கிராமத்தார் அல்ல. எங்கள் ஆட்கள் ஒலேனினோ பக்கத்தில் எங்கேயோ சண்டை போட்டுக் கொண்டிருக்கிறார்கள். இவர்கள் வேறு ஆட்கள், ஏதோ ரயில் பாதையைச் சேர்ந்தவர்கள். நல்லது. வந்து சேர்ந்தார்கள். பட்டினியால் தவிக்கிறோம் என்றார்கள். என்ன நினைக்கிறாய், எங்கள் பெண்கள் அடுத்த நாள் பைகள் நிறைய உணவுப்பண்டங்களைக் கொண்டுவந்து கொடுத்துவிட்டார்கள். சொந்தக் குழந்தைகள் சோகை பிடித்து ஊதிப் போயிருக்கின்றன, நிற்கவே முடியாமல் தள்ளாடுகின்றன. ஊம்? அப்படித்தானே?... இதுதான் சேதி! நான் மட்டும் படைத் தலைவனாக இருந்தால், ஜெர்மானியர்களை நாம் விரட்டியடித்ததுமே என் படையிலுள்ள தலைசிறந்த வீரர்களைத்

திரட்டி, ஒரு பெண்ணை முன்னால் நிறுத்தி அவளுக்கு எதிரே, ருஷ்யப் பெண்ணுக்கு எதிரே அணிவகுத்து நடந்து இராணுவ மரியாதை செய்யும்படி கட்டளை இடுவேன், நமது பெண்ணுக்கு!"

15

மிஹாய்லா தாத்தா வீட்டில் அலெக்ஸேய் தங்கியிருந்த மூன்றாம் நாள் காலை, கிழவர் அவனிடம் தீர்மானமாகச் சொன்னார்:

"கேள், அலெக்ஸேய். உன்னைக் குளிப்பாட்ட ஏற்பாடு செய்கிறேன். உன் உடம்பைக் கழுவி ஆவியால் எலும்புகளுக்குச் சூடேற்றுகிறேன். நீ பட்டிருக்கும் பாட்டிற்கு வெந்நீரில் குளிப்பது ரொம்ப இதமாயிருக்கும். ஊம்? அப்படித்தானே?"

பின்பு அவர் வெந்நீர் போடுவதற்கு ஏற்பாடு செய்தார். மூலையில் இருந்த கணப்பைப் பெரிதாக மூண்டு எரியச் செய்தார். அதன் சூட்டில் கற்கள் ஓசையுடன் பிளக்கலாயின. தெருவிலும் நெகிடி எரிந்தது. பெரிய கற்பாளம் அதில் பழுக்கச் சூடேற்றப் பட்டது. வார்யா தண்ணீர் கொண்டு வந்து பழைய பீப்பாயில் நிரப்பினாள். தரை மீது பொன்னிற வைக்கோல் பரப்பப்பட்டது. அப்புறம் மிஹாய்லா தாத்தா மேலுடைகளைக் களைந்து விட்டு, உட்காற்சட்டை மட்டும் அணிந்தவாறு சிறு மரத் தொட்டியில் காரத்தை மளமளவென்று கரைத்தார். மரவுரிப் பாயைப் பிய்த்து, கோடை மணம் வீசும் தேய்ப்பு நார்க் கற்றை தயாரித்தார். நிலவறையில் விட்டத்திலிருந்து கனத்த குளிர் நீர்த்துளிகள் சொட்டும் அளவுக்குச் சூடு ஏறியதும் கிழவர் தெருவுக்குப் பாய்ந்து போய், சூட்டால் சிவந்திருந்த கற்பாளத்தை இரும்புத் தகட்டில் தள்ளி அதை அறைக்குள் கொண்டுவந்து பீப்பாயில் போட்டார். நீராவிப் படலம் குப்பென்று கிளம்பி விட்டத்தை நோக்கிச் சென்று வெண்சுருள்களாக அங்கே பரவியது. ஒன்றுமே கண்ணுக்குத் தெரியவில்லை. கிழவரின் லாவகமான கைகள் தன் உடைகளைக் களைவதை அலெக்ஸேய் உணர்ந்தான்.

வார்யா மாமனாருக்கு ஒத்தாசை செய்தாள். வெக்கை காரணமாகத் தன் பஞ்சு வைத்த சட்டையையும் தலைக்குட்டையையும் அவள் கழற்றிவிட்டாள். கனத்த பின்னல்கள் அவிழ்ந்து தோள்கள் மீது புரண்டன. கிழிந்த தலைக்குட்டைக்குள் அவை இருப்பதை அனுமானிப்பதே கடினமாயிருந்தது. லேசான, மெலிந்த மேனியும் பெரிய விழிகளும் கொண்ட வார்யா, கடவுளை வழிபடும் கிழவியிலிருந்து இள நங்கையாக எதிர்பாராவிதமாக மாறிவிட்டாள். இந்த உருமாற்றம் முற்றிலும் எதிர்பாராததாக இருந்தமையால், தொடக்கத்தில் அவள் பால் கவனமே செலுத்தாதிருந்த அலெக்ஸேய் தான் நிர்வாணமாக இருப்பது குறித்து நாணம் அடைந்தான்.

"கூச்சப்படாதே, அலெக்ஸேய்! ஆமாம், நண்பா, கூச்சப்படாதே. இப்போது நமது விவகாரம் அப்பேர்ப்பட்டது. இவள் இருக்கிறாளே, வார்யா, சண்டையில் காயமடைந்தவனுக்கு முன் மருத்துவத் தாதி போல. ஆமாம். அவள் கூச்சப்படுவது கூடாது. இந்தா, இவனைப் பிடித்துக்கொள், நாள் சட்டையைக் கழற்றுகிறேன். அடே சட்டை எப்படி இற்றுப் போய்விட்டது! தானாகவே கிழிந்து போகிறதே!"

அப்போது இள நங்கையின் பெரிய கருவிழிகளில் அச்சம் தென்பட்டதை அலெக்ஸேய் கண்டான். அசையும் நீராவித் திரையின் ஊடாகத் தனது உடம்பை அவன் விபத்துக்குப் பின் முதன் முறையாக நோக்கினான். தங்கநிற வைக்கோல் மேல் கிடந்தது பழுப்பேறிய தோலால் போர்த்தப்பட்ட மனித எலும்புக்கூடு. முழங்கால் சில்லுகள் உருண்டையாகத் துருத்திக் கொண்டிருந்தன. இடுப்பெலும்புக் கட்டு உருண்டையாகவும் கூர்த்தும் இருந்தது. வயிறு ஒரேயடியாக ஒட்டிப் போயிருந்தது. பழுவெலும்புகள் கூரிய அரைவளையங்களாக இருந்தன.

கிழவர் சிறு தொட்டியில் காரத்தைக் கரைத்துக் கொண்டிருந்தார். சாம்பல் நிற எண்ணெய்ப் பசையுள்ள திரவத்தில் தேய்ப்பு நார்க் கற்றையை நனைத்து அதை அலெக்ஸேய்க்கு உயரே கொண்டுவந்து வெப்பமுள்ள ஆவிமூட்டத்தில் அவனுடைய உடலைக் கண்ணுற்றதும் நார்க்கற்றை பிடித்திருந்த அவரது கை அப்படியே அந்தரத்தில் நின்றுவிட்டது.

அட கஷ்டமே! உன் விவகாரம் ஆபத்தானது, தம்பீ அலெக்ஸேய்! ஊம்? ஆபத்தானது என்கிறேன். ஜெர்மானியர்களிடமிருந்து நீ ஊர்ந்து தப்பிவிட்டாய், வாஸ்தவந்தான். ஆனால் காலனியிடமிருந்தோ-' திடீரென அவர் அலெக்ஸேயைப் பின்புறம் தாங்கிக் கொண்டிருந்த வார்யா மீது பாய்ந்தார்: "நீ என்ன, அம்மணமான ஆண்பிள்ளை மேலே சாய்ந்து கொண்டு விட்டாய் வெட்கங்கெட்டவளே, ஊம்? உதட்டை எதற்காகக் கடித்துக் கொள்கிறாய்? ஐயே, நீங்கள் இருக்கிறீர்களே, பெண்கள், உளறுவாய் ஜன்மங்கள் ! அலெக்ஸேய், நீ ஏதேனும் கெடுதலாக நினைக்காதே என்னவானாலும் உன்னை நாங்கள் காலன் கொண்டு போக விடமாட்டோம், தம்பீ. உனக்குச் சிகிச்சை செய்து குணப்படுத்தியே தீர்ப்போம். இது உண்மை ! சௌக்கியமாக இரு"

அவர் லாவகமாகவும் பதபாகமாகவும் குழந்தையைப் போல அலெக்ஸேயைக் காரத்தால் தேய்த்துக் கழுவினார், புரட்டினார், வெந்நீரால் குளிப்பாட்டினார், மறுபடி மறுபடி ஒரே உற்சாகத்துடன் தேய்த்தார்.

வார்யா பேசாமல் அவனுக்கு உதவி செய்தான்.

.... அப்புறம் அலெக்ஸேய், குறுக்கும் நெடுக்கும் இழையெடுத்துத் தைக்கப்பட்டிருந்த, ஆனால் துப்புரவும் மென்மையுமான நீண்ட

சட்டை மிஹாய்லா தாத்தாவினது - அணிந்து, கோடிட்ட மெல்லிய மெத்தை மேல் படுத்துக் கொண்டான். அவன் உடம்பு முழுவதிலும் புத்துணர்ச்சியும் உற்சாகமும் பொங்கின. குளியலுக்குப் பிறகு கணப்புக்கு மேல் விட்டத்தில் அமைக்கப்பட்டிருந்த சாளரம் வழியாக நீராவி நிலவறையிலிருந்து வெளியேறிய பின் வார்யா அவனுக்குப் புகை மணம் வீசிய காட்டுப்பழத் தேநீர் பருகக் கொடுத்தாள். சிறுவர்கள் கொண்டு வந்த இரண்டு சர்க்கரைக் கட்டிகளை வார்யா அவனுக்காகச் சிறு சிறு துணுக்குகளாக வெள்ளை பிர்ச் பட்டை மேல் உதிர்த்து வைத்திருந்தாள். அந்தச் சர்க்கரையுடன் தான் அலெக்ஸேய் தேநீர் பருகினான். அப்புறம் அவன் உறங்கி விட்டான் - முதன்முறையாகக் கனவுகள் இன்றி ஆழ்ந்து தூங்கினான்.

உரத்த பேச்சுக்குரல் கேட்டு அவன் விழித்துக் கொண்டான். நிலவறையில் அனேகமாக இருட்டாயிருந்தது. சிறாய் விளக்கு மினுக்கு மினுக்கென்று எரிந்தது. இந்தப் புகை இருட்டில் மிஹாய்லா தாத்தாவின் கரீரென்ற கீச்சுக் குரல் கணகணத்தது:

"பெண் புத்திக்காரி உன் அறிவு எங்கே போயிற்று? மனிதன் இந்தப் பதினொரு நாட்களாக ஒரு பருக்கை தினைச் சோறுகூட வாயில் போட்டுக் கொள்ளாமல் இருக்கிறான், நீ என்னடா என்றால் முழு வேக்காட்டு முட்டையைத் தின்னச் சொல்கிறாய்... இந்த முழு வேக்காட்டு முட்டையைத் தின்னச் சொல்கிறாய்.... இந்த முழு வேக்காட்டு முட்டைகள் அவனுக்கு எமனாயிற்றே!" திடீரென்று கிழவனாரின் குரலில் வேண்டுகோள் ஒலித்தது. "வஸிலீஸா, இவனுக்கு இப்போது வேண்டியது முட்டை அல்ல. இவனுக்கு வேண்டியது என்ன தெரியுமா? கோழி சூப் வேண்டும் இவனுக்கு இப்போது. ஓ அதுதான் இவனுக்குத் தேவை. அது கிடைத்தால் இவனுக்கு உயிர் கிடைத்தமாதிரி உன் கொரில்லாக் கோழியை அறுத்து, ஊம்?..."

ஆனால் கடுமையும் கலவரமும் தொனித்த கிழவியின் குரல் அவரது பேச்சை இடைமுறித்தது:

"தரமாட்டேன்! தரமாட்டேன் என்றால் தரமாட்டேன். நீயும் கேளாதே கிழட்டுப் பேயே! நல்ல ஆள்தான் போ. இந்தப் பேச்சை மறுபடி எடுக்கத் துணியாதே. என் கொரில்லாக் கோழியை நான் அறுப்பதாம். சூப் வைத்துக் கொடுப்பதாம். சூப்! இங்கேதான் ஊர்ப்பட்ட பண்டங்கள் நிறைந்து கிடக்கின்றனவே, கலியாண விருந்துக்குப் போல! நல்ல யோசனைதான் செய்தாய் போ!..."

கிழவியின் இருண்ட நிழலுரு வாயிலுக்கு வழுகிச் சென்றது. கதவு திறக்கப்பட்டதும் வசந்தகாலப் பகலின் பளிச்சிடும் ஒளிக்கீற்று அறைக்குள் வந்து விழிகளைக் கூசச்செய்தது. அலெக்ஸேய் தான் அறியாமலே கண்களைச் சுருக்கிக் கொண்டு முனகினான். கிழவர் அவனருகே பாய்ந்து வந்தார்.

அடே நீ உறங்கவில்லையா, அலெக்ஸேய்? ஊம்? பேச்சைக் கேட்டுக் கொண்டிருந்தாயா? கேட்டுக் கொண்டிருந்தாய் அல்லவா? அவளை மோசமானவள் என்று எண்ணிவிடாதே. அவள் வார்த்தைகளை வைத்து அவளை எடைபோடாதே, அப்பனே. உனக்காகக் கோழியை அறுக்க அவள் தயங்கினாள் என்று நினைக்கிறாயா? சே, சே, இல்லை, அலெக்ஸேய்! அவளுடைய குடும்பத்தார் எல்லோரையும் - குடும்பம் பெரியது, பத்து ஆட்கள் இருந்தார்கள் - ஜெர்மன்காரன் கொன்று விட்டான். மூத்த மகன் கர்னல். கர்னலின் குடும்பம் அது என்ற தகவல் கிடைத்ததும் ஜெர்மன்காரர்கள் வந்து வஸிலீஸா ஒருத்தி தவிர மற்றவர்களை எல்லாம் ஒரே நேரத்தில் கொன்ற அகழில் எறிந்து விட்டார்கள். சொத்து சாமான்களை எல்லாம் பாழ்படுத்தி விட்டார்கள். அடாடா, பெருந்துன்பம் இது, இவள் வயதில் சொந்தக்காரர் யாரும் இல்லாமல் ஒண்டிக்கட்டை ஆகிவிடுவது! சொத்துக்களில் கடைசியாக மிஞ்சியது ஒரே ஒரு கோழிதான். படுதந்திரக்காரக் கோழி அது, அலெக்ஸேய்! முதல் வாரத்திலேயே ஜெர்மானியர் எல்லாக் கோழிகளையும், வாத்துக்களையும் பிடித்துக் கொண்டு போய்விட்டார்கள், ஏனென்றால் ஜெர்மானியனுக்கு எல்லாவற்றையும் விடச் சுவையான உண்டி அவை. ஆனால் வஸிலீஸாவின் கோழி தப்பிவிட்டது. பெருத்த நடிகைதான் போ, வெறும் கோழி அல்ல இது! ஜெர்மானியன் வீட்டு முகப்புக்கு வந்தால் இது முகட்டறையில் பதுங்கிக் கொள்ளும். அது இருப்பதே தெரியாது. தன்னவர்கள் வந்தாலோ, ஒன்றுமில்லை. முற்றத்தில் அதன் பாட்டில் திரிந்து கொண்டிருக்கும். எப்படித்தான் அடையாளம் தெரிந்து கொண்டதோ, சைத்தானுக்கே வெளிச்சம். எங்கள் கிராமம் பூராவுக்கும் இந்த ஒரு கோழிதான் மிஞ்சியிருக்கிறது. இதன் தந்திரத்திற்காகத் தான் கொரில்லாக் கோழி என்று நாங்கள் இதற்குப் பெயர் வைத்தோம்."

"அலெக்ஸேய், திறந்த விழிகளுடன் உறங்கி வழிந்தான். இப்படி உறங்க அவன் காட்டில் பழகியிருந்தான். அவன் பேசாமல் இருந்தது மிஹாய்லா தாத்தாவுக்குக் கவலை அளித்தது போலும். நிலவறையில் ஏதோ பரபரப்புடன் இங்குமங்கும் துருவிவிட்டு, மேஜை அருகே ஏதோ வேலையைச் செய்தபடியே அவர் மறுபடி இந்த விஷயத்துக்குத் திரும்பினார்.

அலெக்ஸேய், இந்தக் கிழவியை மோசமாக மதித்து விடாதே விஷயத்தை ஆழ்ந்து ஆராய்ந்து பார், அருமை நண்பா. பெரிய காட்டில் பழங்கால பிர்ச் மரம் போல இருந்தாள் இவள், காற்றுக்கூட இவள்மேல் வீசவில்லை. இப்போதோ, வெட்டப்பட்ட காட்டிடத்தில் உளுத்த கட்டை போலத் துருத்திக் கொண்டிருக்கிறாள். இவளுக்கு ஒரே ஆறுதல் இந்தக் கோழிதான். என்ன, பேசாதிருக்கிறாய்? அடே தூங்கிவிட்டாயா?- நல்லது. உறங்கு தம்பீ உறங்கு."

அலெக்ஸேய் உறங்கினான், உறங்காமலும் இருந்தான். அவன் உடல் எலும்புகளே இல்லாதது போலவும், வெதுவெதுப்பான பஞ்சு வைத்து அடைத்திருந்தது போலவும், அதில் இரத்தம் அதிர்ச்சியுடன் பாய்வது போலவும் இருந்தது. நொறுங்கி வீங்கிய கால்கள் அனலாய்க் காந்தின. உள்ளேயிருந்து குடையும் வலி அவற்றை நோகச் செய்தது. ஆனால் திரும்பவோ அசையவோ திராணி இல்லை.

இந்த அரைத்தூக்கத்தில் நிலவறை வாழ்க்கை அலெக்ஸேயின் உள்ளத்தில் தனித்தனித் துண்டுகளாகப் பதிந்தது. இது எதார்த்தமான வாழ்க்கை அல்ல போன்றும், ஒன்றுக்கொன்று தொடர்பு இல்லாத அசாதாரணமான காட்சிகள் அவனுக்கு முன் திரையில் தோன்றி மறைவது போன்றும் இருந்தது.

வசந்த காலம் அகதிக் கிராமத்தினர் மிகக் கஷ்டமான நாட்களைக் கழித்துக் கொண்டிருந்தார்கள். விபத்து நேர்வதற்கு முன்பே பழைய கிராமத்தில் தரையில் புதைத்துப் பத்திரப்படுத்தி, எரிந்த ஊரிலிருந்த இரவில் இரகசியமாகத் தோண்டிக் காட்டுக்கு எடுத்து வந்திருந்த உணவுப்பண்டங்களில் கடைசியாக மிஞ்சியிருந்த பகுதியைத் தின்று தீர்த்துக் கொண்டிருந்தார்கள். தரை பனி அகன்று இளகலாயிற்று. அவசர அவசரமாகத் தோண்டியிருந்த வளைகள் கண்ணீர் சிந்தி" ஈரமாயின. கிராமத்துக்கு மேற்கே ஒலேனினோக் காட்டில் கொரில்லாப் போர் புரிந்து கொண்டிருந்த ஆண்கள் முன்பு எப்போதாயினும் ஒரு தரம், தனிமையில், இரவில் தான் என்றாலும், நிலவறைக் கிராமத்துக்கு வந்து போய்க் கொண்டிருந்தார்கள். இப்போது போர்முனை வரிசையால் அவர்கள் துணிக்கப்பட்டுவிட்டார்கள் போலத் தோன்றியது. அவர்களிடமிருந்து ஒரு தகவலும் கிடைக்கவில்லை. ஏற்கெனவே துன்பத்தில் வதைப்பட்டுக் கொண்டிருந்த மாதர்களின் தோட்டங்கள் மீது புதிய சுமை சார்ந்தது. வசந்தம் வந்து விட்டது. வெண்பனி உருகலாயிற்று. விதைப்பைப் பற்றியும் காய்கறித் தோட்டம் பற்றியும் கவலை எடுத்துக் கொள்ள வேண்டுமே.

ஒரு நாள் பகலில் கிழவனார் மனநிறைவுடனும் சிந்தனையில் ஆழ்ந்தவாறும் வீடு திரும்பினார். பசும் புல் செடி ஒன்றை அவர் கொண்டு வந்தார். கரடு தட்டிய உள்ளங்கையில் அதைப் பதபாகமாக வைத்து அலெக்ஸேய்க்குக் காட்டினார்.

"பார்த்தாயா? வயலிலிருந்து வருகிறேன். நிலம் விழித்துக் சொண்டுவிட்டது. பனிக்கால விதைப்பு, ஆண்டவன் அருளால், மோசமில்லாமல் முளைத்துவிட்டது. வெண்பனி ஏராளம். நான் பார்த்தேன் வசந்தகாலப் பயிர் விளைச்சல் பொய்த்துவிட்டாலும்கூட, பனிக்காலப் பயிர் விளைச்சல் ஓரளவு உணவு தரும். போய்ப் பெண்களுக்குச் சேதி சொல்லுகிறேன், சந்தோஷப்படட்டும், பாவங்கள்!"

வயலிலிருந்து எடுத்துவரப்பட்ட பசுந்தாள் மாதர்களுக்குப் புது நம்பிக்கை ஊட்டிவிட்டது. நிலவறையின் அருகே அவர்கள் வசந்தகாலக் காக்கைக் கூட்டம் போல ஆரவாரித்தார்கள், கத்தினார்கள். மாலையில் மிஹாய்லா தாத்தா மனநிறைவுடன் கைகளைத் தேய்த்துக் கொண்டார்.

"என்னுடைய நீள்முடி மந்திரிகள் சரியாகவே தீர்மானித் திருக்கிறார்கள். கேட்டாயா, அலெக்ஸேய்? ஒரு வேலைக்குழு பசுக்களைக் கட்டி உழும். இந்த உழவு நீர் தங்கிய தாழ் நிலத்தில் நடக்கும். அங்கே உழவு கடினமானது. பார்க்கப் போனால் நம்மிடம் மிஞ்சியிருப்பவை ஆறே பசுக்கள் தானே, எவ்வளவு உழுதுவிட முடியும்! இரண்டாவது வேலைக் குழுவுக்கு நீர் தங்காத நிலம் ஒதுக்கப்பட்டிருக்கிறது. மண்வாரிகளையும் மண்வெட்டிகளையும் கொண்டு பெண்கள் உழுவார்கள். அட ஒன்றுமில்லாவிட்டாலும் தோட்டத்தைக் கொத்திக் காய்கறிகளாவது பயிர் செய்யலாமே. மூன்றாவது வேலைக்குழுவுக்கு மேட்டில் மணற்பாங்கான நிலம் ஒதுக்கியிருக்கிறோம். அங்கே உருளைக் கிழங்கு பயிரிடுவதற்கு நிலத்தைச் சீர்படுத்துவோம். இந்த வேலை மொத்தத்தில் சுளுவானது பயல்களை அங்கே மண்வெட்டிகளால் கொத்தச் செய்வோம். பலவீனமான பெண்களையும் அங்கே அனுப்புவோம் சர்க்காரிட மிருந்தும் நமக்கு உதவி கிடைக்கும் பார். கிடைக்காவிட்டாலும் ஒன்றும் குடி முழுகிவிடாது. நாமே எப்படியாவது சமாளித்துக் கொள்வோம். நிலத்தைப் பயிரிடாமல் விட்டுவிட மாட்டோம். நல்லவேளை, ஜெர்மன்காரனை இங்கிருந்து விரட்டியாயிற்று. இப்போது வாழ்க்கை ஒழுங்காக நடக்கும். நமது மக்கள் எஃகு உறுதி படைத்தவர்கள். எந்தச் சுமையையும் தாங்கிக்கொள்வார்கள்...."

அன்று இரவு அலெக்ஸேய்க்கு உடம்பு மோசமாகிவிட்டது.

அவனுடைய உடல் மெதுவாக, மரத்துப் போய் அவிந்துவிடும் நிலையில் இருந்தது. கிழவனார் நடத்திய குளியல் அதை உலுக்கி இந்த மரப்பு நிலையிலிருந்து வெளியே கொணர்ந்தது. சோர்வையும் மனித அனுபவத்துக்குப் புறம்பான களைப்பையும் கால்களில் வலியையும் அவன் முன் ஒருபோதும் இல்லாத வன்மையுடன் திடீரென உணர்ந்தான். ஜன்னி கண்ட அரைத் தூக்கத்தில் அவன் மெத்தை மேல் புரண்டான். முனகினான் பற்களை நெறு நெறுத்தான். யாரையோ அழைத்தான். யாருடனோ சச்சரவிட்டான், ஏதோ வேண்டுமென்று கேட்டான்.

பலபல வென்று விடியும் தறுவாயில் கிழவர் படுக்கைவிட்டு எழுந்தார். ஓரளவு அமைதி அடைந்து உறங்கிக் கொண்டிருந்த அலெக்ஸேய் மீது பார்வை செலுத்தினார். வார்யாவிடம் ஏதோ கிசுகிசுத்தார். பின்பு வழிச் செல்ல ஆயத்தமானார். மோட்டார் ட்யூபினால் தாமே செய்த பெரிய ரப்பர் காப்பு ஜோடுகளை

நமுதா ஜோடுகள் மேல் மாட்டிக் கொண்டார். மேற்சட்டையை மரவுரி வாரினால் இறுக்கிக் கொண்டார். தம் கையால் இழைத்து மழமழப்பாக்கப்பட்ட ஜூனிப்பர் கழியை எடுத்துக்கொண்டார். நெடுந்தூர நடைப்பயணங்களில் இந்தக் கழி எப்போதும் கிழவருடன் செல்வது வழக்கம்.

அலெக்ஸேயிடம் ஒரு வார்த்தைக்கூட சொல்லாமல் கிழவனார் புறப்பட்டுப் போய்விட்டார்.

16

வீட்டுக்காரர் மறைந்துவிட்டதைக் கூடக் கவனிக்காதபடி அவ்வளவு தன்னுணர்வு அற்ற நிலையில் கிடந்தான். அலெக்ஸேய் மெரேஸ்யெவ் அடுத்த நாள் முழுவதும் அவன் நினைவிழந்து கிடந்தான். மூன்றாம் நாள் தான் அவனுக்கு உணர்வு வந்தது. அப்போது சூரியன் வெகு உயரே கிளம்பிவிட்டிருந்தது. விட்டத்தில் இருந்த சாளரத்தின் வழியாகச் சூரிய கிரணங்களின் பெருந்தம்பம் நிலவறை முழுவதையும் கடந்து, பல படிவுகளாகக் குமைந்த நீலக் கணப்புப் புகையை ஊடுருவி, அலெக்ஸேயின் கால்கள் வரை நீண்டிருந்தது.

நிலவறை வெறுமையாக இருந்தது. மேலே கதவுப் புறமிருந்து கேட்டன இரு குரல்கள். ஒன்று வார்யாவினுடையது. மற்றொன்று ஒரு கிழவியின் குரல், அதுவும் அலெக்ஸேய்க்கு அறிமுகமானது. அவர்கள் கிசுகிசுத்துக் கொண்டிருந்தார்கள்.

"சாப்பிட மாட்டேன் என்கிறானா?"

"சாப்பிடுவது எங்கே?... சாயங்காலம் தோசை ஒரு விள்ளல் வாயில் போட்டுக் கொண்டார். அவ்வளவுதான், வாந்தி செய்து விட்டார். இதுவும் ஒரு சாப்பாடு ஆகுமா? பால் தான் கொஞ்சம் போலக் குடிக்கிறார். நாங்கள் தருகிறோம்."

"நான் சூப் கொண்டு வந்திருக்கிறேன் பார்..... ஒருவேளை சூப் அவனுக்கு ஏற்றுக் கொள்ளும்."

"வஸிலீஸா மாமி!" என்று கத்தினாள் வார்யா. "நீங்கள் என்ன."

ஆமாம், கோழி சூப். என்ன திடுக்கிடுகிறாய்? சர்வ சாதாரணமான விஷயம் இது. அவனைத் தட்டி எழுப்பு. ஒருவேளை சாப்பிடுவான்."

அரை உணர்வில் இதை எல்லாம் கேட்டுக் கொண்டிருந்த அலெக்ஸேய் கண்களைத் திறப்பதற்குள் வார்யா அவனை வலுவாக கூச்சப்படாமல், சந்தோஷம் பொங்க ஆட்டி அசைத்தாள்.

"அலெக்ஸேய் பெத்ரோவிச், அலெக்ஸேய் பெத்ரோவிச், விழித்துக் கொள்ளுங்கள்!... வஸிலீஸா மாமி கோழிசூப் கொண்டு வந்திருக்கிறாள்! எழுந்திருங்கள் என்கிறேன்!"

வாயில் அருகே சுவற்றில் செருகப்பட்டிருந்த சிறாய் விளக்கு சடசடத்து எரிந்தது. அதன் புகை மண்டிய ஒழுங்கற்ற வெளிச்சத்தில் சிறு கூடான, கூனற் கிழவியை அலெக்ஸேய் கண்டான். சுருக்கம் விழுந்த நீண்ட மூக்குள்ள அவள் முகம் கடு கடு வென்றிருந்தது.

“இதோ கொண்டுவந்திருக்கிறேன். கூச்சப்படாதீர்கள். வயிறாரச் சாப்பிடுங்கள். ஆண்டவன் அருளால் இது நன்மை பண்ணலாம்....” என்றாள் கிழவி.

அவளுடைய குடும்பத்தினரின் துயரக் கதையும் கொரில்லாக் கோழி என்ற வேடிக்கைப் பெயர் கொண்ட கோழியின் கதையும் அலெக்ஸேய்க்கு நினைவு வந்தன. கிழவியும் வார்யாவும் மேஜைமேல் கமகமவென்று ஆவிவிட்ட பாத்திரமும் எல்லாமே கண்ணீர்த் திரையின் மங்கலில் குழம்பின. கிழவியின் கண்டிப்புள்ள விழிகள் கடுமையுடன், அதேசமயம் அளவற்ற பரிவும் அனுதாபமும் பொங்க அவனை நோக்குவது கண்ணீருக்கிடையே அவனுக்குத் தெரிந்தது.

கிழவி வாயிலை நோக்கி நடக்கையில், “நன்றி, பாட்டீ” என்று மட்டுமே சொல்ல அவனுக்கு இயன்றது.

அதற்குள் கிழவி கதவருகே போய்விட்டாள்.

“அதெல்லாம் ஒன்றும் வேண்டாம். நான் சொல்வதற்கு அப்படி என்ன செய்துவிட்டேன் நான்? சொஸ்தமாகுங்கள்” என்று அங்கிருந்து கூறினாள்.

“பாட்டீ, பாட்டீ” என்று கூவி அவளை நோக்கிப் பாய்ந்து செல்ல எழுந்தான் அலெக்ஸேய். ஆனால் வார்யாவின் கைகள் அவனைப் பிடித்துத் தடுத்து மெத்தை மேல் கிடத்தின.

“நீங்கள் படுத்திருங்கள், படுத்திருங்கள்! சூப் சாப்பிடுங்கள்” என்றாள் வார்யா

“மிஹாய்லா தாத்தா எங்கே?”

அவர் போயிருக்கிறார் காரியமாக. நமது படை முகாமைத் தேடப் போயிருக்கிறார். வரத் தாமதமாகும். நீங்கள் சாப்பிடுங்கள். இதோ, சாப்பிடுங்கள்.”

ஒரு கரண்டி சூப் சாப்பிட்டதுமே அலெக்ஸேய்க்கு வயிற்றில் வலியெடுக்கும்படி, இசிவு காணும் அளவுக்கு ஓநாய்ப் பசி எடுத்துவிட்டது. எனினும் அவன் பத்து கரண்டிகள் சூப் மட்டுமே பருகிவிட்டு, வெண்மையும் மென்மையுமான கோழி இறைச்சியின் சில இழைகளைச் சாப்பிட்டதுடன், தன்னைக் கட்டுப்படுத்திக் கொண்டான். வயிறு என்னவோ இன்னும் கொண்டா கொண்டா என்று நச்சரித்தது. ஆனால் தனது நிலைமையில் அளவுக்கு மேல் உணவு நஞ்சு ஆகிவிடக் கூடும் என்பதை அறிந்திருந்த அலெக்ஸேய்

பாத்திரத்தைத் தீர்மானத்துடன் அப்பால் நகர்த்திவிட்டான்.

கிழவி கொணர்ந்த சூப் மந்திர சக்தி உள்ளதாக இருந்தது. சாப்பிட்டதும் அலெக்ஸேய் உறங்கிவிட்டான் - உணர்வு இழக்கவில்லை, ஆரோக்கியமான நல்ல தூக்கத்தில் ஆழ்ந்தான். தூங்கி எழுந்ததும் மறுபடி சாப்பிட்டுவிட்டு மீண்டும் உறங்கிப் போனான். கணப்புப் புகையோ, மாதர்களின் பேச்சோ, வார்யாவின் கரங்களின் ஸ்பரிசமோ, எதுவும் அவனை எழுப்பவில்லை. அவன் இறந்துவிட்டானோ என்ற அச்சத்தால் வார்யா அவன் மேல் அடிக்கொருதரம் குனிந்து அவன் இதயம் துடிக்கிறதா என்று உற்றுக் கேட்டாள். அப்படியும் அவன் தூக்கம் கலையவில்லை.

அவன் உயிரோடிருந்தான், ஒரு சீராக, ஆழ்ந்து மூச்சு விட்டான். எஞ்சிய பகல் பொழுதையும் இரவையும் அவன் உறக்கத்திலேயே கழித்தான். உலகத்தில் எந்தச் சக்தியும் அவனுடைய தூக்கத்தைக் கலைக்க முடியாது போலிருந்தது அவன் விடாது உறங்கிய விதம்.

அதிகாலையில் எங்கோ வெகு தொலைவில் கேட்டது ஒரு சத்தம். காட்டில் நிறைந்திருந்த மற்ற ஒலிகளிலிருந்து சற்றும் பிரித்தறிய முடியாதது அந்தச் சத்தம்; வெகுதொலைவில் கேட்ட புறா கத்துவது போன்ற ஒரு சீரான ஒலி அது. அலெக்ஸேய் திடுக்குற்று விழித்துக் கொண்டான். காதைக் கூராக்கிக் கொண்டு தலையணையிலிருந்து சிரத்தை நிமிர்த்தினான். ஒரு சீரான கடகடப்பு காதில் பட்டது. ஊ..." விமானத்தின் எஞ்சின் இரையும் சத்தமே அது என்று அலெக்ஸேய் புரிந்து கொண்டான். சத்தம் ஒரு சமயம் அருகே நெருங்கி மிகுந்து கொண்டு போயிற்று. மறுசமயம் மந்தமாகக் கேட்டது. எனினும் அப்பால் போய்விடவில்லை. அலெக்ஸேய்க்கு மூச்சு நின்றுவிடும் போல் ஆகிவிட்டது. விமானம் எங்கோ அருகாமையில் இருக்கிறது காட்டுக்கு மேலே வட்டமிடுகிறது, எதையோ ஆராய்ந்து பார்க்கிறது அல்லது இறங்குவதற்கு இடம் தேடுகிறது என்பது தெளிவாயிருந்தது.

அலெக்ஸேய் கடு முயற்சி செய்து உட்கார்ந்து கொண்டான். விமானம் இடும் வட்டங்களை எண்ணினான். ஒன்று, இரண்டு, மூன்று வட்டங்களை எண்ணியவன் பதற்ற மிகுதியால் நிலை குலைந்து மெத்தையில் சாய்ந்துவிட்டான். சர்வ வல்லமையுள்ள நோய் தீர்க்கும் அதே உறக்கம் மீண்டும் அவனை விரைவில் ஆட்கொண்டு விட்டது.

இளமையும் உற்சாகமும் பொங்க அதிர்ந்தொலித்த கட்டைக் குரலைக் கேட்டு அவன் விழித்துக் கொண்டான். வேறு எத்தனை குரல்களுக்கிடையேயும் இந்தக் குரலை அவன் இனங்கண்டு கொண்டிருப்பான். சண்டை விமான ரெஜிமெண்டில் இந்த மாதிரிக்

குரல் ஸ்குவாட்ரன் கமாண்டர் அந்திரேய் தெக்தியாரென்கோ ஒருவனுக்கு மட்டுமே உண்டு.

அலெக்ஸேய் கண்களைத் திறந்தான். ஆனால் தான் தொடர்ந்து தூங்குவது போன்றும், நெற்றியில் சிவப்புத் தழும்பு உள்ள, நல்லியல்பு ததும்பும் நண்பனின் முகம் தனக்குக் கனவில் தெரிவது போன்றும் அவனுக்குத் தோன்றியது. நண்பனின் நீல விழிகள் புகை சூழ்ந்த அரை இருளில் விளங்காமையுடன் கூர்ந்து நோக்கின.

"எங்கே, தாத்தா, உங்கள் வெற்றிப் பரிசைக் காட்டுங்கள் பார்ப்போம்" என்று முழங்கினான் தெக்தியாரென்கோ

காட்சி மறைந்துவிடவில்லை. அவன் மெய்யாகவே தெக்தியா ரென்கோதான். ஆனால், நடுக்காட்டில், நிலவறைக் கிராமத்தில் தன்னை நண்பனால் எப்படித் தேடிக்காண முடிந்தது என்பது நம்பமுடியாததாகத் தோன்றியது அலெக்ஸேய்க்கு. பெரிய உடலும் அகன்ற தோட்களுமாக, வழக்கம் போலக் காலர் பொத்தான்களைக் கழற்றிய கோலத்தில் நின்றான் தெக்தியாரென்கோ. ரேடியோ போன் கம்பிகளுடன் தலைக்காப்பும் வேற எவையோ பொட்டலங்களும் கைகளில் பிடித்திருந்தான்.

தெக்தியாரென்கோவின் முதுகுக்குப் பின்னால் மிஹாய்லா தாத்தாவின் வெளிறிய, ஒரேயடியாகக் களைத்துச் சோர்ந்த முகம் தெரிந்தது. கிளர்ச்சிப் பெருக்கினால் அவருடைய கண்கள் பரக்க விழித்தன. அவருக்கு அருகே நின்றாள் மருத்துவத்தாதி லேனச்கா. செஞ்சிலுவை பொறித்த பருத்த கித்தான் பையை அவள் கக்கத்தில் இடுக்கியிருந்தாள். விசித்திரமான எவையோ பூக்களை மார்போடு சேர்த்து வைத்துக் கொண்டிருந்தாள்.

முழங்கைகளை ஊன்றி எழுவதற்கு முயன்றவாறு "அந்திரேய்!" என்றான் அலெக்ஸேய்.

அந்திரேயோ, விளங்காமையும் துலக்கமாகத் தெரிந்த திகிலும் தோன்ற அவனை நோக்கினான்.

"அந்திரேய், என்னை அடையாளம் தெரியவில்லையா?" என்று கிசுகிசுத்தான் அலெக்ஸேய். தன் உடம்பு முழுவதும் நடுங்கத் தொடங்குவதை அவன் உணர்ந்தான்.

கரிந்து போனது போன்று கறுத்த தோலால் இழுத்து மூடப்பட்டிருந்த இந்த உயிருள்ள எலும்புக் கூட்டை விமானி தெக்தியாரென்கோ இன்னும் ஒரு கணம் நோட்டமிட்டான். தனது நண்பனின் குதூகலம் பொங்கும் முகம்தான் அது என ஒப்புக்கொள்ள அவன் முயன்றான். மிகப்பெரிய, அனேகமாக வட்டமான விழிகளில் மட்டுமே

அலெக்ஸேய்க்கு இயல்பானதும் தனக்குத் தெரிந்ததுமான, பிடிவாதமும் ஒளிவு மறைவின்மையும் உள்ள பாவம் அவனுக்குப் புலப்பட்டது.

அவன் கைகளை முன்னே நீட்டினான். மண் தரையில் விழுந்து தலைக்காப்பு பொட்டலங்கள் சிதறின, ஆப்பிள்களும் கிச்சிலிப் பழங்களும் பிஸ்கோத்துக்களும் உருண்டன.

"அலெக்ஸேய், நீ தானா?" - விமானியின் குரல் தழுதழுத்தது. நிறமற்ற நீண்ட இமை மயிர்கள் ஒட்டிக்கொண்டன. அலெக்ஸேய், அலெக்ஸேய்!" என்று, நோயுற்ற, குழந்தையினது போல் லேசான அந்த உடலைக் கட்டிலிலிருந்து வாரி எடுத்துச் சிறுவன் போல அணைத்துக் கொண்டான். அலெக்ஸேய், நண்பா, அலெக்ஸேய்!" என இடைவிடாது மொழிந்தான்.

அவனுடைய வலிய கரடிக் கைகளிலிருந்து குற்றுயிரான அந்த உடலை விடுவிக்க வார்யாவும் மருத்துவத்தாதி லேனச்காவும் முயன்றார்கள்.

விமானியோ, கறுத்து, கிழடு தட்டிப்போன இந்த எடையற்ற மனிதன் தனது படைத் தோழனும் நண்பனுமான அலெக்ஸேய் மெரேஸ்யெவ் தான். தானும் ரெஜிமெண்ட்காரர்கள் அனைவரும் எவனை வெகுநாட்களுக்கு முன்பே இறந்தவனாகக் கருதி அடக்கம் செய்துவிட்டார்களோ அவனேதான் என்று முடிவில் நம்பிக்கை அடைந்து தலையைப் பிடித்துக் கொண்டான், காட்டுத்தனமான வெற்றி முழக்கம் செய்தான். பின்பு அலெக்ஸேயின் தோட்களைப் பற்றி, வட்டமான கண்குழிகளின் ஆழத்திலிருந்து களியுடன் சுடர்ந்த அவனுடைய கரிய விழிகளை நிலைக்குத்திட்டு நோக்கியவாறு கர்ஜித்தான்:

"உயிரோடிருக்கிறான்! அட என் தாயே! உயிரோடிருக்கிறான், படு பாவிப் பயல்! இத்தனை நாட்களாக எங்கேயடா இருந்தாய்? எப்படி உனக்கு இந்த மாதிரி நேர்ந்தது?"

ஆனால் மருத்துவத்தாதி - தூக்கிய மூக்கும் குட்டையான பருத்த உடலும் கொண்டவள் அவள். ரெஜிமெண்டில் எல்லோரும் அவள் லெப்டினண்டு என்பதைப் பொருட்படுத்தாமல் செல்லமாக லேனச்கா என்று அவளை அழைத்தார்கள் - எல்லைமீறிக் குதிபோட்ட விமானியைக் கண்டிப்பும் உறுதியுமாக அப்பால் விலக்கிவிட்டார்கள்.

"தோழர் காப்டன், நோயாளிகளிடமிருந்து விலகி நில்லுங்கள்!"

பூச்செண்டை மேஜை மீது எறிந்தாள். (இந்தப் பூச்செண்டுக்காகத் தலைக்கு நாள் தான் பிரதேசத் தலைநகருக்கு அவர்கள் விமானத்தில் சென்றார்கள். இப்போதோ அது சற்றும் தேவையற்றது ஆகிவிட்டது.) செஞ்சிலுவை பொறித்த கித்தான் பையைத் திறந்து நோயாளியைப்

பார்வையிடுவதில் காரியப் பாங்குடன் முனைந்தாள். அவளுடைய குட்டை விரல்கள் அலெக்ஸேயின் கால்களை லாகவமாக வருடின.

"வலிக்கிறதா? இப்போது... இப்போது..." என்று கேட்ட வண்ணமாயிருந்தாள்.

அலெக்ஸேய் தன் கால்களை முதல் தடவை உண்மையாகக் கவனித்துப் பார்த்தான். பாதங்கள் விகாரமாக வீங்கிக் கறுத்திருந்தன. அவற்றைத் தொட்ட போதெல்லாம் சுரீரென்ற வலி மின்னோட்டம் போல உடல் முழுதிலும் பாய்ந்தது. ஆனால் லேனச்காவுக்குச் சிறப்பாகப் பிடிக்காத விஷயம் விரல் நுனிகள் கறுத்துப்போய் அடியோடு உணர்விழந்து விட்டிருந்ததுதான் என்பது புலப்பட்டது.

மிஹாய்லா தாத்தாவும் தெக்தியாரென்கோவும் மேஜை அருகே உட்கார்ந்திருந்தார்கள். விமானியின் பிளாஸ்க்கிலிருந்து மதுவை இரகசியமாக ஊற்றிப் பருகிவிட்டு இருவரும் உற்சாகமாகப் பேசிக் கொண்டிருந்தார்கள். மிஹாய்லா தாத்தாவின் கிழக் கீச்சுக்குரல், ஏற்கெனவே எத்தனையோ தடவை சொல்லிவிட்ட கதையைத் திரும்பச் சொல்லிக் கொண்டிருந்தது.

ஆக, எங்கள் பையன்கள் காடு வெட்டிய திறப்பு வெளியில் இவனைத் தேடிக் கண்டுபிடித்தார்கள். காப்பரண்கள் அமைப்பதற்கான ஜெர்மானியர் அங்கே மரங்களை வெட்டியிருந்தார்கள். இந்தப் பயல்களின் தாய், அதாவது என் மகள் சிறாய் பொறுக்கிவர இவன்களை அங்கே அனுப்பியிருக்கிறாள். அங்கேதான் பயல்கள் இவனைப் பார்த்தார்களாம். ஆகா, எப்பேர்ப்பட்ட அற்புதம் தெரியுமா? முதலில் அது கரடி என்று நினைத்தார்களாம் - குண்டடிபட்டு எப்படியோ புரள்கிறது என்று எண்ணினார்களாம். ஓடிப்போய்விட நினைத்தார்களாம். ஆனால், ஆவலை அடக்க முடியவில்லையாம். இது என்ன கரடி, ஏன் இப்படிப் புரள்கிறது என்று தெரிந்து கொள்வதற்காகத் திரும்பி வந்தார்களாம். ஆகா, அப்படியா? பார்த்தார்களாம் விலாவுக்கு விலா புரண்டதாம், முனகிற்றாம்."

''புரண்டதாம்' என்பது எப்படி?" என்று சந்தேகம் கிளப்பினான் தெக்தியாரென்கோ.

"இவன் எப்படிப் புரண்டான் என்று இவனிடமே கேள். நான் பார்க்கவில்லை. பையன்கள் சொல்லுகிறார்கள் - முதுகுப் புறமிருந்து வயிற்றுப் புறத்துக்கும், வயிற்றுப் புறமிருந்து முதுகுப் புறத்துக்குமாகப் புரண்டானாம். வெண்பனியில் ஊர்ந்து செல்வதற்கு இவனிடம் வலு இல்லையே, அதனால், அப்பேர்ப்பட்டவனாக்கும் இவன்?" என்றார் கிழவர்.

தெக்தியாரென்கோ துள்ளி எழுந்து நண்பனைப் பார்க்கத் துடித்தான். அலெக்ஸேயின் அருகே மாதர்கள் வேலையில் முனைந் திருந்தார்கள்.

மருத்துவத்தாதி கொண்டு வந்திருந்த சாம்பல் நிற இராணுவ கம்பளங்களால் அவனைச் சுற்றிப் போர்த்தார்கள்.

"நீ உட்கார் தம்பீ உட்கார். துணி உடுத்துவதும் போர்த்துவதும் நம் வேலை அல்ல, ஆண்களின் காரியம் அல்ல. நீ பதற்றப்படாமல் உட்கார்ந்து நான் சொல்வதைக் கேள். அப்புறம் உன் மேலதிகாரிகளுக்குச் சொல்லு, இதை எல்லாம் இந்த ஆள் பெரிய வீரச் செயல் செய்திருக்கிறான்! எப்பேர்ப்பட்டவன் பார்! இந்த ஒரு வாரமாக நாங்கள் கூட்டுப் பண்ணைக்காரர்கள் எல்லோரும் இவனுக்குப் பணிவிடை செய்கிறோம். இவனாலோ அசங்கக்கூட முடியவில்லை. ஆனால் தன் சக்தியை எல்லாம் திரட்டி எங்கள் காடு வழியாகவும் சதுப்பு நிலம் வழியாகவும் ஊர்ந்திருக்கிறான். எத்தனை பெயரால் இப்படிச் செய்ய முடியும் தம்பீ?"

கிழவர் தெக்தியாரென்கோவின் காதருகே குனிந்து தமது அடர்ந்த மென் தாடியால் அவனுக்குக் கிச்சுக்கிச்சு மூட்டினார் :

"ஒன்றுதான் எனக்குப் பிடிப்பட மாட்டேன் என்கிறது. இவன் சாகாமல் எப்படித் தப்பினான், ஊம்? ஜெர்மன்காரன்களிடமிருந்து ஊர்ந்து தப்பிவிட்டான். சரிதான், ஆனால் காலனிடமிருந்து தப்பிவிட

முடியுமா எங்கேயாவது? வெறும் எலும்புக்கூடு இவன், எப்படி ஊர்ந்து வந்தான் என்பது எனக்கு விளங்கவில்லை. தன்னவர்களுக்காக ரொம்ப ஏங்கிப் போயிருப்பான். அவர்களிடம் போய்ச் சேர ஆசைப்பட்டிருப்பான். ஜன்னியில் இவன் உளறுவதும் ஒன்றேதான்: விமான நிலையம், விமான நிலையம் என்று. இன்னும் விதவிதமான சொற்கள். யாரோ ஓல்கா என்பவள் பெயர். அப்படி யாராவது உங்கள் ரெஜிமெண்டில் இருக்கிறாளா? அல்லது வீட்டுக்காரியோ ஒருவேளை? நான் சொல்வதை நீ கேட்கிறாயா இல்லையா, விமானித் தம்பீ ஏய் விமானித் தம்பீ கேட்கிறாயா? அடே ...''

தெக்தியாரென்கோ கிழவனார் பேச்சைக் காதில் போட்டுக் கொள்ளவில்லை. இந்த ஆள், தன் நண்பன், ரெஜிமெண்டில் மிகவும் சாதாரண இளைஞனாகக் கருதப்பட்டவன், குளிரில் மரத்தோ அல்லது அடிப்பட்டு நொறுங்கியோ போயிருந்த கால்களுடன், இளகிய வெண்பனி மீதாக இரவும் பகலும் ஊர்ந்து காட்டையும் சதுப்பு நிலத்தையும் கடந்தான். வலிவை இழந்த பிறகும் விடாது ஊர்ந்தான், உருண்டான் - பகைவரிடமிருந்து அப்பால் சென்றுவிட வேண்டும், தன்னவர்களிடம் சேர்ந்துவிட வேண்டும் என்ற ஒரே நோக்கத்துடன் - இது எப்படி முடிந்தது என்று அனுமானிக்க முயன்று கொண்டிருந்தான் தெக்தியாரென்கோ. சண்டை விமானியின் தொழில் தெக்தியாரென்கோவை ஆபத்துக்குப் பழக்கப்படுத்தியிருந்தது. விமானச் சண்டையில் ஈடுபடும் போது அவன் சாவைப் பற்றி எண்ணியதே கிடையாது, மாறாக ஏதோ தனி வகைப்பட்ட களிபொங்கும் உள்ளக் கிளர்ச்சி கூட அவனுக்கு அப்போது ஏற்படுவது உண்டு. ஆனால், இந்த மாதிரி, காடுவழியாக, தன்னந்தனியாக.....

“எப்போது இவனைக் கண்டுபிடித்தீர்கள்?”

“எப்போதா?” கிழவர் உதடுகளை அசைத்தார். எப்போது? ஆமாம், சனிக்கிழமை, போன ஞாயிற்றுக் கிழமைக்கு முந்தி ஆகவே ஒரு வாரத்துக்கு முன்பு.''

தெக்தியாரென்கோ மனதுக்குள் கணக்கிட்டுப் பார்த்தான். அலெக்ஸேய் மெரேஸ்யெவ் பதினெட்டு நாட்கள் ஊர்ந்திருக்கிறான் என்று தெரியவந்தது. காயமுற்றவன், உணவு இல்லாமல் இவ்வளவு நீண்ட காலம் தவழ்ந்தான், ஊர்ந்தான் என்பது நம்பவே முடியாததாக இருந்தது...

இதற்குள் லேனச்கா அலெக்ஸேயைப் போர்த்து மூடிவிட்டாள்.

“ஒன்றுக்கும் கவலைப்படாதீர்கள், சீனியர் லெப்டினன்ட் மாஸ்கோவில் சில நாட்களில் உங்கள் காயத்தைக் குணப்படுத்தி நடமாடச் செய்து விடுவார்கள். மாஸ்கோ பெரிய நகரம் ஆயிற்றே! இன்னும் மோசமான காயங்களைக்கூட அங்கே குணப்படுத்திவிடுகிறார்கள்!”

என்று சொற்களைத் தெளிவாக, தனித்தனியாக, கடலைகள் போல உதிர்த்தாள் லேனச்கா.

அவள் மட்டுமீறி உற்சாகக் கிளர்ச்சி கொண்டிருந்ததையும் மாஸ்கோ மருத்துவர்கள் அலெக்ஸேயை ஒரு நொடியில் குணப்படுத்தி விடுவார்கள் என்று அவள் வாய் ஓயாமல் சொல்லிக்கொண்டு போனதையும் கண்டு, மருத்துவப் பரிசோதனையின் விளைவுகள் மகிழ்ச்சி தருபவை அல்ல, நண்பனின் நிலைமை மோசம் என்பதை தெக்தியாரென்கோ புரிந்து கொண்டான்....

தங்கள் எதிர்பாரா விருந்தாளியை வழியனுப்புவதற்குப் ப்ளாவ்னி கிராமத்தில் இருந்தவர்கள் எல்லோரும் திரண்டு வந்தார்கள். காட்டு ஏரி பனிக்கட்டியாக உறைந்துபோயிருந்தது. அதன் விளிம்புகள் இளகத் தொடங்கிவிட்டன. எனினும் நடுவில் அது சமமான உறுதியுள்ள பனிப் பாளமாக இருந்தது. விமானம் இந்தப் பனிப் பாளத்தின் மேல் நின்றது. அங்கே போவதற்குப் பாதை இல்லை. ஒரு மணி நேரத்துக்கு முன் மிஹாய்லா தாத்தாவும் தெக்தியாரென்கோவும் லேனச்காவும் பதிந்திருந்த அடித்தடம், பொருபொருத்த மணல் போன்ற கன்னிவெண்பனி மீது கொடி வழியாகச் சென்றது. இப்போது இந்தச் சுவடு வழியாக உறைந்த ஏரியை நோக்கி விரைந்தது ஆட்கள் கூட்டம்; கூட்டத்திற்கு முன்னே சென்றார்கள் சிறுவர்கள். ஆழ்ந்த போக்குடைய செர்யோன்காவும் கிளர்ச்சி பொங்கும் பேத்யாவும் முன்வரிசையில் நடந்தார்கள். விமானியைக் காட்டில் தேடிக் கண்ட பழைய நண்பன் என்ற உரிமையுடன் செர்யோன்கா ஸ்டிரெச்சருக்கு முன்னால் கம்பீரமாக நடந்தான். கொல்லப்பட்ட தகப்பனாரின் பிரமாண்டமான நமுதா ஜோடுகளைப் போட்டுக் கொண்டிருந்தான் அவன். எனவே அவை வெண்பனியில் சிக்கிக் கொள்ளாதபடி ஜாக்கிரதையாக நடக்க முயன்றான். அழுக்கு மயமான முகங்களும் பளிச்சிடும் வெண்பற்களுமாக, நம்பமுடியாத அளவு விந்தையான கந்தல்கள் அணிந்திருந்த சிறுவர் கூட்டத்தை அதிகார தோரணையுடன் அதட்டியவாறு சென்றான் செர்யோன்கா. தெக்தியாரென்கோவும் மிஹாய்லா தாத்தாவும் ஸ்டிரெச்சரை முன்னும் பின்னும் தாங்கிக் கொண்டு நடந்தார்கள். அலெக்ஸேயின் போர்வையைச் சரி செய்வதும் தன் மப்ளரை அவன் தலைக்குக் காப்பாகக் கட்டுவதுமாக லேனச்கா பக்கவாட்டில் கன்னி வெண்பனி மீது ஓடினாள். பெண்களும், சிறுமிகளும், கிழவிகளும் பின்னே சென்றார்கள்.

"ஆஸ்பத்திரியிலிருந்து எங்களுக்குக் கட்டாயம் எழுது! முகவரியை நினைவு வைத்துக்கொள்; கலீனின் பிராந்தியம், பொலொகோவ்ஸ்க்கிய மாவட்டம், வருங்கால கிராமம் ப்ளாவ்னி, ஊம்? வருங்கால கிராமம், தெரிந்ததா? கவலைப்படாதே கடிதம் வந்து சேர்ந்துவிடும், முகவரி சரியானது" என்றார் மிஹாய்லா தாத்தா.

ஸ்டிரெச்சர் விமானத்தில் ஏற்றப்பட்டது. விமானப் பெட்ரோலின் சுள்ளென்ற நெடியை முகர்ந்ததுமே தனக்குள் மகிழ்ச்சி ஊற்றெடுப்பதை அலெக்ஸேய் உணர்ந்தான். அவனுக்கு உயரே ஸெல்லூலாய்டு முகடு இழுத்து மூடப்பட்டது. வழியனுப்ப வந்தவர்கள் கைகளை வீசி ஆட்டினார்கள். சாம்பல் நிறத் தலைக்குட்டை அணிந்து காக்கை போன்று தோற்றம் அளித்த நீள்மூக்குச் சிறு கிழவி அச்சத்தை விட்டுவிட்டு விமானச் சூழல் விசிறியால் கிளப்பப்பட்ட காற்றையும் பொருட்படுத்தாமல் விமானத்தின் அருகே பாய்ந்து சென்று விமானி அறையில் உட்கார்ந்திருந்த தெக்தியாரென் கோவை நெருங்கி, அலெக்ஸேய் சாப்பிடாமல் மிச்சம் வைத்திருந்த கோழிக்கறிப் பொட்டலத்தை அவன் கையில் திணித்தாள். மிஹாய்லா தாத்தா பெண்டிரை அதட்டுவதும் சிறுவர்களை விரட்டுவதுமாக விமானத்தைச்சுற்றி ஓடிச்சாடினார். காற்று அவருடைய தொப்பியைப் பிய்த்து அகற்றிப் பனிக்கட்டியில் உருண்டுச் சென்றது. அவர் வெறுந் தலையராக நின்றார். அவருடைய வழுக்கையும் காற்றால் பரத்தப்பட்ட அடர்த்தியற்ற நரைமயிரும் பளிச்சிட்டன. ஆனால், அலெக்ஸேய் இந்தக் காட்சிகளில் எதையும் பார்க்கவில்லை. விமானம் கிளம்பி ஓடத் தொடங்கியதும் மிஹாய்லா தாத்தா கையை வீசி ஆட்டினார். அந்தப் பல்வண்ண மாதர்கள் கூட்டத்தில் இருந்த ஒரே ஒரு ஆடவர் அவர் மட்டுமே.

17

அலெக்ஸேய் தனது விமான நிலையத்தை அடைந்தபோது அங்கே விமானப் பரப்பு மும்முரமாக நடந்துகொண்டிருந்தது. அந்தப் போர்க்கால வசந்தத்தின் எல்லா நாட்களையும் போலவே அன்றும் அங்கே வேலை அளவுக்கு மேல் தெரிந்தது.

விமான எஞ்சின்களின் இரைச்சல் ஒரு நிமிடங்கூட ஓயவில்லை. பெட்ரோல் நிரப்பிக் கொள்வதற்காகத் தரை இறங்கிய ஒரு விமான அணியின் இடத்தில் மற்றொரு அணியும் பின்னுமொரு அணியும் வானில் கிளம்பின. விமானிகளும் பெட்ரோல் மோட்டார் ஓட்டிகளும் பெட்ரோல் போடும் பண்டக சாலைக்காரர்களும் எல்லோருமே அன்று ஒரேயடியாகக் களைத்துச் சோர்ந்து போனார்கள்.

எங்கும் ஒரே வேலை மும்முரமும் கெடுபிடியுமாக இருந்ததாயினும் எல்லோரும் அலெக்ஸேய் மெரேஸ்யெவை எதிர்பார்த்துக் கொண்டிருந்தார்கள்.

விமானிகள் தங்கள் விமானங்களைக் காப்பிடத்துக்கு ஓட்டிச் செல்வதற்கு முன்பே, “இன்னும் கொண்டு வரவில்லையா?” என்று எஞ்சின்களின் இரைச்சலுக்கு இடையே மெக்கானிக்குகளிடம் வினவினார்கள்.

பெட்ரோல் மோட்டார்கள் தரையில் புதைக்கப்பட்டிருந்த பெட்ரோல் தொட்டிகளை ஒன்றன் பின் ஒன்றாக நெருங்குகையில் “அவனைப் பற்றி ஒன்றும் தகவல் இல்லையா?” என்று வினவினார்கள் ‘பெட்ரோல் மன்னர்கள்’.

அறிமுகமான ரெஜிமெண்ட் மருத்துவ விமானம் காட்டுக்கு மேலே எங்காவது கடகடக்கிறதா என்று எல்லோரும் உற்றுக் கேட்டார்கள்.....

மீள்விசையுடன் அசைந்த ஸ்டிரெச்சரில் அலெக்ஸேய் உணர்வுக்கு வந்ததும், தெரிந்த முகங்கள் தன்னை நெருக்கமாகச் சூழ்ந்திருக்கக் கண்டான். விழிகளை அகலத் திறந்தான். கூட்டம் களிப்புடன் ஆரவாரித்தது. ரெஜிமெண்ட் கமாண்டரான மேஜரின் இளம் முகம் அடக்கமாகப் புன்னகைத்தவாறு ஸ்டிரெச்சரின் மிக அருகில் தென்பட்டது. அவருக்குப் பக்கத்தில் படைக் காரியாலயத் தலைவரின் அகன்று பருத்த வேர்வை வழியும் செந்நிற வதனம் காணப்பட்டது. விமான நிலைய சேவைப் பட்டாளத்தின் கமாண்டரது கொழுத்த உருண்டையான வெண்ணிற முகங்கூடத் தெரிந்தது. எத்தனை பரிச்சயமான முகங்கள்! நெட்டையன் யூரா ஸ்டிரெச்சரை முன்னால் தூக்கிக்கொண்டு நடந்தான். பின்னே திரும்பி அலெக்ஸேயைப் பார்ப்பதற்கு அவன் ஓயாது முயன்றான், அந்தக் காரணத்தினாலேயே ஒவ்வோர் அடியிலும் தடுமாறினான். பக்கத்தில் தத்தி நடந்தான் விமானி குக்கூஷ்கின். இவன் சிறுகூடான மேனியன், இனிமையற்ற, சிடுசிடுத்த முகத்தினன். சச்சரவிடும் சுபாவம் காரணமாக இவனை விமானப் படையினருக்கும் பிடிக்காது. அவனும் புன்னகைத்தான், யூராவின் நீண்ட அடிவைப்புக்களுக்கு ஒத்தாற்போல் நடக்க முயன்றான்.

தனக்கு இத்தனை நண்பர்கள் இருப்பதாக அலெக்ஸேய் நினைத்ததே இல்லை. இந்த மாதிரிச் சந்தர்ப்பங்களில் தானே ஆட்களின் உண்மை இயல்பு வெளிப்படுகிறது!

வெறுமையாக்கப்பட்ட பிர்ச் மரச் சோலை ஓரத்தில் உரு மறைக்கப்பட்டிருந்த வெள்ளி வண்ண மருத்துவ விமானத்துக்கு அலெக்ஸேய் பத்திரமாக எடுத்துச் செல்லப்பட்டான். விமானத்தின் குளிர்ந்து போன எஞ்சினைத் தொழில்நுட்ப நிபுணர்கள் இயக்குவது தெரிந்தது.

அபாய அறிவிப்புச் சங்கு ஏக்கத்துடன் ஊளையிட்டது. எல்லோருடைய முகங்களிலும் செயல் துடிப்பும் கவலையும் உடனே தென்படலாயின. மேஜர் சில சுருக்கமான உத்தரவுகள் இட்டார். ஆட்கள் எறும்புகள் போல நாற்புறமும் விரைந்து ஓடினார்கள். சிலர் காட்டோரத்தில் மறைத்து வைக்கப்பட்டிருந்த விமானங்களை நோக்கியும், சிலர் மைதானத்தின் விளிம்பில் குன்றுபோலத் துருத்தியிருந்த தலைமை இடக் காப்பரனுக்கும், சிலர் சோலையின்

மறைவில் இருந்த மோட்டார்களை நோக்கியும் விரைந்தார்கள். பல வால்கள் கொண்ட ராக்கெட்டின் மெதுவாகப் பரவிய சாம்பல் நிறத்தடம் புகையால் தெளிவாக வானில் கோடிடப்பட்டதை அலெக்ஸேய் கண்டான். “விமானத்தாக்கு” என்று புரிந்து கொண்டான்.

லேனச்கா, மெக்கானிக் யூரா, இருவருமாக ஸ்டிரெச்சரைத் தூக்கிக்கொண்டு, ஒரு சீராக அடிவைக்க வீணே முயன்றவாறு ஓட்டமாகச் சென்று பக்கத்திலிருந்து காட்டோரத்துக்கு அதைக் கொண்டு சேர்த்தார்கள்.

அலெக்ஸேயுடன் ஸ்டிரெச்சரைக் குறுகிய காப்பகழுக்குள் புகுத்த முடியவில்லை. அக்கறையுள்ள யூராவும் லேனச்காவும் அலெக்ஸேயைக் கைத்தாங்கலாகக் காப்பகழுக்குள் கொண்டு போக விரும்பினார்கள். அவனோ இதற்கு மறுத்து விட்டான். ஸ்டிரெச்சரைக் காட்டோரத்தில் இருந்த பருத்த பிர் மர நிழலில் வைக்குமாறு கூறினான். அடுத்து வந்த நிமிடங்களில் சொப்பனத்தில் போல விரைவாக நடந்த நிகழ்ச்சிகளை மர நிழலில் படுத்தபடியே கண்கூடாகக் கண்டான் அலெக்ஸேய். விமானச் சண்டையைத் தரையிலிருந்து பார்வையிட விமானிகளுக்கு அரிதாகவே வாய்க்கும். போரின் முதல் நாளிலிருந்தே சண்டை விமான அணிகளில் பறந்த அலெக்ஸேய்க்கு விமானச் சண்டையைத் தரையிலிருந்து காணும் வாய்ப்பு ஒரு தரம்கூடக் கிடைக்கவில்லை. வானில் போரிடுகையில் மின்வேகப் பாய்ச்சல்களுக்குப் பழக்கப்பட்டவன் அவன். கீழேயிருந்து பார்க்கையில் விமானச் சண்டை விரைவோ பயங்கரமோ அற்றதாகத் தென்பட்டது. பழைய மொண்ணை மூக்குச் சண்டை விமானங்கள் மிக மெதுவாக இயங்குவது போலத் தோன்றின. அவற்றின் மெஷின்கன்களின் முழக்கம் மேலிருந்து தீங்கற்றதாக ஒலித்தது. தையல் இயந்திரத்தின் கடகடப்பு அல்லது காலிக்கோத் துணி மெதுவாகக் கிழிக்கப்படும் ஓசை போன்ற வீட்டு ஒலியை அது ஒத்திருந்தது. இவை எல்லாம் அலெக்ஸேய்க்கு வியப்பூட்டின.

விரைவில் எல்லாச் சந்தடியும் அடங்கி விட்டது. சண்டை விமானங்கள் ஒன்றன்பின் ஒன்றாக இறங்கலாயின. வழக்கம்போல வானில் வட்டமிடாமல் நேராகத் தரையில் இறங்கி ஓடுகையிலேயே காட்டோரத்துக்குத் திரும்பித் தங்கள் காப்பிடத்தை அடைந்தன. விமான நிலையம் வெறுமையாகி விட்டது. காட்டில் விமான எஞ்சின்களின் முழக்கம் அடங்கி விட்டது. ஆனால் தலைமை இடத்தில் இன்னமும் ஆட்கள் நின்று கொண்டு, கண்களில் வெயில் படாமல் அங்கைகளால் மறைத்தவாறு வானை நோக்கிக் கொண்டிருந்தார்கள்.

“ஒன்பதாவது இன்னும் வரவில்லை! குக்கூஷ்கின் மாட்டிக் கொண்டுவிட்டான்!” என்று அறிவித்தான் யூரா.

எப்போதும் கடுகடுவென்றிருக்கும் குக்கூஷ்கினின் சிடுசிடுத்த சிறு முகத்தை அலெக்ஸேய் நினைவுபடுத்திக் கொண்டான். இதே

குக்கூஷ்கின் இன்று எவ்வளவு அக்கறையுடன் ஸ்டிரெச்சரைத் தாங்கிக்கொண்டு நடந்தான் என்பதையும் எண்ணிப் பார்த்தான். ஒருவேளை? வேலை மும்முரத்தில் இருக்கும் போது விமானிகளுக்குப் பெரிதும் பழகிப்போன இந்த எண்ணம், விமான நிலைய வாழ்க்கையின் தொடர்பு விட்டுப் போன இந்தச் சமயத்தில் அலெக்ஸேய்க்கு நடுக்கம் உண்டாக்கிற்று.

அப்போது வானில் எஞ்சின் ஓசை ஒலித்தது.

யூரா மகிழ்ச்சியுடன் துள்ளினான்.

"அவன்தான்!"

தலைமை இடத்தில் பரபரப்பு ஏற்பட்டது. ஏதோ நடந்து விட்டது. "ஒன்பதாவது" தரையில் இறங்காமல் விமான நிலையத்துக்கு மேலே அகன்ற வட்டம் இட்டது. அது அலெக்ஸேயின் தலைக்கு உயரே வந்தபோது அதன் இறக்கையின் ஒரு பகுதி உடைந்து விழுந்திருந்தது, தெரிந்தது - எல்லாவற்றையும்விட பயங்கரம்! - அதன் அடிச்சட்டத்திலிருந்து ஒரு "கால்" - அதாவது சக்கரம் - மட்டுமே தென்பட்டது. சிவப்பு வானங்கள் ஒன்றன்பின் ஒன்றாகக் காற்றில் சீறிப் பாய்ந்தன. குக்கூஷ்கின் மறுபடி தலைகளுக்கு மேலாகப் பறந்து சென்றான். சிதைந்த கூட்டுக்கு மேலே பறந்தவாறு, எங்கே உட்கார்வது எனத் தெரியாமல் திகைக்கும் பறவை போலிருந்தது அவனுடைய விமானம். அது மூன்றாம் தடவை வட்டம் இட்டது.

விமானத்தை இறக்குவது அசாத்தியம் ஆகிவிடும். இம்மாதிரிச் சந்தர்ப்பங்களில் உயரத்தில் கிளம்பி, பாரஷூட்டின் உதவியால் விமானத்திலிருந்து குதித்துவிட விமானிகள் அனுமதிக்கப்படுவது உண்டு. "ஒன்பதாவது" இத்தகைய கட்டளையைத் தரையிலிருந்து பெற்றிருக்க வேண்டும். ஆயினும் அது பிடிவாதமாகத் தொடர்ந்து வட்டம் இட்டது.

வாலில் "ஒன்று" என்ற இலக்கம் பொறித்த சண்டை விமானம் நிலையத்திலிருந்து வழுகிச் சென்று வானில் கிளம்பியது. மேலே சென்றதும் அது அடிமட்ட "ஒன்பதாவதை" முதல் வட்டத்திலேயே மிகத் திறமையுடன் நெருங்கிவிட்டது. பறப்பின் பதற்றமற்ற தேர்ச்சியைக் கொண்டு ரெஜிமெண்ட் கமாண்டரே விமானத்தை ஓட்டுகிறார் என்று அலெக்ஸேய் ஊகித்துக் கொண்டான். குக்கூஷ்கினுடைய ரேடியோ பழுதடைந்திருக்கும் அல்லது அவனே நிதானம் இழந்திருப்பான் என்று தீர்மானித்து அவர் விமானத்தில் அவன் அருகே போய் இறக்கைகளை அசைத்து, "நான் செய்வது போலச் செய்" என்று சைகை காட்டிவிட்டு, ஒரு புறம் விலகி மேலும் மேலும் உயரே எழும்பலானார். ஒரு பக்கமாக விலகி விமானத்திலிருந்து குதிக்கும்படி அவர் குக்கூஷ்கினுக்குக் கட்டளை இட்டார். ஆனால் அதே சமயத்தில்

குக்கூஷ்கின் வேகத்தைக் குறைத்துத் தரையை நோக்கி இறங்கினான். இறக்கை உடைந்து சிதைந்த அவனது விமானம் விரைவாகத் தரையை நெருங்கியவாறு அலெக்ஸேயின் தலைக்கு நேர் மேலாகப் பாய்ந்து சென்றது. தரையின் கோட்டுக்கு வெகு அருகில் அது சட்டென்று ஒரேயடியாக இடப்புறம் சாய்ந்து நல்ல காலைத் தரையில் ஊன்றி ஒற்றைச் சக்கரத்தில் சிறிது தூரம் ஓடியபின் வேகத்தைக் குறைத்து வலப்புறம் விழுந்து, வெண்பனிப் படலங்களைக் கிளப்பியவாறு தனது அச்சைச் சுற்றிச் சுழன்றது.

கடைசிக் கணத்தில் விமானம் பார்வையிலிருந்து மறைந்து விட்டது. வெண்பனிப் புழுதி அடங்கியதும், அடிபட்டு விலாப்புறம் சாய்ந்திருந்த விமானத்திலிருந்து சற்றுத் தொலைவில் வெண்பனிமேல் ஏதோ கறுப்பாகத் தெரிந்தது. அந்தக் கரும்புள்ளியை நோக்கி ஆட்கள் ஓடினார்கள். மருத்துவ மோட்டார் சங்கு ஊதியவாறு முழு விரைவுடன் அதன் பக்கம் பாய்ந்தது.

"காப்பாற்றி விட்டான், காப்பாற்றி விட்டான் விமானத்தை! சபாஷ் குக்கூஷ்கின்!" என்று ஸ்டிரெச்சரில் படுத்தபடியே எண்ணமிட்டான் அலெக்ஸேய். நண்பன்மேல் அவனுக்குப் பொறாமை உண்டாயிற்று.

ஒருவராலும் நேசிக்கப்படாத இந்தச் சிறு மனிதன், இத்தகைய உளத் திண்மையும் சிறந்த தேர்ச்சியும் வாய்ந்தவனாகத் தன்னைத் திடீரென நிரூபித்துக் கொண்ட இந்த ஆள் வெண்பனி மீது கிடந்த இடத்திற்குப் பாய்ந்து ஓட அலெக்ஸேய்க்கு ஆசை உண்டாயிற்று. ஆனால் அவன் துணிகளால் சுற்றிப் போர்த்தப்பட்டு ஸ்டிரெச்சர் கித்தானுடன் அழுத்தப் பட்டுக் கிடந்தான். பெருத்த வலி அவனை நசுக்கிக்கொண்டிருந்தது. நரம்பு இறுக்கம் சற்று தளர்ந்ததுமே இந்த வலி முழுச் சக்தியுடன் அவனைத் தாக்கத் தொடங்கியிருந்தது....

அலெக்ஸேயின் ஸ்டிரெச்சர் மருத்துவ விமானத்தின் தனிப்பட்ட கூடுகளில் பொருத்தப்பட்டது. பக்கத்துக் கதவு திறந்தது. இராணுவ மேல் கோட்டுக்கு மேலே வெள்ளை நீளங்கி அணிந்த அறிமுகமற்ற ஒரு மருத்துவர் அதன் வழியாக உள்ளே வந்தார்.

"ஒரு நோயாளி ஏற்கெனவே இங்கே இருக்கிறானா?" என்று அலெக்ஸேயைக் கண்டதும் கேட்டுவிட்டு, "மிகவும் நல்லது. மற்றவனையும் எடுத்து வாருங்கள், இதோ பறப்போம்" என்றார்.

யூராவின் உதவியுடன் ஒரு ஸ்டிரெச்சரைப் பிடித்து விமானத்துக்குள் ஏற்றினார் மருத்துவர். ஸ்டிரெச்சரில் கிடந்தவன் நீட்டி முனகினான். அது கூட்டில் வைக்கப்படும் போது துப்பட்டி விலகி நழுவியது. குக்கூஷ்கினின் வேதனையால் சுளித்த முகத்தை ஸ்டிரெச்சரில் அலெக்ஸேய் கண்டான்.

மருத்துவர் மனநிறைவுடன் கைகளைத் தேய்த்துக் கொண்டு விமான அறையைச் சுற்றிக் கண்ணோட்டினார், அலெக்ஸேயின் வயிற்றில் லேசாகத் தட்டினார்.

“நிரம்ப நல்லது அற்புதம் இளைஞரே, இதோ உமக்குத் துணையாள் பறக்கும் போது சலிப்பு ஏற்படாமல் இருக்க, ஊம்? இப்போது வெளியாட்கள் எல்லோரும் இறங்கிவிடுங்கள்.”

இவ்வாறு சொல்லி, தயங்கி நின்ற யூராவை வெளியே தள்ளினார். கதவுகள் சாத்தப்பட்டன. விமானம் அதிர்ந்தது. புறப்பட்டது. துள்ளி எழுந்தது, பின்பு எஞ்சினின் ஒருசீரான கடகடப்புடன் குலுங்கல் இன்றிக் காற்றில் மிதந்து சென்றது. மருத்துவர் சுவரைப் பிடித்தவாறு அலெக்ஸேயின் அருகே வந்தார்.

“உடம்பு எப்படி இருக்கிறது? எங்கே, நாடியைப் பார்ப்போம்.” - இவ்வாறு கூறி அலெக்ஸேயை ஆவலுடன் நோட்டமிட்டுவிட்டுத் தலையை ஆட்டினார். “ம்ம். நிரம்ப மன வலிமை உள்ள ஆள் நீர்! உமது சாகசச் செயலைப் பற்றி நண்பர்கள் ஏதோ நம்பவே முடியாத, ஜாக் லண்டன் வருணிப்பது போன்ற ஒரு கதையைச் சொல்லுகிறார்கள்.”

அவர் தமது இருக்கையில் அமர்ந்து சௌகரியமாக உட்கார் வதற்காகச் சற்று நேரம் இப்படியும் அப்படியும் ஆலை பாய்ந்தார். பின்பு உடலைத் தளரவிட்டுத் தலையைத் தொங்கப் போட்டவாறு அக்கணமே உறங்கிவிட்டார். இளமை கடந்து விட்ட அந்த வெளிறிய மனிதர் எப்படி ஒரேயடியாகக் களைத்துப் போயிருக்கிறார் என்பது துலக்கமாகத் தெரிந்தது.

“ஏதோ ஜாக் லண்டன் வருணிப்பது போன்ற கதை” என்று நினைத்துக் கொண்டான் அலெக்ஸேய். பிள்ளைப் பருவத்தில் படித்த கதை அவனுக்கு நினைவு வந்தது. அமெரிக்க எழுத்தாளர் ஜாக் லண்டன் எழுதிய அந்தக் கதை கடுங்குளிர் தாக்கியதால் மரத்துப்போன கால்களுடன் பாலைவனத்தின் வழியே, நோயுற்று, பசித்திருந்த விலங்கால் பின்தொடரப்பட்டுச் சென்ற ஒரு மனிதனைப் பற்றியது. விமான எஞ்சினின் தாலாட்டும் ஒரு சீரான ஓசையில் எல்லாம் குழம்பி மங்கி, சாம்பல் நிற மூட்டத்தில் கரைந்தன. யுத்தமோ, வெடிகுண்டுத் தாக்கோ இல்லை, கால்களில் சித்திரவதையான, இடைவிடாத நச்சரிக்கும் வலியும் இல்லை, மாஸ்கோவுக்குத் தன்னை ஏற்றிச் செல்லும் விமானமும் இல்லை. இவை எல்லாம் பிள்ளைப் பருவத்தில் தொலைதூரக் கமிஷன் நகரத்தில் தான் படித்த அற்புதக் கதையில் வரும் வருணனைகள் தாம் என்பதே உறங்கத் தொடங்கிய அலெக்ஸேயின் மனத்தில் கடைசியாக எழுந்த எண்ணம்.

இரண்டாம் பாகம்

1

சேனைத்தலைவரின் வேண்டுகோளின் பேரில் அலெக்ஸேய் மெரேஸ்யெவும் அவனுக்குத் துணையாக லெப்டினன்ட் குக்கூஷ்கினும் மாஸ்கோவின் தலைசிறந்த மருத்துவமனையில் சேர்க்கப்பட்டனர்.

போருக்கு முன்பு இது ஆராய்ச்சி நிலையத்தின் மருத்துவப் பயிற்சி சாலையாக இருந்தது, புகழ்பெற்ற சோவியத் விஞ்ஞானி ஒருவர் நோயும் காயமும் உற்ற பிறகு மனித உடலை விரைவாக முன்நிலைக்குக் கொண்டு வருவதற்குரிய புதிய முறைகளை அங்கே ஆராய்ந்து வந்தார். இந்த நிலையத்திற்கு என உறுதியாக அமைந்த மரபுகளும் உலகப் புகழும் இருந்தன.

போர் தொடங்கியதும் விஞ்ஞானி தமது ஆராய்ச்சி நிலையத்தின் மருத்துவப் பயிற்சிச்சாலையை இராணுவ அதிகாரிகளுக்குரிய மருத்துவமனையாக மாற்றிவிட்டார். அந்தக் காலத்தில் முன்னணி விஞ்ஞானம் அறிந்திருந்த எல்லாவகைச் சிகிச்சைகளும் இங்கே நோயாளிகளுக்கு முன்போலவே அளிக்கப்பட்டன. தலைநகருக்கு அருகே சீறிக் கொண்டிருந்த போரின் காரணமாகக் காயமடைந்தவர்கள் சாரிசாரியாகக் கொண்டுவரப் பட்டமையால் கட்டில்களின் எண்ணிக்கையை மருத்துவமனையில் இருந்த இடவசதிக்கு நான்கு மடங்கு அதிகமாகப் பெருக்க நேர்ந்தது. அக்கம் பக்கத்திலிருந்த அறைகள் எல்லாம் வார்டுகளாக மாற்றப்பட்டன. சோதனைக்கூடத்துடன் இணைந்த தமது வேலை அறையைக் கூட விஞ்ஞானி காயமடைந்தவர்களுக்காகக் காலி செய்துவிட்டு முன்பு முறை மருத்துவருக்கு உரியதாயிருந்த சிறு அறைக்குத் தம் புத்தகங்களுடனும் பழக்கமான சாமான்களுடனும் சென்றுவிட்டார். அப்படியும் சில வேளைகளில் கட்டில்களை ஆளோடிகளிலும் போட நேர்ந்தது.

மருத்துவமனை ஊழியர்கள் அனைவரும் - தகுதிமிக்க விஞ்ஞானியும் சுப்ரீம் சோவியத் உறுப்பினருமான தலைமை மருத்துவர் முதல் மருத்துவத் தாதிகள், உடுப்பறைப் பணிப்பெண்கள், வாயிற்காவலாளி மாதர்கள் வரை - களைத்துப் போயிருந்தார்கள். சில வேளைகளில்

அரைப்பட்டினியாக இருந்தார்கள், சோர்ந்து தள்ளாடினார்கள், போதிய தூக்கம் கூட இல்லாமல் உழைத்தார்கள். ஆயினும் இவர்கள் எல்லோருமே தங்கள் கண்டிப்புடன் தொடர்ந்து கடைப்பிடித்து வந்தார்கள். தொடர்ந்தாற்போல இரண்டு அல்லது மூன்று ஷிப்டுகள் கூட வேலை செய்த வார்டு மருத்துவத்தாதிகள் கிடைத்த ஒழிவு நேரத்தை எல்லாம் துப்புரவு செய்வதிலும் கழுவுவதிலும் தரையைச் சுரண்டிப் பெருக்குவதிலும் செலவிட்டார்கள். மெலிந்து கிழடு தட்டி, களைப்பினால் தள்ளாடிய நர்ஸ்கள் முன்போலவே வெளுத்துக் கஞ்சிபோட்ட மேலங்கிகள் அணிந்து வேலைக்கு வந்தார்கள். மருத்துவர்கள் இட்ட பணிகளை முன்போலவே கச்சிதமாக, அப்பழுக்கின்றி நிறைவேற்றினார்கள். மருத்துவர்கள் படுக்கைத் துணிகளில் சிறு மாசு மறு இருந்தாலும் குற்றங் கண்டார்கள். சுவர்கள், மாடிப்படி அழிகள், கதவுப் பிடிகள் ஆகியவை துப்புரவாயிருக்கின்றனவா என்று கைக்குட்டைகளால் துடைத்துப் பார்த்தார்கள், தலைமை மருத்துவர் சிவந்த முகமும், உயர்ந்த நெற்றிக்கு மேல் நரையோடிய அடர்முடியும், மீசையும் அடர்ந்த வெள்ளித்தாடியும் கொண்டவர். ஆவேசமாகத் திட்டி நொறுக்கும் வழக்கம் உள்ளவர். போருக்கு முன்பு போலவே இப்போதும் அவர் கஞ்சி போட்ட மேலங்கிகள் அணிந்த மருத்துவர்களும் உதவியாளர்களும் புடைசூழ நாள்தோறும் இரண்டு தடவைகள் குறித்த நேரத்தில் வார்டுகளைப் பார்வையிட்டார், புதியவர்களின் நோய் நிர்ணயிப்பைப் பார்த்தார், கடும் நோயாளிகள் விஷயத்தில் சிகிச்சைக்குரிய ஆலோசனை கூறினார்.

ஊழியர்களில் யாரையேனும் கவனக்குறைவுக்காக விளாசும் பொழுது அவர் இரைந்து ஆவேசமாகக் கத்துவார், அதுவும் தவறு நிகழ்ந்த இடத்திலேயே, நோயாளிகளின் முன்னிலையில் கலவரம் நிறைந்த இருட்டடிப்பு செய்யப்பட்ட போர்க்கால மாஸ்கோவில் பணியாற்றும் தமது மருத்துவக் கூடம் முன்போலவே ஆதர்ச மருத்துவமனை என்றும், இந்த ஹிட்லர்களுக்கும் கோயெரிங்குகளுக்கும் எல்லோருக்கும் அவர்கள் அளிக்கும் பதில் இதுவே என்றும் போரினால் ஏற்பட்டுள்ள சிரமங்களைப் பற்றிக் கேட்கவே தாம் விரும்பவில்லை என்றும் அவர் இத்தகைய சந்தர்ப் பங்களில் சொல்வது வழக்கம். வேலைக்குச் சோம்புபவர்களும் கழப்புணிகளும் எங்கு வேண்டுமானாலும் போய்த் தொலையலாம் என்றும், எல்லாம் ஒரே கடினமாக இருக்கும் இந்தச் சமயத்தில்தான் மருத்துவமனையில் சிறப்பாகக் கண்டிப்பான ஒழுங்கு கடைப்பிடிக்கப்பட வேண்டும் என்றும் அவர் அடித்துக் கூறுவார். தமது பார்வையீடுகளை அவர் துல்லியமான நேரக் கண்டிப்புடன் நிறைவேற்றி வந்தார். ஆகையால் மருத்துவத்தாதிகள் வார்டுக் கடிகாரங்களை அவரது வருகையைக் கொண்டு முன் போன்றே சரி பார்ப்பார்கள். விமானத் தாக்கு அபாய அறிவிப்புகள் கூட இந்த

மனிதரின் நேரக் கண்டிப்பைக் கலைக்கவில்லை. ஊழியர்கள் அற்புதம் விளைத்ததற்கும் நம்பவே முடியாத நிலைமைகளில் போருக்கு முந்திய ஒழுங்கு முறையைக் கடைப்பிடித்ததற்கும் இதுவே காரணமாயிருக்க வேண்டும்.

தலைமை மருத்துவரை வஸீலிய வஸீலியெவிச் என்று அழைப்போம். ஒருநாள் காலை அவர் வார்டுகளைச் சுற்றிப் பார்க்கையில் மூன்றாம் மாடிப் படி மேடையில் இரண்டு கட்டில்கள் அக்கம் பக்கமாகப் போடப்பட்டிருந்ததைக் கண்டார்.

"இது என்ன கண்காட்சி?'' என்று இடிமுழக்கம் செய்து மயிரடர்ந்த புருவங்களைச் சுளித்து மருத்துவரை அவர் பார்த்த பார்வையில், உயரமான, சற்று கூனிய அந்த நடுத்தர வயதுள்ள மனிதர் - மரியாதைக்குரிய தோற்றம் கொண்டவர் - பள்ளிச் சிறுவன் போல அடக்க ஒடுக்கமாக விடையளித்தார்.

"இரவில்தான் இவர்கள் கொண்டுவரப்பட்டார்கள்... விமானிகள். இதோ, இவனுக்குத் தொடையும் வலது கையும் முறிந்திருக்கின்றன. நிலைமை சாதாரணமாக இருக்கிறது. "அதோ அவன்" - இவ்வாறு கூறி, மூடிய கண்களுடன் அசையாமல் கிடந்த மிக மெல்லிய ஒரு மனிதனைச் சுட்டிக்காட்டினார் அவர். அந்த மனிதனின் வயதை அவனது தோற்றத்தைக் கொண்டு நிர்ணயிக்க முடியவில்லை. "இவனுடைய நிலைமை அபாயகரமானது. கால் விரல் எலும்புகள் நொறுங்கியிருக்கின்றன. இரண்டு பாதங்களிலும் தசையழுகல் ஏற்பட்டிருக்கிறது. எல்லாவற்றிலும் முக்கியமானது அளவுகடந்த சோர்வு இவன் நொறுங்கிய பாதங்களுடன் பதினெட்டு நாட்கள் தவழ்ந்தும் ஊர்ந்தும் ஜெர்மானியப் பின்னணியிலிருந்து வெளியேறியதாக இவர்களுடன் வந்த இராணுவ மருத்துவர் எழுதியிருக்கிறார். நான் இதை நம்பவில்லை. கட்டாயமாக இது மிகைக்கூற்று....."

மருத்துவரின் சொற்களைக் காதில் வாங்கிக் கொள்ளாமல் வஸீலிய் வஸீலியெவிச் போர்வையைச் சிறிது திறந்தார். கைகளை மார்பின் மேல் இணைத்தவாறு படுத்திருந்தான் அலெக்ஸேய் மெரேஸ்யெவ். புத்தம் புதுச்சட்டை, துப்பட்டி, இவற்றின் வெண்மையின் மீது பளிச்சென வேறுபட்டுத் தெரிந்தன கருந்தோலால் மூடப்பட்டிருந்த அந்தக் கைகள். அவனுடைய எலும்புக் கட்டமைப்பை அந்தக் கைகளைக் கொண்டே ஆராய்ந்தறிய முடிந்தது. தலைமை மருத்துவர் விமானியைக் கம்பளியால் பதபாகமாகப் போர்த்துவிட்டு, சிணுங்கும் பாவனையில் மருத்துவரின் பேச்சை இடைமுறித்தார்:

''எதற்காக இவர்கள் இங்கே கிடத்தப்பட்டிருக்கிறார்கள்?''

''ஆளோடியில் இடம் இல்லை ... நீங்களே...''

"என்ன நீங்களே, நீங்களே! நாற்பத்து இரண்டாவதில்?"

"ஆனால் அது கர்னல்கள் வார்டு ஆயிற்றே."

"கர்னல்கள் வார்டா?" என்று திடீரென வெடித்துச் சீறினார் தலைமை மருத்துவர். "எந்த மடமட்டியின் யோசனை இது? கர்னல்கள் வார்டாம்! மடையர்கள்."

"'சோவியத் யூனியனின் வீரன்'' பட்டம் பெற்றவர்களுக்காக இடங்களைச் சேமிப்பில் வைத்திருக்கும்படி நமக்குச் சொல்லப்பட்டிருக்கிறதே."

"வீரர்களாம், வீரர்கள் ! இந்தப் போரில் எல்லாருமே வீரர்கள் தாம். நீங்கள் எனக்கென்ன பாடம் படிப்பிக்கிறீர்கள்? இங்கே தலைவன் யார்? என் உத்தரவு பிடிக்காதவர்கள் இந்தக் கணமே வெளியேறிவிடலாம். இப்போதே இந்த விமானிகளை நாற்பத்து இரண்டாம் வார்டுக்கு மாற்றுங்கள். என்னென்னவோ அசட்டுக் கற்பனைகள் செய்து கொள்கிறீர்கள் : ''கர்னல்கள் வார்டாம்!''

வாயடைத்துப்போன உதவியாளர்கள் புடைசூழ அவர் அப்பால் நகர்ந்தவர் சட்டெனத் திரும்பி, அலெக்ஸேயின் கட்டில் மீது குனிந்து தொற்று நீக்கிகளால் ஓயாமல் கழுவப்படுவதன் விளைவாக அரிக்கப்பட்டுத் தோலுரிந்து கொண்டிருந்த தமது உப்பிய கையை அவன் தோள் மேல் வைத்து, "நீ இரண்டு வாரங்களுக்கு மேல் ஊர்ந்து ஜெர்மானியப் பின்புலத்திலிருந்து வெளியேறியது உண்மைதானா?" என்று கேட்டார்.

"எனக்குச் சதை அழுகல் ஏற்பட்டுவிட்டதா என்ன?" என்று ஈர சுரத்தில் வினவினான் அலெக்ஸேய்.

தலைமை மருத்துவர் கதவருகே நின்ற உதவியாளர்களைக் குத்தி விடுபவர் போன்று சினந்து நோக்கினார். அலெக்ஸேயின் பெரிய கரு விழிகளை நேரிட்டுப் பார்த்தார். அவற்றில் ஏக்கமும் கலவரமும் குடிகொண்டிருந்தன. திடீரெனத் தலைமை மருத்துவர் சொன்னார்:

"உன் போன்றவர்களை ஏமாற்றுவது பாவம். சதையழுகல் ஏற்பட்டிருப்பது மெய்தான். ஆனால் உளம் சோராதே தீரா வியாதிகள் உலகிலே கிடையா, வெளியேற வகையற்ற நிலைமைகள் எப்படிக் கிடையாவோ அப்படியே, இதை நினைவில் வைத்துக்கொள், என்ன?"

2

கர்னல்கள் வார்டு என அழைக்கப்பட்டது ஒப்பு நோக்கில் சிறிய அறை. பிளாச்சுத் தரையில் பதிந்திருந்த கரும்பழுப்புத் தடங்களைக் கொண்டு போருக்கு முன் அதில் இரண்டு மஞ்சங்களும் இரண்டு சிறு மேஜைகளும் நடுவே ஒரு பெரிய மேஜையும் இருந்தன என்று

அனுமானிக்க முடிந்தது. இப்போது அறையில் நான்கு கட்டில்கள் இருந்தன. ஒன்றில் தலையோடு காலாகப் பட்டித்துணி கட்டப்பட்டு, துணியில் சுருட்டப்பட்ட புதிதாய்ப் பிறந்த குழந்தை போலக் காணப்பட்ட காயமடைந்த வீரன். அவன் எப்போதும் நிமிர்ந்து படுத்து, பட்டித்துணிகளின் ஊடாக விட்டத்தை அசைவற்ற உணர்வற்ற விழிகளால் வெறிதே நோக்கிக் கொண்டிருந்தான். அலெக்ஸேயின் கட்டிலுக்குப் பக்கத்தில் இருந்த மற்றொரு கட்டிலில் படுத்திருந்தவர் துடியான ஆள். அம்மைத்தழும்புள்ள அவரது திரைத்த முகம் படைவீரத் தோற்றம் கொண்டிருந்தது. அரும்பு மீசை வெளேரென்று நரைத்திருந்தது. பிறருக்கு உதவும் சுபாவமுள்ள கலகலப்பான மனிதர் அவர்.

மருத்துவமனையில் ஆட்கள் விரைவில் பழகிவிடுகிறார்கள். அம்மைத்தழும்புக்காரரர் சைபீரியாவாசி அரசாங்கப் பண்ணைத் தலைவராக இருந்தவர், வேட்டைக்காரரர். போர்த்தொழிலில் ஸ்னைப்பர் எனப்படும் குறிதவறாது சுடும் மறைமுகத் தாக்குவீரர், வெற்றிகரமான தாக்குவீரர் என்ற விவரங்களை எல்லாம் அலெக்ஸேய் மாலை நேரத்துக்குள் தெரிந்து கொண்டு விட்டான். அந்த மனிதர் “சோவியத் யூனியனின் வீரன்” என்ற பட்டம் பெற்றவர் தமது குலப் பெயரைக் கூறியதும் அலெக்ஸேய் அவருடைய எளிய உருவத்தை ஆவலுடன் நோக்கினான். அந்த நாட்களில் இப்பெயர் இராணுவத்தில் விரிவாகப் பிரபலமாயிருந்தது. பெரிய செய்தித்தாள்கள் இவரைப் பற்றித் தலையங்கங்கள் கூட எழுதியிருந்தன. மருத்துவமனையில் யாவரும் - மருத்துவத் தாதிகளும்

மருத்துவர்களும் வஸீலிய வஸீலியெவிச்சுமே கூட - அவரை ஸ்தெபான் இவானவிச் என்று மரியாதையுடன் அழைத்தார்கள்.

பட்டித்துணிக் கட்டுகளுடன் கிடந்த நான்காவது ஆள் நாள் பூராவும் தன்னைப் பற்றி ஒரு வார்த்தைகூடச் சொல்லவில்லை. பொதுவாகவே அவன் வாய்மூடி மௌனியாக இருந்தான். ஆனால் உலக நடப்பை எல்லாம் அறிந்த ஸ்தெபான் இவானவிச் அவனுடைய வரலாற்றை அலெக்ஸேய்க்குக் கொஞ்சங் கொஞ்சமாக விவரித்தார். இவன் பெயர் கிரிகோரிய க்வோஸ்தியேவ் அவன் டாங்கிப் படை லெப்டினன்ட் அவனும் "சோவியத் யூனியனின் வீரன்" என்ற பட்டம் பெற்றவன். பாங்கிப் பயிற்சிக் கல்லூரியிலிருந்து நேரே இராணுவத்துக்கு வந்திருந்தான். போர் தொடங்கிய நாள் முதலே சண்டையில் பங்கு கொண்டான். பெலஸ்தோக் என்னும் இடத்தின் அருகே நடந்த புகழ் பெற்ற டாங்கிப் போரில் தனது டாங்கியை அவன் இழந்துவிட்டான். அக்கணமே அவன் கமாண்டரை இழந்த மற்றொரு டாங்கியில் ஏறிக் கொண்டு, டிவிஷனின் எஞ்சிய டாங்கிகளுடன் பகைவரைத் தாக்கி, மீன்ஸ்க் நகரை நோக்கிப் பின்வாங்கிய சோவியத் படைகளுக்குக் காப்பு அளித்தான். பூக் ஆற்றின் கரையில் நடந்த போரில் அவன் இரண்டாவது டாங்கியையும் பறிகொடுத்து விட்டான், தானும் காயமடைந்தான். எனினும் மற்றொரு பாங்கியில் ஏறிக்கொண்டு கொல்லப்பட்ட கமாண்டரின் இடதில் டாங்கிக் கம்பெனியின் தலைமையை ஏற்றான். பிறகு ஜெர்மானியரின் பின்புலத்தைச் சேர்ந்து மூன்று டாங்கிகள் கொண்ட இயங்கும் படைப்பிரிவை அமைத்து ஜெர்மானியரின் பின்புலத்துக்குள் வெகு தூரம் புகுந்து சென்று வண்டித் தொடர்களையும் படையணிகளையும் தாக்கியவாறு ஒரு மாதம் சுற்றித் திரிந்தான்.

அவன் பிறந்த இடம் தரகபூஷ் என்ற நகர்ப்புறத்தில் இருந்தது. சோவியத் தகவல் நிலையத்தின் செய்தி அறிக்கைகளைக் கமாண்டரின் டாங்கி ரேடியோ வாயிலாக டாங்கி வீரர்கள் ஒழுங்காகக் கேட்டு வந்தார்கள். போர்முனை தனது சொந்த ஊர் வரை சென்றுவிட்டது என்பதை இந்தச் செய்தி அறிக்கைகள் மூலம் க்வோஸ்தியேவ் தெரிந்து கொண்டதும் அவனால் தாங்க முடியவில்லை. தனது மூன்று டாங்கிகளையும் வெடிவைத்துத் தகர்த்துவிட்டு எஞ்சியிருந்த எட்டு படை வீரர்களுடன் காடுகள் வழியே ஊரை நோக்கி நடந்தான்.

போர் தொடங்குவதற்குச் சற்று முன் அவன் தன் ஊரை அடைந்தான். கிராமப் பள்ளி ஆசிரியையான அவன் தாய் கடுமையாக நோய்வாய்ப்பட்டிருந்தாள். முதிய விவசாய நிபுணரும் உழைப்பாளிப் பிரதிநிதிகளின் மாவட்ட சோவியத் உறுப்பினருமான அவனுடைய தந்தை மகனை இராணுவத்திலிருந்து திரும்பும்படி அழைத்திருந்தார்.

ஊரை நெருங்குகையில் வோஸ்தியேவ் தனது வீட்டையும் பழைய காட்சிகளையும் நினைவுபடுத்திக் கொண்டான். அவனது உயரமற்ற மரவீடு பள்ளியின் அருகே இருந்தது. சிறுகூடான மெலிந்த மேனியளான அவன் தாய் பழைய சோபாவில் ஒன்றும் ஏலாத நிலையில் படுத்திருப்பாள். தகப்பனார் பழைய மோஸ்தரில் தைத்த டஸ்ஸோர் பட்டுக் கோட்டு அணிந்து, நோயாளியின் சோபா அருகே அமர்ந்து கவலையுடன் இருமியவாறு நரைத்த தாடியை உருவிக்கொண்டிருப்பார். சிறுமிகளான மூன்று தங்கைகள் சிறு கூடான மேனிகளும் சாமள நிறமுமாக அம்மாவையே உரித்து வைத்தாற் போல் இருப்பார்கள். கிராம உதவி மருத்துவப் பெண் ஷேன்யாவையும் அவன் நினைவுகூர்ந்தான். அவள் நீல விழியள். ஒடிசலாக இருப்பாள். ரெயில் நிலையம் வரை வண்டியில் வந்து அவளை வழியனுப்பினாள் அவள். தினந்தோறும் அவளுக்குக் கடிதம் எழுதுவதாக அவன் வாக்களித்திருந்தான்...

இப்போது ஊரில் க்வோஸ்தியேவ் கண்ட காட்சி மிகத்துயர் நிறைந்த அனுமானங்களைவிடப் பயங்கரமாக இருந்தது. வீட்டையோ உறவினர்களையோ ஷேன்யாவையோ கிராமத்தையேதானோ அவன் காணவில்லை. எரிந்து கரிந்த அழிபாடுகளின் இடையே தத்திக் குதிப்பதும் முணுமுணுப்பதுமாக அடுப்பில் எதையோ பொங்கிக் கொண்டிருந்தாள் ஓரளவு மூளை புரண்ட ஒரு கிழவி. கிராமத்தில் நடந்தவற்றை அவளிடம் கேட்டுத் தெரிந்து கொண்டான் க்வோஸ்தியேவ். ஜெர்மானியர் நெருங்கி வந்த சமயத்தில் பள்ளி ஆசிரியையின் உடல்நிலை மிகவும் மோசமாயிருந்ததால் அவளை வெளியே இட்டுச் செல்லவும் முடியாமல் கிராமத்திலேயே விடவும் மனமின்றி விவசாய நிபுணரும் புதல்விகளும் தயங்கிக் கொண்டிருந்தார்களாம். உழைப்பாளிப் பிரதிநிதிகளின் மாவட்ட சோவியத் உறுப்பினருடைய குடும்பம் கிராமத்தில் தங்கியிருப்பதை ஹிட்லர் படையினர் தெரிந்து கொண்டார்களாம். குடும்பத்தினரைப் பிடித்து வீட்டில் பக்கத்திலிருந்த பீர்ச் மரத்தில் அன்று இரவே தூக்குப் போட்டு விட்டு வீட்டை எரித்துவிட்டார்களாம். க்வோதியேவ் குடும்பத்தினருக்காக வேண்டிக்கொள்ளும் பொருட்டு ஷேன்யா தலைமை ஜெர்மன் அதிகாரிகளிடம் போனாளாம். அவள் வெகுநேரம் சித்திரவதை செய்யப்பட்டதாகவும் ஜெர்மன் அதிகாரி அவளைத் தன் ஆசைக்கிழத்தி ஆக்கிக்கொள்ள முயன்றதாகவும் ஜனங்கள் பேசிக்கொண்டார்களாம். உண்மையில் என்ன நடந்தது என்பது கிழவிக்குத் தெரியாதாம். அதிகாரி தங்கியிருந்த வீட்டிலிருந்து ஷேன்யாவின் பிணம் மறுநாள் வெளியே கொண்டுவரப்பட்டதாம். இரண்டு நாட்கள் அது ஆற்றின் அருகே கிடந்ததாம்.

கிழவி கூறியதைக் கேட்ட க்வோஸ்தியேவ் ஒரு வார்த்தை பேசவில்லை. ஒரு சொட்டு கண்ணீர் விடவில்லை.

ஜூன் மாதக் கடைசியில், ஜெனரல் கோனெவின் சேனை மேற்குப் போர்முனையில் தாக்கு நடத்திய சமயத்தில், கிரிகோரிக் க்வோஸ்தியேவ் தனது படைவீரர்களுடன் ஜெர்மன் முனையைப் பிளந்து ஊடுருவி விட்டான். ஆகஸ்டு மாதம் அவனுக்குப் புதிய டாங்கி, புகழ்பெற்ற "டி-34" ரக டாங்கி, தரப்பட்டது. குளிர்காலத்துக்குள் அவன் "அளவு மீறிய" மனிதன் என்று பெயர் வாங்கிவிட்டான். அவனைப் பற்றிக் கதைகள் சொல்லப்பட்டன பத்திரிகைகள் எழுதின. இவை நம்பமுடியாதவையாகத் தோன்றின என்றாலும் உண்மையில் நிகழ்ந்திருந்தன. உதாரணமாக அவன் ஒரு முறை வேவு பார்க்க அனுப்பப்பட்டான். இரவில் ஜெர்மானியக் காப்பரண்களின் ஊடாகத் தனது பாங்கியில் முழு வேகத்துடன் புகுந்து, சுரங்க வெடிகள் புதைக்கப்பட்டிருந்த திடலை விபத்தின்றிக் கடந்து, ஜெர்மானியர் வசமிருந்த நகருக்குள் குண்டுகளைப் பொழிந்து பீதியைக் கிளப்பியவாறு தாக்கி நுழைந்தான். செஞ்சேனைப் பிரிவுகள் அந்நகரை அரை வளைவில் இறுக்கிக்கொண்டிருந்தன. க்வோஸ்தியேவ் ஜெர்மானியரைக் கதி கலங்க அடித்தவாறு நகரை ஊடுருவி, மறுகோடியில் இருந்த சோவியத் படைகளைப் பின்புலத்தில் பதுங்கிடத்திலிருந்து திடீரெனப் பாய்ந்து குதிரை வண்டித் தொடர் மீது பாங்கியை மோதிப் படைவீரர்களையும் குதிரைகளையும் வண்டிகளையும் டாங்கியின் பட்டைச் சக்கரங்களால் நொறுக்கித் துவைத்துவிட்டான்.

குளிர்காலத்தில் ஒரு சிறு பாங்கிப் பிரிவுக்குத் தலைமை ஏற்று ர்ஷேவ் நகரின் அருகிலிருந்த அரண் செய்யப்பட்ட கிராமத்தின் காவற் படையை அவன் தாக்கினான். வெளிப்புறத்திலேயே, தற்காப்புப் பகுதியை பாங்கிகள் கடக்கையில் திரவ எரிபொருள் குப்பி ஒன்று அவனது டாங்கிக்குள் படாரென்று தாக்கி வெடித்தது. புகை மண்டிய, மூச்சு முட்டச் செய்யும் தழல் டாங்கியைச் சூழ்ந்து மூடியது. ஆனால் டாங்கி வீரர்கள் தொடர்ந்து போரிட்டார்கள். வோஸ்தியேவும் முற்றுகையைப் பிளந்து தன்னுடன் வெளியேறியவர்களிலிருந்து அவன் பொறுக்கி எடுத்திருந்த துணைவீரர்களும் பெட்ரோல் தொட்டியோ குண்டுகளோ வெடிப்பதனால் தாங்கள் எக்கணமும் சாக நேரிடும் என்பதை அறிந்திருந்தார்கள். புகையினால் அவர்களுக்கு மூச்சு திணறியது. பழுக்கக் காய்ந்த கவசமூடி அவர்களைப் பொசுக்கியது. அவர்களுடைய உடைகள் எரிந்து கருகின. ஆயினும் அவர்கள் விடாது போரிட்டார்கள். டாங்கியின் பட்டைச் சக்கரங்கள் அருகே வெடித்த கனத்த குண்டு டாங்கியைக் குப்புறக் கவிழ்த்துவிட்டது. வெடிப்பு அலை காரணமாகவோ வெடியால் கிளப்பப்பட்ட

மணலும் வெண்பனியும் காரணமாகவோ பாங்கியில் எரிந்த தழல் அணைந்துவிட்டது. உடம்பெல்லாம் எரிந்து அழன்ற நிலையில் க்வோஸ்தியேவ் டாங்கியிலிருந்து வெளியே எடுக்கப்பட்டான். கொல்லப்பட்ட பீரங்கி வீரன் அருகே, அவன் இடத்தைத்தான் ஏற்றுக்கொண்டு பாங்கியின் பீரங்கிமேடையில் உட்கார்ந்திருந்தான்....

அவள் மருத்துவமனைக்கு வந்து ஒரு மாதத்துக்கு மேலாகிவிட்டது. வாழ்வுக்கும் சாவுக்கும் இடையே அவன் இத்தனை நாட்களாக ஊசலாடிக் கொண்டிருந்தான். உடல்நிலை சீர்படும் என்ற நம்பிக்கையே அவனுக்கு இல்லை. எதிலும் அக்கறையோ ஆர்வமோ இல்லை. சில வேளைகளில் நாள் பூராவும் ஒரு வார்த்தைகூடப் பேசாமல் இருந்துவிடுவான்.

படுகாயம் அடைந்தவர்களின் உலகம் வழக்கமாக வார்டின் நான்கு சுவர்களுக்கு உள் அடங்கிவிடும். தவிரவும் படுகாயமுற்றவனுக்கு அலுப்பூட்டும்படி மெதுவாக நகரும். மருத்துவமனை நாட்களை முற்றாக எப்போதும் நிறைத்திருப்பது அவனுடைய எண்ணங்களைத் தன்னுடன் பிணித்திருப்பது அவனது காயம்தான். இந்தக் காயம், வீக்கம் அல்லது அங்கமுறிவைப் பற்றி எண்ணியவாறே அவன் உறங்குகிறான், கனவில் இவற்றையே காண்கிறான், கண்விழித்ததுமே வீக்கம் குறைந்துவிட்டதா, சிவப்பு நிறம் போய்விட்டதா, காய்ச்சல் அதிகமாகி இருக்கிறதா தணிந்து விட்டதா என்று அறியப் பதைபதைப்புடன் முற்படுகிறான். இரவின் நிசப்தத்தில் கூர்ந்து கவனிக்கும் காது ஒவ்வொரு சரசரப்பையும் பன்மடங்காகப் பெருக்கிக்கொள்வது போலவே இங்கே தனது உடல் நலக்கேடு பற்றி ஒருமுனைப்பான தியானம் காயங்களை இன்னும் வேதனை தருபவை ஆக்கிற்று. மிகத் திண்மையும் மனவுறுதியும் உள்ளவர்களைக்கூட போரில் சாவைக் கலங்காமல் நேரிட்டு நோக்குபவர்களைக்கூட, தலைமை மருத்துவரின் குரலில் ஒலிக்கும் சின்னஞ்சிறு வேறுபாடுகளைக்கூடத் திகிலுடன் உற்றுக் கேட்கும்படியும், நோயின் போக்கு பற்றி வஸீலிய வஸீலியெவிச்சின் கருத்தை அவரது முகத்தோற்றத்தைக் கொண்டு ஊகிக்கப் பதைக்கும் நெஞ்சுடன் முயலவும் அது கட்டாயப்படுத்தியது.

தன் மனம் படும் பாட்டை மெரேஸ்யெவ் சவனத்துடன் மறைத்தான். மருத்துவர்களின் உரையாடலில் தனக்கு அக்கறை இல்லை போலக் காட்டிக்கொண்டான். எனினும் மின்னோட்டம் பாய்ச்சுவதற்காகக் கால் கட்டுகள் அவிழ்க்கப்பட்ட ஒவ்வொரு தடவையும் துரோகத் தன்மை கொண்ட கருஞ் சிவப்பு நிறம் புறவடிகளில் வரவர மேலே மேலே ஏறி வருவதைக் கண்டு அச்சத்தால் அவன் கண்கள் பரக்க விழிக்கும்.

அவனுடைய சுபாவம் நிம்மதியின்மையும் ஏக்கமும் நிறைந்தது ஆகிவிட்டது. கண்டிப்பான, கொஞ்சங் கொஞ்சமாக அதிகரித்த

சிறந்த மருத்துவமனை உணவு அவனுடைய சக்தியை விரைவாக முன்னிலைக்குக் கொண்டுவந்து விட்டது என்பது உண்மையே. கட்டுக்களை மாற்றும் போதும் கதிர்வீச்சுச் சிகிச்சை அளிக்கும் போதும் அவனுடைய நொய்ந்த உடலைக் கண்டு பயிற்சி மருத்துவ யுவதிகள் முன்போல அரண்டு விழிப்பதில்லை. ஆனால் அவன் உடம்பு எவ்வளவு விரைவாக வலுவடைந்ததோ அவ்வளவு விரைவாக அவனுடைய கால்கள் மோசமாகிக் கொண்டு போயின. சிவப்பு நிறம் புறவடிகளைக் கடந்து கணுக்கால்கள் வழியே மேலே பரவியது. விரல்கள் முற்றிலும் உணர்வு இழந்துவிட்டன. மருத்துவர்கள் அவற்றை ஊசிகளால் குத்தினார்கள். இந்த ஊசிகள் உடம்புக்குள் நுழைந்தன. எனினும் அலெக்ஸேய்க்கு வலியே உண்டாகவில்லை. வீக்கம் பரவுவதை முற்றுகை என்ற விந்தைப் பெயரால் அழைக்கப்பட்ட புது முறையால் மருத்துவர்கள் தடுத்துவிட்டார்கள். ஆனால் வலி அதிகரித்தது. அது தாங்கவே முடியாதது ஆகிவிட்டது. பகலில் அலெக்ஸேய் தலையணையில் முகத்தைப் புதைத்துக் கொண்டு சத்தமில்லாமல் படுத்திருப்பான். இரவில் வார்டு மருத்துவத்தாதி க்ளாவதியா மிஹாய்லவ்னா அவனுக்கு மோர்பியா இஞ்செக்ஷன் கொடுப்பாள்.

மருத்துவர்களின் உரையாடல்களில் "அறுத்து அகற்றி விடுதல்" என்ற சொற்றொடர் மிக அடிக்கடி கேட்கலாயிற்று. வஸீலிய வஸீலியெவிச் சில வேளைகளில் அலெக்ஸேயின் கட்டில் அருகே நின்று, "என்ன, ஊர்வான், வலிக்கிறதோ? வெட்டி எடுத்து விடுவோமா, ஊம்? 'சரக்' - தீர்ந்தது காரியம்" என்பார்.

அலெக்ஸேயின் உடல் முழுதும் உறைந்து குறுகிவிடும். வாய்விட்டுக் கத்தாமல் இருப்பதற்காகப் பற்களை இறுக்கிக் கொண்டு அவன் தலையை அசைக்க மட்டும் செய்வான்.

"நல்லது, துன்பப்படு, துன்பப்படு, உன் பாடு. இதோ இதையும் செய்து பார்ப்போம்" என்று கோபத்துடன் முணுமுணுத்துப் புதிய சிகிச்சை முறையைக் குறிப்பார் தலைமை மருத்துவர்.

வார்டிலிருந்து அவர் சென்றதும் கதவு சாத்தப்படும், ஆளோடியில் மருத்துவர்களது காலடிச் சத்தம் அடங்கிவிடும். அலெக்ஸேயோ மூடிய விழிகளுடன் படுத்தவாறே "கால்கள், கால்கள், என் கால்கள்...." என்று எண்ணமிடுவான். கால்களை இழந்துவிட நேருமோ? தன் ஊர் கமீஷினில் இருக்கும் முதிய படகோட்டி அர்க்காஷா மாமா போல நொண்டியாகக் கட்டைக்கால்களுடன் காலந்தள்ள வேண்டி வருமோ? ஆற்றில் குளிப்பதற்கு அவரைப் போலவே கட்டைக்கால்களைக் கழற்றிக் கரையில் வைத்துவிட்டுக் குரங்கு போலக் கைகளை ஊன்றி நகர்ந்து நீரில் விழ வேண்டியிருக்குமோ?...

இந்த மனத்துன்பம் வேறு ஒரு நிலைமை காரணமாக இன்னும் அதிகமாயிற்று. மருத்துவமனையில் சேர்ந்த முதல் நாளே அவனுக்குக் கமீஷினிலிருந்து சில கடிதங்கள் கிடைத்தன. தாயாரின் சிறு முக்கோண மடிப்புக் கடிதங்கள் பொதுவாகத் தாயாரின் எல்லாக் கடிதங்களையும் போலவே சுருக்கமாக இருந்தன. அவற்றில் பாதிக்குமேல் உறவினர்களின் வணக்கங்கள் தெரிவிக்கப்பட்டிருந்தன. வீட்டில் எல்லாம் கடவுள் அருளால் நலம் என்றும், அலெக்ஸேய் தாயாரைப் பற்றிக் கவலைப்பட வேண்டாம் என்றும் தேறுதல் அளிக்கும் உறுதிச் சொற்கள் எழுதப்பட்டிருந்தன. மறுபாதியில், தன்னை ஜாக்கிரதையாகப் பேணிக்கொள்ளும் படியும், குளிர் தாக்க இடங்கொடுக்காமல் இருக்கும்படியும், கால்களை நனைத்துக் கொள்ளாமல் இருக்கும்படியும் அபாயகரமான இடங்களுக்குப் போகாதிருக்கும்படியும் பகைவனின் துரோகம் பற்றி எச்சரிக்கையாக இருக்கும்படியும் அலெக்ஸேயிடம் கேட்டுக் கொள்ளப்பட்டிருந்தது.

மாணவர்கள் போன்று கொட்டை கொட்டையான உருண்டை எழுத்துக்களில் எழுதப்பட்டிருந்த நீல உறைகளில் தொழிற்சாலைக் கல்லூரியில் அலெக்ஸேயுடன் படித்த மாணவி ஒருத்தியின் கடிதங்கள் இருந்தன. அவள் பெயர் ஓல்கா. கமீஷினில் உள்ள மரத் தொழிற்சாலையில் தொழில்நுட்ப நிபுணியாக அவள் இப்போது வேலை செய்து வந்தாள். புத்திளமைப் பருவத்தில் அலெக்ஸேயும் இதே தொழிற்சாலையில் உலோகக் கடைச்சற்காரனாக வேலை பார்த்திருந்தான். இந்த யுவதி பிள்ளைப்பருவத் தோழி மட்டும் அல்ல அவளுடைய கடிதங்களும் அசாதாரணமானவையாக, தனிச்சிறப்பு உள்ளவையாக இருந்தன. அலெக்ஸேய் அவற்றைப் பல தடவை படித்தான். மறுபடி மறுபடி அவற்றைக் கவனமாகப் படித்து மிக மிகச் சாதாரணமான வரிகளில் தனக்கே முழுமையாக விளங்காத களி நிறைந்த உள்ளர்த்தத்தைத் தேடுவான்.

தனக்கு வேலை ஒரேயடியாக நெரிவதாகவும், இப்போது இரவில் உறங்குவதற்குக்கூடத் தான் வீட்டுக்குப் போவதில்லை என்றும், நேரத்தை வீணாக்காமல் இருக்கும் பொருட்டு அலுவலகத்திலேயே உறங்கிவிடுவதாகவும், தனது தொழிற்சாலையை இப்பொழுது அலெக்ஸேயால் அடையாளமே கண்டுகொள்ள முடியாது என்றும் தற்போது தொழிற்சாலையில் என்ன உற்பத்தி செய்யப்படுகிறது என்பதை அறிந்தால் அவன் பிரமித்துப்போய், சந்தோஷ மிகுதியால் வெறிகொண்டுவிடுவான் என்றும் எழுதியிருந்தாள் ஓல்கா. தனக்கு ஓய்வு நாட்கள் மாதத்துக்கு ஒரு தடவைக்கு மேல் கிடைப்பதில்லை என்றும் அந்த நாட்களில் அவனுடைய தாயாரைப் போய்ப் பார்ப்பதாகவும், அலெக்ஸேயின் அண்ணன்மாரிடமிருந்து ஒரு தகவலும் இல்லை என்றும், எனவே முதிய தாயின் உடல்நிலை

மோசமாக இருப்பதாகவும், தாயாரின் வாழ்க்கை கடினமாக இருக்கிறது என்றும், சமீபத்தில் அவள் அடிக்கடி நோய்ப்படுவ தாகவும் ஓல்கா நடுவில் குறித்திருந்தாள். தாயாருக்கு மிக நிறைய எழுதும் படியும் கெட்ட செய்திகளால் அவளைக் கலவரப்படுத்தாமல் இருக்கும் படியும் ஏனெனில் இப்போது தாயின் ஒரே நம்பிக்கையாக இருப்பவன் அவன் தான் என்றும் அவள் அலெக்ஸேயைக் கேட்டுக் கொண்டிருந்தாள்.

ஆகவே, மருத்துவர்களின் பேச்சில் "அறுத்து அகற்றி விடுதல்" என்ற சொற்கள் அடிக்கடி அடிபடத் தொடங்கவே அவன் திகில் அடைந்தான். நொண்டியாக அவன் ஊருக்கு எப்படிப் போவான்? தனது கட்டைவிரல்களை ஓல்காவுக்கு எப்படிக் காட்டுவான்? போர்முனையில் எல்லாப் புதல்வர்களையும் பறிகொடுத்துவிட்டு, கடைசி மகனான அலெக்ஸேயை எதிர்பார்க்கும் தாயாருக்கு அவன் எத்தகைய அதிர்ச்சியை உண்டாக்குவான்!

"அறுத்து அகற்றுவதா? இல்லை, அது மட்டும் வேண்டாம். அதைவிடச் சாவே மேல்... எத்தகைய கொடூரமான, முள்ளாய்த் தைக்கும் சொல்! அறுத்து அகற்றுதல்! கூடவே கூடாது. இது மட்டும் நடக்கவிடக் கூடாது!" என எண்ணிக்கொண்டான் அலெக்ஸேய். சற்று பொறுத்திருப்பது என்று தீர்மானித்து தான் சௌகரியமாக வாழ்வதாகவும், போர் நெருக்கடி அற்ற பகுதிக்கு மாற்றப்பட்டிருப்பதாகவும் தாயாருக்கும் ஓல்காவுக்கும் எழுதினான். முகவரி மாற்றத்துக்குக் காரணம் கற்பிப்பதற்காக உண்மைபோல் தோன்ற வேண்டும் என்ற நோக்கத்துடன் தான் பின்புலத்தில் பணியாற்றுவதாகவும் விசேஷப் பொறுப்பு ஒன்றை நிறைவேற்றுவ தாகவும், இங்கே இன்னும் நீண்டகாலம் இருக்க வேண்டும் போல் தோன்றுவதாகவும் தெரிவித்தான்.

3

ஒரு வாரமாக நாற்பத்து இரண்டாம் வார்டில் நான்கு பெயர் இருந்தார்கள். ஆனால் ஒருநாள் க்ளாவ்தியா மிஹாய்லவ்னா கவலையில் ஆழ்ந்தவளாக இரண்டு மருத்துவமனை ஊழியர்களுடன் வந்து இன்னொரு நோயாளிக்கு இடம் கொடுப்பதற்காக அவர்கள் கொஞ்சம் நகர்ந்து கொள்ள வேண்டும் என்று அறிவித்தாள். ஸ்தெபான் இவானவிச்சின் கட்டில் ஜன்னலின் அருகே நகர்த்தப்பட்டது. இதனால் அவர் பெரு மகிழ்ச்சி அடைந்தார். குக்கூஷ்கின், ஸ்தெபான் இவானவிச்சின் பக்கத்தில் மூலைக்கு மாற்றப்பட்டான். இவ்வாறு காலியான இடத்தில் ஒரு கட்டில் போடப்பட்டது.

இந்தச் சமயத்தில் ஐந்தாவது நோயாளி கொண்டுவரப்பட்டான்.

அவன் மிகவும் கனமான ஆள்போலும். ஏனெனில் ஊழியர்களின்

அடிவைப்புக்கு இசைய வெகுவாக வளைத்து தாழ்ந்தவாறு ஸ்டிரெச்சர் கிரீச்சிட்டது. தலையணை மீது தன் வசமற்ற நிலையில் புரண்டது மழுங்கச் சிரைக்கப்பட்ட உருண்டைத் தலை. மெழுகு பூசப்பட்டது போன்று மஞ்சள் பாரித்த உப்பிய முகம் உயிரற்றுக் காட்சி தந்தது. பருத்த வெளிறிய உதடுகளில் வேதனை உறைந்து நின்றது.

புதியவன் உணர்விழந்து இருந்தது போலத் தோன்றியது. ஆனால் ஸ்டிரெச்சர் தரையில் வைக்கப்பட்டதுமே நோயாளி கண்களைத் திறந்தான். முழங்கைகளை ஊன்றி நிமிர்ந்து வார்டை ஆவலுடன் நோட்டமிட்டான். ஸ்தெபான் இவானவிச்சை நோக்கி எதற்காகவோ கண்சிமிட்டினான் - வாழ்க்கை எப்படி, மோசமில்லையே என்று கேட்பது போல, பின்பு கட்டைக் குரலில் இருமினான். அவனது கனத்த உடலில் பலத்த அடிபட்டிருந்தது. அதனால் அவனுக்குக் கொடிய வலி உண்டாயிற்று என்பது தெரிந்தது. ஊதிப்போயிருந்த இந்தப் பருத்த மனிதனை முதல் பார்வையிலிருந்தே மெரேஸ்யெவுக்கு எதனாலோ பிடிக்கவில்லை. இரண்டு ஊழியர்களும் மருத்துவத்தாதிகளும் சேர்ந்து முயன்று மிகுந்த சிரமத்துடன் அவனைத் தூக்கிக் கட்டிலில் கிடத்தியதை மெரேஸ்யெவ் பகைமையுடன் கவனித்தான். புதியவனின் அடிமரம் போன்ற காலை ஊழியர்கள் எக்கச்சக்கமாகப் புரட்டியபோது அவனது முகம் திடீரென்று வெளிறியதையும் குப்பென்று வியர்த்துவிட்டதையும் வெளிறிய உதடுகள் வேதனையுடன் சுளித்ததையும் அலெக்ஸேய் கண்டான். ஆயினும் புதியவன் பற்களை நெறுநெறுக்க மட்டுமே செய்தான்.

கட்டிலில் கிடத்தப்பட்டதும் அவன் கம்பளி அடித்துணியின் ஓரத்தைக் கம்பளி விளிம்புக்கு வெளியே ஒழுங்காக இழுத்துவிட்டான். தன்னுடன் எடுத்துவரப்பட்ட புத்தகங்களையும் குறிப்பு நோட்டுக்களையும் சிறு மேஜை மேல் அடுக்கி வைத்தான். மேஜையின் அடித்தட்டில் பற்பசை ஓடிகொலோன், ஷவர சாதனங்கள், சோப்புப் பெட்டி முதலியவற்றைக் கச்சிதமாக வைத்தான். பின்பு தன்னுடைய இந்த வேலைகளை நிர்வாக நோக்குடன் பார்வையிட்டான். அக்கணமே தான் வசதியாக ஏற்பாடு செய்து கொண்டதாக உணர்ந்தவன் போல, அதிர்ந்து ஒலிக்கும் கட்டைக் குரலில் முழங்கினான்:

“எங்கே, அறிமுகம் செய்துகொள்வோம். ரெஜிமெண்டுக் கமிஸார் ஸெம்யோன் வரபியோவ் நான். அமைதியான ஆள், புகை குடிக்காதவன். உங்கள் குழுவில் என்னைச் சேர்த்துக் கொள்ள வேண்டுகிறேன்.”

வார்டில் இருந்த மற்றவர்களை நிதானமாக, ஆர்வத்துடன் பார்வையிட்டான். அவனுடைய குறுகிய, பொன்னிறமான, மிகவும் உன்னிப்புள்ள விழிகள் தன்னைக் கூர்ந்து ஆராய்வதை மெரேஸ்யெவ் கண்டுகொண்டான்.

"நான் உங்களுடன் கொஞ்ச காலமே இருப்பேன். யாருக்கு எப்படியோ தெரியாது. ஆனால் எனக்கு இங்கே படுத்துக்கிடக்க நேரம் இல்லை. என் குதிரைப்படையினர் என்னை எதிர்பார்த்திருக்கிறார்கள். இதோ பனிக்கட்டி அகன்று விடும், பாதைகள் உலரும் - அவ்வளவுதான். நான் புறப்பட்டுவிடுவேன்."

"நாங்கள் எல்லோருமே இங்கே கொஞ்ச காலந்தான் இருப்போம். பருவநிலை சீர்பட்டதுமே நாங்களும் புறப்பட்டு விடுவோம்... ஐம்பதாவது வார்டுக்கு கால்களை முன்னே நீட்டியவாறு" என்று சுவர்ப்புறம் ஒரேயடியாகக் திரும்பிக்கொண்டு பதில் சொன்னான் குக்கூஷ்கின்.

மருத்துவமனையில் ஐம்பதாவது வார்டு இருக்கவில்லை. நோயாளிகள் சவ அறையைத் தங்களுக்குள் அப்படி அழைத்தார்கள். கமிஸாருக்கு இதைப்பற்றித் தெரிந்திருக்க முடியாது, எனினும் இந்தக் கிண்டலின் ஏக்கம் நிறைந்த அர்த்தத்தை அவர் சட்டெனப் புரிந்து கொண்டார். இதற்காக அவர் வருத்தப்பட்டுக் கொள்ளவில்லை. குக்கூஷ்கினை வியப்புடன் நோக்கி, "உங்களுக்கு என்ன வயது அருமை நண்பரே? அட தாடியே, தாடியே! வேளைக்கு முன்பே ஏனோ முதுமை அடைந்துவிட்டீர்கள் நீங்கள்" என்று மட்டுமே கூறினார்.

4

நாற்பத்து இரண்டாம் வார்டில் புதிய நோயாளி வந்ததுமே (அவரை மற்றவர்கள் எல்லோரும் கமிஸார் என்று அழைக்கலானார்கள்) வார்டின் வாழ்க்கை அமைப்பே முழுவதும் மாறிவிட்டது. பாரியான, வலிமையற்ற இந்த மனிதர் மறுநாளே எல்லோரையும் விவரமாக அறிமுகம் செய்துகொண்டார். இவ்வாறு செய்து கொள்கையில், பின்னர் ஸ்தெபான் இவானவிச் கூறியது போல, "ஒவ்வொருவரது உள்ளத்துக்கும் பொருத்தமான சாவியைத் தேர்ந்தெடுக்க" அவருக்கு முடிந்தது.

ஸ்தெபான் இவானவிச்சுடன் குதிரைகளையும் வேட்டையையும் பற்றி அவர் ஆசைதீரப் பேசினார். இவ்விரண்டையும் அவர்கள் இருவருமே நன்கு அறிந்திருந்தார்கள், பெரிதும் நேசித்தார்கள். போரின் சாராம்சத்தை உட்புகுந்து ஆராய்வதில் ஈடுபாடு உள்ள அலெக்ஸேயிடம் விமானப் படையையும் டாங்கிகளையும் குதிரைப்படையையும் பயன்படுத்துவதற்கு உரிய நவீன முறைகள் பற்றி அவர் உற்சாகமாக விவாதித்தார். விமானங்களும் டாங்கிகளும் அருமையானவைதாம் என்றாலும் குதிரைகளும் பயனற்றுப் போய்விடவில்லை என்றும், குதிரைப்படைப் பிரிவுகளை நன்றாகச் செப்பம் செய்து, இயந்திர வசதிகளால் பலப்படுத்தி, விரிவாக துணிவுடன் சிந்தனை

செய்யும் இளைஞர்களைச் சிறந்த வாட்போர் வீரர்களான முதிய கமாண்டர்களுக்கு உதவியாகப் பயிற்றினால் நமது குதிரைப்படை இன்றும் உலகைப் பிரமிக்க வைக்கும் என்று ஆர்வம் பொங்க நிரூபித்தார். வாய்மூடி டாங்கி வீரனுடனும் கூடப் பேசுவதற்கு அவருக்கு விஷயம் கிடைத்துவிட்டது. அவர் கமிஸாராக இருந்த டிவிஷன் யார்த்ஸெவோ அருகிலும் பின்பு துஹொவ்ஷீனாவிலும், அதாவது டாங்கிவீரன் தன் குழுவுடன் எந்த இடத்தில் பகைவரின் முற்றுகையைப் பிளந்து வெளியேறினானோ அந்த இடத்தில், ஜெனரல் கோனெவின் புகழ்பெற்ற எதிர்த்தாக்கில் பங்கு கொண்டு போரிட்டதாம். டாங்கிவீரனுக்கும் தமக்கும் பழக்கமான கிராமங்களின் பெயர்களைக் கமிஸார் உற்சாகமாகக் கூறினார். பாசிஸ்டுகளுக்கு எங்கே எப்படி மண்டகப்படி நடந்தது என்று விவரித்தார். டாங்கி வீரன் முன் போன்றே மௌனம் சாதித்தான். ஆனால் இதற்கு முன் செய்த மாதிரி முகத்தைத் திருப்பிக் கொள்ளவில்லை. கட்டுப் போட்டிருந்தபடியால் அவன் முகம் தென்படவில்லை. ஆனால் அவன் இசைவு தெரிவிக்கும் பாவனையில் தலை அசைத்தான். குக்கூஷ்கினைக் கமிஸார் சதுரங்கம் விளையாட அழைத்ததும் அவனுடைய சிடுசிடுப்பின் இடத்தில் கனிவு வந்துவிட்டது. சதுரங்கப் பலகை குக்கூஷ்கினுடைய கட்டிலில் வைக்கப்பட்டது. கமிஸார் மூடிய கண்களுடன் படுத்தபடியே குருட்டு ஆட்டம் ஆடி, ஓயாமல் பிணங்கும் லெப்டினன்ட் குக்கூஷ்கினைப் படுதோல்வி அடையச் செய்தார். இதனாலேயே அவனைத் தம்முடன் சமரசத்துக்கு வரச்செய்து விட்டார்.

காலை நேரத்தில் அறைத் தாதி பலகணித் திறப்பைத் திறந்து விடுவாள். அப்போது சலிப்பூட்டும் மருத்துவமனை நிசப்தத்தைக் கலைத்துக் கொண்டு தெருவின் குதூகல இரைச்சலோடு மாஸ்கோவின் முன் வசந்த இளங்காற்று குளுகுளுவென்று உள்ளே வரும். கமிஸார் அந்த வார்டுக்கு வந்தது முதல் இதே போன்ற கிளுகிளுப்பு அங்கே குடி கொண்டது. இதற்காகக் கமிஸார் எவ்விதப் பிரயாசையும் எடுத்துக் கொள்ளவில்லை. அவர் செய்ததெல்லாம் தம்மை வதைத்த வேதனையை மறந்துவிட்டு அல்லது மறக்கடித்துவிட்டு ஆர்வமும் உற்சாகமும் பொங்க வாழ்ந்ததுதான்.

காலையில் கண் விழித்ததும் அவர் கட்டிலில் உட்கார்ந்து கைகளை மேலே தூக்குவார், பக்கங்களில் நீட்டுவார், குனிவார், நிமிர்வார் தலையை லயப் பொருத்தத்துடன் திருப்புவார், தாழ்த்துவார் - இவ்வாறு உடற்பயிற்சி செய்வார். முகங்கழுவ நீர் கொடுக்கப்படுகையில், அவர் குளிர்ந்த நீரைக் கேட்டு வாங்கிக்கொண்டு, பேசினுக்கு மேலே கவிந்தவாறு நெடுநேரம் தண்ணீரைச் சளப்பென்று கொட்டிக் கொள்வதும் செருமுவதுமாக இருப்பார், பின்பு துவாலையால் அவர்

துவட்டிக்கொள்ளும் உற்சாகத்தில் அவருடைய வீங்கிய உடல் கன்றிச் சிவந்துவிடும். அவரைப் பார்க்கும் மற்றவர்களுக்கும் அப்படியே செய்ய ஆசை உண்டாகும். செய்தித்தாள்கள் கொண்டுவரப்பட்டதும் நர்ஸின் கையிலிருந்து அவற்றை ஆர்வத்துடன் வாங்கி சோவியத் தகவல் இலாக்காவின் செய்தி அறிக்கைகளை முதலில் மளமளவென்று உரக்கப் படிப்பார். பின்பு போர்முனைகளிலிருந்து நிருபர்களின் செய்திகளை விவரமாக, ஒன்றன் பின் ஒன்றாகப் படிப்பார். தமக்கே உரிய தனிப் பாணியில், ஒரு வகையில் சொன்னால் செயல் துடிப்புடன், படிக்க அவரால் முடிந்தது. தமக்குப் பிடித்த இடத்தைத் தணிந்த குரலில் மீண்டும் படிப்பார். “சரி!” என்று வாய்க்குள் சொல்லிக் கொள்வார். எதற்கோ அழுத்தங்கொடுத்து அடிக்கோடு இடுவார். சிலவேளைகளில் சினத்துடன் ஆர்ப்பரிப்பார்: “புளுகுகிறான், நாய்ப் பயல்! இவன் போர்முனைக்குப் போனதே இல்லை என்று பீர் புட்டிக்கு எதிராக என் தலையைப் பணயம் வைக்கிறேன். அட கயவாளிப்பயல்! எழுதக் கிளம்பிவிட்டான். ஒருமுறை ஏதோ பொய்க் கதை அளந்திருந்த நிருபன் மேல் எரிச்சல் கொண்டு செய்தித்தாள் ஆசிரியக்குழுவுக்கு அக்கணமே ஒரு கடிதம் எழுதினார். போரில் இத்தகைய விஷயங்கள் நடப்பதில்லை, நடக்க முடியாது என்று நிரூபித்து, எல்லை மீறிவிட்ட புளுகனைச் சரிப்படுத்தும்படி கடிதத்தில் கேட்டுக் கொண்டார். சில வேளைகளில் செய்தித்தாளில் படித்த விவரங்களைப் பற்றி எண்ணமிட்டவாறு தலையணையில் சாய்ந்து திறந்த விழிகளுடன் அப்படியே படுத்திருப்பார் அல்லது திடீரெனத் தமது குதிரைப் படையினரைப் பற்றிச் சுவையான கதைகள் சொல்லத் தொடங்குவார். அவர் சொல்வதைக் கேட்டால் அவர்கள் வீரர்களில் வீரர்கள், சிறந்தவர்களில் சிறந்தவர்கள் என்று தோன்றும். பின்பு மீண்டும் செய்தித்தாள் படிக்க ஆரம்பிப்பார்.

பகலில் இரண்டு மணி நேரம், மதியச் சாப்பாட்டுக்கும் சிகிச்சை நடைமுறைக்கும் இடையே, அவர் ஜெர்மானிய மொழியைக் கற்றுக் கொள்வார். சொற்களை மனப்பாடம் செய்வார், வாக்கியங்கள் அமைப்பார். சில வேளைகளில் வேற்று மொழியின் பொருள் பற்றி திடீரெனச் சிந்தனை செய்து சொல்லுவார்:

“ஜெர்மன் பாஷையில் கோழிக்குஞ்சு என்பதற்கு என்ன வார்த்தை தெரியுமா, நண்பர்களே? க்யூஹெறல்ஹென். அருமை! க்யூ ஹெறல்ஹென் என்னும் போதே ஏதோ சின்னஞ்சிறிய, தூவி அடர்ந்த மென்மையான ஒன்று என்பது தொனிக்கிறது. மணி என்பதற்கு வார்த்தை என்ன, தெரியுமா? க்ளியோக்ளிங் சொல்லிலேயே கணீரொலி இருக்கிறது. இல்லையா?”

ஒருமுறை ஸ்தெபான் இவானவிச்சால் பொறுக்க முடியவில்லை.

“தோழர் ரெஜிமெண்டுக் கமிஸார், உங்களுக்கு ஜெர்மன் மொழி எதற்கு? வீணாக ஏன் அலட்டிக் கொள்கிறீர்கள்? சக்தியைப் பேணிக் காத்துக்கொள்ள வேண்டும் நீங்கள்” என்றார்.

கமிஸார் அந்த முதிய வீரரைத் தந்திரத்துடன் நோக்கினார்.

“அட தாடி, ருஷ்ய மனிதனுக்கு இதுவும் ஒரு வாழ்க்கை ஆகுமா? நாம் பெர்லினை அடைந்த பிறகு ஜெர்மானியப் பெண்களுடன் நான் எந்த மொழியில் பேசப் போகிறேன்?”

போர்முனை தற்போதைக்கு மாஸ்கோவின் அருகே உள்ளது என்றும் ஜெர்மானியப் பெண்கள் இன்னும் வெகுதொலைவில் இருக்கிறார்கள் என்றும் வாதிக்க ஸ்தெபான் இவானவிச் விரும்பினார். ஆனால் கமிஸாரின் குரலில் தொனித்த குதூகலம் பொங்கும் நம்பிக்கையைக் கேட்டதும் வெறுமே தொண்டையைக் கனைத்துக்கொண்டு, அது சரிதான். ஆனாலும் இந்த மாதிரி உள் காயத்துக்குப் பிறகு நீங்கள் கொஞ்சம் ஜாக்கிரதையாக உடம்பைப் பேணிக் கொள்வது நல்லது” என்று காரியரீதியாகச் சொல்லி நிறுத்திக்கொண்டார்.

“பேணிக்காத்த குதிரைதான் முதலில் இடறிவிழும் என்று சொல்வார்கள். நீ கேட்டதில்லையா? மோசம், தாடி!”

நோயாளிகளில் எவனுமே தாடி வைத்துக் கொண்டிருக்கவில்லை. ஆயினும் கமிஸார் எல்லாரையும் எதனாலோ தாடி என்று அழைத்தார். அவர் இப்படி அழைப்பது வருத்தம் தரவில்லை, களிப்பே ஊட்டியது. இந்த வேடிக்கைப் பெயரைக் கேட்டு எல்லோருக்கும் குதூகலம் உண்டாயிற்று.

அலெக்ஸேய் சில நாட்கள் கமிஸாரை விடாது கவனித்து வந்தான். அவர் கடும் வேதனைப் பட்டார் என்பதில் சந்தேகமில்லை. அவர் உறங்கத் தொடங்கி, தம்மீது கட்டுப்பாட்டை இழக்க வேண்டியதுதான் தாமதம் முனகவும் புரளவும் பற்களை நெறுநெறுக்கவும் ஆரம்பித்து விடுவார். அவர் முகம் வலிப்பு கண்டு களிக்கும். அவருக்கு இந்த விஷயம் தெரிந்திருந்தது போலும். எனவேதான் பகல் வேளையில் ஏதாவது காரியத்தில் ஈடுபட்டு, தூங்காதிருக்க அவர் முயன்றார். விழித்துக் கொண்டிருக்கையிலோ, அவர் எப்போதும் நிம்மதியாகவும் நிதானமாகவும் இருந்தார். கொடிய நோவு அவரை வதைக்கவே இல்லைபோல அப்போது தோன்றும். மருத்துவர்களுடன் அவசரமின்றி வார்த்தையாடுவார். அவர் உடலில் வலியுள்ள இடங்களை அவர்கள் தொட்டுப் பார்க்கையில் கேலி செய்வார். அப்போது அவருடைய கை துப்பட்டியைப் பற்றிக் கசக்குவதையும் அவரது மூக்குத் தண்டில் பாசி மணிகள் போன்று வியர்வை துளிப்பதையும் கொண்டுதான் வலியைப் பொறுத்துக்கொள்வது அவருக்கு எவ்வளவு கடினமாயிருந்தது என்பதை

ஊகிக்க முடிந்தது. இந்த மனிதர் கொடும் வேதனையை எப்படித் தாங்கிக் கொள்கிறார். இவ்வளவு ஆற்றலும் உற்சாகமும் வாழ்க்கை ஆர்வமும் அவரிடம் எங்கிருந்து வந்தன என்பது அலெக்ஸேய்க்கு விளங்கவில்லை. மயக்க மருந்துகள் வர வர அதிக அளவில் கொடுக்கப்பட்டுவந்த போதிலும் அலெக்ஸேய்க்கு இரவில் உறக்கமே பிடிப்பதில்லை. சில நாட்களில் முனகாமல் இருக்கும் பொருட்டுக் கம்பளியைக் கடித்துக் கொண்டு, திறந்த விழிகளுடன் விடியும் வரை படுத்துக்கிடப்பான். எனவே, கமிஸாரின் உற்சாக ஊற்றுக்கண் எது எனப் புரிந்துகொள்ள அவனுக்கு இன்னும் அதிக விருப்பம் உண்டாயிற்று.

5

முடிவில் அந்த நாளும் வந்துவிட்டது. தமது தினப்படிப் பார்வையீட்டின் போது வஸீலிய வஸீலியெவிச் அலெக்ஸேயின் கறுத்த, ஸ்பரிசத்தை உணராத பாதங்களை நெடு நேரம் தொட்டுத் தடவிப் பார்த்துவிட்டு, சட்டென நிமிர்ந்து அவனை விழிபொருந்த நோக்கி, “வெட்டிவிட வேண்டியதுதான்” என்றார். வெளிறடைந்த அலெக்ஸேய் எதுவும் பதில் சொல்வதற்குள்ளேயே அவர் முன்கோபம் தொனிக்க, “வெட்டிவிட வேண்டியதுதான் - மறுபேச்சே கூடாது, கேட்டாயா? இல்லாவிட்டால் மண்டையைப் போட்டுவிடுவாய் புரிந்து கொண்டாயா?” என்றார்.

தமது துணையாளர்களைத் திரும்பிப் பார்க்காமலே அறையை விட்டு வெளியே போய்விட்டார் தலைமை மருத்துவர். வார்டில் ஏக்கம் செறிந்த மௌனம் குடிகொண்டது. அலெக்ஸேய் உணர்வற்றுக் கல்லாய்ச் சமைந்த முகத்துடன் விழிகளைத் திறந்தவாறு கிடந்தான். தனது ஊரின் நொண்டிப் படகோட்டியின் நீலம் பாரித்த, அலங்கோலமான வெட்டுக்கால்கள் அவன் முன்னே மூடுபனி போல மங்கலாகக் காட்சி தந்தன. படகோட்டி உடைகளைக் களைந்துவிட்டுக் குரங்கு போலக் கைகளை ஊன்றி ஈர மணலில் தத்தித் தவழ்ந்து நீரை நோக்கிச் செல்வதை அலெக்ஸேய் மீண்டும் கண்டான்.

“அலெக்ஸேய்” என்று மெள்ள அழைத்தார் கமிஸார்.

“என்ன?” என்று எங்கோ தொலைவிலிருந்து கேட்பது போன்ற ஈனக்குரலில் சொன்னான் அலெக்ஸேய்.

“இப்படிச் செய்யாமல் தீராது, தம்பி!”

படகோட்டி அல்ல, தானே வெட்டுண்ட கால்களுடன் ஊர்வது போலவும் தன்னுடைய காதலி, தன் ஓல்கா, பல்வண்ண உடை காற்றில் பறக்க, ஒயிலும் ஒளியும் எழிலும் சுடர்விட மணலில் நின்று

கொண்டு, உதட்டைக் கடித்தவாறு தன்னை வேதனையுடன் நோக்குவது போலவும் அந்தக் கணத்தில் அலெக்ஸேய்க்குத் தோன்றியது. இப்படித்தான் நேரும்! அவன் தலையணையில் முகத்தைப் புதைத்துக் கொண்டு உடல் முழுதும் அதிர்ந்து குலுங்க, ஓசையின்றிப் பொங்கிப் பொங்கி அழுதான். எல்லோருக்கும் பயங்கரமாக இருந்தது. ஸ்தெபான் இவானவிச் தொண்டையைக் கனைத்துக்கொண்டு கட்டிலிலிருந்து இறங்கி நீளங்கியை மாட்டிக்கொண்டு அறைச் செருப்புக்கள் சடசடக்க, கட்டிலின் பின்புறத்தைக் கைகளால் தாங்கலாகப் பிடித்துக்கொண்டு அலெக்ஸே யிடம் சென்றார். ஆனால் கமிஸார் வேண்டாம் என்று சைகை செய்து அவரைத் தடுத்துவிட்டார் - அழட்டும், குறுக்கிடாதேயும் என்பது போல.

உண்மையாகவே அலெக்ஸேய்க்குச் சுமை இறங்கியது போல் இருந்தது. விரைவில் அவன் நிம்மதி அடைந்தான். தன்னை நெடுங்காலமாக வதைக்கும் பிரச்சினைக்கு முடிவில் தீர்வு கண்டதும் மனிதனுக்கு எப்போதும் ஏற்படுவது போன்ற ஆறுதலைக்கூட அவன் உணர்ந்தான். மாலையில் மருத்துவமனை ஊழியர்கள் அறுவை அறைக்கு அவனை இட்டுச் செல்ல வரும்வரை அவன் பேசாதிருந்தான். கண்களைக் கூசச் செய்யும்படி ஒளிர்ந்த அந்த வெண்மையான அறையிலும் அவன் ஒரு வார்த்தை பேசவில்லை. முழுக்க மயக்க மருந்து கொடுப்பதற்கு அவனுடைய இருதய நிலை இடந்தரவில்லை என்றும் ஓரிட உணர்வு நீக்க ஊசி போட்டு அறுவை செய்ய வேண்டியிருக்கும் என்றும் அறிவிக்கப்பட்ட போது கூட அவன் வெறுமே தலையசைக்க மட்டுமே செய்தான். அறுவை நடந்த போது அவன் கத்தவோ முனகவோ இல்லை. சிக்கலற்ற இந்த அறுவையை வஸீலிய வஸீலியெவிச் தாமே செய்தார். தமது வழக்கத்துக்கிணங்க அப்போது அவர் நர்ஸுகள் மீதும், துணை மருத்துவர்கள் மீதும் சள்ளுப் புள்ளென்று விழுந்தார். நோயாளி அறுவையின் போதே மரித்துவிட்டானா என்று பார்க்கும்படி அவர் தமது துணைவனிடம் பலமுறை கூறினார்.

எலும்பு அறுக்கப்பட்டபோது மிகக் கொடிய வேதனை உண்டாயிற்று. ஆனால் துன்பத்தைத் தாங்கிக்கொள்ள அலெக்ஸேய் பழகியிருந்தான். வெள்ளை நீளங்கிகளும் சல்லாத் துணி முகத்திரைகளும் அணிந்த இந்த மனிதர்கள் தன் கால்களுக்கருகே என்ன செய்கிறார்கள் என்பது அவனுக்கு நன்கு விளங்கவில்லை.

வார்டில் தான் அவன் உணர்வுக்கு வந்தான். அங்கே அவன் முதலில் கண்டது அறைத் தாதி க்ளாவதியா மிஹாய் லவ்னாவின் கவலை தோய்ந்த முகம் விந்தை என்னவெனில் அவனுக்கு ஒன்றுமே நினைவு

இல்லை. இனிமையும் பரிவும் உள்ள இந்த வெண்முடி மாதின் முகத்தில் இத்தகைய கிளர்ச்சியும் கேள்விக்குறியும் காணப்படுவது ஏன் என்று அவன் வியந்தான். அவன் கண் விழித்ததைக் கண்டதும் அவள் முகம் சுடர் விட்டது. போர்வைக்கு அடியில் அவன் கையை மெதுவாக அழுத்தினாள்.

"நீங்கள் அருமையானவர்!" என்று பாராட்டிவிட்டு அப்போதே நாடி பிடித்துப் பார்த்தாள்.

"இவள் என்ன இப்படி?" என்று எண்ணினான் அலெக்ஸேய். கால்கள் முன்னை விட மேலே எங்கோ வலிப்பதை அவன் உணர்ந்தான். வலியும் முன்போலக் காந்தி எரியும், சுண்டி இழுக்கும் வேதனையாக இல்லை. கணுக்காலுக்கு மேல் கால்கள் கயிறுகளால் இறுகக் கட்டியிருப்பது போன்று ஊமையான, துடிப்பற்ற வலியாக இருந்தது இது. போர்வை மடிப்புகளைக் கொண்டு தன் உடல் நீளம் குறைந்துவிட்டதை அவன் திடீரெனக் கவனித்தான். வெள்ளை அறையின் கண் கூசும் பளிச்சிடலும், வஸீலிய வஸீலியெவிச்சின் உக்கிரமான சிடுசிடுப்பும், எனாமல் வாளியில் மந்தமான மோதல் ஒலியும் சட்டென அவன் நினைவுக்கு வந்தன. ஆகிவிட்டதா அதற்குள்?" என்று உற்சாகமின்றி வியந்தான். புன்னகை செய்ய முயன்றவாறு மருத்துவத்தாதியிடம், "நான் குட்டை ஆகிவிட்டேன் போலிருக்கிறது" என்றான்.

புன்னகை நன்றாக வாய்க்கவில்லை. வேதனையால் முகஞ் சுளிப்பது போன்று இருந்தது. க்ளாவதியா மிஹாய்லவனா பரிவுடன் அவன் தலைமயிரைக் கோதிவிட்டாள்.

"பரவாயில்லை, பரவாயில்லை, அன்பரே. இனி உமக்கு லேசாயிருக்கும்."

"ஆமாம், லேசுதான். எத்தனை கிலோகிராம்?"

"வேண்டாம், அன்பரே, வேண்டாம். நீர் அருமையான ஆள். மற்றவர்கள் கத்துவார்கள். மற்றவர்களை வாரினால் இறுக்கிக் கட்டுவதோடு பிடித்துக்கொள்ளவும் வேண்டியிருக்கும். நீரோ முணுக்கென்று கூட வாய் திறக்கவில்லை .. அட யுத்தம், பாழும் யுத்தம்!"

அப்பொழுது வார்டின் மாலை அரை இருளில் கமிஸாரின் கோபக் குரல் ஒலித்தது:

"நீங்கள் என்ன, அங்கே இறுதிச் சடங்கு தொடங்கிவிட்டீர்கள்? இதோ இந்தக் கடிதங்களை அவனிடம் கொடுங்கள், அம்மா. இவன் அதிர்ஷ்டமே அதிர்ஷ்டம் எனக்குக் கூடப் பொறாமையாக இருக்கிறது. ஒரு மொத்தமாக இத்தனை கடிதங்கள்!"

கமிஸார் ஒரு கட்டுக் கடிதங்களை அலெக்ஸேய்க்குக் கொடுக்கச் சொன்னார். இவை அவனுடைய ரெஜிமெண்டிலிருந்து வந்திருந்தன. வெவ்வேறு தேதிகள் இட்ட கடிதங்கள் அவை. ஆனால் எதனாலோ ஒரே மொத்தமாக வந்திருந்தன. வெட்டி எடுக்கப்பட்ட கால்களுடன் படுத்தவாறு இப்போது அலெக்ஸேய் நட்பு நிறைந்த இந்தக் கடிதங்களை ஒன்றன் பின் ஒன்றாகப் படித்தான். தொலைவிலுள்ள, உழைப்பும் அசௌகரியங்களும் அபாயங்களும் நிறைந்த அடக்க முடியாமல் தன்பால் ஈர்க்கும் வாழ்க்கை பற்றி விவரித்தன இவை.

கடிதங்களில் ஒரேயடியாக ஈடுபட்டு விட்டதால் தேதிகளில் இருந்த வேறுபாட்டை அலெக்ஸேய் கவனிக்கவில்லை. கமிஸார் மருத்துவத் தாதியை நோக்கிக் கண் சிமிட்டி தன் பக்கம் சுட்டியதையும் அவன் காணவில்லை. கமிஸார் அவளிடம், உங்களுடைய இந்த லூமினால்கள், வெரோனால்கள், எல்லாவற்றையும் விட என்னுடைய மருந்து எவ்வளவோ மேலானது" என்று தணிவாகக் கிசுகிசுத்தார். அலெக்ஸேய்க்கு வந்த கடிதங்களில் ஒரு பகுதியைக் கமிஸார் முன்யோசனையுடன் மறைத்து வைத்திருந்தார் - அவன் வாழ்வில் மிகப் பயங்கரமான இந்த நாளில், அவனது விமான நிலையத்திலிருந்து வந்த நட்பார்ந்த வாழ்த்துக்களையும் செய்திகளையும் கொடுத்து இந்தப் பெருந்தாக்கின் கடுமையைக் குறைக்கும் நோக்கத்துடன் ஆனால், இந்த விஷயம் அலெக்ஸேய்க்கு ஒருபோதும் தெரியவரவில்லை. கமிஸார் அனுபவம் முதிர்ந்த படை வீரர். கவனமில்லாமல் அவசரமாகக் கிறுக்கப்பட்ட இந்தக் காகிதத் துண்டுகளின் பேராற்றலை அவர் அறிந்திருந்தார். போர்முனையில் இவை மருந்துகளையும் தின்பண்டங்களையும் விடச் சில வேளைகளில் அதிக முக்கியமானவையாக இருக்கின்றன என்பது அவருக்குத் தெரியும்.

6

அறுவைக்குப் பிறகு அலெக்ஸேய் மெரேஸ்யெவின் இயல்பில், இத்தகைய சூழ்நிலையில் ஏற்படக்கூடிய மிகப் பயங்கரமான மாற்றம் ஒன்று நிகழ்ந்தது. அவன் தனக்குள் ஒடுங்கிவிட்டான். அவன் குறை சொல்லவோ, அழவோ, சிடுசிடுக்கவோ இல்லை. அவன் மௌனம் சாதித்தான்.

தனது ரெஜிமெண்டுக்கு விமானி வேலைக்கு பொதுவாகவே போர் முனைக்கு அவன் இனி ஒருபோதும் திரும்பப் போவதில்லை. விமானத்தை உயரே கிளப்பிக்கொண்டு போகவும் விமானப் போரில் கலந்து கொள்ளவும் இனி அவனுக்கு இயலாது, ஒருகாலுமே இயலாது! இப்போது அவன் அங்கவீனன், விருப்பிற்குகந்த பணியிலிருந்து

அகன்றுவிட்டவன், ஓரிடத்தில் கட்டுண்டவன், குடும்பத்தினருக்குச் சுமை, வாழ்வுக்குத் தேவை அற்றவன். இதை நேராக்க முடியாது, வாழ்நாள் முழுவதும் இது இப்படியே இருக்கும்.

நாள் முழுவதும் அசையாமல் நிமிர்ந்து படுத்து, மோட்டிலிருந்த நெளிந்த வெடிப்பையே நிலைக்குத்திட்டு நோக்கியவாறு கிடப்பான் அலெக்ஸேய். தோழர்கள் அவனிடம் பேச்சு கொடுத்தால் "ஆமாம்", "இல்லை" என்று - அதுவும் அடிக்கடி பொருத்தம் இன்றி - விடையளித்து விட்டு மீண்டும் மௌனத்தில் ஆழ்ந்துவிடுவான். மருத்துவர்கள் குறித்த சிகிச்சை முறைகளை எல்லாம் அவன் பணிவுடன் கடைப்பிடிப்பான், அவர்கள் எழுதிக்கொடுத்த மருந்துகளை எல்லாம் சாப்பிடுவான். ஆலசியத்துடன், பசியே இன்றி உணவு கொள்வான், பின்பு மறுபடி நிமிர்ந்து படுத்துவிடுவான்.

"டேய், தாடி, என்ன யோசனை பலமாயிருக்கிறது?" என்று அவனிடம் பேச்சு கொடுத்தார் கமிஸார்.

அலெக்ஸேய் அவர் புறம் முகத்தைத் திருப்பினான். அவரைக் காணவே இல்லை போன்ற தோற்றத்துடன்.

"என்ன யோசனை பலமாயிருக்கிறது என்று கேட்டேன்."
"ஒன்றுமில்லை."

ஒருமுறை வஸிலிய வஸீலியெவிச் வார்டுக்கு வந்தார்.

"என்ன, ஊர்வான், உயிரோடு இருக்கிறாயா? என்ன சமாச்சாரம்? வீரன், வீரன்தான் நீ முணுக்கென்று கூடக் கத்தவில்லை. நீ ஜெர்மானியர்களிடமிருந்து தப்பி, பதினெட்டு நாட்கள் தவழ்ந்து, ஊர்ந்து வெளியேறினாய் என்பதை இப்போது நம்புகிறேன். தம்பீ என் வாழ்நாளில் நான் எத்தனை படைவீரர்களைக் கண்டிருக்கிறேனோ, அத்தனை உருளைக் கிழங்குகளைக் கூட நீ தின்றிருக்க மாட்டாய். ஆனால் உன் போன்றவனுக்கு அறுவை செய்ய இதுவரை வாய்க்கவில்லை." தலைமை மருத்துவர் ரசகர்ப்பூரத்தால் அரிக்கப்பட்ட நகங்கள் கொண்ட தோலுரியும் சிவந்த கைகளைத் தேய்த்துக் கொண்டார். என்ன உர்ரென்று முகத்தை வைத்துக் கொள்கிறாய்? இவனைப் புகழ்கிறேன், இவன் முகத்தைச் சுளிக்கிறான். நான் மருத்துவ லெப்டினன்ட் ஜெனரலாக்கும். தெரியுமா? உத்தரவிடுகிறேன், புன்னகை செய்!"

ரப்பரை நெளிப்பது போல் உதடுகளைச் சிரமத்துடன் கோணி இழுத்துப் புன்னகை என்று பெயர் பண்ணிவிட்டு மெரேஸ்யெவ் எண்ணமிட்டான். "எல்லாம் இப்படி முடியும் என்று தெரிந்திருந்தால், தவழ்ந்தும் ஊர்ந்தும் வந்திருக்கவே வேண்டாமே! ரிவால்வரில் மூன்று குண்டுகள் பாக்கியிருந்தனவே."

தடையரண்களால் சூழப்பட்டுக் கடுகடுப்புடன் போர்க்கோலம் பூண்டிருந்த மாஸ்கோவில் எங்கிருந்தோ எப்படியோ தளிர்த்திருந்த தூவி வில்லோக் கிளைகள் சிலவற்றை க்ளாவ்தியா மிஹாய்லவனா கொண்டு வந்தாள். ஒவ்வொரு நோயாளியின் சிறு மேஜை மீதும் ஒரு வில்லோக் கொம்பைக் கண்ணாடித் தம்ளர்களில் வைத்தாள். செம்மையோடிய கொம்புகளில் வெள்ளிய தூவியடர்ந்த இலை மொக்குகள் சிறு நூல் பந்துகள் போலக் காட்சி தந்தன. வசந்த காலமே நாற்பத்து இரண்டாம் வார்டுக்குள் வந்துவிட்டது போன்ற புத்துணர்ச்சி அவற்றிலிருந்து எங்கும் பரவியது. அன்று எல்லோருமே இன்பக் கிளர்ச்சி கொண்டிருந்தார்கள். வாய்மூடி டாங்கிவீரன் கூட கட்டுக்கள் போட்ட முகமும் தானுமாகச் சில வார்த்தைகளைக் கலகலத்தான்.

அலெக்ஸேய் படுத்தபடியே எண்ணமிட்டான்: கமீஷினில் இப்போது கலங்கல் நீரோடைகள் சேறுபடிந்து நளுக்கிட்டிருக்கும் நடைபாதைகளின் ஓரமாக ரஸ்தாக்களில் பாவிய பளிச்சிடும் கூழாங்கற்கள் மேல் பாய்ந்தோடும்; வெப்பமடைந்த தரை, குளுமையான ஈரிப்பு, குதிரைச் சாணம் இவற்றின் வாடை கலந்து வீசும். இந்த மாதிரி ஒரு நாளில்தான், வோல்கா ஆற்றின் செங்குத்தான கரை மீது அவனும் ஓல்காவும் நின்றார்கள். வானம்பாடிகளின் குரல்கள் வெள்ளி மணிகள் போல ஒலித்தன. மற்றப்படி எங்கும் ஆழ்ந்த அமைதி அரசு வீற்றிருந்தது. இத்தகைய சூழ்நிலையில் வோல்கா ஆற்றின் கண்ணுக்கெட்டாத அகல் பரப்பின் மீது ஓசையின்றி மிதந்து சென்றன பனிக்கட்டிப் பாளங்கள். ஆற்றோட்டத்துடன் பனிக்கட்டிப் பாளங்கள் மிதந்து செல்லவில்லை போலவும், நெளிநெளியாக அலைகள் எழுப்பியவாறு விரைந்து பாயும் ஆற்றின் பெருக்குக்கு எதிராக ஓல்காவும் அவனும் மிதந்து செல்வதுபோலவும் அவர்களுக்குப் பிரமை உண்டாயிற்று. அவர்கள் பேசாமல் நின்று கொண்டிருந்தார்கள். அவர்களுக்கு முன்னே அளவற்ற இன்பம் காட்சி தந்தது. அந்த இன்பத் திளைப்பில், வோல்கா ஆற்றுப் பரப்பிற்கு மேலே, விட்டு விட்டு வீசிய இளவேனில் காற்றில் அவர்களுக்கு மூச்சு திணறுவது போலிருந்தது. இத்தகைய இன்பக் கணங்கள் இனி என்றுமே வாரா அவள், அவனிடமிருந்து முகத்தைத் திருப்பிக் கொள்வாள். திருப்பிக் கொள்ளவில்லை என்றாலும் இந்தத் தியாகத்தை அவனால் ஏற்றுக் கொள்ள முடியுமா? இத்தகைய அழகும் ஒளியும் வடிவமைப்பும் திகழும் ஓல்கா, கட்டைக்கால்களில் விந்தி விந்தி நடக்கும் தன் அருகே செல்ல அனுமதிப்பதற்கு அவனுக்கு உரிமை உண்டா?... வசந்த காலத்தின் அந்த எளிய நினைவுச் சின்னத்தை மேஜை மீதிருந்து அவற்றிவிடும்படி அவன் மருத்துவத்தாதியை வேண்டிக் கொண்டான்.

தூவி வில்லோக் கொம்பு அகற்றப்பட்டுவிட்டது. ஆனால் துன்ப நினைவுகளிலிருந்து விடுபடுவது கடினமாயிருந்தது. அவன் காலற்ற முடவன் ஆகிவிட்டான் என்று அறிந்ததும் ஓல்கா என்ன சொல்லுவாள்? போய்விடுவாளா, மறந்து விடுவாளா, தன் வாழ்க்கையிலிருந்து அவனை அகற்றித் துடைத்துவிடுவாளா? அலெக்ஸேயின் உள்ளமும் ஆன்மாவும் இதை எதிர்த்தன. இல்லை, அவள் இப்படிப்பட்டவள் அல்ல. அவள் அவனை ஒதுக்கிவிட மாட்டாள், முகத்தைத் திருப்பிக்கொள்ள மாட்டாள்! இது இன்னும் மோசம். பெருந்தன்மை காரணமாக அவள் அவனை மணந்து கொள்வாள், நொண்டிக்கு வாழ்க்கைப்படுவாள், இந்தக் காரணத்தால் உயர் தொழில்நுட்பக் கல்வி பெறும் தனது கனவை விட்டு விடுவாள். தன்னையும் அங்கவீனனான கணவனையும், யார் கண்டது, குழந்தைகளையுங்கூடப் பராமரிப்பதற்காக வேலை நுகத்தில் கழுத்தை மாட்டிக்கொள்வாள் - இவ்வாறு எண்ணிப் பார்த்தான் அலெக்ஸேய்.

இந்தத் தியாகத்தை ஏற்றுக்கொள்ள அவனுக்கு உரிமை உண்டா? அவர்கள் இன்னும் எவ்விதத்திலும் கட்டுப்பட்டவர்கள் அல்லவே. அவள் அவனுடைய மணப்பெண்தானே தவிர மனைவி அல்லவே. அவன் அவளைக் காதலிதான், மனமாரக் காதலித்தான். எனவே அவளை மனைவி ஆக்கிக்கொள்ளத் தனக்கு உரிமை கிடையாது என்று அவன் தீர்மானித்தான். அவர்களை ஒருவருடன் ஒருவர் இணைக்கும் எல்லாத் தொடர்புகளையும் தானே அறுத்துவிட வேண்டும், அதுவும் சட்டென்று அறுத்துவிட வேண்டும் - துயர் நிறைந்த வருங்காலத்திலிருந்து மட்டுமல்ல, தயக்கத்தின் சித்திரவதையிலிருந்தும் அவளுக்கு விடுதலை அளிக்கும் பொருட்டு- என நிச்சயித்தான்.

ஆனால் "கமிஷின்" என்ற முத்திரை பதித்த கடிதங்கள் வந்து இந்தத் தீர்மானங்களை எல்லாம் அழித்துத் துடைத்து விட்டன. ஓல்காவின் கடிதம் மறைமுகமான ஏதோ கலவரத்தால் நிறைந்திருந்தது. துன்பம் வரப்போவதை முன்னுணர்ந்தவள் போல அவனுக்கு என்னதான் நேர்ந்தாலும் தான் எப்போதும் அவனுடன் இருக்கப் போவதாக அவள் எழுதியிருந்தாள்.

சொந்த ஊரிலிருந்து வந்த கடிதங்கள் முதல் முறையாக அலெக்ஸேய்க்கு களிப்பூட்டவில்லை. அவன் உள்ளத்தில் அவை புதிய தடுமாற்றம் விளைத்தன. இங்குதான் அவன் தவறு செய்தான்- வருங்காலத்தில் அவனுக்கு எவ்வளவோ வேதனை உண்டாகக் காரணமாயிருந்த தவறு செய்தான். தன் கால்கள் வெட்டி எடுக்கப்பட்டுவிட்டன என்ற சேதியைக் கமீஷினுக்குத் தெரிவிக்க அவனுக்கு துணிவு வரவில்லை.

அலெக்ஸேய் மெரேஸ்யெவின் மருத்துவமனை நாட்கள் களிப்பற்ற சிந்தனைகளில் அலுப்பூட்டும் வகையில் கழிந்தன. சிறந்த தேர்ச்சியுடன் செய்யப்பட்ட அறுவையை அவன் எஃகு சரீரம் எளிதில் தாங்கிக் கொண்டது, காயங்கள் விரைவாக ஆறிக்கொண்டு வந்தன, எனினும் அவன் வெளிப்படையாகத் தெரியும் அளவுக்குப் பலவீனம் அடைந்தான். மருத்துவர்கள் எத்தனையோ சிகிச்சை முறைகளை மேற்கொண்ட பின்னரும் அவன் கண்ணெதிரே நாளுக்கு நாள் இளைத்து வாடிப்போனான்.

7

இதற்கிடையே வெளியே வசந்தம் கும்மாளம் போடலாயிற்று.

எப்போதும் போலவே வசந்தம் உள்ளங்களைக் கனிவித்தது, கனவுகளை எழுப்பியது.

"ஆகா, இப்போது துப்பாக்கியும் கையுமாக எங்கேனும் காட்டுக்குப் போனால் எவ்வளவு நன்றாயிருக்கும்! எப்படி, ஸ்தெபான் இவானவிச் சரிதானே? பொழுது புலரும் வேளையில் குடிசையில் பதிபோட்டுக் காத்திருந்தால்... அற்புதமாயிருக்கும்... காலை நேரம் ரோஜா நிறம் பொலியும், உற்சாகமூட்டும், இளங்குளிர் அடிக்கும். நாம் உன்னிப்பாகக் கவனித்துக்கொண்டு உட்கார்ந்திருப்போம். திடீரென்று கல, கல, கல என்ற ஒலி. இறக்கைகள் ஷ்ஷூ, ஷ்ஷூ என வீசும் சத்தம். நமக்கு மேலே வால் விசிறி போல விரித்தவாறு இறங்கிவரும் ஒரு பறவை, இன்னொன்று மூன்றாவது..."

ஸ்தெபான் இவானவிச் ஓசையுடன் மூச்சு இழுத்தார். அவர் நாவில் நீர் ஊறியது போலும். கமிஸாரோ, விடாது பேசிக்கொண்டு போனார்.

"அப்புறம் நெகிடி நெருப்புக்குப் பக்கத்தில் நீர்சுவறாக்கோட்டை விரித்துக் கொண்டு, புகை மணம் வீசும் தேநீரும் கொஞ்சம் வோத்காவும் பருகுவோம். ஒவ்வொரு தசையும் கதகதப்பு அடையும்படி ஊம்? உழைப்புக்குப் பிறகு..."

'ஆஹ்ஹா! ஒன்றும் சொல்லாதீர்கள், தோழர் கமிஸார்..."

இவ்வாறு வேட்டை அனுபவங்களின் வர்ணனைகள் தொடங்கின. ஒருவரும் கவனிக்காத முறையில் பேச்சு போர்முனை நிலவரங்களுக்குத் திரும்பியது. தங்கள் டிவிஷனில், படைப்பகுதியில் இப்போது என்ன நடக்கிறது. பனிக்காலத்தில் கட்டப்பட்ட நிலவறைக் காப்பிடங்கள் நீர் கசிகின்றனவா இல்லையா, அரண்கள் சிதைந்து விட்டனவா இல்லையா, மேற்கே தார் ரோடுகளில் நடந்து பழகிய பாசிஸ்டுகளுக்கு இந்த வசந்தகால நீர்க்குட்டங்களும் சேறும் எப்படியிருக்கும் என்றெல்லாம் அனுமானிக்கலானார்கள் நோயாளிகள்.

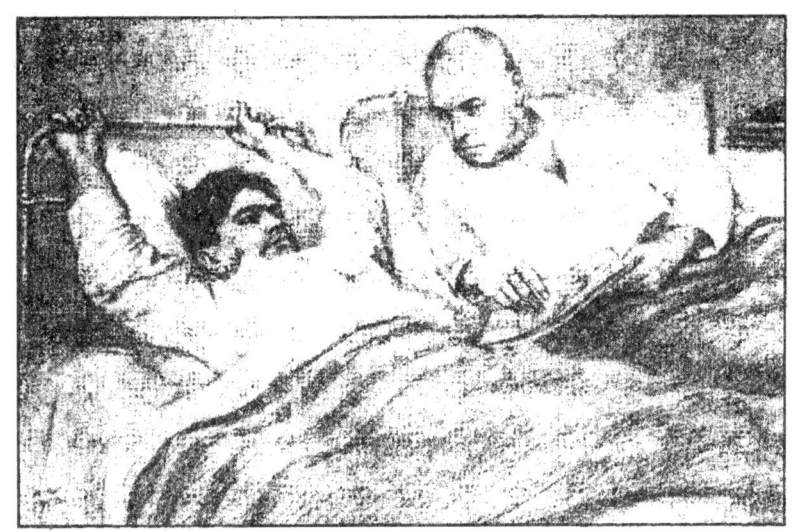

பகல் உணவு வேளைக்குப் பிறகு சிட்டுக் குருவிகளுக்கு இரை கொடுப்பது தொடங்கிற்று. சாப்பாட்டுக்குப் பின் எஞ்சிய துணுக்குகளைத் திரட்டி, ஜன்னல் மேல் திறப்பு வழியே அவற்றைப் பறவைகளுக்காக வெளிக்குறட்டில் போடும் யோசனை ஸ்தெபான் இவானவிச்சுக்கு உதித்தது. இது பொது வழக்கம் ஆகிவிட்டது. இப்போது வெறுமே எஞ்சிய துணுக்குகள் மட்டுமே போடப்படவில்லை. நோயாளிகள் பெரிய துண்டுகளை வேண்டுமென்றே மிச்சம் வைத்து அவற்றைத் துணுக்குகளாக நொறுக்கினார்கள். இவ்வாறு ஸ்தெபான் இவானவிச்சின் சொற்களில் சிட்டுக்குருவிக் கூட்டம் முழுவதும் இரை கொள்ள வகை செய்யப்பட்டது. இரைச்சலிடும் இந்தச் சின்னஞ்சிறு பறவைகள் சற்றுப் பெரிதான ஒவ்வொரு துணுக்கையும் கொத்தித்தின்னப் பாடுபடுவதையும் கீச்சிடுவதையும் சச்சரவு செய்வதையும், வெளிக்குறட்டைச் சத்தம் செய்ததும் பாப்ளார் மரக்கிளைகளில் இளைப்பாறுவதையும் இறகுகளைக் கோதிக்கொள்வதையும் பிறகு ஒன்றாகச் சிவ்வென்று பறந்து தங்கள் சிட்டுக்குருவி அலுவல்களுக்காக எங்கோ செல்வதையும் அவதானிப்பதில் வார்டு முழுவதற்கும் பெருத்த இன்பம் உண்டாயிற்று. சிட்டுக் குருவிகளுக்கு இரை போடுவது விருப்பப் பொழுதுபோக்கு ஆகிவிட்டது. சில பறவைகளை நோயாளிகள் இனங்கண்டு கொண்டு அவற்றுக்குப் புனைபெயர்களும் சூட்டினார்கள். வார்டுக்காரர்களைச் சிறப்பாகக் கவர்ந்தது வாலறுந்த துடுக்கும் சுறுசுறுப்பும் மிக்க ஒரு சிட்டுக்குருவி. சச்சரவிடும் கெட்ட சுபாவம் காரணமாகவே அது வாலைப் பறி கொடுத்தது போலும். ஸ்தெபான் இவானவிச் அதற்கு "இயந்திரத் துப்பாக்கிவீரன்" என்று பெயரிட்டார்.

இரைச்சலிடும் இந்தப் பறவைகளுடன் நடந்த அமளியே டாங்கி வீரனை அவனது வாய்மூடித்தனத்திலிருந்து வெளியே கொண்டு வந்தது என்பது அக்கறைக்குரிய சேதி. ஸ்தெபான் இவானவிச் உடம்பை இரண்டாக மடித்து வளைத்து, கவைக்கோல்களை ஆதாரமாகப் பற்றியவாறு வெப்பநீராவிக் குழாய் மீது நெடுநேரம் தம்மைச் சமன்படுத்திக்கொண்டு ஜன்னல் குறட்டின் மேல் ஏறி ஜன்னல் மேல் திறப்பை எட்டுவதற்கு ஆயத்தம் செய்வதைத் தொடக்கத்தில் அவன் உற்சாகமின்றி அசட்டையாகப் பார்த்துக் கொண்டிருந்தான். ஆனால் மறுநாள் சிட்டுக் குருவிகள் பறந்து வந்ததும் டாங்கி வீரன் அவற்றின் பரபரப்பு மிக்க அமளியை நன்றாகப் பார்க்கும் பொருட்டு, வலியினால் முகத்தைச் சுளித்தவாறு கட்டிலில் உட்கார்ந்து கொண்டான். மூன்றாம் நாளோ அவன் இனிய கேக்கின் பெரிய துண்டு ஒன்றைப் பகல் சாப்பாட்டின்போது மறைத்து வைத்துக்கொண்டான் - மருத்துவமனையின் இந்த விசேஷத் தின்பண்டம் இலவசத் தீனிக்காரக் கீச்சுமூச்சுக் கும்பலுக்குச் சிறப்பாகப் பிடித்தாக வேண்டும் என்பதுபோல ஒரு தடவை “இயந்திரத் துப்பாக்கி வீரன்” வரவில்லை. அதைப் பூனை பிடித்து விழுங்கியிருக்கும் என்றும் அதற்கு நன்றாக வேண்டும் என்றும் சொன்னான் குக்கூஷ்கின். பேசாவாய் டாங்கிவீரனுக்குத் திடீரென்று கடுங்கோபம் வந்துவிட்டது. அவன் குக்கூஷ்கினைக் கண்டபடி திட்டினான். மறுநாள் வாலறுந்த குருவி ஜன்னல் வெளிக்குறட்டில் கண்கள் துடுக்குடன் பளிச்சிடத் தலையை வெற்றிப் பெருமிதத்துடன் திருப்பியவாறு மறுபடி கீச்சிடவும் சண்டை போடவும் தொடங்கியபோது டாங்கிவீரன் கலகலவென்று வாய்விட்டுச் சிரித்தான். நீண்ட பல மாதங்களுக்குப் பின் முதல் தடவையாக வாய்விட்டுச் சிரித்தான் அவன்.

சிறிது காலம் கடந்ததும் க்வோஸ்தியேவ் பொதுவாகவே கலகலப்பாகப் பழகத் தொடங்கினான். இதற்கு முயற்சி எடுத்துக் கொண்டவர் கமிஸார்தாம். அவர் செய்தது இவ்வாறு க்ளாவதியா மிஹாய்லவ்னா முதுகுக்குப் பின் கையை மறைத்தவாறு மர்மத் தோற்றத்துடன் கதவருகே நின்று, பளிச்சிடும் விழிகளால் எல்லோரையும் பார்வையிட்டுவிட்டு, ஆமாம், இன்றைக்கு யார் கும்மாளம் போடப் போகிறார்கள்?” என்று கேட்கும் நேரம் நாற்பத்து இரண்டாம் வார்டில் மிக மகிழ்பொங்கும் நேரம் ஆக விளங்கியது.

கடிதங்கள் வந்திருக்கின்றன என்று இதற்கு அர்த்தம். கடிதம் பெறுபவன் நடனமாடும் பாவனையில் கட்டில் மேல் கொஞ்சமாவது துள்ள வேண்டும். எல்லாரையும் விட அடிக்கடி இப்படிச் செய்ய நேர்வது கமிஸாருக்குத்தான். சில தடவைகளில் அவருக்கு ஒரு மொத்தமாகப் பத்துப்பன்னிரண்டு கடிதங்கள் கிடைப்பது உண்டு. அவருக்கு டிவிஷனிலிருந்தும், பின்புலத்திலிருந்தும் கடிதங்கள் வரும்.

உடனுழைப்பாளர்களும் கமாண்டர்களும் அரசியல் அலுவலர்களும் எழுதுவார்கள். அதே போலப் படைவீரர்களும், பழைய ஞாபகத்தை வைத்துக் கொண்டு கமாண்டர்களின் மனைவிகளும் (கட்டுக்கு அடங்காத கணவன் மாரை வழிக்குக் கொண்டு வரும்படி இவர்கள் கேட்பார்கள்), போரில் கொல்லப்பட்ட தோழர்களின் விதவைகளும் எழுதுவார்கள். அவர்கள் ஏதேனும் யோசனை கேட்பார்கள் அல்லது உதவி கோருவார்கள். கஸாஃஸ்தானிலிருந்து ஒரு பயனீர் சங்கத்துப் பெண்கூட எழுதுவது உண்டு. கொல்லப்பட்ட ரெஜிமெண்டுக் கமாண்டவரின் மகள் அவள். இந்தப் பெண்ணின் பெயர் கமிஸாருக்கு எவ்வளவோ முயன்றும் நினைவுக்கு வருவதில்லை. இந்தக் கடிதங்களை எல்லாம் கமிஸார் அக்கறையுடன் வாசிப்பார். எல்லாக் கடிதங்களுக்கும் கட்டாயமாகப் பதில் அளிப்பார். இன்னின்ன கமாண்டரின் மனைவிக்கு உதவும்படி தேவையான அலுவலகத்துக்கு அதே கையோடு எழுதிவிடுவார். கட்டுமீறிச் சென்றுவிட்ட கணவனைக் கோபத்துடன் விளாசுவார். வீட்டு நிர்வாக அதிகாரிக்கு போர் முனையில் பணியாற்றும் துடியான கமாண்டர் இன்னாருடைய இருப்பிடத்தில் அவன் கணப்பு ஏற்பாடு செய்யாவிட்டால் தாமே நேரில் வந்து அவன் தலையை வெட்டிவிடுவதாக அச்சுறுத்தி எழுதுவார். நினைவு வைத்துக்கொள்ள முடியாத சிக்கலான பெயர் கொண்ட கஸாஃஸ்தான் சிறுமியை அரையாண்டுத் தேர்வில் ருஷ்யமொழிப் பாடத்தில் அவள் தேறாததற்காகக் கடிந்துகொள்வார்.

ஸ்தெபான் இவானவிச்சும் முனைமுகத்துடனும் பின்புலத்துடனும் சுறுசுறுப்பாகக் கடிதப் போக்குவரத்து நடத்திக் கொண்டிருந்தார். தம்மைப் போன்றே வெற்றிகரமான ஸ்னைப்பர்களாயிருந்த புதல்வர்களிடமிருந்தும் கூட்டுப் பண்ணைக் குழுத்தலைவியான பெண்ணிடமிருந்தும் தமக்கு வரும் கடிதங்களை ஸ்தெபான் இவானவிச் பெரு மகிழ்ச்சியுடன் அப்போதைக்கப்போதே உரக்கப் படிப்பார். வார்டு நோயாளிகள் எல்லோருக்கும், அறைத் தாதிகளுக்கும் நர்ஸ்களுக்கும் வறண்ட, சிடுமூஞ்சியான உள்ளூறை மருத்துவருக்குங்கூட அவருடைய குடும்ப விவகாரங்கள் எல்லாம் நன்றாகத் தெரிந்திருந்தன.

கலகலப்பின்றி, உலகம் அனைத்துடனும் சச்சரவிடுபவன் போலிருந்த குக்கூஷ்கினுக்குக்கூட பார்நௌல் என்னும் இடத்திலிருந்து அவன் தாயார் கடிதங்கள் எழுதுவாள். அவன் மருத்துவத்தாதியிடமிருந்து கடிதத்தை ஆர்வத்துடன் பிடுங்கிக் கொண்டு, எல்லோரும் உறங்கும் வரை காத்திருந்து, வாய்க்குள்ளாகச் சொற்களை முணுமுணுத்தவாறு படிப்பான். அந்த நேரத்தில் கூரிய கடுமையான அமைப்புள்ள அவனது சிறு முகத்தில், அவனுடைய இயல்புக்கு முற்றிலும் பொருந்தாத, கம்பீரமும் சாந்தமும் திகழும் சிறப்பான பாவம் தென்படும். முதிய உதவி மருத்துவச்சியான தன் தாய்மீது அவன் பெருத்த பாசம்

கொண்டிருந்தான், ஆனால் தனது இந்த அன்பு குறித்து நாணினான், அதை முயன்று மறைத்து வந்தான்.

கிடைத்த செய்திகள் வார்டில் உற்சாகமாகப் பரிமாறிக் கொள்ளப்படும் இந்தக் களிபொங்கும் நேரத்தில் டாங்கி வீரன் ஒருவன் மட்டுமே முன்னிலும் அதிக ஏக்கங்கொண்டு முகத்தைச் சுவர்ப்பக்கம் திருப்பிப் போர்வையை இழுத்துத் தலையை மூடிக்கொண்டுவிடுவான். அவனுக்குக் கடிதம் எழுதுவோர் யாரும் இல்லை.

ஆனால் ஒரு க்ளாவ் தியா மிஹாய்லவ்னா ஏதோ தனிப்பட்ட கிளர்ச்சியுடன் வந்தாள்.

“ஆமாம், இன்றைக்கு யார் கும்மாளம் போடப்போகிறார்கள்?” என்றாள்.

டாங்கிவீரனின் கட்டில் மேல் அவள் பார்வை சென்றது. நல்லியல்பு திகழும் அவளுடைய முகத்தில் பரந்த புன்னகை சுடர்ந்தது. ஏதோ வழக்கத்துக்கு மாறான விஷயம் நடந்திருக்கிறது என்று உணர்ந்தாள். வார்டு உன்னிப்பாகக் கவனித்தது.

லெப்டினன்ட் க்வோஸ்தியேவ், குதிபோடுங்கள் ! அட நீங்கள் என்ன இப்படி?

க்வோஸ்தியாவின் உடம்பு சிலிர்த்ததை மெரேஸ்யெவ் கண்டான். அக்கணமே க்வோஸ்தியேவ் தன்னைக் கட்டுப்படுத்திக் கொண்டு, நடுங்கும் குரலில் அலட்சியபாவத்தைக் காட்ட முயன்றவாறு, “தவறு. பக்கத்து வார்டிலே வேறு யாரோ ஒரு க்வோஸ்தியேவ் இருந்தான்” என்றான்.

எனினும், தாதி கொடி போன்று உயர்த்திப் பிடித்திருந்த மூன்று உறைகளை அவனுடைய விழிகள் ஆர்வத்துடன், நம்பிக்கை தோன்ற நோக்கின.

“இல்லை, உங்களுக்குத்தான். பாருங்கள் : லெப்டினன்ட் கிமி க்வோஸ்தியேவுக்கு என்று எழுதியிருக்கிறதே நாற்பத்து இரண்டாம் வார்டு என்றும் குறித்திருக்கிறது. ஊம்?”

கட்டுக்கள் போட்ட கரம் போர்வைக்கு உள்ளிருந்து ஆசையுடன் வெளியே துள்ளி வந்தது. கடிதத்தைப் பற்களால் பற்றி பொறுமையின்றிக் கிள்ளிக் கிள்ளி அவன் உறையைப் பிரித்த போது கை நடுங்கிக் கொண்டிருந்தது. வோஸ்தியேவின் கண்கள் கட்டுக்களின் இடையிலிருந்து சுடர் வீசின. விஷயம் விந்தையாக இருந்தது. ஒரே பல்கலைக்கழகத்தில் ஒரே வகுப்பில் படித்துக்கொண்டிருந்த மூன்று தோழிப் பெண்கள் வெவ்வேறு கையெழுத்துக்களில், அனேமாக ஒரே விஷயத்தை வெவ்வேறு சொற்களில் எழுதியிருந்தார்கள். டாங்கிப்படை வீரர் லெப்டினன்ட் க்வோஸ்தியேவ் காயமடைந்து

மாஸ்கோவில் சிகிச்சை பெற்றுவருவதாக அறிந்து அவருடன் கடிதத் தொடர்பு கொள்ள அவர்கள் தீர்மானித்தார்களாம். அவர்களுடைய நச்சரிப்பால் லெப்டினன்ட் க்வோஸ்தியேவ் கோபம் அடையாவிடில், தாம் எப்படியிருக்கிறார், அவர் உடல்நிலை எப்படி இருக்கிறது என்று எழுதும்படி கேட்டுக் கொள்கிறார்களாம். "அன்யூத்தா" என்று கையொப்பம் இட்டிருந்த ஒரு பெண் எழுதியிருந்தாள். "ஏதாவது ஒரு விதத்தில் தங்களுக்கு உதவ என்னால் முடியாதா? தங்களுக்கு நல்ல நூல்கள் ஒருவேளை வேண்டியிருக்குமே? ஏதேனும் தேவைப்பட்டால் கூச்சப்படாமல் எனக்கு எழுதுங்கள்."

க்வோஸ்தியேவ் பகல் முழுதும் இந்தக் கடிதங்களைத் திருப்பித் திருப்பிப் பார்த்துக் கொண்டிருந்தான், முகவரிகளைப் படித்தான், கையெழுத்துக்களை ஊன்றிக் கவனித்தான். இவ்வகையான கடிதப் போக்குவரத்துக்களை அவன் கட்டாயமாக அறிந்திருந்தான். ஆனால் இந்தக் கடிதங்கள் எதிர்பாராத விதமாக ஒரே சமயத்தில் வந்திருந்தன என்பதுதான் அவனுக்கு வியப்பளித்தது. மருத்துவப் பிரிவு மாணவிகள் அவனுடைய போர்ச் செயல்கள் பற்றி எப்படித் திடீரென்று தெரிந்து கொண்டார்கள் என்பதும் விளங்கவில்லை. வார்டுக்காரர்கள் எல்லோருமே இந்த விஷயம் புரியாமல் திகைத்தார்கள் - யாவரிலும் அதிகமாகத் திகைத்தார் கமிஸார். ஆனால் அவர் ஸ்தெபான் இவானவிச்சுடனும் மருத்துவத் தாதியுடனும் பரிமாறிக் கொண்ட பொருள் பொதிந்த பார்வையை மெரேஸ்யேவ் கண்டு கொண்டான். இது கமிஸாரின் கைவேலைதான் என்பது அவனுக்குப் புரிந்துவிட்டது

அது எப்படி ஆயினும் மறுநாள் காலையில் க்வோஸ்தியேவ் கமிஸாரிடம் காகிதங்கள் கேட்டு வாங்கி, வலது கையை மருத்துவர் அனுமதி இன்றியே கட்டவிழ்த்து, சாயங்காலம் வரை எழுதுவதும் அடிப்பதும் கசக்கி எறிவதும் மறுபடி எழுதுவதுமான, தனது அறிமுக மற்ற கடிதத் தோழிகளுக்குப் பதில் வரைந்து கொண்டிருந்தான்.

இரண்டு பெண்கள் தாமாகவே ஒதுங்கிக் கொண்டார்கள். ஆனால் அக்கறையுள்ள அன்யூத்தா மூவருக்கும் சேர்த்து எழுதலானாள், க்வோஸ்தியேவ் ஒளிவு மறைவற்ற சுபாவம் உள்ளவன். எனவே மருத்துவப் பிரிவின் மூன்றாவது ஆண்டு வகுப்பில் நடப்பதை வார்டு முழுவதும் அறிந்துகொண்டது.

க்வோஸ்தியேவ் பேச மட்டும் தொடங்கவில்லை. அவன் ஒரு வகையில் முற்றிலும் மலர்ந்துவிட்டான். அவன் உடல் நிலை விரைவாகச் சீர்படலாயிற்று.

குக்கூஷ்கினுக்கு வைத்துக் கட்டப்பட்டிருந்த சிம்பு எடுத்து விடப்பட்டது. ஸ்தெபான் இவானவிச் கவைக்கோல்கள் இல்லாமல்

நடக்கப் பயின்றார். போதிய அளவு நேராக முன் செல்லலானார். கமிஸாருக்கும் மெரேஸ்யெவுக்கும் தான் உடல் நிலை நாளுக்கு நாள் மோசமாகிக் கொண்டு போயிற்று, அதிலும் கமிஸார் வெகு விரைவாகப் படுத்த படுக்கை ஆகிவிட்டார்.

அறைத் தாதி தினந்தோறும் காலையில் அவர் முகத்தைக் கழுவித் துடைப்பாள், சிறு கரண்டியால் அவருக்கு உணவு ஊட்டுவாள். கொடிய வேதனை அல்ல, இந்த ஏலாமைதான் அவரை வாட்டி வதைக்கிறது, அவருக்குக் கட்டுக்கு அடங்காத கோபம் உண்டாக்குகிறது என்பது எல்லோருக்கும் புலப்பட்டது. ஆனால் இப்போதும் அவர் உளம் சோர்ந்து விடவில்லை. முன்போலவே அவருடைய கட்டைக் குரல் பகலில் அதிர்ந்து ஒலித்தது. செய்தித்தாள்களில் செய்திகளை முன்போலவே ஆர்வத்துடன் அவர் படித்தார், ஜெர்மானிய மொழியைக்கூடத் தொடர்ந்து கற்றுக் கொண்டார். ஸ்தெபான் இவானவிச் தனிப்பட அமைத்த கம்பிப் புத்தகந்தாங்கி மீது அவருக்காகப் புத்தகங்களை வைக்க வேண்டியிருந்தது, ஸ்தெபான் இவானவிச் அவர் அருகே உட்கார்ந்து அவருக்காகப் பக்கங்களைத் திருப்பினார் என்பதுதான் வித்தியாசம்.

அவருடைய உடல் எவ்வளவு பலவீனம் அடைந்து திறனிழந்ததோ அவருடைய உள்ளம் அவ்வளவே அதிகப்பிடிவாதமும் வலிமையும் பெற்றதாகத் தோன்றியது. முன்போன்ற அதே அக்கறையுடன் அவர் பெருந்தொகையான கடிதங்களைப் படித்து அவற்றுக்குப் பதில்கள் அளித்துவந்தார். பதில்களை அவர் சொல்ல, குக்கூஷ்கினோ க்வோஸ்தியேவோ எழுதுவார்கள். ஒருநாள் சிகிச்சைக்குப் பிறகு உறங்கத் தொடங்கியிருந்த அலெக்ஸேய் அவருடைய இடிக் குரலைக் கேட்டு விழித்துக் கொண்டான்.

“சிவப்பு நாடாக்காரர்கள்!” என்று கோபம் பொங்க முழங்கினார் கமிஸார். கம்பிப் புத்தகந்தாங்கியில் வைத்திருந்தது டிவிஷன் தினத்தாள். “படைப் பிரிவிலிருந்து வெளியே எடுத்துச் செல்லலாகாது என்ற உத்தரவை மதியாமல் ஒரு நண்பன் அதைக் கமிஸாருக்கு ஒழுங்காக அனுப்பிக் கொண்டிருந்தான். அங்கே தற்காப்பில் உட்கார்ந்து அவர்களுக்கு மூளை மந்தித்துவிட்டது. க்ராவத்ஸோவ் ஆவது அதிகாரச் சடங்கு பாராட்டுபவன் ஆவது! சேனையிலேயே தலைசிறந்த மிருகவைத்தியன் சடங்கு பாராட்டுபவனோ? கிரிகோரிய, எழுது எழுது. இந்தக் கணமே.”

சேனையின் இராணுவ சபை உறுப்பினர் ஒருவருக்குச் சினம் பொங்கும் அறிக்கையை அவர் சொல்ல வோஸ்தியேவ் எழுதலானான். உழைப்பாளியான ஒரு நல்ல மனிதனுக்குக் காரணமின்றி அவப்பெயர் சூட்டிய பொறுப்பற்ற எழுத்தாளர்களை அடக்கிவைக்கும்படி அவர்

கேட்டுக்கொண்டார். மருத்துவத்தாதி வசம் கடிதத்தை அனுப்பிய பிறகும், அவர் இம்மாதிரிச் சளப்பர்களை வெகுநேரம் வரை காரசாரமாகத் திட்டி நொறுக்கிக் கொண்டிருந்தார். தலையணை மேல் தலையைத் திருப்பக்கூட ஏலாத மனிதர் வாயிலிருந்து செயலார்வம் ததும்பும் இந்தச் சொற்களைக் கேட்க விந்தையாக இருந்தது...

மாலையில் கமிஸார் உடல் நிலை இன்னும் மோசமாயிற்று, கர்ப்பூரத் தைலம் ஊசி மூலம் செலுத்தப்பட்டது. ஆக்ஸிஜன் கொடுக்கப்பட்டது. நெடுநேரம் அவருக்கு நினைவு திரும்பவில்லை. உணர்வுக்கு வந்ததுமே கமிஸார் ஆக்ஸிஜன் பையும் கையுமாகத் தம் அருகே நின்ற க்ளவ்தியா மிஹாய்லவனாவை நோக்கிப் புன்முறுவல் செய்ய முயன்றார்.

நோயுடன் கடும் போராட்டத்தில் ஆவேசம் பொங்க எதிர்த்து நின்றவாறு இந்தப் பெரிய, விறல்மிக்க மனிதர் நாளுக்கு நாள் வலி குன்றுவதைக் காணத் தாங்கமுடியாத வேதனை உண்டாயிற்று.

8

அலெக்ஸேய் மெரேஸ்யெவும் நாளுக்கு நாள் பலவீனம் அடைந்து கொண்டு போனான்.

எல்லோருடைய உள்ளங்களுக்கும் திறவுகோல் தேடிக் காணக் கமிஸாருக்கு இயன்றது. ஆனால் அலெக்ஸேய் மெரேஸ்யெவ் அவருக்கு மசிவதாயில்லை. மெரேஸ்யெவுக்கு அறுவை நடந்த பிறகு முதல் நாளே "வீரம் விளைந்தது" என்ற நவீனம் வார்டிற்குக் கொண்டு வரப்பட்டது. மற்றவர்கள் அதை உரக்கப் படிக்கத் தொடங்கினார்கள். இது யாருக்காகப் படிக்கப்படுகிறது என்பதை அலெக்ஸேய் புரிந்து கொண்டான். ஆனால் இது அவனுக்கு வெகுவாகத் தேறுதல் அளித்துவிடவில்லை. இந்த நவீனத்தின் கதாநாயகன் பாவேல் கர்ச்சாகினை அவன் பிள்ளைப் பருவம் முதலே போற்றி வந்தான். அவனது விருப்பத்துக்கு உரிய கதாநாயகர்களில் இவன் ஒருவனாயிருந்தான். ஆனால் கர்ச்சாகின் விமானி அல்லவே விமானத்துக்காக ஏங்குவது என்பதன் அர்த்தம் அவனுக்குத் தெரியுமா என்ன?" என்று இப்போது எண்ணமிட்டான் அலெக்ஸேய்.

ஆக இந்தச் சந்தர்ப்பத்தில் நவீனம் வெற்றி பெறவில்லை. அப்போது கமிஸார் சுற்றி வளைத்துச் செல்லும் நடையை மேற்கொள்ளலானார். பேச்சுவாக்கில் போல ஒரு மனிதனைப் பற்றிப் பிரஸ்தாபித்தார் அவர். திமிர்வாதத்தால் பீடிக்கப்பட்ட கால்களுடன் பெரிய சமூக வேலையை நிறைவேற்ற அந்த மனிதனுக்கு முடிந்ததாம். உலகிலுள்ள எல்லா விஷயங்களிலும் அக்கறை கொண்டவரான ஸ்தெபான் இவானவிச் ஆகா அப்படியா என்று வியந்தார். தம்முடைய வட்டாரத்தில் ஒரு கை

இல்லாத மருத்துவர் ஒருவர் இருப்பதாகவும், வட்டாரம் பூராவிலும் தலைசிறந்த வைத்தியர் அவர்தாம் என்றும், அவர் குதிரைச் சவாரி செய்வதாகவும் வேட்டைக்குப் போவதாகவும், ஒற்றைக்கையால் துப்பாக்கி சுடுவதாகவும் அணிலின் கண்ணில் குண்டு பாயும்படி குறிபிசகாமல் சுடுகிறார் என்றும் தாமே விவரிக்கத் தொடங்கிவிட்டார். அப்புறம் கமிஸார் காலஞ்சென்ற அகாதமீஷியன் வில்லியம்ஸை நினைவு கூர்ந்தார். இயந்திர டிராக்டர் நிலைய வேலைத் தொடர்பில் கமிஸாருக்கு அவரை நேர்முகமாகத் தெரியுமாம். பாதி உடம்பு பக்கவாதத்தால் பாதிக்கப்பட்டிருந்த அந்த மனிதருக்கு ஒரு கை மட்டுமே வழங்கியதாம். அப்படியும் அவர் கல்லூரித் தலைவராகத் தொடர்ந்து பணியாற்றி வந்தாராம், மிகப்பெரிய அளவில் வேலை செய்து வந்தாராம்.

மெரேஸ்யெவ் இந்தக் கதைகளை எல்லாம் கேட்டு வாய்க்குள் நகைத்துக்கொண்டான். சிந்தனை செய்வது, பேசுவது, எழுதுவது, உத்தர விடுவது, சிகிச்சை செய்வது, வேட்டையாடுவது கூடக் கால்கள் இல்லாமலே முடியும். ஆனால் அவன் விமானி. இயல்பிலேயே விமானி, பிள்ளைப்பருவம் முதலே விமானி. சிறுவனாயிருக்கையில் அவன் முலாம்பழ வயலைக் காவல் காத்துக் கொண்டிருந்தான். வறண்டு வெடிப்புக்கண்ட நிலத்தில் வாடிய இலைகளுக்கு நடுவே கிடந்தன கோடிட்ட பிரமாண்டமான உருண்டைகள். வோல்காப் பிரதேசம் முழுவதிலும் புகழ்பெற்ற தர்பூஸ் பழங்கள் இவை. அலெக்ஸேய் அந்த வயலைக் காத்துக்கொண்டிருந்த சமயத்தில் சிறு வெள்ளித் தட்டான் பூச்சி ஒன்றின் ரீங்காரத்தை முதலில் கேட்டான், பின்பு வெயிலில் இரட்டை இறக்கைகளுடன் அது மினுமினுக்கக் கண்டான். புழுதி நிறைந்த ஸ்தெப்பிக்கு வெகு உயரே ஸ்தாலின் கிராத் நகரை நோக்கிக் காற்றில் மெல்ல மிதந்து சென்றது அது. அந்த நாள் முதலே விமானி ஆகத் தீர்மானித்துவிட்டான் அலெக்ஸேய். இந்தக் கனவு அது முதல் அவனை விடாது பற்றிக் கொண்டது.

இளங் கம்யூனிஸ்ட் சங்கம் அவனை சோவியத் தூரக் கிழக்குக்கு அனுப்பியது. அங்கே தைகாக் காட்டில் இளமை நகரான ஆமூர் நதிக்கரைக் காம்ஸமோல்ஸ்க்கை நிறுவுவதில் அவன் பங்கு கொண்டான். ஆனால் பறப்புக்கள் பற்றிய தன் கனவை அவன் தைகாவிலும் விட்டுவிடவில்லை நகரை நிறுவியவர்களில் சிறந்த விமானித் தொழிலை மேற்கொள்ள விரும்பிய யுவ யுவதியர்களை அவன் கண்டான். அதுவரை வெறும் திட்டங்களில் மட்டுமே நிலவிய அந்த நகரில் அவர்கள் தங்கள் கரங்களால் தங்கள் விமானப் பயிற்சிக் கழகத்தைக் கட்டினார்கள் என்பதை நம்புவதே கடினம். மங்குல் வந்து, மூடுபனி அந்தப் பிரமாண்டமான நிர்மாண ஸ்தலத்தைச் சூழ்ந்து கொண்டதும் கட்டுமானப் பணியாளர்கள் அனைவரும் தங்கள் பாரக்குகளில் குழுமி, ஜன்னல் கதவுகளைச் சாத்திவிடுவார்கள். வன்மத்துடன் மெல்லிய ரீங்கார மிட்டவாறு காற்றில் படலம் படலமாகப் பறந்த கொசுக்களையும் மற்றக்கடி பூச்சிகளையும் அப்பால் விரட்டும் பொருட்டுக் கதவுகளுக்கு முன்னே ஈரக்கிளைகளால் புகை மண்டும் நெகிடிகள் மூட்டுவார்கள். உழைப்பு நாளுக்குப் பின் நிர்மாணத் தொண்டர்கள் இளைப்பாறுகையில் விமானப் பயிற்சிக் கழகத்தினர், கொசுக்களையும் கடி பூச்சிகளையும் நெருங்கவொட்டாது விரட்டும் மண்ணெண்ணெயை உடம்பில் பூசிக்கொண்டு, கோடரிகளையும் பிக்காசிகளையும் ரம்பங்களையும் மண்வெட்டிகளையும் வெடிமருந்தையும் எடுத்துக்கொண்டு அலெக்ஸேயின் தலைமையில் தைகாவுக்குள் செல்வார்கள். அவர்கள் மரங்களை ரம்பங்களால்

அறுத்து வீழ்த்தி, அடிக்கட்டைகளை வேரோடு பிடுங்கி அகற்றி, தரையைச் சமப்படுத்தி, தைகாக் காட்டில் விமான நிலையத் துக்கு இடம் செய்வார்கள். முடிவில் அவர்கள் காட்டைத் திருத்தி விமானப் பறப்புத் திடலுக்குச் சில கிலோமீட்டர் இடத்தைத் தங்கள் கைகளால் செப்பம் செய்துவிட்டார்கள்.

இந்த விமான நிலையத்திலிருந்து தான் அலெக்ஸேய் பயிற்சி விமானத்தில் முதன் முதலாக வானில் கிளம்பினான். அவனது பிள்ளைப் பிராயக் கனவு முடிவில் நனவாயிற்று.

பிறகு அவன் இராணுவ விமானப் பயிற்சிக் கல்லூரியில் பயின்றான். தானே இளைஞர்களுக்கு அதில் பயிற்சி அளித்தான். அப்போதுதான் போர் மூண்டது. கல்லூரி நிர்வாகிகள் அச்சுறுத்தியதைப் பொருட்படுத்தாமல் அலெக்ஸேய் பயிற்சி ஆசிரியன் வேலையை விட்டுவிட்டுப் போரிடும் இராணுவத்தில் சேர்ந்தான். வாழ்க்கையில் அவனுடைய முன்னேற்றம் எல்லாம், அவனது கிளர்ச்சிகளும் மகிழ்வும், அவனது வருங்காலத் திட்டங்களும் நிகழ்கால வாழ்க்கை வெற்றியும் எல்லாமே விமானப் பறப்புடன் இணைந்திருந்தன....

இவர்கள் என்னடா வென்றால் வில்லியம்ஸைப் பற்றிக் கதைக்கிறார்கள்!

“அவர், அதுதான் வில்லியம்ஸ், விமானி அல்லவே” என்று சொல்லிவிட்டுச் சுவர்ப் பக்கம் திரும்பிக்கொண்டான் அலெக்ஸேய்.

எனினும் அவன் மனப்பூடைத் திறக்கும் முயற்சிகளைக் கமிஸார் கைவிடவில்லை. ஒருநாள் அலெக்ஸேய் வழக்கம் போன்று எது எப்படிப் போனால் என்ன என்ற உணர்வு மரத்த நிலையில் இருந்தபோது கமிஸாரின் இடிக்குரல் முழங்குவது அவன் காதில் பட்டது.

“அலெக்ஸேய், இதோ பார். இங்கே உன்னைப்பற்றி எழுதி யிருக்கிறது”.

இதற்குள் ஸ்தெபான் இவானவிச் சஞ்சிகையை மெரேஸ்யெவிடம் கொண்டு கொடுத்தார். சிறு கட்டுரை ஒன்று அதில் குறியிட்டுக் காட்டப்பட்டிருந்தது. அலெக்ஸேய் அந்தக் கட்டுரை மீது விரைவாகக் கண்ணோட்டினான். முதல் உலக யுத்த காலத்திய ருஷ்ய விமானிகள் பற்றியது அந்தக் கட்டுரை. சஞ்சிகையின் அந்தப் பக்கத்திலிருந்து அலெக்ஸேயை நோக்கியது அறிமுகமற்ற இளம் இராணுவ அதிகாரி ஒருவனது முகம். அவனது சிறுமீசை மேல் நோக்கி முறுக்கிவிடப்பட்டிருந்தது. காதுவரை இழுத்துவிடப்பட்டிருந்த விமானித் தொப்பி மீது வெள்ளைத் தொப்பிச் சூட்டு திகழ்ந்தது.

"படி, படி, உனக்காகவேதான்" என்று வற்புறுத்தினார் கமிஸார்.

மெரேஸ்யெவ் படித்தான். ருஷ்ய இராணுவ விமானி லெப்டினன்ட் வலெரியான் அர்க்காதியெவிச் கார்ப்போவிச் என்பவனைப் பற்றிக் கட்டுரையில் விவரிக்கப்பட்டிருந்தது. பகைவர் முனையிடங்களுக்கு உயரே பறக்கையில் லெப்டினன்ட் கார்ப்போவிச் ஜெர்மானியச் சிதறு குண்டினால் காலில் காயமடைந்தான். அடிபட்டுச் சிதைந்த காலுடன் தனது பர்மான் விமானத்தைத் திருப்பி ஓட்டிப் போர்முனை வரிசையின் மேலாகச் சொந்தப் படையினர் இருந்த இடத்தில் அவன் விமானத்தை இறக்கிவிட்டான். அவன் பாதம் வெட்டி அகற்றப்பட்டுவிட்டது. எனினும் அந்த இளம் அதிகாரி இராணுவத்திலிருந்து விலக விரும்பவில்லை. தானே உருவமைத்த போலிக் காலை அவன் புனைந்தான். நெடு நாட்கள் பிடிவாதமாக உடற்பயிற்சி செய்தான், போலிக்காலுடன் நடந்தும் வேலை செய்தும் பழகினான். விளைவாக யுத்த முடிவுக்குள் மீண்டும் இராணுவத்துக்குத் திரும்பிவிட்டான். இராணுவ விமானிகள் கல்லூரியில் இன்ஸ்பெக்டராகப் பணியாற்றினான். அதோடு, கட்டுரையில் குறித்திருந்தபடி, "சில வேளைகளில் தன் விமானத்தை ஓட்டிச்செல்லும் அபாயத்தையும் கூட மேற்கொண்டான்." இராணுவ அதிகாரிக்கு உரிய "கியோர்கிய பதக்கம் அவனுக்கு வழங்கப்பட்டது." ருஷ்ய விமானப் படையில் தொடர்ந்து பணியாற்றினான். முடிவில் ஒரு விபத்தில் உயிர் துறந்தான்.

இந்தக் கட்டுரையை மெரேஸ்யெவ் ஒரு தடவை, இரண்டு தடவைகள், மூன்று தடவைகள் படித்தான். படத்தில் இருந்த ஒடிசலான இளம் அதிகாரி ஓரளவு இறுக்கத்துடன், ஆனால் துணிவு ததும்பப் புன்னகை செய்தான். அவனது களைத்த முகத்தில் சித்தவுறுதி தென்பட்டது. வார்டில் இருந்தவர்கள் எல்லோரும் பேசாமல் அலெக்ஸேயைக் கவனித்துக் கொண்டிருந்தார்கள்.

"படித்தாயா?" என்று தந்திரத்துடன் வினவினார் கமிஸார். (அலெக்ஸேய் ஒன்றும் பேசவில்லை. இன்னமும் வரிகள் மீது கண்ணோட்டிக் கொண்டிருந்தான் அவன்) "ஊம், என்ன சொல்கிறாய்?"

"ஆனால் அவனுக்கு ஒரு பாதம் மட்டுந்தானே இல்லை!"

"நீ சோவியத் குடிமகன் ஆயிற்றே"

"அவன் பறந்தது பர்மான் விமானத்தில் அதுவும் ஒரு விமானமா? வெறும் சக்கடா அல்லவா அது! அதில் பறப்பதற்கு என்ன? அதைச் செலுத்துவதற்கு லாகவமோ விரைவோ தேவையே இல்லை."

"ஆனால் நீ சோவியத் குடிமகன் ஆயிற்றே" என்று வலியுறுத்தினார் கமிஸார்.

"சோவியத் குடிமகன்" என்று இயந்திரம் போலத் திருப்பிச் சொன்னான் அலெக்ஸேய். கட்டுரையிலிருந்து அவன் இன்னமும்

பார்வையை அகற்றவில்லை. அப்புறம் அவனுடைய வெளிறிய முகம் உள்ளிருந்து பரவிய ஏதோ செம்மையால் ஒளிர்ந்தது. வியப்பும் மகிழ்வும் பொங்கும் விழிகளுடன் எல்லோரையும் பார்த்தான்.

அன்று இரவு அலெக்ஸேய் கண்களை மூடவே இல்லை. மறுபடி மறுபடி பத்திரிகையை எடுத்து விடிவிளக்கு வெளிச்சத்தில் லெப்டினன்டின் புன்னகைக்கும் முகத்தை நோக்கினான். "உனக்குக் கஷ்டமாக இருந்தது. ஆயினும் நீ சமாளித்துவிட்டாய். எனக்குப் பதின்மடங்கு அதிகக் கடினமாக இருக்கும். ஆனாலும் நானும் பின்தங்கிவிட மாட்டேன், நீயே பார்ப்பாய்." இவ்வாறு எண்ணமிட்டான் அலெக்ஸேய்.

இரவுக்கு நடுவில் கமிஸார் திடீரென ஓசை அடங்கிப் போனார். அலெக்ஸேய் சற்றே எழுந்து பார்த்தான். கமிஸார் வெளிறிப் போய், அமைதியாகப் படுத்திருந்தார். அவர் மூச்சுவிடவில்லை என்பது தெரிந்தது. அலெக்ஸேய் மணியை எடுத்து வெறிகொண்டவன் போல அடித்தான். க்ளாவதியாமிஹாய்லவனா திறந்த தலையும் தொளதொளத்த முகமும் அவிழ்ந்த பின்னலுமாக ஓடிவந்தாள். சில நிமிடங்களுக்குள் உள்ளுறை மருத்துவர் அழைக்கப்பட்டார். அவர் நாடி பிடித்துப் பார்த்தார், கர்ப்பூரத் தைலத்தை ஊசி போட்டு ஏற்றினார். ஆக்ஸிஜன் குழாயை வாயில் செருகினார். இந்தக் கெடுபிடி ஒரு மணி நேரம் போல நீடித்தது. சமயங்களில் எல்லாம் வீணாகக்கூடத் தோன்றியது. முடிவில் கமிஸார் விழிகளைத் திறந்தார். பலவீனமாக, அரிதிலேயே புலப்படும் வகையில் க்ளாவதியா மிஹாய்லவ்னாவைப் பார்த்து முறுவலித்தார்.

"மன்னிக்க வேண்டும், உங்களைக் கலவரப்படுத்திவிட்டேன்" என்று தணிந்த குரலில் மொழிந்தார்....

உள்ளுறை மருத்துவர் போய்விட்டார். அவருடைய ஜோடுகளின் ஒலி ஆளோடியின் கோடியில் சென்று ஓய்ந்துவிட்டது. அறைத் தாதிகள் அவரவர் வார்டுகளுக்குப் போய் விட்டார்கள். க்ளாவ்தியா மிஹாய்லவ்னா மட்டுமே கமிஸாரின் கட்டில் மீது ஓர் ஓரத்தில் உட்கார்ந்திருந்தாள். நோயாளிகள் தூங்கிவிட்டார்கள். ஆனால் மெரேஸ்யெவ் கண்களை மூடியவாறு உறங்காமல் படுத்திருந்தான். விமானத்தின் கால் விசைகளுடன் வார்களாலாவது பொருத்தப்படக்கூடிய பொய்க்கால்களைப் பற்றிச் சிந்தித்துக் கொண்டிருந்தான் அவன். விமானப் பயிற்சிக் கழகத்தில் பயிற்சி ஆசிரியனாக இருந்த உள்நாட்டுப் போர்க் காலத்தைச் சேர்ந்த முதிர்ந்த விமானி கூறிய ஒரு சேதி அலெக்ஸேய்க்கு நினைவு வந்தது. குட்டைக் காலனான ஒரு விமானி

பெடல்களுடன் மரக்கட்டைகளைக் கட்டி இணைத்துக் கொண்டதாக அவன் சொன்னான்.

"நான் உனக்குச் சளைத்துவிட மாட்டேன், அண்ணே" என்று படத்திலிருந்த கார்ப்போவிச்சுக்கு அலெக்ஸேய் உறுதி கூறினான். "பறப்பேன், கட்டாயம் பறப்பேன்!" என்ற சொற்கள் அவனது மூளையில் ஒலித்துத் தூக்கத்தை விரட்டிவிட்டன. கண்களை மூடியவாறு அவன் அமைதியாகப் படுத்திருந்தான். கனவில் புன்னகைத்தபடி அவன் ஆழ்ந்து உறங்குவது போலப் பார்ப்பவர்களுக்குத் தோன்றியிருக்கும்.

அப்போது ஓர் உரையாடல் அவன் காதுகளில் விழுந்தது. பின்னர், வாழ்க்கையின் கடினமான கணங்களில் இந்த உரையாடலை அவன் பல முறை நினைவுபடுத்திக் கொண்டான்.

"ஆமாம், எதற்காக, எதற்காக நீங்கள் இப்படி இருக்கிறீர்கள்? இவ்வளவு கொடிய வேதனை இருக்கும் போது சிரிப்பதும் கிண்டல் செய்வதும் பயங்கரம் அல்லவா? உங்களுக்கு எவ்வளவு வலிக்கிறது என்பதை நினைக்கையில் என் நெஞ்சு சரீர் என்கிறது. தனி வார்டில் இருக்க ஏன் மறுத்துவிட்டீர்கள்?"

இவ்வாறு கூறியவள், அழகிய தோற்றமும் இதமான இனிமையும் வாய்ந்த வார்டுத் தாதி க்ளாவதியா மிஹாய்லவனா அல்ல போலவும் யாரோ அசரீரி போலவும் அலெக்ஸேய்க்குத் தோன்றியது. மன எழுச்சி பொங்க எதிர்ப்பு தெரிவித்த ஒரு மாது பேசினாள். அவளுடைய குரலில் துயரம், ஒருவேளை இன்னும் பெரிய உணர்ச்சி, ஒலித்தது. மெரேஸ்யெவ் கண்களைத் திறந்தான். சாந்தமும் அன்பும் சுடர்ந்த விழிகள் கொண்ட கமிஸாரின் வெளிறி ஊதிய முகமும், மருத்துவத் தாதியின் மென்மையான பெண்மைப் பாங்குள்ள பக்கத் தோற்றமும் மப்ளரால் மறைக்கப்பட்டிருந்த விடிவிளக்கின் வெளிச்சத்தில் அவனுக்குத் தென்பட்டன. பின் புறத்திலிருந்து பட்ட வெளிச்சத்தில் தாதியின் செழித்து வளர்ந்த பொன் கூந்தல் மின்னி ஒளிர்ந்தது. தான் செய்வது சரியல்ல என்று உணர்ந்தும் அலெக்ஸேயால் அவள் மீதிருந்த பார்வையை அகற்ற முடியவில்லை.

"அடா-டா-டா, ஸிஸ்டர்... கண்ணீர் விடுகிறீர்களே இப்படி! ப்ரோமைட் அருந்தலாமா? ஊம்?" என்று சிறுமியிடம் போல அவளிடம் சொன்னார் கமிஸார்.

மறுபடியும் கேலி செய்கிறீர்கள். என்ன மனிதர் நீங்கள் ! இது விகிருதம், தெரிகிறதா, விகிருதம் - அழ வேண்டிய சமயத்தில் சிரிப்பதும், தானே துண்டு துண்டாகப் பிய்ந்து கொண்டிருக்கும் போது மற்றவர்களைத் தேற்றுவதும். நல்ல ஆள் தாம் நீங்கள், நல்ல

ஆள்தாம்! சொந்த விஷயத்தில் இப்படி நடந்துகொள்ளத் துணியாதீர்கள் கேட்டீர்களா, உங்களுக்கு உரிமை கிடையாது...”

தலையைத் தொங்கப் போட்டுக் கொண்டு அவள் நெடுநேரம் சத்தமின்றி அழுதாள். மேலங்கிக்குள் நடுங்கிய அவளுடைய மெல்லிய தோட்களை ஏக்கமும் பரிவும் ததும்ப நோக்கினார் கமிஸார்.

“நேரம் கடந்துவிட்டது, நேரம் கடந்துவிட்டது. அருமைப் பெண்ணே. சொந்தக் காரியங்களில் நான் எப்போதுமே ஒழுங்கீனமாகத் தாமதம் செய்தேன், நேரமே இல்லாதிருந்தது. இப்போதோ, முற்றிலும் நேரம் கடந்து விட்டது என்று தோன்றுகிறது.”

கமிஸார் பெருமூச்செறிந்தார். மருத்துவத்தாதி நிமிர்ந்து கண்ணீர் மல்கும் விழிகளுடன், ஆர்வம் பொங்கும் எதிர்பார்ப்புடன் அவரை நோக்கினாள். அவர் முறுவலித்தார், மறுபடி பெருமூச்சு விட்டார், பின்பு தமக்கு வழக்கமான நல்லியல்பும் ஓரளவு கிண்டலும் தொனிக்கும் குரலில் பேச்சைத் தொடர்ந்தார்.

“கேளுங்கள் கதையை சமர்த்துப் பெண்ணே. எனக்குச் சட்டென்று நினைவு வந்தது. இது நடந்தது வெகு காலத்துக்கு முன்பு, உள்நாட்டுப் போர் நாட்களில், துர்க்கிஸ்தானில். ஆம்.. ஒரு குதிரைப் படைப்பிரிவு பஸ்மாச்சிகளை விரட்டிக் கொண்டு போயிற்று. ஒரு பாலைவனத்தை அடைந்தது. குதிரைகளோ, ருஷ்யப் பரிகள், மணலுக்குப் பழக்கப்படாதவை எனவே விழத் தொடங்கின. திடீரென்று நாங்கள் காலாட்கள் ஆகிவிட்டோம். அப்போது கமாண்டர் முடிவு செய்தார். - சுமைகளை எறிந்துவிட்டு துப்பாக்கிகளை மட்டும் எடுத்துக்கொண்டு கால்நடையாகப் பெரிய நகரத்துக்குப் போவது என்று. நகரமோ நூற்று அறுபது கிலோமீட்டர் தொலைவில் இருந்தது. நாங்கள் வெற்று மணலில் நடக்க வேண்டியிருந்தது. புரிகிறதா உங்களுக்கு? ஒரு நாள் நடந்தோம், இரண்டாம் நாள், மூன்றாம் நாள் வெயில் அனலாய்ப் பொசுக்கிற்று. குடிக்க நீர் இல்லை. வாயில் தோல் வெடிக்கத் தொடங்கிவிட்டது. காற்றில் கொதிக்கும் மணல். கால்களுக்கு அடியில் மணல் சரசரத்தது. பற்களுக்கிடையே கரகரத்தது கண்களில் படிந்தது, தொண்டைக் குழியை நிறைத்தது. எங்களுக்குத் தாவு தீர்ந்து போய்விட்டது. ஒருவன் மணல் அலைமேல் விழுவான். தரையில் முகத்தைப் புதைத்துக் கொண்டு அப்படியே கிடந்துவிடுவான். எங்கள் கமிஸாராக இருந்தார் வலோதின் யாக்கோவ் பாவ்லவிச். பார்வைக்கு ஒடிந்து விழுந்துவிடுவது போல் இருப்பார். படிப்பாளி. வரலாற்று நிபுணர் அவர். ஆனால் உறுதி மிக்க போல்ஷெவிக் பார்க்கப் போனால் அவர்தாம் முதலில் தொய்ந்து விழுந்திருக்க வேண்டும். அவரோ, விடாது நடந்தார், “நகரம் இதோ வந்துவிடும், பக்கத்தில்தான் இருக்கிறது என்று எல்லோரையும் உற்சாகப்படுத்தினார். விழுந்து

கிடந்தவர்களை ரிவால்வரைக் காட்டி எழுந்திரு, இல்லாவிட்டால் சுட்டுவிடுவேன்" என்று பயமுறுத்தினார்....

"நாலாம் நாள், நகரம் இன்னும் பதினைந்தே கிலோமீட்டர் தூரத்தில் இருந்த போது எல்லோருமே செத்துச் சாவடைந்து போனோம். கால்கள் பின்னின. குடி வெறி கொண்டவர்கள் போலத் தள்ளாடினோம். எங்கள் பின்னே காலடித் தடங்கள் காயமடைந்த விலங்கினது போன்று கோணல் மாணலாக இருந்தன. திடீரென்று எங்கள் கமிஸார் ஒரு பாட்டு பாடத் தொடங்கினார். அவருடைய குரல் மகா மோசம், பலவீனமானது. அவர் பாடத் தொடங்கியதும் பாடாவதியான, பழைய படைவீரர் பாட்டு. ஆனாலும் எல்லோரும் கூடப் பாடினோம்! "அணி வகுங்கள்!" என்று நான் கட்டளை இட்டேன், அடிவைப்பை இடம், வலம்' என்று கத்திக் கணக்கிட்டேன். நீங்கள் நம்ப மாட்டீர்கள் - இப்படி நடப்பது எளிதாக இருந்தது.

"இந்தப் பாட்டுக்குப் பின் இன்னொரு பாட்டும் அப்புறம் மூன்றாவது பாட்டும் பாடப்பட்டன. வறண்டு வெடிப்புக்கண்ட வாய்கள், கொளுத்தும் வெயில் - அந்த நிலைமையில் ஆட்கள் பாடினார்கள்! புரிகிறதா? தெரிந்த பாட்டுக்களை எல்லாம் வழி நெடுக மறுபடி மறுபடி பாடிக்கொண்டு போனோம். ஒரு ஆளைக்கூட மணலில் விட்டுவிடாமல் நகரை அடைந்தே தீர்த்தோம்.... பார்த்தீர்களா, எப்பேர்ப்பட்ட விஷயம் என்று?"

"கமிஸார் என்ன ஆனார்?" என வினவினாள் க்ளாவ்தியா மிஹாய்லவ்னா.

"கமிஸாருக்கு என்ன? இப்போதும் உயிரோடு சௌக்கியமாக இருக்கிறார். அவர் பேராசிரியர், தொல்பொருள் இயல் அறிஞர். வரலாற்றுக் காலத்துக்கு முற்பட்ட எவையோ குடியிருப்புக்களைத் தரைக்கு அடியிலிருந்து அகழ்ந்து எடுக்கிறார். அந்த நடைப் பயணத்துக்குப் பிறகு அவர் தொண்டை போய்விட்டது. கம்மிய குரலில் பேசுகிறார். அவருக்குக் குரல் எதற்காம்? நல்லது போதும் அரட்டை நீங்கள் போங்கள், அருமைச் சகோதரி. இன்று இனிச் சாக மாட்டேன் என்று குதிரைப் படை வீரன் என்ற முறையில் வாக்குறுதி அளிக்கிறேன்."

அலெக்ஸேய் வெகுநேரம் தாமதித்து உறக்கத்திலிருந்து எழுந்தான். ஏதோ மகிழ்வு நிறைந்த உணர்வுடன் அவன் கண்விழித்தான். தூக்கமா? எப்பேர்ப்பட்ட தூக்கம் உறக்கத்தில் கூட அவன் கை இறுகப் பற்றியிருந்த சஞ்சிகை மீது அவன் பார்வை விழுந்தது. லெப்டினன்ட் கார்ப்போவிச் கசங்கிய பக்கத்திலிருந்து முன்போலவே விறைப்பாக, வீரம் திகழப் புன்னகை செய்து கொண்டிருந்தான்.

மெரேஸ்யெவ் சஞ்சிகையைப் பதபாகமாகத் தேய்த்துச் சீராக்கினான், பின்பு லெப்டினன்டைப் பார்த்துக் கண் சிமிட்டினான்.

அதற்குள் முகங்கழுவித் தலைவாரிக்கொண்டு தயாராக இருந்த கமிஸார் புன்சிரிப்புடன் அலெக்ஸேயைக் கவனித்துக் கொண்டிருந்தார்.

"அவனை பார்த்து என்ன கண் சாடை காட்டுகிறாய்?" என்று மனநிறைவுடன் வினவினார்.

''பறப்போம்'' என்று விடையறித்தான் அலெக்ஸேய்.

"எப்படி? அவனுக்கு ஒரு பாதந்தான் இல்லை. உனக்கோ இரண்டு கால்களுமே கிடையாதே?"

''ஆனால் நான் சோவியத் குடிமகன், ருஷ்யன் ஆயிற்றே'' என்றான் மெரேஸ்யெவ்.

அவன் லெப்டினன்ட் கார்ப்போவிச்சைக் கட்டாயம் முந்தி விடுவான், விமானம் ஓட்டுவான் என்பதை இந்த விஷயம் உத்தரவாதப்படுத்தியது போலிருந்தது இந்தச் சொற்களை அவன் உச்சரித்த தோரணை.

அறைத்தாதி கொண்டுவந்த காலையுணவு அனைத்தையும் சாப்பிட்டுவிட்டு, வெறும் தட்டுகளை வியப்புடன் நோக்கி, இன்னும் கொண்டு வரும்படி கேட்டுக்கொண்டான். நரம்புக் கிளர்ச்சி நிலையில் இருந்தான் அவன். பாடினான், சீழ்க்கை அடித்துப் பார்த்தான், தனக்குத் தானே உரக்கத் தர்க்கம் செய்து கொண்டான். தலைமை மருத்துவர் பார்வையிட வந்தபோது அவரது மனநிலை வாய்ப்பாக இருந்ததைப் பயன்படுத்திக் கொண்டு, விரைவில் உடல்நலம் அடைவதற்கு என்ன செய்ய வேண்டும் என்று கேள்விகளாகக் கேட்டு அவரைத் துளைத்து விட்டான். நிறையச் சாப்பிடுவதும் உறங்குவதுமே இதற்குத் தேவை என்று அறிந்து, பகல் சாப்பாட்டின் போது இறைச்சி வடைகள் இன்னும் வேண்டும் என்று கேட்டுத் தின்னமாட்டாமல் திண்டாடிச் சிரமப்பட்டு அவற்றை உள்ளே தள்ளினான். பகல் வேளையில் ஒன்றரை மணி நேரம் போல மூடிய கண்களுடன் படுத்திருந்தான், ஆயினும் அவனால் உறங்க முடியவில்லை.

இன்பம் மனிதனைத் தன்னலமி ஆக்கிவிடுகிறது. தலைமை மருத்துவரைக் கேள்விகளால் நச்சரித்த அலெக்ஸேய், வார்டு முழுவதும் கருத்து செலுத்திய ஒரு விஷயத்தைப் பார்க்காமலே இருந்துவிட்டான். வஸீலிய வஸீலியெவிச் வார்டைப் பார்வையிட வழக்கம் போலவே நேரந் தவறாமல் வந்துவிட்டார். பகல் போதில் வெயிலொளி மெதுவாகத் தரைமீது ஊர்ந்து வார்டு முழுவதையும் கடக்கும். அது சிலும்பு எழும்பிய பிளாச்சு விளிம்பை எட்டுவதும் அவர் அறைக்குள் வருவதும் ஒருங்கே நிகழும். அன்று வெளிப்பார்வைக்குத் தலைமை மருத்துவர் முன்போலவே கவனம் உள்ளவராகக் காணப்பட்டார். எனினும்

இயல்புக்கு முற்றிலும் மாறான உள்ளார்ந்த நினைவுமறதிக்கு அவர் ஆளாகியிருப்பதை எல்லோரும் கண்டார்கள். அவர் திட்டவில்லை. வழக்கம் போலக் காரசாரமான சொற்களைப் பிரயோகிக்கவில்லை. அவரது சிவந்து வீங்கிய கண்களின் ஓரங்களில் நரம்புகள் இடைவிடாது துடித்தன. மாலையில் அவர் வாடி, தென்படும் அளவுக்குக் கிழடு தட்டிப் போயிருந்தார். கதவுப் பிடியில் துணியை மறந்து வைத்துவிட்ட அறைத் தாதியைத் தணிந்த குரலில் கடிந்து கொண்டார். கமிஸாரின் உடற்சூடு பற்றிய குறிப்பைப் பார்வையிட்டார், அவரது சிகிச்சை முறையில் மாறுதல்கள் செய்தார், பின்பு அவர் போன்றே எங்கோ நினைவாக மௌனமாயிருந்த உதவியாளர்கள் பின் தொடர வெளியே போனவர் நிலையில் கால் இடறி விழத் தெரிந்தார். நல்லவேளையாக மற்றவர்கள் பிடித்துக் கொண்டதால் தப்பினார்.

மறுநாள் காலை எல்லாம் தெளிவாகி விட்டது. தலைமை மருத்துவரின் ஒரே மகள் மேற்குப் போர் முனையில் கொல்லப்பட்டு விட்டான். அவன் பெயரும் வஸீலிய வஸீலியெவிச், அவனும் மருத்துவன். அவன் பெருத்த விஞ்ஞானி ஆவான் என்ற நம்பிக்கை இருந்தது. தகப்பனாருக்கு அவனைப் பற்றி ஒரே பெருமை, அவனே அவரது இன்பமாக இருந்தான். அத்தகைய மகனை அவர் பறிகொடுத்துவிட்டார். தலைமை மருத்துவர் வழக்கம் போல வார்டுகளைச் சுற்றிப் பார்க்க வருவாரா மாட்டாரா என்று மருத்துவமனை முழுவதும் குறித்த ஆர்வத்துடன் எதிர்பார்த்துக் கொண்டிருந்தது. நாற்பத்து இரண்டாவது வார்டுக்காரர்கள் தரைமீது வெயில் புலப்படா வகையில் மெதுவாக ஊர்வதை இறுக்கத்துடன் கவனித்துக் கொண்டிருந்தார்கள். முடிவில் வெயில் சிலும்பு எழும்பிய பிளாச்சு விளிம்பை எட்டியது எல்லோரும் ஒருவரையொருவர் பார்த்துக் கொண்டார்கள் - வர மாட்டார் என்று. ஆனால் அந்தச் சமயத்தில் பழக்கமான கனத்த அடிவைப்பும் பெருந் தொகையான துணையாளர்களின் பூட்சொலியும் ஆளோடியில் கேட்டன. தலைமை மருத்துவர் தலைக்கு நாளைவிட நன்றாகக் கூடக் காணப்பட்டார். அவருடைய விழிகள் சிவந்திருந்தன. இமைகளும் மூக்கும் கடுமையான ஜலதோஷத்தின் போது இருப்பதுபோல வீங்கியிருந்தன என்பது உண்மையே. கமிஸாரின் மேஜைமேலிருந்து உடல் வெப்பக் குறிப்பை எடுத்தபோது, பருத்த தோலுரிந்த அவருடைய கைகள் வெளித்தெரியும்படி நடுங்கின என்பதும் உண்மையே. ஆனால் அவர் முன்போலவே சுறுசுறுப்பாகவும் காரிய நாட்டம் கொண்டவராகவும் இருந்தார். அவருடைய கத்தலும் அதட்டலும் தாம் மறைந்துவிட்டன.

காயமடைந்தவர்களும் நோயாளிகளும் தங்களுக்குள் பேசி வைத்துக்கொண்டவர்கள் போல எப்படியாவது அவருக்கு மகிழ்ச்சியூட்ட முயன்றார்கள். அன்று எல்லோருக்குமே உடல் நிலை முன்னிலும்

சீர்பட்டிருந்தது. மிகக் கடும் நோயாளிகள் கூட எதுவும் குறை சொல்லவில்லை, தாங்கள் குணம் அடைந்து வருவதாகக் கூறினார்கள். எல்லோருமே, கொஞ்சம் அதியுற்சாகத்துடன் கூட மருத்துவமனை ஒழுங்கு முறையைப் புகழ்ந்தார்கள். பல்வேறு சிகிச்சை முறைகள் ஏதோ மந்திர சக்தி போலப் பயன் விளைவிப்பதாகச் சொன்னார்கள். பொதுவான பெருந்துயரத்தால் ஒன்று இணைக்கப்பட்ட நட்பார்ந்த குடும்பமாக விளங்கியது மருத்துவமனை.

இன்று காலையிலிருந்தே தமக்கு இத்தகைய சிகிச்சை வெற்றிகள் கிடைப்பது என்ன காரணத்தால் என்று வார்டுகளைச் சுற்றிப்பார்க்கையில் வியந்தார் வஸீலிய வஸீலியெவிச்.

உண்மையில் வியப்படைந்தாரா? இந்த மௌனச் சூழ்ச்சியை ஒருவேளை அவர் கண்டுகொண்டார் போலும். அப்படிக் கண்டு கொண்டார் என்றால் தமது ஆற்றமுடியாத பெரும் புண்ணைத் தாங்கிக் கொள்வது அவருக்கு முன்னைவிட எளிதாயிற்று போலும்.

9

மாஸ்கோ ஆற்றின் மேல் உறைந்திருந்த பனிப்பாளம் உருகி அகன்றுவிட்டது. பனிக்கட்டி உருகிய போது இரைச்சலுடன் பாய்ந்த ஆறு இப்போது மீண்டும் அமைதியுற்றுப் பெருகியது. அதன் விறல் மிக்க முதுகு கப்பல்களுக்கும் தோணிகளுக்கும் ஆற்று டிராம்வே எனப்பட்ட பயணிப் படகுகளுக்கும் போக்குவரத்துக்குப் பணிவுடன் இடமளித்தது. அந்தக் கடினமான நாட்களில் சோவியத் தலைநகரில் சாலைப் போக்குவரத்து அருகியிருந்தது. ஆற்றுப் போக்குவரத்தே அதற்கு ஈடு செய்தது. குக்கூஷ்கின் அவச்சொல் கூறியது போல நாற்பத்து இரண்டாவது வார்டில் ஒருவரும் வெள்ளத்தில் அடித்துச் செல்லப்படவில்லை. மாறாக, கமிஸார் ஒருவர் நீங்கலாக எல்லோரது உடல் நிலையும் சீர்பட்டு வந்தது. மருத்துவமனையிலிருந்து வெளிச் செல்வது பற்றியே பேச்சே அடிபட்டது.

முதன் முதலாக வார்டை விட்டு வெளியேறினார் ஸ்தெபான் இவானவிச். தமது இராணுவச் சீருடை அணிந்து செலவு பெறுவதற்காக அவர் வார்டுக்கு வந்தார். சாயம் போய் வெள்ளை வெளேறென்று சலவை செய்யப்பட்ட சட்டையை ஒரு மடிப்பு கூட விழாதபடிக் காற்சட்டைக்குள் செருகி இடுப்பு வாரால் இறுக்கியிருந்த அந்தச் சிறுகூடான மனிதர் ஒரு பதினைந்து ஆண்டுகள் வயதில் இளையவராகக் காணப்பட்டார். கண்கூசும்படி மின்னுமாறு மெருகேற்றப்பட்டிருந்த வீரநட்சத்திரமும் லெனின் விருதும் "துணிவுக்காக" அளிக்கப்பட்ட பதக்கமும் அவருடைய மார்பின் மீது பளிச்சிட்டன. மேலங்கியை அவர் மழைக்கோட்டு போலத் தோள் மீது போட்டிருந்தார். திறந்து விரிந்த

மேலங்கி அவரது படைவீர மாண்பை மறைக்கவில்லை. பழைய நீள்ஜோடுகளிலிருந்து அரும்பு மீசைவரை ஸ்தெயான் இவானவிச்சின் தோற்றம் முழுவதும் 1914ஆம் ஆண்டுப் போர்க்காலக் கிறிஸ்துமஸ் கார்டில் அச்சிடப்பட்ட பகட்டான ருஷ்யப் படைவீரனுடைய தோற்றத்தை ஒத்திருந்தது.

ஸ்தெபான் இவானவிச் வார்டில் ஒவ்வொரு தோழரையும் அணுகி விடை பெற்றுக்கொண்டார். ஒவ்வொருவரையும் அவரது பட்டத்தைக் கூறி அழைத்து பூட்சுக் குதிகளை டக்கென்று ஒலியுடன் அடித்து இராணுவ முறையில் அவர் வணங்கி விடை பெற்றதைக் காணவே உவப்பாயிருந்தது.

“செலவு பெற அனுமதியுங்கள், தோழர் ரெஜிமெண்ட் கமிஸார்” என்று ஓரக்கட்டில் அருகே தனிப்பட்ட மனநிறைவுடன் சொன்னார் அவர்.

மீண்டும் சந்திப்போம், ஸ்தெபான். “நலமே வாழ்” என்று கூறி வலியையும் பொருட்படுத்தாமல் அவர் பக்கம் கையை நீட்டினார் கமிஸார்.

ஸ்தெபான் இவானவிச் முழந்தாள் படியிட்டு, கமிஸாரின் பெரிய தலையை அணைத்துக் கொண்டார். ருஷ்ய வழக்கப்படி இருவரும் மூன்று முறை மாற்றி மாற்றி முத்தமிட்டுக்கொண்டார்கள்.

“குணமடையுங்கள், ஸெம்யோன் வஸீலியெவிச். ஆண்டவன் உங்களுக்கு உடல் நலமும் நீண்ட ஆயுளும் அருள்க பொன்னான மனிதரே. எங்கள் தகப்பனார் எங்களை இவ்வளவு பரிவுடன் பேணவில்லை. உங்களது அன்பை வாழ்நாள் முழுவதும் நினைவில் வைத்திருப்பேன்...” என்று குரல் தழுதழுக்கக் கூறினார் ஸ்தெபான் இவானவிச்.

“போங்கள், போங்கள், ஸ்தெபான் இவானவிச். இவரைக் கிளர்ச்சி அடையச் செய்வது கெடுதல்” என்று அவர் கையைப் பற்றி இழுத்தவாறு சொன்னாள் க்ளாவதியா மிஹாய்லவனா.

“ஸிஸ்டர், நீங்கள் காட்டிய அன்புக்கும் பரிவுக்கும் நன்றி” என்று மரியாதையுடன் கூறி, தரைவரை குனிந்து வணங்கினார் ஸ்தெபான் இவானவிச். “நீங்கள் எங்கள் சோவியத் தேவதை. ஆமாம், தேவதை நீங்கள்” -

இன்னொரு முறை எல்லோருக்கும் தலை வணங்கிய பின் அவர் வார்டுக்கு வெளியே போய் மறைந்தார்.

எல்லோரும் குணமடைந்தார்கள். இப்போது அவர்களுடைய உரையாடல் வெறும் கனவாக இல்லை, காரியரீதியான பேச்சாக

இருந்தது. குக்கூஷ்கின் ஆளோடியில் நடக்கத் தொடங்கிவிட்டான். அங்கே நடக்கும் பல நோயாளிகளுடன் அதற்குள் சரவிட்டும் விட்டான். டாங்கிவீரனும் படுக்கையிலிருந்து எழுந்துவிட்டான். ஆளோடியில் இருந்த கண்ணாடி முன் நின்றுகொண்டு கட்டுக்கள் அகற்றப்பட்டுக் காயம் ஆறிக் கொண் டிருந்த முகத்தையும் கழுத்தையும் தோட்களையும் நெடுநேரம் பார்த்துக்கொண்டிருந்தான். அன்யூத்தாவுடன் அவனது கடிதப் போக்குவரத்து எவ்வளவுக்கெவ்வளவு உற்சாகமாக நடைபெற்றதோ, அவளுடைய பல்கலைக் கழக விவகாரங்களை அவன் எவ்வளவுக் கெவ்வளவு ஆழ்ந்து அறிந்து கொண்டானோ, தீ சுட்ட புண்ணால் அலங்கோலமாகக் காட்சியளித்த தன் முகத்தை அவன் அவ்வளவுக் கவ்வளவு அதிகக் கலவரத்துடன் கூர்ந்து நோக்கத் தலைப்பட்டான். மங்குலில் அல்லது அரையிருள் சூழ்ந்த அறையில் அது நன்றாக அழகாகக் கூட இருந்தது. உயர்ந்த நெற்றியும் சற்றே வளைந்த சிறு மூக்கும் மருத்துவமனையில் வளர்க்கப்பட்ட குறுகிய கரு மீசையும் இளமை ததும்பும் சிவந்த உதடுகளில் பிடிவாதத் தோற்றமுமாகத் திகழ்ந்தது மெல்லிய வடிவம். ஆனால், வெளிச்சத்தில் தோல் காயங்களால் நிறைந்து அவற்றின் அருகே சுருக்கம் விழுந்திருப்பது தென்பட்டது. அவன் கிளர்ச்சி அடைந்த போதும் நீர்ச்சிகிச்சைக்குப்பின் வெளிவந்தபோதும் இந்தக் காயத் தழும்புகள் அவனை ஒரே அலங்கோலப்படுத்தின. அம்மாதிரி வேளைகளில் தன்னைக் கண்ணாடியில் பார்த்துக் கொள்ளும் பொழுது க்வோஸ்தியேவுக்கு அழுகையே வந்துவிடும்.

“என்ன சடைந்து கொள்கிறாய்? சினிமா நடிகன் ஆக விரும்புகிறாயா என்ன? அவள், அதுதான் உன் தோழி, சரியானவள் என்றால் இந்தத் தழும்புகள் அவளை அச்சுறுத்தமாட்டா. அச்சுறுத்தினால் அவள் மடைச்சி என்று அர்த்தம், அவளை எக்கேடும் கெட்டுப் போ என்று தொலைத்துத் தலை முழுகிவிடு. அவள் ஒழிந்ததே நல்லதாகும். பாங்கானவள் ஒருத்தி உனக்குக் கிடைப்பாள்” என்று அவனைத் தேற்றினான் மெரேஸ்யெவ்.

“எல்லாப் பெண்களும் இப்படித்தான்” என்றான் குக்கூஷ்கின்.

“உங்கள் தாயாருங்கூடவா?” என்று கேட்டார் கமிஸார். வார்டில் குக்கூஷ்கின் ஒருவனைத்தான் அவர் “நீங்கள்” என்று பன்மையில் அழைத்தார்.

அமைதியான இந்தக் கேள்வி குக்கூஷ்கின் மீது விளைத்த உளப்பதிவை வருணிப்பது கடினம். குக்கூஷ்கின் கட்டிலில் துள்ளி

எழுந்தான். அவனுடைய விழிகள் வெறியுடன் அனல் சிந்தின. அவன் முகம் வெளிறி துப்பட்டியையவிட வெண்மை ஆகிவிட்டது.

"பார்த்தீர்களா? நல்ல மாதரும் உலகில் இருக்கிறார்கள் என்ன ஆகிறது" என்று சமாதானப்படுத்தும் தோரணையில் சொன்னார் கமிஸார். "க்வோஸ்தியாவுக்கு அப்படிப்பட்டவள் ஏன் வாய்க்கக் கூடாது? அன்பர்களே, வாழ்க்கையில் நடப்பது இதுதான். அவனவனுக்குக் கொடுத்து வைத்ததுதான் கிடைக்கும்."

சுருங்கக் கூறின், வார்டு முழுவதும் குணமடையலாயிற்று. கமிஸாரின் உடல்நிலைதான் நாளுக்கு நாள் சீர்கேடு அடைந்து கொண்டு போயிற்று. மோர்பியாவாலும் கர்ப்பூரத்தைலத்தாலுமே அவர் பிழைத்திருந்தார். இந்தக் காரணத்தால் சில வேளைகளில் லாகிரி போதையின் அரை மயக்க நிலையில் நாள் முழுதும் கட்டிலில் புரண்டு கொண்டிருப்பார். ஸ்தெபான் இவானவிச் போனபிறகு எதனாலோ அவர் வெகுவாகச் சோர்ந்துவிட்டார். தேவைப்பட்டால் கமிஸாருக்கு உதவும் பொருட்டுத் தனது கட்டிலை அவர் அருகே போடும்படி மெரேஸ்யெவ் கேட்டுக் கொண்டான். இந்த மனிதர்பால் அவனுக்கு வரவர அதிகக் கவர்ச்சி ஏற்பட்டது.

கால்கள் இன்றி வாழ்வது மற்ற மனிதர்களுடன் ஒப்பிடும்போது தனக்கு அளவிட முடியாதபடிக் கடினமாகவும் சிக்கல் நிறைந்ததாகவும் இருக்கும் என்பதை அலெக்ஸேய் புரிந்து கொண்டான். எனவே, எத்தனையோ இடர்கள் இருப்பினும் பொருட்படுத்தாமல் உண்மையான முறையில் வாழத்திறன் கொண்டிருந்த இந்த மனிதர் பால், தமது பலவீனத்தை அலட்சியம் செய்தவாறு மற்றவர்களைக் காந்தம் போல ஈர்க்க வல்லவராக இருந்த இந்த மனிதர்பால் அவனுக்கு இயல்பாகவே ஈடுபாடு ஏற்பட்டது. இப்பொழுது கமிஸார் ஆழ்ந்த அரை மயக்க நிலையிலிருந்து வெளிவருவது மேலும் மேலும் அரிதாகிக் கொண்டு போயிற்று. ஆனால் அறிவு தெளிந்திருக்கும் கணங்களில் அவர் பழைய மனிதராகவே விளங்கினார்.

ஒரு நாள் இரவு நேரத்தில், வஸீலிய வஸீலியெவ்விச்சின் நெடிய உருவம் ஆளொடியின் கோடியில் தென்பட்டது. கைகளை முதுகுப் புறம் வைத்தவாறு மெதுவாக நடந்தார் அவர். அவரது மேலங்கி பொத்தான்கள் போடப்படாமல் இருந்தது, தலையில் தொப்பி இல்லை, அடர்ந்த நரைமுடிக்கற்றைகள் நெற்றி மீது புரண்டன.

தனிவகை அமைப்புள்ள பொய்க்கால்கள் பற்றிய தனது திட்டத்தை அப்போதுதான் கமிஸாருக்கு விவரித்திருந்த அலெக்ஸேய், "வஸீலிய வருகிறார்" என்று கிசுகிசுத்தான்.

வஸீலிய் வஸீலியெவிச் கால் இடறிவிட்டது போலச் சட்டென நின்று சுவர் மீது கையைத் தாங்கலாக அழுத்திக் கொண்டார்.

ஏதோ மூக்கால் முனகினார். பின்பு சுவற்றிலிருந்து விலகி நாற்பத்து இரண்டாவது வார்டுக்குள் நுழைந்தார். வார்டின் நடுவே நின்று எதையோ நினைவுபடுத்திக் கொள்ள முயல்பவர் போல நெற்றியைத் தடவினார். அவரிடமிருந்து ஸ்பிரிட் வாடை அடித்தது.

"உட்காருங்கள், வஸீலிய் வஸீலியெவிச். சற்று பேசுவோம்" என்றார் கமிஸார்.

உறுதியின்றி அடிவைத்து, கால்களை இழுத்துப் போட்டவாறு தலைமை மருத்துவர் கமிஸாரின் கட்டிலை நெருங்கி, அதன் வில் கம்பிச் சுருள்கள் கிரீச்சிட்டு நெளியும்படி பொத்தென்று உட்கார்ந்து, கன்னப் பொருத்துக்களைத் தேய்த்துக் கொண்டார். முன்னரும் அவர் நோயாளிகளில் கமிஸாருக்கு வெளிப்படையாகத் தனி மரியாதை காட்டிவந்தார். எனவே இந்த இரவு வருகையில் விந்தையானது எதுவும் இல்லை. ஆயினும் இந்த இரு மனிதர்களுக்கும் இடையே ஏதோ தனிப்பட்ட உரையாடல் நடக்கப் போகிறது என்றும் அலெக்ஸேய் எதனாலோ உணர்ந்தான். அவன் கண்களை மூடிக்கொண்டு தூங்குவதுபோல் பாவனை செய்தான்

"இன்று ஏப்ரல் மாதம் இருபத்து ஒன்பதாம் தேதி. அவனுடைய பிறந்த நாள். அவனுக்கு முப்பத்தாறு வயது நிறைந்து விட்டது இல்லை, நிறைந்திருக்க வேண்டும்" என்று தணிந்த குரலில் சொன்னார் தலைமை மருத்துவர்.

கமிஸார் போர்வைக்கு அடியிலிருந்து பெருத்த உப்பிய கையை மிகுந்த சிரமத்துடன் வெளியில் எடுத்து வஸீலிய வஸீலியெவிச்சின் கரத்தின் மேல் அதை வைத்தார். அப்போது நேர்ந்தது நம்ப முடியாத நிகழ்ச்சி. தலைமை மருத்துவர் அழலானார். அந்தப் பெரிய, வலிய உளத்திண்மை வாய்ந்த மனிதர் அழுவதைக் காண்கையில் தாங்க முடியாத வேதனை உண்டாயிற்று. அலெக்ஸேய் தன் வசமின்றியே தலையைத் தோள்களுக்குள் இழுத்துக் கம்பளியால் மூடிக்கொண்டான்.

"போர் முனைக்குப் போகுமுன்பு அவன் என்னிடம் வந்தான். தொண்டர் படையில் பெயர் பதிவு செய்துவிட்டதாகக் கூறி, யாருக்குத் தன் பொறுப்பை ஒப்படைக்க வேண்டும் என்பதையும் சொன்னான். அவன் இங்கேயே, என்னோடு வேலை செய்து வந்தான். எனக்கு ஏற்பட்ட திகைப்பில் நான் அவனை அதட்டக் கூடச் செய்தேன். மருத்துவ இயல் பிஎச்.டி. பட்டம் பெற்றவன், திறமை வாய்ந்த விஞ்ஞானி எதற்காகத் துப்பாக்கி பிடிக்க வேண்டும் என்பது எனக்குப் புரியவில்லை. ஆனால் அவன் சொன்னது வார்த்தைக்கு வார்த்தை எனக்கு நினைவு இருக்கிறது. அவன் சொன்னான்: அப்பா, மருத்துவ இயல் பிஎச்டி துப்பாக்கி பிடிக்க வேண்டிய வேளையும் உண்டு. இப்படிச் சொல்லிவிட்டு, 'யாருக்கு வேலையை ஒப்படைப்பது?"

என்று மறுபடி கேட்டான். நான் டெலிபோன் செய்ய வேண்டியது தான், ஒன்றுமே, எதுவுமே நடந்திருக்காது, புரிகிறதா, எதுவுமே! எனது மருத்துவ மனையில் ஒரு பிரிவுக்கு அவன் தலைவனாக இருந்தான், இராணுவ மருத்துவ மனையில் வேலை செய்து வந்தான்... இல்லையா?"

வஸீலிய் வஸீலியெவிச் பேசாதிருந்தார் அவர் சிரமப்பட்டு கரகரத்த ஓசையுடன் மூச்சுவிடுவது கேட்டது.

"...வேண்டாம், அன்பரே. என்ன நீங்கள், என்ன நீங்கள் ! கையை எடுங்கள். அசைவது உங்களுக்கு எவ்வளவு வேதனை தருகிறது என்பது எனக்குத் தெரியும்.. ஆயிற்றா. நான் இரவு முழுவதும் சிந்தித்தேன். போன் செய்யாமலே இருந்துவிட்டேன்...."

"இப்போது அதற்காக வருந்துகிறீர்களா?"

"இல்லை, இது வருந்துவது ஆகுமா? நான் எண்ணமிடுகிறேன். எனது ஒரே மகனின் கொலையாளியா நான்? இப்போது அவன் இங்கே என்னுடன் இருந்திருப்பான். நாங்கள் இருவரும் நாட்டிற்கு மிகவும் பயனுள்ள காரியம் செய்து கொண்டிருப்போம். அவன் இயல்பான திறமைசாலி. உயிரோட்டமுள்ள, துணிவுமிக்க, ஒளிவீசும் திறமை அவனிடம் இருந்தது. அவன் சோவியத் மருத்துவ இயலுக்கே பெருமையாகத் திகழ்ந்திருப்பானே- அப்போது நான் மட்டும் போன் செய்திருந்தால்!"

"போன் செய்யாததற்கு வருந்துகிறீர்களா?"

"என்ன கேட்கிறீர்கள்? அடே ஆமாம்.... அறியேன், அறியேன்."

"இப்போது எல்லாம் மீண்டும் திரும்ப நிகழ்வதாக வைத்துக் கொள்வோம். அப்பொழுது நீங்கள் வேறுவிதமாக நடந்து கொண்டிருப்பீர்களா?"

மௌனம் குடி கொண்டது. உறங்குவோரின் ஒரு சீரான மூச்சுவிடுகை கேட்டது. கட்டில் லயத்துடன் கிரிச்சீட்டது தலைமை மருத்துவர் சிந்தனையில் ஆழ்ந்தவராக இப்புறமும் அப்புறமும் அசைந்தாடினார் போலும். வெப்பமூட்டு நீராவிக் குழாய்களில் தண்ணீர் மந்தமாகக் களகளத்தது.

"ஊம், என்ன சொல்கிறீர்கள்?" என்று கேட்டார் கமிஸார். எல்லையற்ற பரிவு அவர் குரலில் தொனித்தது.

"அறியேன்... உங்கள் கேள்விக்கு உடனே பதில் சொல்வது இயலாது. அறியேன். ஆனால் எல்லாம் திரும்ப நிகழ்ந்தால் நான் முன்போலவே நடந்து கொண்டிருப்பேன் என்றே தோன்றுகிறது. எவ்வளவு பயங்கரமானது இது - யுத்தம்... அட, இதைப் பற்றிப் பேசிப் பயன் என்ன..."

தலைமை மருத்துவர் எழுந்தார், கட்டில் அருகே சற்று நின்று கமிஸாரின் கையைப் பதபாகமாகப் போர்வைக்குள் வைத்து இழுத்துப் போர்த்தினார். பின்பு மௌனமாக வார்டிலிருந்து வெளியேறினார். இரவில் கமிஸாரின் நிலைமை மோசம் ஆயிற்று. உணர்விழந்த நிலையில் பற்களை நெறுநெறுப்பதும் முனகுவதுமாகக் கட்டிலில் புரண்டார், பின்பு விறைப்பாக நீட்டிப் படுத்து அமைதியாகக் கிடந்தார். முடிவு நெருங்கி விட்டது என எல்லோருக்கும் பட்டது. மகன் இறந்த நாள் முதல் தமது பெரிய வெற்று வீட்டிலிருந்து மருத்துவமனைக்குக் குடி வந்து தமது சிறு அறையில் சோபாவில் படுத்துத் தூங்கிய வஸீலிய வஸீலியெவிச் விஷயத்தை அறிந்து வார்டுக்கு வந்து பார்த்தார். கமிஸாரின் நிலை மிகவும் மோசமாயிருப்பதைக் கண்டு படுதாவால் அவரை மற்றவர்கள் பார்க்காதபடி மறைத்துவிடும்படி உத்தரவிட்டார். அந்திக் காலத்தில் நோயாளிகளை இவ்வாறு படுதாவால் மறைப்பது வழக்கந்தான்.

கர்ப்பூரத்தைலம், ஆக்ஸிஜன், இவற்றின் உதவியால் கமிஸாரின் நாடித் துடிப்பு சீர்பட்டதும் முறை வேலை மருத்துவரும் வஸீலிய வஸீலியெவிச்சும் இரவின் எஞ்சிய பகுதியை உறங்கிக் கழிக்கச் சென்று விட்டார்கள். படுதாவுக்குள் க்ளாவதியா மிஹாய்லவ்னா மட்டுமே இருந்தாள். அவள் அழுத முகத்துடன் ஒரே கலவரம் அடைந்து காணப்பட்டாள். மெரேஸ்யெவும் உறங்கவில்லை. இதுதான் முடிவா என்ன?" என்று திகிலுடன் எண்ணினான் அவன். கமிஸார் பெருத்த வதை பட்டுவிட்டார். ஜன்னியில் அவர் புரண்டு ஆலை பாய்ந்தார். முனகலோடு கூடவே ஏதோ ஒரு சொல்லைக் கம்மிய குரலில் பிடிவாதமாகக் கூறினார். "குடிக்க, குடிக்க, குடிக்க" என்று அவர் கேட்பது போல மெரேஸ்யெவுக்கு தோன்றியது.

க்ளாவதியா மிஹாய்லவ்னா படுதாவிக்கு உள்ளிருந்து வெளிவந்து நடுங்கும் கைகளால் கண்ணாடித் தம்ளரில் நீர் ஊற்றினாள்.

ஆனால் நோயாளி நீர் பருகவில்லை. தம்ளர் அவர் பற்களில் வீணே இடித்தது. தண்ணீர் ததும்பித் தலையணையில் வழிந்தது. கமிஸாரோ, வேண்டுவதும் கோருவதும் உத்தரவிடுவதுமாக அதே சொல்லை விடாது திரும்பத் திரும்பச் சொல்லிக் கொண்டிருந்தார். அவர் கேட்டது "குடிக்க" அல்ல பிழைக்க என்பதே என அலெக்ஸேய் திடீரெனப் புரிந்து கொண்டான். இந்தக் கத்தலில் அந்த விறல் வாய்ந்த மனிதரின் உளமும் உயிரும் எல்லாம் சாவுக்கு எதிராக உணர்வின்றிப் போராடிக் கொண்டிருக்கிறது என்பது அவனுக்கு விளங்கியது.

அப்புறம் கமிஸார் அமைதியுற்று விழிகளைத் திறந்தார்.

"ஆண்டவன் காப்பாற்றினான்!" என்று ஆறுதலுடன் கிசுகிசுத்துப் படுதாவைச் சுருட்டத் தொடங்கினாள் க்ளாவதியா மிஹாய்லவ்னா.

"வேண்டாம், படுதா இருக்கட்டும்" என்ற கமிஸாரின் குரல் அவளைத் தடுத்தது. "வேண்டாம் அருமைச் சகோதரி. படுதா இருப்பது நமக்கு அதிகச் சௌகரியம். அழவும் வேண்டாம். உங்கள் கண்ணீர் இல்லாமலே உலகில் மட்டுமீறிய ஈரம் இருக்கிறதே... அட, நீங்கள் என்ன இப்படி, சோவியத் தேவி!... தேவிகள், உங்களைப் போன்றவர்கள் கூட நிலைவாயிலில்தான்.... எதிர்ப்படுகிறார்கள் என்பது எவ்வளவு வருந்தத் தக்க விஷயம்!"

10

அலெக்ஸேய் விந்தையான நிலையில் வாழ்ந்து வந்தான்.

பயிற்சி செய்வதன் மூலம் கால்கள் இன்றியே விமானம் ஓட்டக் கற்க முடியும் என்ற நம்பிக்கை ஏற்பட்டது முதல், வாழ்வு வேட்கையும் செயல் ஆர்வமும் அவனை ஆட்கொண்டுவிட்டன.

இப்போது அவனுக்கு வாழ்க்கைக் குறிக்கோள் இருந்தது. சண்டை விமானி வேலைக்குத் திரும்புவதே அது. கால்கள் வழங்காத நிலையில் எந்த நம்பரும் பிடிவாதத்துடன் அவன் ஊர்ந்து தன்னவர்களை அடைந்தானோ, அதே பிடிவாதத்துடன் இந்தக் குறிக்கோளை அடைய முயலலானான்.

விமானமோட்டும் தொழில் நுட்பத்தை அறிந்த எவனுக்கும் இந்தச் சேதி நம்ப முடியாததாகப் பட்டிருக்கும். ஆனால் இது மனிதத் திறனின் எல்லைக்கு உட்பட்டது தான் என அலெக்ஸேய் இப்போது நம்பினான். அப்படி இருக்கையில் தான் இந்த நோக்கத்தைக் கட்டாயமாக நிறைவேற்ற முடியும் என அவன் உறுதிபூண்டான். தனது திட்டத்தைச் செயல்படுத்துவதில் முனைந்தான் அலெக்ஸேய். தனக்கே வியப்பூட்டிய சடங்குப் பற்றுடன் மருத்துவர்கள் குறித்த சிகிச்சை முறைகளை வழுவாது கடைப்பிடித்தான், குறித்த அளவு மருந்துகளை உட்கொண்டான். நிறையச் சாப்பிட்டான். எப்போதும் அதிகப்படியாகக் கேட்டு வாங்கி உண்டான். சில வேளைகளில் பசியே இராது. எனினும் அவன் அதிகப்படி உணவை உண்டே தீர்ப்பான். என்ன நேர்ந்தாலும் சரியே, குறித்த மணி நேரம் உறங்கிவிடுவது என்று திட்டப்படுத்திக் கொண்டான். செயலூக்கமும் துடிதுடிப்பும் கொண்ட அவனது இயல்பு பகல் தூக்கத்தை நெடுங்காலம் எதிர்த்தது. ஆயினும் அவன் பகல் சாப்பாட்டுக்குப் பிறகு உறங்கும் வழக்கத்தைத் திட்டமிட்டு ஏற்படுத்திக் கொண்டான்.

சாப்பிடுவதற்கும் உறங்குவதற்கும் மருந்து உண்பதற்கும் தன்னைப் பழக்கிக் கொள்வது கடினம் அல்ல. உடற்பயிற்சி செய்வது அதிகக் கடினமாக இருந்தது. மெரேஸ்யெவ் முன்பு வழக்கமாகச் செய்துவந்த உடற்பயிற்சி, கால்களை இழந்து கட்டிலோடு கட்டிலாகக் கிடந்த

மனிதனுக்கு ஏற்றதாக இல்லை. தனக்கு ஏற்ற உடற்பயிற்சியை அவனே கற்பனை செய்து அமைத்துக்கொண்டான். முழு மணிநேரம் வளைவதும் நிமிர்வதும் விலாவில் கைகளை ஊன்றியவாறு உடலை முறுக்குவதும் முள்ளெலும்புகள் கடகடக்கும்படி தலையை இரு மருங்கும் உற்சாகமாகத் திருப்புவதுமாக இருப்பான்.

கால்களிலிருந்து கட்டுக்கள் அகற்றப்பட்டு, கட்டிலின் எல்லைக்குள் அதிக அங்க அசைவுக்கு வாய்ப்பு கிடைத்ததும் அலெக்ஸேய் உடற்பயிற்சியை இன்னும் சிக்கலாக்கிக் கொண்டான். கட்டில் விளிம்பின் அடியே வெட்டுண்ட கால்களைப் புகுத்திக்கொண்டு இடுப்பில் கைகளை ஊன்றியவாறு மெதுவாக வளையவும் நிமிரவும் தொடங்கினான். தடவைக்குத் தடவை வேகத்தைக் குறைத்து "வணக்கங்களின்" எண்ணிக்கையை அதிகப்படுத்தினான். பின்பு கால்களுக்கேற்ற பயிற்சித் தொடரை முறைப்படுத்திக் கொண்டான். கட்டிலில் நிமிர்ந்து படுத்துக் கால்களைத் தன் பக்கம் இழுத்து வளைப்பான், பின்பு நேராக்கி முன்னே வீசிப் போடுவான். முதல் தடவை இந்தப் பயிற்சியைச் செய்தபோது எத்தகைய பிரமாண்டமான, ஒருவேளை சமாளிக்கவே முடியாத இடர்ப்பாடுகள் தன்னை எதிர்நோக்கி இருக்கின்றன என்பதை உடனே கண்டு கொண்டான். கணைக்கால்வரை வெட்டுண்டிருந்த கால்கள் இழுக்கையில் சுரீரென்று வலித்தன. அங்க அசைவுகள் கூச்சமுள்ளவை யாகவும் ஒரு சீரற்றும் இருந்தன. இயற்கை அல்லது வால் பழுதடைந்த விமானத்தை ஓட்டுவது போலவே இந்த இயக்கங்களைக் கணிப்பது கஷ்டமாயிருந்தது. தான் அறியாமலே தன்னை விமானத்துடன் ஒப்பிட்டுப் பார்த்த மெரேஸ்யெவ், ஆதர்சக் கணக்குப் பொருத்தம் உள்ள மனித உடல் அமைப்பு அனைத்தும் தன் சரீரத்தில் சிதைந்து போயிருக்கிறது என்றும், தனது உடல் இன்னும் முழுதாகவும் வலுவுள்ளதாகவும் இருப்பினும் குழந்தைப் பருவம் முதல் பயிற்றி உருவாக்கப்பட்ட முந்திய இயக்க ஒருங்கிசைவை இது இனி ஒருபோதும் பெறாது என்றும் புரிந்துகொண்டான்.

கால் பயிற்சி கடும் வலியை உண்டாக்கிற்று. எனினும் மெரேஸ்யெவ் ஒவ்வொரு நாளும் பயிற்சி நேரத்தை முந்திய நாளைவிட ஒரு நிமிடம் அதிகமாக்கிக் கொண்டு போனான். இவை பயங்கரமான நிமிடங்கள். அந்த நிமிடங்களில் கண்ணீர் தானாகவே விழிகளிலிருந்து பெருகும். தன்வசமற்ற முனகலை அடக்கிக் கொள்வதற்காக உதட்டை இரத்தம் வரும் வரை கடித்துக்கொள்ள வேண்டியிருக்கும். ஆயினும் அவன் தொடக்கத்தில் நாள்தோறும் ஒரு முறையும் பின்பு இரண்டு முறைகளும் உடற்பயிற்சி செய்யத் தன்னை நிர்ப்பந்தமாகப் பழக்கிக் கொண்டான். தடவைக்குத் தடவை பயிற்சி நேரத்தையும் அதிகரித்துக் கொண்டு போனான். இத்தகைய ஒவ்வோர் உடற்பயிற்சிக்குப் பிறகும் அவன் தொய்ந்துபோய்த் தலையணையில் விழுந்து, மறுபடி இந்தப்

பயிற்சிகளைச் செய்யத் தனக்கு இயலுமா என்று கவலையுடன் சிந்திப்பான். ஆனால் குறித்த நேரம் வந்ததும் அவன் மீண்டும் பயிற்சியில் முனைந்து விடுவான்.

மெரேஸ்யெவின் எண்ணங்கள் யாவும் கால்களையே மையமாகக் கொண்டு சுழன்றன. சில வேளைகளில் மறதி காரணமாப் பாதங்கள் வலிப்பதாக உணர்வான். கிடக்கையை மாற்றிக் கொள்வான். பாதங்கள் இல்லை என்ற நினைவு அப்புறந்தான் அவனுக்கு வரும். ஏதோ நரம்புச் சீர்கேடு காரணமாக அவனுடைய வெட்டுண்ட காற்பகுதிகள் நெடுங்காலம் வரை உடலோடு சேர்ந்து உயிர்த்திருந்தன. திடீரென அவற்றில் அரிப்பு எடுக்கும், ஈரப் பருவ நிலையில் உளைச்சல் உண்டாகும், வலிகூட ஏற்படும். கால்களைப் பற்றியே ஓயாது சிந்தித்தமையால் தான் உடல் நலத்துடன் விரைந்து நடப்பது போலக் கனவில் அவனுக்கு அடிக்கடி மனத் தோற்றம் உண்டாகும். விமானத் தாக்கு அபாய அறிவிப்பைக் கேட்டு விமானத்தை நோக்கிக் குதிகால் பிட்டத்தில் அடிக்க ஓடுவது போலவும், ஓடுகிற ஓட்டத்திலேயே இறக்கை மேல் பாய்ந்து தாவி அறைக்குள் புகுந்து இருக்கையில் அமர்ந்து சுக்கான்களைக் கால்களால் சரி பார்ப்பது போலவும் இதற்கிடையே யூரா எஞ்சின் மேலிருந்து மூடியை அகற்றுவது போலவும் ஒரு சமயம் தோன்றும். மறு சமயம் தானும் ஓல்காவும் பூத்துக் குலுங்கும் ஸ்தெப்பி வெளியில் கைகோத்துக் கொண்டு வெறுங்காலுடன் பாய்ந்து ஓடுவது போலவும் ஈரிப்பும் வெதுவெதுப்பும் உள்ள தரையின் கொஞ்சலான வருடலை உணர்வது போலவும் தோன்றும். எவ்வளவு நன்றாயிருக்கும் இந்தப் பிரமை! தூக்கம் கலைந்து விழித்துக்கொண்டதும் தனக்குக் கால்கள் இல்லை என்பதைக் காண்கையில் எத்தகைய ஏக்கம் நெஞ்சைக் கவ்விக்கொள்ளும்!

இத்தகைய கனவுகளுக்குப் பின் சில வேளைகளில் அலெக்ஸேய் வெகுவாகக் குன்றிக் குறுகிப் போய்விடுவான். தான் வீணாகவே தன்னை வதைத்துக் கொள்வதாகவும் ஒருகாலும் தான் பறக்கப் போவதில்லை. கமீஷினைச் சேர்ந்த இனிய நங்கையுடன் ஸ்தெப்பியில் வெறுங்காலுடன் ஓடவே போவதில்லை என்று அவன் எண்ணலானான். இந்தப் பெண்ணைப் பிரிந்திருந்த காலம் அதிகமாக ஆக அவள் அவனுக்கு முன்னிலும் நெருங்கியவளாக, முன்னிலும் இனியவளாகத் தென்படலுற்றாள்.

ஓல்காவுடன் தனது உறவுகள் அலெக்ஸேய்க்கு மகிழ்வு ஊட்டவில்லை. அனேகமாக ஒவ்வொரு வாரமும் க்ளாவதியா மிஹாய்லவனா அலெக்ஸேயை நடனமாடச் சொல்லுவாள். அதாவது அவன் கைகளைக் கொட்டியவாறு கட்டிலில் துள்ள வேண்டும், அதற்குப் பரிசாக அவள் பள்ளி மாணவனது போன்ற குண்டு குண்டான, திருத்தமான எழுத்துக்களில் முகவரி தீட்டப்பட்ட உறையை

அவனிடம் கொடுப்பாள். இந்தக் கடிதங்கள் நாளாக ஆக அதிக விஸ்தாரமாகிக் கொண்டு போயின. அவற்றில் அதிக உணர்ச்சிப் பெருக்கு காணப்பட்டது. குறுகிய கால, இளமைப்பருவக் காதல், போரினால் இடைமுறிக்கப்பட்ட காதல், ஓல்காவின் உள்ளத்தில் மேலும் மேலும் முதிர்ந்து கனிந்து வருவதை இவ்விஷயங்கள் காட்டின. இந்த வரிகளை அலெக்ஸேய் கலவரத்துடனும் ஏக்கத்துடனும் படித்தான். இவற்றுக்கு இதே உணர்ச்சிகள் மூலம் விடை அளிக்கத் தனக்கு உரிமை இல்லை என்பதை அவன் உணர்ந்தான்.

அவர்கள் பள்ளித் தோழர்கள். ஒருவருக்கொருவர் அன்புக் கவர்ச்சி கொண்டிருந்தார்கள். பெரியவர்களைப் பின்பற்றி இந்தக் கவர்ச்சியை அவர்கள் காதல் என்று அழைத்தார்கள். பிறகு ஆறு ஏழு ஆண்டுகள் அவர்கள் பிரிந்து விட்டார்கள். முதலில் நங்கை தொழிற்பள்ளியில் படிக்கப் போனாள். அப்புறம், அவள் திரும்பி வந்து தொழிற்சாலையில் மெக்கானிக்காக வேலை பார்க்கத் தொடங்கியபோது அலெக்ஸேய் ஊரில் இல்லை. அவன் விமானப் பள்ளியில் பயின்று கொண்டிருந்தான். போர் மூள்வதற்கு முன் சிறிது காலத்துக்கு அவர்கள் மீண்டும் சந்தித்துச் சேர்ந்திருந்தார்கள். இந்தச் சந்திப்பை அவனோ, அவளோ தேடிப் பெறவில்லை. வசந்த காலத்தில் ஒரு நாள் மாலை அலெக்ஸேய் தாயாருக்குத் துணையாக நகர்த் தெரு வழியே எங்கோ போய்க்கொண்டிருக்கையில் எதிரே வந்தாள் ஒரு பெண். அவளுடைய வடிவமைந்த கால்களை மட்டுமே அவன் கவனித்தானே தவிர அவளை உற்றுப் பார்க்கக்கூட இல்லை.

“நீ என்ன இவளுக்கு தான் கூட சொல்லவில்லை இவள் அலகா ஆயிற்றே, மறந்துவிட்டாயா என்ன?” என்றாள் தாயார்

அலெக்ஸேய் திரும்பிப் பார்த்தான். பெண்ணும் திரும்பி அவர்களைப் பார்த்தாள். அவர்கள் விழிகள் சந்தித்தன. அக்கணமே தன் நெஞ்சு படபடப்பதை அவன் உணர்ந்தான். தாயாரை விட்டுவிட்டு, இலைகள் அற்ற பாப்ளார் மரத்தடியில் நடைபாதையில் நின்று கொண்டிருந்த அந்தப் பெண்ணை நோக்கிப் பாய்ந்தோடினான்.

“நீயா இது?” என்று வியப்புடன் கூவினான். தனக்கு முன் நிற்பவன் ஏதோ தீவாந்தரத்தைச் சேர்ந்த அழகிய விந்தைக் கன்னி போலவும், வசந்தகாலச் சேறு நிறைந்த தெருவில் அமைதியான மாலை வேளையில் எப்படியோ வந்து விட்டவள் போலவும் அவளை ஏற இறங்க ஆச்சரியத்துடன் நோட்டமிட்டான்.

“அலெக்ஸேயா?” என்று அவன் போலவே வியப்புடனும் நம்பிக்கை யின்மையுடனுங்கூட வினவினாள் அவள்.

அலெக்ஸேய்க்கு முன் நின்றாள் வடிவான அங்க அமைப்பும் லாவகமும் உள்ள சிறுகூடான மேனி கொண்ட நங்கை. அவளது

இனிய உருண்டை முகம் சிறுவனது போன்று இருந்தது. அவளுடைய மூக்குத் தண்டில் பொன்னிற மச்சங்கள் காணப்பட்டன. மென்மையாகக் கோடிட்டிருந்த தன்னுடைய புருவங்களைச் சற்றே நிமிர்த்தி, கதிர்வீசும் பெரிய சாம்பல் நிறக் கண்களால் அவனை நோக்கினாள் அவள். தொழிற்சாலைப் பள்ளியில் அவர்கள் கடைசியாகச் சந்தித்த ஆண்டில் அவள் சிவப்பேறிய உருண்டை முகமும் உறுதியான உடற்கட்டும் உள்ள முரட்டுச் சிறுமியாக இருந்தாள். தகப்பனாரின் சிக்குப்பிடித்த தொழிலாளிக் கோட்டைப் போட்டுக் கொண்டு கைகளை மடித்துவிட்டவாறு மிடுக்குடன் வளைய வருவாள். இப்போது அலெக்ஸேய்க்கு முன்னே நின்ற லாவகமும் தளதளப்பும் ஒயிலும் கொண்ட கன்னிக்கும் அந்தச் சிறுமிக்கும் ஒற்றுமை வெகு சிறிதே காணப்பட்டது.

தாயாரை மறந்துவிட்டு அலெக்ஸேய் அவளை பாராட்டுடன் நோக்கினான். இந்த ஆறு அல்லது ஏழு ஆண்டுகளாகத் தான் அவளை மறக்கவே இல்லை என்றும் இந்தச் சந்திப்பைப் பற்றியே கனவு கண்டுகொண்டிருந்ததாகவும் அவனுக்குத் தோன்றியது.

“ஆ... இப்போது நீ இப்படிப்பட்டவள் ஆகிவிட்டாயா?” என்று முடிவில் கூறினான்.

“எப்படிப்பட்டவள்?” என்று கணீரென்று குரலில் கேட்டாள் அவள். அடித்தொண்டையிலிருந்து வந்த அந்தக் குரல் பள்ளி நாட்களில் இருந்ததற்கு முற்றிலும் வேறாயிருந்தது.

அன்னை அந்த இளைஞர்கள் மீது கண்ணோட்டிவிட்டு ஏக்கத்துடன் முறுவலித்துத் தன் வழியே சென்றாள். தாயின் உள்ளுணர்வால் முதியவள் விஷயத்தைப் புரிந்துகொண்டாள். அவள் இதனால் வருத்தப்படவில்லை. முதியவர்கள் மூப்பு அடைகிறார்கள், சிறுவர்கள் வளர்கிறார்கள் - இதுதானே வாழ்வின் நியமம்.

இளைஞர்கள் தங்கள் காதலைப் பற்றி ஒரு முறைகூடப் பேசவில்லை. மாலை வெயிலில் பளிச்சிடும் அமைதி சூழ்ந்த வோல்கா ஆற்றின் கரையில் உலாவிவிட்டுத் திரும்புகையில், கழிந்துகொண்டு போகும் விடுமுறை நாட்களை எண்ணிக் கணக்கிட்டு, அலெக்ஸேய் தீர்மானிப்பான் - ஓல்காவிடம் மனம் திறந்து பேசி விடுவது என்று. அடுத்த மாலை வரும். சினிமாவுக்கோ சர்க்கஸுக்கோ, பூங்காவுக்கோ அவர்கள் போவார்கள். எங்கு போனாலும் அலெக்ஸேய்க்கு ஒன்றுதான். அவன் திரையையோ அரங்கையோ உலாவுவோர் கூட்டத்தையோ கண்ணெடுத்துப் பார்க்க மாட்டான். ஓல்காவையே நோக்கியவாறு “இதோ வீடு திரும்பும் வழியில் கட்டாயமாக விஷயத்தை விளக்கிவிடுகிறேன்” என்று எண்ணுவான். ஆனால் வழி முடிந்துவிடும், அவனுக்கோ துணிவு வராது

ஒரு ஞாயிறன்று அவர்கள் வோல்கா ஆற்றின் அக்கரையிலிருந்த புல்வெளிக்குச் சென்றார்கள்.

பூத்த புல்தரையில், விண்மீன்கள் போல ஒளிர்ந்த வெண்சாமந்தி மலர்களுக்கு இடையே அவளை நிழல்படம் பிடித்தான் அலெக்ஸேய். அப்புறம் அவர்கள் நீந்திக் குளித்தார்கள். பின்பு அவள் ஈர நீச்சல் உடையைக் களைந்து மாற்றுடை அணிந்து கொள்ளும் வரை அவன் கரையோரப் புதருக்கு அப்பால் பணிவாக மறுபுறம் திரும்பி நின்று கொண்டிருந்தான்.

அவள் கூவி அழைத்ததும் அவன் திரும்பினான். மெல்லிய உடை அணிந்து, வெயிலில் பழுப்பேறிய கால்களை மண்டியிட்டு அமர்ந்திருந்தாள் அவள். பூந்துவாலையைத் தலைமீது சுற்றிக் கட்டியிருந்தாள். சுத்தமான கைத்துவாலையைப் புல்மேல் விரித்து, அது பறந்துவிடாமல் ஓரங்களைக் கற்களால் அழுத்தி, வீட்டிலிருந்து கொண்டு வந்திருந்த உணவுப் பொட்டலத்தை அவிழ்த்து அதன் மேல் ஒழுங்காகப் பரப்பினாள். உருளைக் கிழங்குக் கூட்டும் எண்ணெய்க் காகிதத்தில் கச்சிதமாக வைத்துச் சுற்றப்பட்டிருந்த மீனும் வீட்டில் செய்த பிஸ்கோத்துக்களுங்கூடப் பொட்டலத்தில் இருந்தன. உப்பும் கடுகுத் துவையலுங்கூட மறக்காமல் கொண்டு வந்திருந்தாள் ஓல்கா. குதூகலமும் விளையாட்டும் கொண்ட அந்தப் பெண் இவ்வளவு ஆழ்ந்த அக்கறையுடன் திறமையாக வீட்டுக் காரியங்கள் செய்வது பார்க்க இனிமையாகவும் நெஞ்சைத் தொடுவதாகவும் இருந்தது. "இழுத்தடித்தது எல்லாம் போதும். இன்று மாலையே இவளுக்கு எல்லாவற்றையும் விண்டு சொல்லிவிடுகிறேன். இவள் கட்டாயமாக என் மனைவி ஆக வேண்டும் என்பதை இவள் மனத்தில் பதியும் படி விளக்கிக் காட்டிவிடுகிறேன்" எனத் தீர்மானித்துக் கொண்டான் அலெக்ஸேய்.

சற்று நேரம் கரையில் படுத்திருந்த பின் மீண்டும் நீந்திக் குளித்து விட்டு, மாலையில் ஓல்கா வீட்டில் சந்திப்பதாக முடிவு செய்து கொண்டு வீடு திரும்பும் பொருட்டுப் படகுத் துறைக்கு மெதுவாக நடந்தார்கள். களைத்துப் போயிருந்தாலும் அவர்கள் உள்ளங்களில் இன்பம் அலை மோதியது. துறையில் எதனாலோ படகையே காணோம். கதிரவன் ஸ்தெப்பி வெளியில் படிந்துவிட்டான். மறு கரையின் செங்குத்தான மேட்டின் மேல்வரம்பு வழியாக ஊர்ந்த பளிச்சிடும் ரோஜா நிறக் கதிர் கற்றைகள் நகர வீடுகளின் முகடுகளுக்குப் பொன்முலாம் பூசின. ஜன்னல் கண்ணாடி களில் குருதிச் செம்மையுடன் ஒளிர்ந்தன. புழுதிபடிந்த அசைவற்ற மரங்கள் கோடைகால மாலை வெக்கை நிறைந்து அமைதியாக இருந்தது. எனினும் நகரில் எதுவோ நிகழ்ந்துவிட்டது. இந்த வேளையில் வழக்கமாக வெறிச்சோடிக்

கிடக்கும் வீதிகளில் ஏராளமான ஆட்கள் பரபரப்புடன் தெரிந்தார்கள். செம்மச் செம்ம ஆட்களால் நிறைந்த இரண்டு லாரிகள் விரைந்து சென்றன. சிறு கூட்டம் அணிவகுத்து நடந்தது.

"இக்கரையிலேயே இரவைக் கழிக்க நேர்ந்தால் என்ன செய்வது?" என்றான் அலெக்ஸேய்.

கதிர் வீசும் பெரிய கண்களால் அவள் அவனை நோக்கி, "நீ உடன் இருக்கையில் எனக்கு ஒரு பயமும் கிடையாது" என்று கூறினாள்.

அவன் அவளைத் தழுவி முத்தமிட்டான், முதல் தடவை, ஒரே தடவை, முத்தமிட்டான். துடுப்புக் கொண்டிகளின் சத்தம் ஆற்றின் மீது மந்தணமாகக் கேட்டது. அளவுக்குமேல் ஆட்களை நிறைத்துக்கொண்டு மறுகரையிலிருந்து புறப்பட்டது ஒரு படகு. அலெக்ஸேயும் ஓல்காவும் இப்போது அதைப் பகைமையுடன் நோக்கினார்கள், எனினும் அது என்ன செய்தி கொண்டுவருகிறது என்று முன்னுணர்ந்தவர்கள் போன்று பணிவுடன் அதை எதிர்கொள்ளச் சென்றார்கள்.

ஆட்கள் பேசாமல் படகிலிருந்து கரையில் குதித்தார்கள். எல்லோரும் உல்லாச ஆடைகள் அணிந்திருந்தார்கள், எனினும் அவர்களுடைய முகங்களில் கவலையும் சோர்வும் ததும்பின. ஆழ்ந்த தோற்றங்கொண்ட பரபரப்புள்ள ஆடவர்களும் கிளர்ச்சிபொங்கும் அழுத முகங்கள் உள்ள மாதர்களும் நடைப் பலகைகள் வழியே அவர்கள் இருவரையும் கடந்து சென்றார்கள். ஒன்றும் விளங்காதவர்களாக ஓல்காவும் அலெக்ஸேயும் படகில் தாவி ஏறிக்கொண்டார்கள். நொண்டிப் படகோட்டி அர்க்காஷா மாமா, அவர்களுடைய களி பொங்கும் முகங்களைப் பார்க்காமலே, "யுத்தம்...... இன்று வானொலியில் செய்தி அறிவிக்கப்பட்டது...." என்றான்.

"யுத்தமா?...யாருடன்?" என்று அலெக்ஸேய் இருக்கையிலிருந்து திடுக்குற்றுத் துள்ளி எழுந்தான்.

"எல்லாம் அந்தப் பாழாய்ப் போகிற ஜெர்மன்காரர்களோடுதான், வேறு யாரோடு?" என்று கோபத்துடன் துடுப்புக்களை வலிப்பதும், வெடுக்கென்று அவற்றைத் தள்ளுவதுமாக விடையிறுத்தான் அர்க்காஷா மாமா. "ஆட்கள் ஏற்கெனவே படைதிரட்டு நிலையங்களுக்குப் போகத் தொடங்கி விட்டார்கள். படைதிரட்டல் நடக்கிறது" என்றான்.

உலாவலிலிருந்து வீட்டுக்குக்கூடப் போகாமல் நேரே படை திரட்டு நிலையம் சென்றான் அலெக்ஸேய். இரவு 12.40க்குப் புறப்பட்ட ரெயிலில், தனக்கெனக் குறித்த விமானப் படைப்பிரிவுக்குப் புறப்பட்டுப் போய் விட்டான் அவன். நடுவில் வீட்டுக்கு ஓடிப் பெட்டியை எடுத்து வரத்தான் அவனுக்கு ஓரளவு நேரம் கிடைத்தது. ஓல்காவிடம் அவன் பிரிவு சொல்லிக்கொள்ளக்கூடவில்லை.

அவர்கள் ஒருவருக்கொருவர் எப்போதாவதுதான் கடிதங்கள் எழுதிக்கொண்டார்கள். அவர்களுடைய பரஸ்பர அன்பு குறைந்துவிட்டது. அவர்கள் ஒருவரை ஒருவர் மறக்கத் தொடங்கிவிட்டார்கள் என்று இதற்கு அர்த்தம் அல்ல. இல்லை. மாணவருக்குரிய குண்டு குண்டான எழுத்துக்களில் வரையப்பட்ட அவளுடைய கடிதங்களை அவன் ஆவலே வடிவமாக எதிர்பார்த்தான், அவற்றைச் சட்டைப் பையிலேயே வைத்திருந்தான், தனிமையில் விடப்பட்டதுமே மறுபடி மறுபடி திரும்பப் படித்தான். காட்டில் திரிந்த துன்ப நாட்களில் இந்தக் கடிதங்களையே அவன் மார்புற அழுத்திக்கொண்டான், இவற்றையே பார்த்தான். எனினும் இவ்விளைஞர்களின் உறவு நிச்சயமற்ற ஒரு கட்டத்தில் திடீரென அறுந்து போய்விட்டது. ஆகையால் இந்தக் கடிதங்களில் அவர்கள் நெடுங்காலம் நன்கு பழகியவர்கள், நண்பர்கள் என்ற முறையிலேயே ஒருவரோடு ஒருவர் பேசிக் கொண்டார்கள். இன்னும் பெரிய எதையும் இதனுடன் சேர்க்க அவர்கள் அஞ்சினார்கள். எனவே அது மனம்விட்டுச் சொல்லப்படாமலே இருந்துவிட்டது.

இப்பொழுது மருத்துவமனையில் படுத்துக் கிடக்கையில் ஒரு விஷயத்தைக் கண்டு அலெக்ஸேய் திகைப்பு அடைந்தான். இந்தத் திகைப்பு கடிதத்துக்குக் கடிதம் மிகுந்துகொண்டு போயிற்று. ஓல்கா தானே மனத்தைத் திறந்து பேச முன்வந்ததுதான் அவனுக்குத் திகைப்பூட்டிய விஷயம்தான் அவனுக்காக ஏங்குவதை ஓல்கா கூச்சமின்றித் தன் கடிதங்களில் இப்பொழுது விவரித்தாள். அன்றையதினம் அர்க்காஷா மாமா வேண்டாத நேரத்தில் தங்களை மறு கரைக்கு இட்டுச் செல்ல வந்தது குறித்து வருந்தினாள். அலெக்ஸேய்க்கு என்ன நேர்ந்தாலும் சரியே, தான் எப்போதும் நம்பத்தக்க ஒரு நபர் இருப்பதை அவன் அறிந்து கொள்ள வேண்டும் என்றும், வேற்றிடங்களில் சுற்றித் திரிகையில், தான் போர் முடிந்ததும் சொந்த வீடு போன்று திரும்புவதற்கு ஓர் இடம் இருப்பதை அவன் தெரிந்து கொள்ள வேண்டும் என்றும் கேட்டுக் கொண்டாள். இவ்வாறெல்லாம் எழுதுபவள் யாரோ புதிய, வேறொரு ஓல்கா என்று தோன்றியது. அவளுடைய நிழற்படத்தைப் பார்க்கும் போதெல்லாம், ஒரு காற்று வீச வேண்டியதுதான், முதிர்ந்த சிறகு விதை போல அவள் தன் பூத்துணி உடையுடன் பறந்து போய் விடுவாள் என்ற எண்ணம் அவனுக்கு உண்டாகும். இந்தக் கடிதங்களை எழுதியவளோ, நல்லவள், காதலிப்பவள், காதலனுக்காக ஏங்குபவள், அவனை எதிர்பார்த்துக் காத்திருப்பவள். இந்த நினைப்பால் அவனுக்கு மகிழ்ச்சியும் குழப்பமும் ஒருங்கே உண்டாயின. மகிழ்ச்சி அவன் வசமின்றியே உண்டாயிற்று. தான் இத்தகைய அன்புக்கு உரியவன் அல்ல, இவ்வளவு ஒளிவுமறைவற்ற உறவாடலுக்குத் தக்கவன் அல்ல என்று அலெக்ஸேய் எண்ணியபடியால் அவனுக்கு மனக்கலக்கம் ஏற்பட்டது. தான் முன்போன்ற வலிமை நிறைந்த இளைஞன்

அல்ல, கால்களற்ற அங்கவீனன், அர்க்காஷா மாமாவை ஒத்தவன் என்று ஆரம்பத்திலேயே எழுத அவனுக்குத் துணிவு வரவில்லையே. நோயாளித் தாயார் அதிர்ச்சியால் இறந்து போய்விடுவாளோ என்ற பயத்தால் உண்மையை எழுதத் தயங்கிய அவனுக்கு இப்போது ஓல்காவைக் கடிதங்களில் ஏமாற்றுவது வலுக்கட்டாயம் ஆகிவிட்டது. இந்த ஏமாற்றுச் சிடுக்கில் நாளுக்கு நாள் அவன் அதிகமாகச் சிக்கிக்கொண்டு போனான்.

இந்தக் காரணத்தால் தான் கமீஷினிலிருந்து வந்த கடிதங்கள் அவனுக்கு முற்றிலும் எதிரெதிரான உணர்ச்சிகளை - களிப்பையும் துயரையும், நம்பிக்கையையும் கலவரத்தையும் - ஏற்படுத்தின. அவை ஏககாலத்தில் அவனுக்கு உற்சாகமூட்டின, அவனைத் துன்புறுத்தி வதைத்தன.

எனினும், தனது கனவை நனவு ஆக்கிக்கொண்டதுமே, அதாவது படையணிக்குத் திரும்பித் தனது செயல்திறனை மீண்டும் அடைந்ததுமே, ஓல்காவிடம் காதலைப் பற்றி மறுபடி பேசுவது என்று அவன் ஆழ்ந்த சங்கற்பம் செய்து கொண்டான். இவ்வாறு நிச்சயித்து தனது இந்தக் குறிக்கோளை அடைவதற்கு முன்னிலும் அதிக விடாப்பிடியாக முயன்றான்.

11

மே மாதம் முதல் தேதி கமிஸார் உயிர் நீத்தார். அவரது மரணம் ஒருவரும் கவனிக்காத வகையில் நிகழ்ந்தது. அதிகாலையில் முகங் கை கழுவித் தலை வாரிக்கொண்ட பின், முகம் மழித்த நாவித்தச்சியிடம் பருவநிலை நன்றாகயிருக்கிறதா, விழா நாள் மாஸ்கோ நகரம் எப்படிக் காட்சி அளிக்கிறது என்றெல்லாம் கேள்விமேல் கேள்வி போட்டுக் குடைந்து எடுத்தார் அவர். வீதிகளில் தடையரண்கள் அகற்றப்படுகின்றன என்பதை அறிந்து மகிழ்ந்தார். பளிச்சென்று வெயில் கொஞ்சும் இத்தகைய அற்புதமான வசந்த நாளில் ஆர்ப்பாட்ட ஊர்வலம் நடக்காது என்பதைக் குறித்து வருந்தி அங்கலாய்த்தார். அவர் உடல் நிலை முன்னைவிடச் சீர்பட்டுவிட்டது போலத் தோன்றியது. ஒருவேளை அவர் குணமடைந்து விடுவார் என்ற நம்பிக்கை எல்லோருக்கும் உண்டாயிற்கு.

வெகு நாட்களாகவே, அவரால் செய்தித்தாள் படிக்க முடியாத நிலை ஏற்பட்டது முதலே, வானொலி வாங்கிச் செவிக் குழாய்கள் அவருடைய கட்டிலருகே வைக்கப்பட்டிருந்தன. வானொலித் தொழில் நுட்பம் ஓரளவு அறிந்திருந்த க்ளாவதியேவ் அவற்றில் ஏதோ புத்தமைப்புக்கள் செய்தான். அப்புறம் அவை வார்டு முழுவதற்கும் கேட்கும்படி முழங்கின, உரக்கப் பாடின. அந்த நாட்களில்

உலகினர் எல்லோரும் கேட்டு அறிந்திருந்த குரலை உடைய செய்தி அறிவிப்பாளர், காலை ஒன்பது மணிக்கு மக்கள் தற்காப்புக் கமிஸாரின் உத்தரவைப் படிக்கத் தொடங்கினார். அதில் ஒரு வார்த்தையைக் கூடக் கேட்காமல் விட்டுவிடக் கூடாது என்பதற்காக எல்லோரும் கப்சிப்பென்று அடங்கிவிட்டார்கள். சுவற்றில் தொங்கிய இரு கறுப்பு வட்டக் குழாய்கள் மீதே எல்லோரது கவனமும் லயித்திருந்தது. "மாபெரும் லெனினது வெல்லரும் கொடியின் கீழ் வெற்றியை நோக்கி முன்னேறுவோம்!" என்ற சொற்கள் ஆர்த்தன. அப்புறமும் வார்டில் இறுக்கம் நிறைந்த நிசப்தம் குடி கொண்டிருந்தது.

"ஒரு விஷயத்தை எனக்குத் தெளிவுபடுத்துங்கள், தோழர் கமிஸார்" என்று ஆரம்பித்த குக்கூஷ்கின் திடீரென்று "தோழர் கமிஸார்!" எனக் கலவரத்துடன் வீறிட்டான்.

எல்லோரும் அங்கே பார்வையைத் திருப்பினார்கள். கமிஸார் கட்டில் மீது நேராக நீட்டி விறைத்துக் கிடந்தார். அவரது விழிகள் முகட்டின் மேல் ஏதோ ஒரு புள்ளியில் அசையாது குத்திட்டிருந்தன. வாடி வெளிறிய அவருடைய முகத்தில் வெற்றிப் பெருமிதமும் அமைதியும் மாண்பும் துலங்கும் பாவம் உறைந்துபோயிருந்தது.

குக்கூஷ்கின் அவரது கட்டிலருகே முழந்தாள் படியிட்டு, "காலமாகிவிட்டார் ! இறந்து போனார்!" என்று கதறினான்.

குழப்பம் அடைந்த அறைத் தாதிகள் வார்டுக்குள் ஓடிவருவதும் வெளியே ஓடுவதுமாக அலை பாய்ந்தார்கள். நர்ஸ் பரபரத்தாள். மருத்துவர் ஓடுகிற ஓட்டத்திலேயே அங்கிப் பொத்தான்களை மாட்டியவாறு பாய்ந்து வந்தார். சச்சரவு இடுபவன், சமூகமாகப் பழகத் தெரியாதவன் என மதிக்கப்பட்ட லெப்டினன்ட் கன்ஸ்தாந்தீன் குக்கூஷ்கின், ஒருவரையும் கவனியாமல், குழந்தை போலப் போர்வையில் முகத்தைப் புதைத்துக் கொண்டு, ஓசையுடன் மூக்கை உறிஞ்சியவாறு, தோள்களும் உடல் முழுவதுமே பதற, காலமான கமிஸாரின் மார்பு மீது சாய்ந்து குலுங்கிக் குலுங்கி அழுதான்...

அன்று மாலை இடம் காலியான நாற்பத்து இரண்டாம் வார்டுக்குப் புதிய ஆள் கொண்டுவரப்பட்டார். தலை நகரின் விமானப் பாதுகாப்பு டிவிஷனைச் சேர்ந்த சண்டை விமானி மேஜர் போவெல் இவானவிச் ஸ்த்ருச்கோவ் அவர். மேதின விழா நாளில் மாஸ்கோ மீது பெருத்த விமானத்தாக்குதல் நடத்த பாசிஸ்டுகள் தீர்மானித்தார்கள். அனேக அணிகளாக முன்னேறிய அவர்களது விமானத் தொகுதி சோவியத் சண்டை விமானங்களால் தடுக்கப்பட்டு, உக்கிரமான போருக்குப்பின் பத்ஸோல்னெச்னயா என்னும் இடத்தருகே தகர்த்து வீழ்த்தப்பட்டது. ஒரே ஒரு "யூன்கெர்ஸ் விமானம் மட்டும் சோவியத் விமான வளையத்தின் ஊடாகப் பாய்ந்து வெளியேறி மாஸ்கோவை நோக்கித்

தொடர்ந்து பறந்தது. விழாக் கொண்டாட்டத்தைப் பாழ்படுத்தும் பொருட்டு என்ன நேர்ந்தாலும் பொருட்படுத்தாமல் தங்களுக்கு இடப்பட்டிருந்த பணியை நிறைவேற்றுவது என்று அந்த விமானத்தைக் கவனித்துவிட்ட ஸ்த்ருச்கோவ் அதைத் துரத்திச் சென்றார். சண்டை விமானப் படைக்கு அப்போது வழங்கப்படத் தொடங்கியிருந்த சிறந்த சோவியத் விமானங்களில் ஒன்றை அவர் ஓட்டிக் கொண்டிருந்தார். மாஸ்கோ நகர்ப்புறத்துக்கு மேலே, தரைக்கு மேல் ஆறு கிலோமீட்டர் உயரத்தில் எதிரி விமானத்தை எட்டிப் பிடித்து அதன் வாலருகே லாவகமாக நெருங்கி, பகை விமானத்தை இலக்கு வைத்துச் சுடுவிசையை அழுத்தினார். பிறகும் மெஷீன்கன் குண்டுகளின் வழக்கமான சடசடப்பு கேட்காதிருக்கவே அவர் வியப்படைந்தார். சுடுவிசை பழுதடைந்திருந்தது.

பகை விமானம் சற்று முன்னே சென்றது. வெடி விமானத்தைப் பின்புறமிருந்து காத்த இரு மெஷீன்களிலிருந்து அதன் வால் பகுதியால் மறைக்கப்பட்டவாறு சுடமுடியாத நடு மையத்தில் அதைத் தொடர்ந்தார் ஸ்த்ருச்கோவ். தெளிந்த மே மாதக் காலையில் மாஸ்கோ நகரம் புகை போர்த்த சாம்பல் நிறக் குவியல்களில் தொகுதி போன்று தொடுவானில் மங்கலாகத் தென்பட்டது. ஸ்த்ருச்கோவ் அப்போதே முடிவு செய்து விட்டார். இருக்கை வார்களைக் கழற்றி, விமான வளைமுகட்டைப் பின்னுக்குத் தள்ளிவிட்டு, ஜெர்மன் விமானத்தின் மேல் தானே பாயப்போவது போலத் தசைநார்களை எல்லாம் இறுக்கியவாறு பதுங்கிக் கொண்டார். தமது விமானத்தில் வேகத்தை ஜெர்மன் விமானத்தின் வேகத்துக்கு ஏற்பச் சரியாக இசைவித்துக் கொண்டு அவர் இலக்குப் பார்த்தார். கண்ணுக்குப் புலப்படாத கயிற்றினால் ஒன்றுக்கொன்று நெருக்கமாகப் பிணைக்கப்பட்டவை போல ஒன்றன் பின் ஒன்றாக அவை கணப்போது காற்றில் சமீபமாக மிதந்தன. பகை விமானத்தில் ஒளிபுகும் முகட்டின் ஊடாக ஜெர்மன் மெஷீன்கன் வீரனின் கண்கள் ஸ்த்ருச்கோவுக்குத் துலக்கமாகத் தெரிந்தன. ஸ்த்ருச்கோவின் ஒவ்வொரு பாய்ச்சலையும் உன்னிப்பாகக் கவனித்தவாறு, அவரது விமான இறக்கையின் ஒரு பகுதியேனும் மறைவிலிருந்து வெளிப்படாதா என்று எதிர்பார்த்துக் கொண்டிருந்தான் அவன். பதற்றம் காரணமா, பாசிஸ்டு தன் தலைக் காப்பைக் கழற்றிவிட்டதை ஸ்த்ருச்கோவ் கண்டார். அவனுடைய நீண்ட வெளிர் நிறத் தலைமயிர் சிறு சிறு கற்றைகளாக அவனது நெற்றிமேல் விழுந்திருந்தது கூட அவருக்குத் தெரிந்தது. மெஷீன்கன்னின் பெரிய இணைக் குழாய்கள் ஸ்த்ருச்கோவின் பக்கமே நோக்கியவாறு, உயிருள்ளவை போன்று எதிர்பார்ப்புடன் அசைந்தன. திருடன் தன் மீது ரிவால்வரைக் குறிவைத்திருக்கும் போது தான் நிராயுதபாணியாய் இருப்பதாக ஸ்த்ருச்கோவ் கணநேரம் உணர்ந்தார். ஆயுதமற்ற தைரியசாலிகள் இத்தகைய சந்தர்ப்பங்களில் என்ன

செய்வார்களோ அதையே அவர் செய்தார். தாமே பகைவன் மீது பாய்ந்து தாக்கினார். அவர் - தரையில் போன்று முட்டிகளால் அல்ல, தமது விமானத்தில் பளிச்சிடும் உந்து சக்கரத்தைப் பகை விமானத்தின் வாலுக்குக் குறி வைத்து விமானத்தை முன்னே பாய்ச்சினார்.

மடாரொலி அவர் செவிகளில் படக் கூட இல்லை. பயங்கரமான உந்தலால் வீசி எறியப்பட்டு, தான் காற்றில் தலைகுப்புற விழுவதை அவர் உணர்ந்தார். தரை அவரது தலைக்கு உயரே விரைந்தது, பின்பு ஓரிடத்தில் நிலைத்து பச்சைப் பசேலென்று ஒளிர்ந்தவாறு அவரை எதிர்கொண்டு சீழ்க்கையுடன் பாய்ந்து வந்தது. அப்போது அவர் பாரஷூட்டின் வளையத்தைச் சுண்டி அதை விரித்தார். பாராஷூட் கயிறுகளில் உணர்வின்றித் தொங்குவதற்கு முன், சுருட்டு வடிவான "யூன் கெர்ஸ்" விமானத்தில் வால் உடைந்த உடல் இலையுதிர் காலக் காற்றில் மேப்பிள் இலை போலச் சுழன்றவாறு தம் அருகாகக் கடந்து கீழே சரிவதைக் கடைக் கண்ணால் கண்டுகொண்டார் அவர். பாரஷூட் கயிறுகளில் தன்வசமின்றி ஊசலாடியவாறு வந்த ஸ்த்ருச்கோவின் உடல் ஒரு வீட்டுக் கூரைமேல் தடாரென்று மோதியது. மாஸ்கோ நகர்ப் புறத்தில் விழாக் கொண்டாட்டம் நடந்துகொண்டிருந்த வீதியில் அவர் நினைவற்று விழுந்தார்..

ஸ்த்ருச்கோவ் குதூகலமுள்ளவர், கலகலப்பாகப் பழகுபவர். வார்டு நிலைவாயிலில் புகுந்ததுமே இங்கே, மருத்துவமனையில் சாப்பாடு எப்படி, சிகிச்சை முறைகள் கண்டிப்பானவையா, கண்ணுக்கு லட்சணமான நர்ஸ்கள் இருக்கிறார்களா என்றெல்லாம் மற்ற நோயாளிகளிடம் விசாரிக்கத் தொடங்கிவிட்டார் அவர். காயங்களுக்குக் கட்டு மாற்றப்படுகையில் க்ளாவதியா மிஹாய்லவ்னாவுக்கு ஒரு வேடிக்கைக் கதை சொன்னதுடன், இடையே அவளுடைய தோற்றக் கவர்ச்சி பற்றி வெகு துணிவுடன் பாராட்டுரையும் பகர்ந்து விட்டார். நர்ஸ் அறைக்கு வெளியே போனதும் ஸ்த்ருச்கோவ் அவள் பின்னே கண் சிமிட்டினார்.

"அழகானவள். கண்டிப்பு உள்ளவளோ? ஒரு வேளை உங்களை நடுநடுங்க வைக்கிறாளோ? பரவாயில்லை, பயப்படாதீர்கள், உங்களுக்குச் செயல்தந்திரம் கற்பிக்கப்படவில்லை போலிக்கிறது, ஊம்? கைப்பற்ற முடியாத அரண் எப்படிக் கிடையாதோ அப்படியே அடைய முடியாத பெண்ணும் கிடையாது!" என்று கூறி உரக்க அதிர் வேட்டுச் சிரிப்பு சிரித்தார்.

ஸ்த்ருச்கோவ் வார்டுக்குக் களிபொங்கும் ஆரவாரத்தைக் கொண்டு வந்தார். ஆனால் இதற்காக ஒருவரும் தம்மீது மனத்தாங்கல் கொள்ளாத விதத்தில் அவர் ஆரவாரம் செய்தார். அவர் தங்களுக்கு வெகு நீண்ட காலமாகப் பழக்கமானவர் என்று எல்லோருக்கும் தோன்றியது. இந்தப்

புதிய தோழரை அனைவருக்கும் பிடித்துவிட்டது. மேஜர் ஸ்த்ருச்கோவ் பெண்கள் விஷயத்தில் வெளிப்படையாகக் காட்டிய ஆர்வந்தான் மெரேஸ்யெவுக்குப் பிடிக்கவில்லை. ஸ்த்ருச்கோவோ இந்த ஆர்வத்தை மறைக்காதது மட்டும் அல்ல, உவப்புடன் பறைசாற்றவும் செய்தார்.

மறுநாள் கமிஸார் அடக்கம் செய்யப்பட்டார். பீரங்கிப் படைக் குதிரைகள் பீரங்கி வண்டியை முகப்பு வெளிக்கு இழுத்து வந்ததையும் இராணுவ இசைக் குழுவினர் வாத்தியங்கள் வெயிலில் மின்னக் குழுமியதையும், படைவீரர்கள் பிரிவு அணிவகுத்து வந்ததையும் ஜன்னல் குறட்டின் மேல் உட்கார்ந்து பார்த்தார்கள் மெரேஸ்யெவும் குக்கூஷ்கினும் க்வோஸ்தியேவும். க்ளாவ்தியா மிஹாய்லவனா அறைக்குள் வந்து நோயாளிகளை ஜன்னலிலிருந்து அகற்றினாள். அவள் எப்போதும் போலவே அமைதியுடனும் சுறுசுறுப்புடன் விளங்கினாள். எனினும் அவள் குரல் மாறிவிட்டதையும் அது நடுங்குவதையும் தழுதழுப்பையும் மெரேஸ்யெவ் கவனித்தான். புது நோயாளியின் உடற்கூட்டை முகப்பு வெளியில் இசைக் குழு இறுதிச் சடங்கு அணிநடை இசையை வாசித்தது. நர்ஸ் வெளிறிப் போனாள். தெர்மா மீட்டர் அவள் கையிலிருந்து நழுவி விழுந்தது. பளிச்சிடும் பாதரசத் துளிகள் பிளாச்சுத் தரையில் சிதறியோடின. முகத்தைக் கைகளால் மூடிக்கொண்டு க்ளாவ்தியா மிஹாய்லவனா வார்டுக்கு வெளியே ஓடிவிட்டாள்

“இவளுக்கு என்ன வந்துவிட்டது? அந்த ஆள் இவளுடைய அன்பரோ?” என்று சோக இசை வந்த ஜன்னல் பக்கம் தலையசைப்பால் ஜாடை காட்டி வினவினார் ஸ்த்ருச்கோவ்.

ஒருவரும் அவருக்குப் பதில் சொல்லவில்லை.

எல்லோரும் ஜன்னல் குறட்டின் வழியாக வெளியே தலையை நீட்டி எட்டிப் பார்த்தார்கள். அங்கே, பீரங்கி வண்டியில் வைக்கப்பட்டிருந்த சிவப்புச் சவப்பெட்டி வாயிலைக் கடந்து மெதுவாக வெளியே நகர்ந்தது. பசுந்தழைகளில், மலர்களில் கிடந்தது கமிஸாரின் உடல். அவருக்குப் பின்னே சிறு பஞ்சணைகளில் குத்தப்பட்டு எடுத்துச் செல்லப்பட்டன விருதுகள் - ஒன்று இரண்டு, ஐந்து, எட்டு --- யாரோ ஜெனரல்கள் தலையைக் குனிந்தவாறு நடந்தார்கள். அவர்களுக்கு நடுவே, தாமும் ஜெனரலுக்கு உரிய மேல்கோட்டு அணிந்து, எதனாலோ தொப்பி இன்றி நடந்தார் வஸீலிய் வஸீலியெவிச். பின்னால், மற்றவர்களிலிருந்து தொலைவில் ஒதுங்கி, மெதுவாக அடி வைத்து நடந்த படைவீரர்களுக்கு முன், கால்கள் இடற எதிரே எதையும் நோக்காமல் வெறுந்தலையும் வெள்ளை அங்கியும் தானுமாகச் சென்றாள் க்ளாவ்தியா மிஹாய்லவ்னா. வாயிலில் யாரோ

ஒருவர் அவள் தோட்கள் மீது மேல்கோட்டைப் போர்த்தார். அவளோ தொடர்ந்து நடந்தாள், மேல்கோட்டு தோட்கள் மேலிருந்து நழுவி விழுந்தது. படைவீரர்கள் அணிகளை இரு கூறுகளாகப் பிரித்து அதைச் சுற்றிக் கடந்து சென்றார்கள்.

"அன்பர்களே, அடக்கம் செய்யப்படுபவர் யார்?" என்று கேட்டார் மேஜர். அவரும் ஜன்னல் புறம் எம்பிப் பார்க்க விரும்பினார். ஆனால் சிம்புகளால் இறுக்கப்பட்டுப் பிளாஸ்டரில் வைக்கப்பட்டிருந்த அவருடைய கால்கள் அவருக்குத் தடையாக இருந்தன. அவரால் ஜன்னலை எட்ட முடியவில்லை .

ஊர்வலம் அப்பால் போய்விட்டது. சோக இசை ஒலிகள் வீடுகளின் சுவர்களில் எதிரொலித்து தொலைவிலிருந்து ஆற்றின் வழியே மந்தணமாகக் கேட்டன. நொண்டி முகப்புப் பணிமகள் வாயிலிலிருந்து வெளியே போய் இரும்புக் கதவுகளை ஒலிப்புடன் இழுத்து மூடிவிட்டாள். ஆயினும் நாற்பத்து இரண்டாவது வார்டுக்காரர்கள் கமிஸாரைக் கடைசிப் பயணத்தில் வழியனுப்பியவாறு இன்னும் ஜன்னல் அருகே நின்றார்கள்.

"யார் அடக்கம் செய்யப்படுகிறார்? சொல்லுங்களேன்? நீங்கள் என்ன இப்படி, மரங்களாக நிற்கிறீர்கள்?" என்று பொறுமை இழந்து வினவினார் மேஜர். ஜன்னல் குறட்டை எட்டும் முயற்சியை அவர் இன்னும் நிறுத்தவில்லை.

அடக்கம் செய்யப்படுபவர் உண்மை மனிதர்.... போல் ஷெவிக் என்று துயரந்தோய்ந்த தணிந்த குரலில் முடிவில் அவருக்கு விடையளித்தான் கன்ஸ்தாந்தீன் குக்கூஷ்கின்.

"உண்மை மனிதர்" என்ற இந்தச் சொற்களை மெரேஸ்யெவின் நினைவில் பதிந்து விட்டன. கமிஸாரை இன்னும் சிறந்த சொற்களில் குறிக்க முடியாது. இறுதிப் பயணத்திற்கு எடுத்துச் செல்லப்பட்ட அந்த மனிதர் போன்றே தானும் உண்மை மனிதனாக விளங்க மெரேஸ்யெவுக்கு விருப்பம் உண்டாயிற்று.

சிகிச்சையும் காலமும் பயன் விளைத்தன. எல்லோரும் விரைவில் குணம் அடைந்தார்கள். மருத்துவமனையிலிருந்து வெளியேறும் நாள் நெருங்க நெருங்க, நாற்பத்து இரண்டாவது வார்டுக்காரர்கள் தங்கள் உடல் நலக் கேடு பற்றிக் குறைவாகவே எண்ணலானார்கள். வார்டுக்கு வெளியே தங்களுக்கு என்ன காத்திருக்கிறது, சொந்தப் படைப்பிரிவில் தங்களுக்கு எத்தகைய வரவேற்பு அளிக்கப்படும், எத்தகைய காரியங்கள் தங்களை எதிர்நோக்கி இருக்கின்றன என்பவற்றைப் பற்றி அவர்கள் சிந்திக்கத் தொடங்கினார்கள். பழக்கமான இராணுவ வாழ்க்கைக்கு எல்லோருமே ஏங்கிக் கொண்டிருந்தார்கள். புதிய தாக்குதல் தொடங்குமுன் தாங்கள் உடல் நலம் அடைந்து படைப்பிரிவுகளுக்குத்

திரும்பிவிட வேண்டும் என்ற ஆர்வம் அவர்கள் உள்ளங்களில் கிளர்ந்து எழுந்தது. இந்தத் தாக்குதல் பற்றி எதுவும் இன்னும் எழுதப்படவில்லை, அது பற்றியே பேச்சு கூட இல்லை, எனினும் சூழ்நிலையில் அதை உணர முடிந்தது. மழைப் புயலுக்கு முன் நிலவும் அமைதி போலப் போர்முனைகளில் திடீரெனக் குடிகொண்ட சந்தடியின்மையைக் கொண்டு அதை அனுமானிக்க முடிந்தது.

மருத்துவமனையிலிருந்து இராணுவ வேலைக்குத் திரும்புவது படைவீரனுக்குச் சர்வ சாதாரணமான காரியம். அலெக்ஸேய் மெரேஸ் யெவுக்கு மட்டுமே அது பிரச்சினையை முன் வைத்தது. சாமர்த்தியத்தாலும் பயிற்சியாலும் கால்கள் இல்லாக் குறையை நிறைவுபடுத்த அவனுக்கு இயலுமா? சண்டை விமானம் ஓட்டியாக மீண்டும் பணியாற்ற அவனால் முடியுமா? குறித்த நோக்கத்தை அடைவதற்கு மேலும் மேலும் விடாப்பிடியாக முயன்றான் அவன். பயிற்சி நேரத்தைப் படிப்படியாக அதிகப்படுத்தி, காலையிலும் மாலையிலும் கால்களைப் பழக்கப்படுத்துவதையும் பொது உடற்பயிற்சியையும் இரண்டு மணி நேரம் வரை செய்யலானான். ஆனால் இதுகூட அவனுக்குக் குறைவாகப் பட்டது. பகல் சாப்பாட்டுக்குப் பிறகு உடற்பயிற்சி செய்யத் தொடங்கினான்.

கால்கள் இல்லாமல் விமானம் ஓட்ட முடியும் என்பதை வார்டில் ஒருவரும் நம்பவில்லை. ஆயினும் தோழனின் விடாப்பிடியான முயற்சியை எல்லோரும் மதித்தார்கள்.

மேஜர் ஸ்த்ருச்கோவின் முழங்கால் சில்லுகளில் ஏற்பட்டிருந்த பிளவுகள் ஆரம்பத்தில் நினைத்ததைவிட அதிக மோசமானவை எனத் தெரியவந்தது. அவை மெதுவாகவே ஆறின, கால்கள் இன்னும் சிம்புக் கட்டிலேயே இருந்தன. மேஜர் குணமடைவது பற்றி எந்தவிதச் சந்தேகமும் இல்லைதான். ஆயினும் தனக்கு இவ்வளவு தொல்லை விளைத்த பாழாய்ப் போகிற முழங்கால் "சில்லுகளை" வாய் ஓயாமல் திட்டி நொறுக்கினார் மேஜர். அவருடைய இந்தத் தொணதொணப்பு நிரந்தரமான சிடுசிடுப்பாக மாறத் தொடங்கிற்று. ஏதேனும் அற்ப விஷயத்துக்காக அவர் ஒரேயடியாக வெகுண்டு எல்லோரையும் எல்லாவற்றையும் வைது நொறுக்க ஆரம்பித்துவிடுவார்.

இரகசியமாகப் புகைபிடிப்பதற்குக்கூட தமக்கு வாய்ப்பு இல்லை என்றும், அறுவைக் கூடத்தைச் சேர்ந்த செம்பட்டை முடி நர்ஸை ஆளோடியில் கூடக் கண்டு பேசத் தமக்கு முடியவில்லை என்றும், வர வர அதிகரிக்கும் தமது பொறுமையின்மைக்கு இவையே காரணங்கள் என்றும் விளக்கினார் ஸ்த்ருச்கோவ். ஒருவேளை விஷயம் ஓரளவுக்கு இப்படி இருக்கலாம். ஆனால் மாஸ்கோவுக்கு மேலாகப் பறந்து செல்லும் விமானங்களை ஜன்னல் வழியே கண்டபோதும்,

அக்கறைக்குரிய புதிய விமானச் சண்டை பற்றியும் தமக்கு அறிமுகமான விமானியின் வெற்றி குறித்தும் வானொலி அல்லது செய்தித்தாள் வாயிலாக அறிந்த போதும் மேஜருக்கு எரிச்சல் பீறிடுவதையும் எள்ளும் கொள்ளும் வெடிப்பதையும் மெலேஸ்யெவ் கவனித்தான். ஸ்த்ருச்கோவ் போலவே மெரேஸ்யெவையும் இவை பொறுமை இழந்து சிடுசிடுக்க வைத்தன. ஆனால் அவன் தன் சிடுசிடுப்பை வெளிக் காட்டுவதே இல்லை. இப்போது ஸ்த்ருச்கோவுடன் தன்னை ஒப்பிட்டுப் பார்க்கையில் அவன் உள்ளூற மகிழ்ச்சி அடைந்தான். தான் தெரிந்தெடுத்துக் கொண்ட “உண்மை மனிதனின்” பண்பை, ஓரளவுதான் எனினும், நெருங்கத் தொடங்கியிருப்பதாக அவனுக்குப்பட்டது.

கமிஸாரின் மரணத்துக்குச் சில நாட்களுக்கெல்லாம் கன்ஸ்தாந்தீன் குக்கூஷ்கின் குணமடைந்து மருத்துவமனையிலிருந்து வெளியேறினான். எவ்வித உணர்ச்சி வெளியீடும் இன்றி அவன் வெளியேறினான். மருத்துவம் தனக்கு ஒரேயடியாக அலுத்துப் போய்விட்டது என்று விடை பெறுகையில் பிரகடனம் செய்தான். அசட்டையாகவே பிரிவு சொல்லிக் கொண்டான். தாயாரிடமிருந்து தனக்குக் கடிதங்கள் வந்தால் அவற்றைத் தவற விட்டுவிடாமல் பத்திரமாக வைத்திருந்து தனது ரெஜிமெண்ட் முகவரிக்குக் கட்டாயம் அனுப்பும்படி மெரேஸ்யெவிடமும் நர்ஸினிடமும் வற்புறுத்திக் கேட்டுக்கொண்டான்.

“உன்னை அங்கே எப்படி ஏற்றுக்கொள்கிறார்கள், எப்படி வேலையில் மறுபடி சேர்கிறாய் என்பதை எல்லாம் எழுது; வழியனுப்புகையில் அவனிடம் சொன்னான் மெரேஸ்யெவ்.

“நான் உனக்கு எதற்காக எழுத வேண்டும்? உனக்கும் எனக்கும் என்ன உறவு பாழ்போகிறது? நான் உனக்கு எழுதிக் காகிதத்தை வீணாக்கப் போவதில்லை ...”

12

குளுமையான, மஞ்சள் பாரித்த ஒளி விசிய கோடைக் காலையில் க்ளாவதியா மிஹாய்லவனா ஒரு முதியவரை வார்டுக்கு உபசாரத்துடன் இட்டு வந்தாள். இரும்பு விளிம்பு கட்டிய, பழைய மூக்குக்கண்ணாடி அணிந்திருந்தார் அவர். மருத்துவமனைக்கு உரிய கஞ்சி போட்டு முடமுடப்பான புதிய மேலங்கி கூட அந்த அனுபவசாலியான கைவினைஞரின் தோற்றத்தை மாற்றவில்லை. வெள்ளைத் துணி சுற்றிய ஏதோ ஒன்றை அவர் கொண்டுவந்திருந்தார். மெரேஸ்யெவின் கட்டில் அருகே தரையில் அதை வைத்து ஏதோ செப்படி வித்தைக்காரர் போன்று பதபாகமாகவும் பெருமிதத்துடனும் முடிச்சை அவிழ்த்தார். அவர் கைகளுக்கு அடியில் தோல் கறகறத்தது; பதனிட்ட தோலின் சுள்ளென்ற புளிப்பு மணம் வார்டில் பரவிற்று.

கிழவனார் கொண்டுவந்திருந்த பொட்டலத்தில் இருந்தன நெறுநெறுக்கும் இரு புதிய மஞ்சள் நிறப் பொய்க்கால்கள். சரியாக அளவெடுத்துத் திறமையாகச் செய்யப்பட்டவை அவை. இந்தக் கைவினைஞரின் பெருமைக்குக் காரணமாக இருந்தவை பொய்க்கால்கள் அல்ல. புதிய மஞ்சள் நிற மாதிரிக் கட்டைகளில் அணியப்பட்டிருந்த பூட்சுகளும் இருந்தன. பூட்சுகள் அணிந்த உயிருள்ள கால்கள் போலத் தோன்றுமாறு திறமையுடன் செய்யப்பட்டிருந்தன அக்காலணிகள்.

தம் கைகளால் செய்த பொருள்களை மூக்குக் கண்ணாடி விளிம்புகளுக்கு மேலாகப் பார்வையிட்டவாறே "ரப்பர் மேல் ஜோடுகளைப் போட்டுக்கொண்டால் கலியாண மாப்பிள்ளை கெட்டான் கேடு! வஸீலிய வஸீலியெவிச் தாமே எனக்கு உத்தரவிட்டார். "ஸூயெவ் நிஜக் கால்களை விட மேலாக இருக்கும்படிப் பாங்காகச் செய்து தா பொய்க்கால்கள் என்று. இதோ, பாருங்கள் ஸூயெவ் செய்திருக்கிறான். ராஜதோரணை யானவை!" என்றார் தொழிற்கலைஞர்.

செயற்கைக் கால்களைக் கண்டதும் மெரேஸ்யெவின் நெஞ்சு சாம்பிக் குறுகியது. அது இறுகி உறைந்துவிட்டது போல் ஆகிவிட்டது. எனினும் பொய்க்கால்களை விரைவில் அணிந்து பார்க்கவும், சுதந்திரமாக நடக்கவும் உண்டான வேட்கை மற்ற எல்லா உணர்ச்சிகளையும் மீறிக்கொண்டு மேலெழுந்தது. போர்வைக்கு அடியிலிருந்து நொண்டிக் கால்களை வெளியே எடுத்துச் சட்டென்று பொய்க்கால்களைப் போட்டுப் பார்க்கும்படி முதியவரை அவசரப்படுத்தினான். ஆனால் "சமாதானக் காலத்திலேயே" குதிரைப் பந்தயத்தில் காலை முறித்துக்கொண்ட யாரோ "பெரிய சிற்றரசனுக்குப் பொய்க்கால் செய்து கொடுத்ததாகச் சொல்லிக் கொண்ட அந்தக் கைதேர்ந்த பொய்க்கால் சிற்பிக்கு இந்த அவசரம் பிடிக்கவில்லை. தான் செய்த பொருள்கள் பற்றி அவர் மிகுந்த பெருமை கொண்டிருந்தார். அவற்றை ஒப்படைப்பதை எவ்வளவு நேரம் முடியுமோ இழுத்தடிக்க அவர் விரும்பினார்.

பொய்க்கால்களை அங்கிக் கையால் துடைத்தார், தோலின் மேலிருந்த கறையை நகத்தால் சுறண்டி, அந்த இடத்தில் ஊதி, பளிச்சிடும் வெண்ணிற அங்கி விளிம்பால் துடைத்து, பொய்க்கால்களைத் தலைமேல் வைத்தார். பிறகு துணியை நிதானமாக மடித்துச் சுருட்டிப் பைக்குள் வைத்துக்கொண்டார்.

"நல்லது பெரியவரே, போட்டுப் பார்க்கலாமே" என்று கட்டிலில் உட்கார்ந்து அவசரப்படுத்தினான் அலெக்ஸேய்.

வெட்டுண்ட வெறுங்கால்களை வேற்றாளின் கண்களால் இப்போது பார்வையிட்டு, அவற்றால் மனநிறைவு அடைந்தான் அலெக்ஸேய். அவை வலியவையாக, நரம்பு புடைத்திருந்தன. கட்டாயம் காரணமாக இயக்கம் இல்லாத நிலையில் வழக்கமாக ஏற்படுவது போன்று

அவற்றில் கொழுப்பு சேரவில்லை. மாறாக, பழுப்பேறிய தோலுக்கு அடியில் தசை நார்கள் விறைத்து நின்றன. இவை வெட்டுண்ட கால்கள் அல்ல, நிறையவும் விரைவாகவும் நடக்கும் மனிதனின் முழுக்கால்கள் என்று தோன்றியது.

“என்ன அது போட்டுப் பார்க்கலாமே, போட்டுப் பார்க்கலாமே? ஆக்கப் பொறுத்தது ஆறப் பொறுக்காதா?” என்று முணுமுணுத்தார் கிழவர். “ஸூயெவ் தனிப்பட்ட கவனம் செலுத்தி இந்தப் பொய்க்கால்களைத் தயாரி. லெப்டினன்ட் கால்கள் இல்லாமலே விமானம் ஓட்டத் திட்டம் இட்டிருக்கிறான்” என்று வஸீலிய வஸீலியெவிச் என்னிடம் சொன்னார். ஆகா, அப்படியே செய்கிறேன் என்றேன். இதோ, பாருங்கள், எப்படிச் செய்திருக்கிறேன் என்று. “இந்த மாதிரிப் பொய்க்கால்களைக் கொண்டு நடக்க மட்டுந்தானா முடியும், சைக்கிள் விடலாம், இளம்பெண்களுடன் நடனம் ஆடலாமோ... எப்பேர்ப்பட்ட வேலைப்பாடு!” என்று பீற்றிக் கொண்டார்.

பொய்க்காலின் மெத்தென்றிருந்த கூட்டுக்கள் அலெக்ஸேயின் வலது வெட்டுக்காலை நுழைத்து இறுக்கு வார்களால் வலிவாகப் பொருத்திக் கட்டினார் கிழவர். சற்று அப்பால் சென்று அதைப் பார்வையிட்டார். நாக்கைச் சப்பு கொட்டினார்.

“ஜோடு பார்வையாக இருக்கிறது!... வலிக்கவில்லையே? அதுதானே! ஸூயெவை விடத் தேர்ந்த கைவினைஞன் மாஸ்கோவில் கிடையாது, தெரிந்து கொள். ஸூயெவுக்குத் தங்கக் கைகளாக்கும், தங்கக் கைகள்” என்றார்.

இன்னொரு பொய்க்காலையும் லாகவமாக அணிவித்து வார்களால் இறுக்கினாரோ இல்லையோ, மெரேஸ்யெவ் விற்கம்பி விசை போன்று சடக்கெனக் கட்டிலிலிருந்து தரையில் தாவிக் குதித்தான். சொத்தென்ற சத்தம் கேட்டது. மெரேஸ்யெவ் வலி தாளமாட்டால் வீறிட்டவன், அக்கணமே கட்டிலின் அருகே நெடுஞ்சாண்கிடையாக விழுந்துவிட்டான்.

முதிய தொழிற்சிற்பியின் மூக்குக் கண்ணாடி வியப்பினால் நெற்றிமேல் ஏறிவிட்டது. தன் வாடிக்கைக்காரன் இப்படித் துள்ளப் போகிறான் என்று அவர் எதிர்பார்க்கவில்லை. மெரேஸ்யெவ் அதிர்ச்சியடைந்து, ஜோடுகள் பொருந்திய பொய்க்கால்களை அகலப் பரப்பியவாறு புகலின்றித் தரையில் கிடந்தான். விளங்காமையும் மனத்தாங்கலும் அச்சமும் அவன் விழிகளும் ததும்பின. அவன் எண்ணியதெல்லாம் வெறும் ஏமாற்றுதானா?

க்ளாவ்தியா மிஹாய்லவ்னா கைகளை உதறியவாறு அவனருகே பாய்ந்தாள். முதிய தொழிற்சிற்பியும் அவளும் சேர்ந்து அலெக்ஸேயைத் தூக்கிக் கட்டிலில் உட்கார வைத்தார்கள். அவன் துயரம் நெஞ்சை

அழுத்த, துவண்டு போய் வருத்தம் ததும்பும் முகத் தோற்றத்துடன் உட்கார்ந்திருந்தான்.

"ஏ-ஏ-ஏ, அருமை மனிதா, இப்படிச் செய்வது சரியல்ல, கொஞ்சமும் சரியல்ல. ஏதோ உயிருள்ள கால்கள் திரும்ப வைக்கப்பட்டுவிட்டது போலத் துள்ளிப் பாய்ந்தாயே நல்ல ஆள் தான் போ. இதற்காக முகத்தைத் தொங்கப் போட்டுக் கொள்ளத் தேவையில்லை, அருமை நண்பா. ஒன்று மட்டும் தெரிந்துகொள். நீ எல்லாவற்றையும் அடியிலிருந்து தொடங்க வேண்டும். நீ படைவீரன் என்பதை இப்போது மறந்து விடு. நீ சின்னக் குழந்தை இப்பொழுது - ஓர் அடி. இன்னோர் அடி என்று எடுத்து வைத்து நடை பழகும் குழந்தை முதலில் கவைக்கோல்களுடன், அப்புறம் சுவற்றைப் பிடித்துக் கொண்டு, பிறகு கைத்தடியை ஊன்றியபடி நடக்கவேண்டும். எடுத்த எடுப்பிலேயே அல்ல, கொஞ்சங் கொஞ்சமாகப் பழக வேண்டும். இவன் என்னடா என்றால் திடுதிப்பென்று தாவுகிறான்! கால்கள் என்னதான் நல்லவை என்றாலும் சொந்தமானவை அல்லவே. அருமைத் தம்பீ, அம்மாவும் அப்பாவும் உண்டாக்கியவை போன்ற கால்கள் யாராலும் உனக்குச் செய்து தர முடியாது" என்று முணுமுணுத்தார் கிழவர்.

இசை கேடாகக் குதித்ததனால் கால்களில் கொடிய வலி உண்டாயிற்று. ஆயினும் பொய்க்கால்களை உடனேயே சோதித்துப் பார்க்க மெரேஸ்யெவுக்கு ஆசையாயிருந்தது. லேசான அலுமினியக் கவைக் கோல்கள் அவனுக்குத் தரப்பட்டன. அவற்றைத் தரையில் ஊன்றிக் கொண்டு கக்கங்களுக்கு அடியில் கைத்திண்டுகளை அழுத்தியவாறு மெதுவாக ஜாக்கிரதையாகக் கட்டிலிலிருந்து வழுகிப் பொய்க்கால்களில் நின்றான். மெய்யாகவே இப்போது அவன் நடக்கத் தெரியாத குழந்தையை ஒத்திருந்தான். தன்னால் நடக்க முடியும் என்பதை இயல்பூக்கத்தால் உணரும் அதே சமயத்தில் தனக்கு ஆதரவாகக் காக்கும் சுவற்றை விட்டு விலக அஞ்சும் குழந்தை போன்று இருந்தான். தாயாரோ பாட்டியோ முதல் முறை குழந்தைக்கு நடக்கக் கற்பிப்பது போலவே க்ளாவ்தியா மிஹாய்லவ்னாவும் முதிய தொழிற்சிற்பியும் மெரேஸ்யெவைப் பரிவுடன் இரு புறங்களிலும் தாங்கிக் கொண்டார்கள். மெரேஸ்யெவ் ஓர் இடத்தில் நின்றான். பொய்க்கால்கள் பொருத்தப்பட்டிருந்த இடங்களில் பழக்கமின்மை காரணமாகக் கடும் வலி உண்டாயிற்று. அவன் தயக்கத்துடன் முதலில் கவைக்கோலையும் பிறகு இரண்டாவதையும் முன்னே வைத்தான், உடல் பாரத்தை அவற்றின் மேல் போட்டவாறு ஒரு காலை எடுத்து வைத்து அப்புறம் மறு காலை வைத்தான். தோல் இறுக்கத்துடன் கறு முறுத்தது. "டொம் டொம்" என்ற கனத்த ஓசைகள் தரையில் அதிர்ந்தன.

“ஊம், நல் அதிர்ஷ்டம் உண்டாகட்டும்” என்று வாழ்த்தினார் முதியவர்.

மெரேஸ்யெவ் பதபாகமாக இன்னும் சில அடிகள் எடுத்து வைத்தான். பொய்க்கால்களால் இந்த முதல் அடிகளை எடுத்து வைப்பது அவனுக்கு அரும்பாடாக இருந்தது. கதவுவரை போய்த் திரும்புவதற்குள் ஏதோ ஒரு மாவு மூட்டையை ஐந்தாவது மாடிக்குச் சுமந்து சென்றது போல அவனுக்கு அயர்வு உண்டாயிற்று. கட்டில் வரை சிரமப்பட்டு நடந்து பொத்தென்று அதில் சாய்ந்தான். உடம்பெல்லாம் வியர்த்தது. புரண்டு நிமிர்ந்து படுக்கக் கூடத் திராணி இல்லை.

“பொய்க்கால்கள் எப்படி? அதுதானே. ஆண்டவனுக்கு நன்றி செலுத்து, தொழிற்சிற்பி ஸுயெவ் உலகில் இருப்பதற்கு!” என்று முதியவருக்கு இயல்பான தற்புகழ்ச்சியுடன் வார்களை அவிழ்த்து அலெக்ஸேயின் கால்களை விடுவித்தார் கிழவர். பழக்கம் இல்லாமையால் கால்கள் அதற்குள் கொஞ்சம் இரத்தம் கட்டி வீங்கியிருந்தன. “இந்த மாதிரிப் பொய்க்கால்களுடன் விமானந்தானா ஓட்டலாம், நேரே ஆண்டவனிடமே பறந்து போகலாமே எப்பேர்பட்ட வேலைப்பாடு!” என்று தொடர்ந்தார் பெரியவர்.

“நன்றி, நன்றி, பெரியவரே. வேலை பிரமாதம்” என்று தணிந்த குரலில் சொன்னான் மெரேஸ்யெவ்.

“வஸீலிய வஸீலியெவிச் என்னிடம் சொன்னார். ஸுயெவ், அசாதாரணமான பொய்க்கால்கள் வேண்டும். மோசம் பண்ணிவிடாதே” என்று அட ஸுயெவ் மோசம் பண்ணுவது என்பது எங்காவது உண்டா? சந்தர்ப்பம் நேரும்போது நீங்கள் வஸீலிய வஸீலியெவிச்சிடம் சொல்லுங்கள், வேலை திருப்தியாக இருந்தது என்று எனக் கூறினார் கிழவர்.

பின்பு வாய்க்குள் ஏதோ முணுமுணுத்தவாறு அவர் போய்விட்டார். மெரேஸ்யெவ் கட்டில் அருகே கிடந்த தன் புதுக் கால்களைக் கவனமாகப் பார்த்தபடி படுத்திருந்தான். அவற்றைப் பார்க்கப் பார்க்க அவற்றின் அமைப்பில் காணப்பட்ட மதிநுட்பமும் திறமையான வேலைப்பாடும் அவை லேசாயிருந்ததும் அவனுக்கு உவப்பூட்டின. பொய்க்கால்கள் அவனுக்கு மிகவும் பிடித்துவிட்டன.

அன்றே ஓல்காவுக்குக் களிபொங்கும் விரிவான கடிதம் எழுதி அனுப்பினான் மெரேஸ்யெவ். விமானங்களைச் சோதித்துப் பார்க்கும் தனது வேலை முடியும் தறுவாயில் இருக்கிறது என்றும் தலைமை அதிகாரிகள் தனது வேண்டுகோளை ஏற்றுக்கொள்வார்கள் என நம்புவதாகவும் சலிப்பூட்டும் பின்புலத்தில் இந்த அலுப்புத்தரும் வேலையிலிருந்து தான் இலையுதிர் காலத்திலோ அல்லது அதிகமாய்ப் போனால் குளிர்காலத்திலோ போர்முனைக்கு தன் ரெஜிமெண்டுக்கு

அனுப்பப் படலாம் என்றும் ரெஜிமென்டில் தோழர்கள் தன்னை மறக்கவில்லை என்றும் எதிர்பார்த்துக் கொண்டிருப்பதாகவும் கடிதத்தில் விவரித்திருந்தான்; விபத்து நேர்ந்த நாளுக்குப் பின் அவன் எழுதிய முதலாவது மகிழ்ச்சிக் கடிதம் இதுவே. தான் எப்போதும் அவளையே நினைத்து ஏங்கிக் கொண்டிருப்பதாக இந்தக் கடிதத்தில் தான் அவன் தன் மணப்பெண்ணுக்கு முதல் தடவை தெரிவித்திருந்தான். ஒருவேளை தாங்கள் போருக்குப் பின் சந்திக்கலாம் என்றும் அவள் தன் கருத்தை மாற்றிக் கொள்ளாவிட்டால் சேர்ந்து வாழலாம் என்றும் தன் நெஞ்சில் நெடுநாளாக வைத்திருந்த எண்ணத்தை - மிகுந்த கூச்சத்துடன்தான் என்றாலும் இதில்தான் அவன் வெளியிட்டிருந்தான். கடிதத்தை ஒரு சில தடவைகள் திரும்பிப் படித்த பின் பெருமூச்செறிந்து கடைசி வரிகளைக் கவனமாக அடித்துவிட்டான்.

நாற்பத்து இரண்டாம் வார்டில் “ராஜ தோரணையான பொய்க்கால்கள்” வந்திருப்பது பற்றிக் காரசாரமான விவாதம் இன்னும் ஓர் இடத்தில் நடந்தது. மாஸ்கோ அரசாங்கப் பல்கலைக்கழகத்தின் மருத்துவப் பிரிவின் மூன்றாம் ஆண்டு வகுப்பு தான் அந்த இடம். அந்தக் காலத்தில் இந்த வகுப்பில் மிகப் பெரும்பாலராயிருந்த மாணவிகள் அனைவரும், அன்யூத்தாவின் சொற்படி, நாற்பத்து இரண்டாவது வார்டு விவகாரங்களை நன்கு அறிந்திருந்தார்கள்.

“ராஜதோரணையான பொய்க்கால்களின்” தொடர்பாக மெரேஸ்யெவ் மறுபடி விமானம் ஓட்டுவானா மாட்டானா என்பது பற்றிச் சாப்பாட்டு அறையில் விரிவாக விவாதம் நடந்தது. விவாதத்தில் இளமையும் உற்சாகமும் பொங்கியது. இதில் பங்குகொண்ட இரு தரப்பினரும் மெரேஸ்யெவ் பால் ஒரே மாதிரி அனுதாபம் காட்டினார்கள். சண்டை விமானம் ஓட்டுவதில் உள்ள சிக்கல்களைக் கணக்கில் எடுத்துக் கொண்டு மெரேஸ்யெவால் இயலாது என்றார்கள் நம்பிக்கையின்மை வாதிகள். எதிரியிடமிருந்து தப்பி அடர் காட்டின் ஊடாக இரண்டு வாரங்கள் தவழ்ந்தும் ஊர்ந்தும் எத்தனையோ கிலோமீட்டர் தொலைவைக் கடந்த மனிதனுக்கு இயலாதது எதுவும் இல்லை என்று வாதித்தார்கள் நம்பிக்கைவாதிகள். தங்கள் வாதங்களுக்கு ஆதாரமாக வரலாற்றிலும் புத்தகங்களிலும் இருந்து உதாரணங்கள் காட்டினார்கள் அவர்கள்.

இந்த விவாதங்களில் அன்யூத்தா கலந்து கொள்ளவில்லை. தனக்கு அறிமுகம் அற்ற விமானியின் பொய்க்கால்களில் அவளுக்கு அதிக அக்கறை ஏற்படவில்லை. அரிதாகக் கிடைத்த ஒழிவு நேரத்தில், கிரிகோரிய் க்வோஸ்தியேவுடன் தனது உறவுகளைப் பற்றியே அவள் எண்ணமிட்டாள். இவை மேலும் மேலும் சிக்கலாகி வருவதாக அவளுக்குப் பட்டது. இத்தகைய துன்ப வாழ்க்கை கொண்ட வீரக்

கமாண்டரைப்பற்றி அறிந்ததும் அவனுடைய துயரத்தை ஓரளவு குறைக்கும் தன்னலமற்ற விருப்பத்தால் தூண்டப்பட்டுத் தொடக்கத்தில் அவள் அவனுக்கு எழுதினாள். "அப்புறம், அவர்களுடைய கடித நட்பு வலுவடைய அடைய, தேசபக்தப் போரின் அருவ வீரனது உரு அகன்று அதன் இடத்தில், உண்மையான, உயிரோட்டமுள்ள இளைஞன் வந்துவிட்டான். இந்த இளைஞன்பால் அவளது அக்கறை வர வர மிகுந்து கொண்டு போயிற்று. அவனிடமிருந்து கடிதங்கள் வராவிட்டால் தான் நிம்மதி இழந்து ஏங்கித் தவிப்பதை அவள் கவனித்தாள். இந்தப் புது அனுபவம் அவளுக்கு மகிழ்வு ஊட்டியது. அதே சமயம் அச்சம் உண்டாக்கியது. என்ன, இது காதலா? ஒரு மனிதனை ஒரு தடவைகூட நேரில் காணாமல், அவன் குரலைக்கூடக் கேட்காமல், காதலிக்க முடியுமா? இதே உணர்வு தன்னையும் ஆட்கொண்டிருப்பதாக க்வோஸ்தியேவ் ஒரு முறை அவளிடம் ஒப்புக்கொண்டான் - இந்த உணர்வைத் தபால் காதல்" என அவன் குறித்தான். தான் காதல் கொண்டுவிட்டதாக, அதுவும் பள்ளிக்கூட நாட்களில் போன்று குழந்தைத் தனமாக அல்ல, உண்மையாகக் காதல் கொண்டுவிட்டதாக, அப்போது முதல் அன்யூத்தாவுக்கு உறுதி ஏற்பட்டது. தான் இப்போது இவ்வளவு பொறுமையின்றி எதிர்பார்க்கும் இந்தக் கடிதங்கள் வருவது நின்றுவிட்டால் வாழ்க்கை தனக்கு அர்த்தம் அற்றது ஆகிவிடும் என்று அவளுக்குத் தோன்றியது.

இவ்வாறு ஒருவரை ஒருவர் பார்க்காமலே அவர்கள் தங்கள் காதலை வெளியிட்டுவிட்டார்கள். இதன் பின்பு க்வோஸ்தியேவுக்கு ஏதோ விந்தையானது நிகழ்ந்துவிட்டது. அவனுடைய கடிதங்கள் பதற்றமும் அரைகுறைக் கருத்துக்களும் நிறைந்தவை ஆகிவிட்டன. பிறகு அவன் துணிவு அடைந்து தன் மனத்திலிருந்ததை அப்படியே அவளுக்கு எழுதிவிட்டான். ஒருவரை ஒருவர் பார்க்காமலே தாங்கள் காதலை வெளியிட்டது சரியல்ல என்றும் சூட்டுப்புண் அவனை எப்படி விகாரப் படுத்திவிட்டது என்பதை அவளால் கற்பனை செய்யவே முடியாது என்னும் அவளுக்கு அவன் அனுப்பிய போட்டோவை இப்போது அவள் சிறிதும் ஒத்திருக்கவில்லை என்றும் அவனுடைய கடிதம் கூறியது தான் அவளை ஏமாற்ற விரும்பவில்லை என்றும், யாருடன் உறவாடுகிறோம் என்று அவள் தன் கண்களால் பார்க்கும் வரை தன் உணர்ச்சிகளைப் பற்றி எழுதுவதை நிறுத்திவைக்கும்படி கேட்டுக்கொள்வதாகவும் க்வோஸ்தியேவ் எழுதினான்...

அவன் மருத்துவமனையிலிருந்து வெளியேறும் நாள் நெருங்கியது. அவன் மேலும் அடிக்கடி கண்ணாடியில் தன் உருவத்தைப் பார்த்துக் கொள்ளலானான். ஒரு தரம் எட்ட நின்று விரைந்த மேல் நோக்காகத் தன்னைப் பார்வையிடுவான் மறுதரம் தன் விகாரமான முகத்தைக் கண்ணாடிக்கு வெகு அருகே கொண்டுவந்து புண்களையும்

தழும்புகளையும் தடவித் தேய்த்துச் சீர்படுத்த முயல்வான். தொலைவிலிருந்து பார்க்க அவன் எவ்வளவோ நன்றாயிருந்தான். அகன்ற தோள்களும், குறுகிய இடையும், நேரான எஃகுத் தடிகள் போன்ற கால்களும் வலிய உடற்கட்டும் வாய்ந்தவனாகக் காணப்பட்டான், ஆனால் அருகிலோ! கன்னங்களிலும் மோவாயிலும் இருந்த சிவந்த காயத் தழும்புகளும் வரிகள் விழுந்து விறைப்பாயிருந்த தோலும் அவனுக்கு ஒரே உளச்சோர்வு ஏற்படுத்தின. அவள் பார்த்தால் என்ன செய்வாள்? அரண்டு போவாளோ? ஒரு பார்வை பார்த்துவிட்டுத் திரும்பி, தோள்களைக் குலுக்கிவிட்டு அப்பால் சென்றுவிடுவாளோ? அல்லது - இது இன்னும் மோசம் - உபசாரத்துக்காக அவனுடன் ஓரிரண்டு மணி வார்த்தையாடிவிட்டு, உணர்ச்சியற்ற சம்பிரதாயச் சொற்களைப் பகர்ந்துவிட்டு விடை பெற்றுக் கொள்வாளோ? - இவ்வாறெல்லாம் கலவரத்துடன் எண்ணமிட்டான் க்வோஸ்தியேவ்.

இந்த மாதிரி ஏற்கெனவே நடந்துவிட்டதுபோலப் பதற்றமடைந்து மனத்தாங்கலால் வெளிறிப்போனான் அவன்.

பிறகு அங்கியின் பையிலிருந்து நிழற்படத்தை எடுத்துக் கூர்ந்து பரிசீலித்தான் படத்தில் இருந்தாள் சதைப்பிடிப்புள்ள கன்னி அவளுடைய நெற்றி விசாலமாக இருந்தது. அடர்த்தியற்ற மென்மையான செழுங்கூந்தல் பின்புறமாக வாரிவிடப்பட்டிருந்தது. இயல்பான ருஷ்ய மூக்கு தடித்து, சற்றே மேல் தூக்கியிருந்தது. உதடுகள் குழந்தையினவை போல மென்மையாக இருந்தன. மேல் உதட்டில் அரிதாகவே புலப்படும் கரு மச்சம் இருந்தது. ஓரளவு உப்பிய விழிகள் - அவை சாம்பல் நிறமாகவோ நீலநிறமாகவோ இருக்க வேண்டும் - கள்ளங்கபடமற்ற அந்த இன் முகத்திலிருந்து ஒளிவு இன்றி நேர்மையுடன் நோக்கின.

“நீ எப்படிப்பட்டவள்? ஊம், சொல்லு, மிரண்டு போய்விட மாட்டாயே? ஓடிவிடமாட்டாயே? என் அலங்கோலத்தைக் காணாதிருக்கும் அளவுக்கு உன் இதயம் விசாலமானது தானா?” நிழல்படத்தைத் துருவி ஆராய்ந்தவாறு மனத்துக்குள்ளாகவே அவன் வினவினான்.

அந்தச் சமயத்தில் சீனியர் லெப்டினன்ட் மெரேஸ்யெவ் கவைக்கோல்களை டொக் டொக்கென்று வைத்தவாறு, பொய்க்கால்கள் கறுமுறுக்க அளவாக அடியெடுத்து வைத்து ஆளோடியில் முன்னும் பின்னும் களைக்காமல் நடை போட்டான். ஒரு முறை, இரண்டு, பத்து, பதினைந்து, இருபது முறைகள் கடந்து சென்றான். காலையிலும் மாலையிலும் தனது ஏதோ திட்டத்தின் படி அவன் நடந்து பழகினான். ஒவ்வொரு நாளும் அவன் நடந்த தூரம் அதிகமாகிக் கொண்டு போயிற்று

"அருமையான ஆள்! விடா முயற்சி உள்ளவன், பிடிவாதக்காரன், இவனுக்குத்தான் என்ன சித்தவுறுதி! கவைக்கோல்களின் உதவியால் விரைவாகவும் லாவகமாகவும் நடக்க ஒருவாரத்தில் பயின்றுவிட்டான். மற்றவர்களுக்கு இவ்வாறு பழகச் சில மாதங்கள் பிடிக்கும். நேற்று ஸ்டிரெச்சர் வேண்டாம் என்று சொல்லிவிட்டுச் சிகிச்சை அறைக்கு மாடிப்படி இறங்கித் தானாகவே சென்றான். அங்கே போய்விட்டுத் தானே படிகள் ஏறித்

திரும்பி வந்தான். கண்ணீர் முகத்தில் வழிந்தது. ஆனால் அவன் விடாது ஏறினான். உதவிக்கு வந்த தாதியை அதட்டக்கூடச் செய்தான். தானாகவே மேல் மாடியை அடைந்ததும் அவன் முகந்தான் எப்படிச் சுடர்ந்தது! ஏதோ எல்ப்ரூஸ் சிகரத்தை எட்டிவிட்டான் போல" இவ்வாறு அவனைப் பற்றிச் சிந்தித்தான் க்வோஸ்தியேவ்.

...மாலைப் பயிற்சிக்காக ஆளோடியில் இருபத்து மூன்றாவது முறை நடந்து திரும்பிய அலெக்ஸேய் மெரேஸ்யெவின் உடம்பு களைத்து நொந்துபோயிருந்தது. அடித்தொடைகள் இரத்தம் கட்டிக் காந்துவதையும் கவைக்கோல்கள் அழுத்தியதால் மரத்துப் போன தோள்கள் நோவதையும் அவன் உணர்ந்தான்.

டொக், பொக், கார், மர்ர். பொக், டொக். கர்ர், மர்ர்... உதட்டைக் கடித்துக் கொண்டும் கொடிய வலி காரணமாக விழிகளிலிருந்து கட்டுக்கு அடங்காமல் துளித்த கண்ணீரை அடக்கிக் கொள்ள முயன்றவாறும் இருபத்து ஒன்பதாவது தடவை ஆளோடியில் நடந்து திரும்பி அன்றையப் பயிற்சியைச் சிரமத்துடன் முடித்தான் சீனியர் லெப்டினன்ட் மெரேஸ்யெவ்.

13

கிரிகோரிய் க்வோஸ்தியேவ் ஜூன் மாத நடுவில் மருத்துவ மனையிலிருந்து வெளியேறினான். இதற்கு ஓரிரு நாட்கள் முன்பு அவனும் அலெக்ஸேயும் விரிவாகப் பேசிக்கொண்டார்கள். இருவரும் துன்பத்தில் தோழர்கள், இருவருடைய சொந்த விவகாரங்களும் ஒரே மாதிரியாகச் சிக்கலான நிலைமையில் இருக்கின்றன என்பது குறித்து இருவருமே உள்ளூற மகிழ்ச்சி கூட அடைந்தார்கள். இத்தகைய சந்தர்ப்பங்களில் வழக்கமாக நடப்பது போல இருவரும் தங்கள் அச்சங்களை எவ்வித ஒளிவு மறைவும் இன்றி ஒருவருக்கொருவர் விவரித்தார்கள். தங்கள் ஐயப்பாடுகளை யாருடனும் பகிர்ந்து கொள்ள அவர்களது தன்மானம் இடந்தரவில்லை, ஆதலால் தமக்குள்ளேயே அவற்றை வைத்துக்கொண்டு மறுகவேண்டியிருந்தது. இது அவர்களுக்கு இருமடங்கு அதிகக் கடினமாயிருந்தது. இப்போது இந்த ஐயப்பாடுகளை எல்லாம் ஒன்று விடாமல் ஒருவருக்கொருவர் சொல்லி ஆற்றிக் கொண்டார்கள். அவர்கள் தங்கள் காதலிகளின் நிழற்படங்களை ஒருவருக்கொருவர் காட்டினார்கள்.

அன்யூத்தா க்வோஸ்தியேவை எப்படி வரவேற்றாள், அவனது விகாரமான முகத்தைப்பற்றி என்ன நினைத்தாள், அவர்கள் விவகாரம் எப்படி முடிந்தது என்பதை எல்லாம் மெரேஸ்யெவுக்கு அவன் எழுதுவதாக ஒப்பந்தமாயிற்று. க்வோஸ்தியேவ் விஷயம் நல்லபடியாக முடிந்தால் ஓல்காவுக்குத் தன்னைப்பற்றி எல்லாவற்றையும் எழுதிவிடுவது என்றும், இன்னும் பலவீனமாக பெரும்பாலும் படுத்த படுக்கையாயிருந்த தாயாருக்குக் கலவர மூட்டுவதில்லை என ஓல்காவிடம் உறுதிமொழி வாங்கிக் கொள்வது என்றும் மெரேஸ்யெவ் அப்போதே தீர்மானித்துக் கொண்டான்.

க்வோஸ்தியேவ் மருத்துவமனையிலிருந்து வெளியேறும் நாளை இந்தக் காரணத்தால் தான் இருவரும் அவ்வளவு ஆர்வத்துடன் எதிர்பார்த்தார்கள். பதற்றத்தால் இருவருக்கும் இரவில் உறக்கம் பிடிக்காது. நள்ளிரவில் இருவரும் சந்தடி செய்யாமல் எழுந்து ஆளோடிக்கு வருவார்கள். வோஸ்தியேவ் கண்ணாடி முன் நின்றுகொண்டு காயத் தழும்புகளைத் தடவித் தேய்த்துக்கொள்வான். மெரேஸ்யெவ் ஓசைப்படாமல் இருக்கும் பொருட்டுக் கவைக்கோல்களின் நுனியில் துணியைச் சுற்றிக் கொண்டு அதிகப்படி முறை நடை பழகுவான்.

காலை பத்து மணிக்கு க்ளாவதியா மிஹாய்லவனா க்வோஸ்தியேவைப் பார்க்க யாரோ வந்திருப்பதாக அவனிடம் தந்திரப் புன்னகையுடன் தெரிவித்தாள். அவன் தூக்கிவாரிப் போட்டுக் கொண்டு துள்ளி எழுந்தான். தழும்புகள் முன்னிலும் துலக்கமாகத் தெரியும்படி அவன் முகம் கன்றிச் சிவந்தது. மளமளவென்று சாமான்களைத் திரட்டலானான்.

அவனுடைய பதற்றத்தையும் பரபரப்பையும் பார்த்து முறுவல் செய்தவாறு, “அருமையான பெண், ரொம்பப் பொறுப்புள்ளவள்” என்று கூறினாள்....

வார்டுக்காரர்கள் எல்லோரும் - ஏக்கம் பிடித்த மேஜரும் மெரேஸ்யெவும் புதிதாக வந்திருந்த இரு நோயாளிகளும் - க்லோஸ்தியேவ் தெருவில் வருவதை எதிர்பார்த்து ஜன்னலுக்கு வெளியே எட்டிப் பார்த்தார்கள்.

“வருகிறான்.” என்று கிசுகிசுத்தான் மெரேஸ்யெவ்

கனத்த ஓக் மர வெளிவாயிற் கதவு மெதுவாகத் திறந்தது. அதிலிருந்து இருவர் வெளிப்பட்டார்கள். ஒருத்தி, கறுப்பு ஸ்கர்ட்டும் வெள்ளை பிளவுஸும் அணிந்த சதைப் பிடிப்புள்ள பெண். அவள் தொப்பி அணியவில்லை. அவளது கேசம் பகட்டின்றி வாரிவிடப்பட்டிருந்தது. மற்றவன் இளம் படைவீரன். அவன் வோஸ்தியேவ் என்பதை மெரேஸ்யெவ் கூட முதல் பார்வையில் கண்டு கொள்ள முடியவில்லை. ஒரு கையில் பெட்டியையும் மறு கையில் மேல்கோட்டையும் எடுத்துக் கொண்டு மீள்விசையும் உறுதியுமாக அனாயாசமாக அவன் நடந்ததைப் பார்க்கவே மகிழ்ச்சி உண்டாயிற்று. தனது பலத்தைச் சோதித்துப் பார்த்து, வெகுதூரம் நடக்கும் வாய்ப்பினால் களிப்படைந்து க்ளோஸ்தியேவ் வாயில் படிகளில் ஓடக்கூட இல்லை, லாவகமாக வழுகிச் சென்றான் போலும். தனது துணைவிக்குக் கைலாகு கொடுத்து நடத்திச் சென்றான். இருவரும் நாற்பத்து இரண்டாம் வார்டு ஜன்னலை நெருங்கியவாறு ஆற்றோரச் சாலையில் நடந்தார்கள். லேசாகத் தூறிய பெருத்த பொன் மழைத்துளிகள் அவர்கள் மேல் தெறித்தன.

அவர்களைக் கண்டு அலெக்ஸேயின் உள்ளம் மகிழ்ச்சியால் நிறைந்து பொங்கிற்று. எல்லாம் நலமே தீர்ந்துவிட்டது. அந்தப் பெண்ணின் முகத்தில் ஒளிவு மறைவின்மையும் எளிமையும் இனிமையும் ததும்புவது காரணம் இன்றி அல்ல. இத்தகைய பெண் முகத்தைத் திருப்பிக் கொள்ள மாட்டாள். ஆமாம், இம்மாதிரிப்பெண்கள் துன்பத்துக்கு உள்ளான மனிதனை அருவருத்து ஒதுக்கமாட்டார்கள்.

அவர்கள் ஜன்னலுக்கு நேராக வந்து சற்று நின்று நிமிர்ந்து பார்த்தார்கள். மழையால் மெருகூட்டப்பட்டிருந்த கரையோரக் கைப்பிடிச் சுவர் அருகே நின்றார்கள் அவர்கள். மெதுவாக வீழ்ந்த மழைத்துளிகள் இட்ட கோணலான பளிச்சிடும் கோடுகள் அவர்களுக்குப் பின்னணியாக விளங்கின. க்வோஸ்தியேவின் முகத்தில் குழப்பமும் கடுகடுப்பும் கலவரமும் காணப்பட்டதையும் அவனுடைய அன்யூத்தா எதனாலோ கவலையும் கலக்கமும் கொண்டிருப்பதையும் அலெக்ஸேய் அப்போது கவனித்தான். அன்யூத்தாவின் கை க்வோஸ்தியேவின் கையில் தளர்வாகவே கோக்கப்பட்டிருந்தது. அவளது நிலை கிளர்ச்சியையும்

தயக்கத்தையும் காட்டியது. இதோ அவள் கையை உருவிக் கொண்டு ஓடிப்போய் விடுவாள் போலிருந்தது அவளது தோற்றம்.....

அன்று எஞ்சிய நேரமெல்லாம் அலெக்ஸேய் கலவர முற்றிருந்தான். மாலையில் அவன் நடைப்பயிற்சிகூடச் செய்யவில்லை. எல்லோருக்கும் முன்னதாகவே உறங்குவதற்காகப் படுத்துக் கொண்டான். ஆனால் வார்டில் மற்றவர்கள் யாவரும் உறங்கி நெடுநேரம் சென்ற பின்னரும் அவனுடைய கட்டில் வில்கம்பிகள் கிரீச்சிட்டுக் கொண்டிருந்தன.

மறுநாள் காலை மருத்துவத் தாதி வாயில் நிலையில் கால் வைத்ததுமே தனக்கு ஏதேனும் கடிதம் வந்திருக்கிறதா என்று கேட்டான். கடிதம் இல்லை, அலெக்ஸேய் சுரத்தில்லாமல் முகங்கை கழுவிக் கொண்டான். உற்சாகமின்றி உணவு கொண்டான். ஆனால் வழக்கத்தை விட அதிகமாக நடந்தான். தலைக்கு நாளைய பலவீனத்திற்காகத் தன்னைத் தண்டிக்கும் பொருட்டு அதிகப்படியாகப் பதினைந்து தடவை நடந்து, முந்திய நாள் விட்ட குறையைப் பூர்த்தி செய்தான். எதிர்பாராத இந்தச் சாதனை எல்லாக் கலவரத்தையும் அவனுக்கு மறக்க அடித்துவிட்டது. கவைக்கோல்களின் உதவியால், மிகவும் களைத்துவிடாமல் விட்டாற்றியாக நடக்கத் தன்னால் முடியும் என்று அவன் நிரூபித்து விட்டான். ஆளோடியின் நீளமான ஐம்பது மீட்டரை நடைகளின் எண்ணிக்கையான நாற்பத்தைந்தால் பெருக்கினால் இரண்டே கால் கிலோமீட்டர் ஆயிற்று. இது கணிசமான தூரம், நிச்சயமாக!

தினப்படிப் பயிற்சியைக் காலையில் இருபத்து மூன்று, மாலையில் இருபத்து மூன்று, ஆக நாற்பத்து ஆறு நடைகள் ஆக்குவது என்றும் மறுநாள் புத்துணர்ச்சியுடன் இருக்கும் பொழுது கவைக்கோல்கள் இல்லாமல் நடந்து பார்ப்பது என்றும் மெரேஸ்யெவ் முடிவு செய்தான். இது இருண்ட எண்ணங்களிலிருந்து அவன் மனத்தை வேறு புறம் திருப்பியது, உற்சாகம் ஊட்டியது, செயல்புரியச் சித்தமான மனநிலையை ஏற்படுத்தியது. மாலையில் அவன் பெருத்த மன எழுச்சியுடன் நடை பழகத் தொடங்கியவன், முப்பது நடைகள் போய் வந்ததைக் கவனிக்கக் கூட இல்லை. அந்தக் கணத்தில் உடையறைக்காரி அவனை நிறுத்தி ஒரு கடிதத்தைக் கொடுத்தாள்.

ஜன்னல் குறட்டில் சாய்ந்துகொண்டு மெரேஸ்யெவ் உறையைப் பிரித்தான். அது க்வோஸ்தியேவ் முந்திய இரவு ரெயில் நிலையத்தில் எழுதியிருந்த கடிதம். இந்த விரிவான கடிதத்தைப் படிக்கப் படிக்க மெரேஸ்யெவின் முகத்தில் மேலும் மேலும் ஏக்கம் ததும்பலாயிற்று. அன்யூத்தா தாங்கள் நினைத்தபடியே அருமையான பெண் என்றும் அவளைக் காட்டிலும் அழகானவள் மாஸ்கோவில் ஒரு வேளை இருக்க மாட்டாள் என்றும், சொந்தக்காரன் போலத் தன்னை

அவள் வரவேற்றதாகவும் தனக்கு அவள் முன்னிலும் அதிகமாகப் பிடித்துவிட்டாள் என்றும் எழுதியிருந்தான் க்வோஸ்தியேவ்.

"ஆனால் நீயும் நானும் சர்ச்சை செய்த விஷயம் நாம் நினைத்த மாதிரியே ஆயிற்று. அவள் நல்லவள். என்னிடம் அவள் ஒன்றுமே சொல்லவில்லை, தோற்றத்திலும் எதையும் காட்டவில்லை. எல்லாம் நல்லபடியாகவே நடந்தது. ஆனால் நான் குருடன் அல்லவே. எனவே பாழாய்ப் போகிற முகரக்கட்டை அவளுக்குத் திகில் ஊட்டுவதைக் கண்டேன். எல்லாம் சாதாரணமாகவே இருப்பது போலிருக்கும். ஆனால் சட்டென்று கண்ணோட்டுவேன். அவள் என்னைப் பார்க்கும் பார்வையில் வெட்கமோ, அச்சமோ, பரிதாபமோ, ஏதோ ஒன்று புலப்படும்... அவள் தனியாக இருக்கிறாள். பெற்றோர் பாதுகாப்பான இடத்துக்கு அனுப்பப்பட்டு விட்டார்கள். கௌரவமான குடும்பம் என்பது தெரிகிறது. எனக்குத் தேநீர் கொடுத்து உபசரித்தாள். ஆனால் தான் தேநீர்ப் பாத்திரத்தில் என் பிரதிபிம்பத்தைப் பார்த்துப் பெருமூச்செறிந்த வண்ணமாக இருந்தாள். சுருங்கச் சொன்னால் நம்மால் முடியாது என்று உணர்ந்தேன். நான் அவளிடம் இப்படி இப்படி என்று விண்டு சொல்லியேவிட்டேன். என் தோற்றம் உங்களுக்குப் பிடிக்கவில்லை என்பதைக் காண்கிறேன். அதற்கென்ன சரிதானே. உங்களைப் புரிந்துகொள்கிறேன். எனக்கு மனத்தாங்கல் ஏற்படவில்லை' என்றேன். அவள் கண்ணீர் பெருகினாள். அழாதீர்கள். நீங்கள் நல்ல பெண் எவனும் உங்கள் மீது காதல் கொள்வான். வாழ்க்கையை நீங்கள் ஏன் கெடுத்துக்கொள்ள வேண்டும் என்றேன். அப்புறம் சொன்னேன். நான் எப்பேர்ப்பட்ட அழகன் என்பதை இப்போது நீங்கள் பார்த்துவிட்டீர்கள். நன்றாக யோசித்துப் பாருங்கள். நான் என் படைப்பிரிவுக்குப் போகிறேன். முகவரியை எழுதி அனுப்புகிறேன். எண்ணத்தை மாற்றிக்கொண்டுவிடவில்லை என்றால் எழுதுங்கள். அந்தச் சமயத்தில் விமானத் தாக்கு அபாய அறிவிப்பு ஒலித்தது. அவள் வெளியே போனாள். அந்தச் சந்தடியில் நான் மெதுவாக நழுவி நேரே ரெஜிமென்ட் அலுவலகம் சென்றேன். போகிற போக்கிலேயே நியமனப் பத்திரம் பெற்றுக் கொண்டேன். எல்லாம் நலம். பிரயாணச் சீட்டு பையில் இருக்கிறது. போகிறேன். ஆனால் ஒரு விஷயம். அலெக்ஸேய், இப்போது நான் அவள் மேல் முன்னிலும் அதிகக் காதல் கொண்டுவிட்டேன். அவள் இல்லாமல் எப்படி வாழ்வேனோ தெரியவில்லை.

அலெக்ஸேய் நண்பனின் கடிதத்தைப் படித்தான். தன் வருங்காலத்தை ஒரு பார்வை பார்த்தது போல அவனுக்குத் தோன்றியது. அவன் விஷயத்திலும் இப்படியே நேரும் போலும். ஓல்கா அவனை அருவருத்து ஒதுக்க மாட்டாள், முகத்தைத் திருப்பிக் கொள்ள மாட்டாள், இம்மாதிரியே பெருந்தன்மையுடன் தியாகம் செய்ய

முற்படுவாள். கண்ணீருக்கிடையே புன்னகை செய்வாள், அருவருப்பை உள்ளடக்கிக் கொண்டு கொஞ்சி வருடுவாள்.

“இல்லை, இல்லை, வேண்டாம் ! வேண்டாம்!” என்று உரக்கக் கூவினான் அலெக்ஸேய்.

விரைவாகக் கெந்தி நடந்து வார்டுக்குப்போய் மேஜை அருகே அமர்ந்து ஓல்காவுக்கு மளமளவென்று ஒரு கடிதம் எழுதினான். சுருக்கமான, விவகாரரீதியான, உணர்ச்சியற்ற கடிதம். நம் உறவைப் பற்றி வெகுவாகச் சிந்தித்தேன். காத்திருப்பது உனக்குக் கடினமாயிருக்கும். யுத்தம் இன்னும் எவ்வளவு காலம் நீடிக்குமோ? ஆண்டுகள் கழிந்து விடும், இளமை போய்விடும். யுத்தமோ, நிலையற்ற விஷயம் -- எதிர்பார்ப்பு வீணாகவே முடியலாம். திடீரென நான் கொல்லப்படலாம். நீ எனக்கு மனைவி ஆகு முன்பே விதவை ஆகிவிடக்கூடும். அல்லது இன்னும் மோசமானது நிகழலாம். நான் அங்கவீனம் அடையலாம். அப்போது நீ அங்கவீனனின் மனைவியாக நேரிடும். எதற்காக? இளமையை விணாக்கிவிடாதே. விரைவில் என்னை மறந்துவிடு. எனக்கு நீ பதில் கூட எழுதாமல் இருக்கலாம். நான் மனத்தாங்கல் கொள்ள மாட்டேன். எவ்வளவு தான் கஷ்டமாயிருந்தாலும் நான் உன்னைப் புரிந்துகொள்வேன். இவ்வாறு செய்வதே மேலாயிருக்கும்....

அன்று இரவு அலெக்ஸேய் நிம்மதி இன்றி உறங்கினான். ஒரு தரம் வெண்பனிக் குவைகள் நிறைந்து கிடந்த விமானத்திடலும் பழக்கமற்ற அமைப்பு உள்ள “லால்” ரக விமானமும் அவனுக்குக் கனவில் தோன்றின. இந்த விமானத்தின் இறங்கு சக்கரங்களுக்குப் பதில், பறவைக் கால்கள் அமைந்திருந்தன. விமானி அறைக்குள் “பறந்து தீர்த்துவிட்டான்” என்றும் இப்போது பறக்கும் முறை தனது என்றும் ஏறி வந்ததுமே சொன்னான் அவன். மறு தரம் அலெக்ஸேயின் கனவில் தோன்றினார் மிஹாய்லா தாத்தா. வெள்ளைச் சட்டையும் ஈரக் கால் சட்டையும் அணிந்து, வைக்கோல் மேல் அலெக்ஸேய்க்கு வெந்நீர் ஸ்நானம் செய்வித்தவாறு, “கலியாணத்துக்கு முன் வெந்நீரில் குளிப்பது நல்லது” என்று கூறி இடைவிடாமல் சிரித்துக் கொண்டிருந்தார். பிறகு விடியும் தறுவாயில் கனவில் தென்பட்டாள் ஓல்கா. வெயிலில் பழுப்பேறிய வலிய கால்களை நீரில் தொங்கவிட்டபடி லாகவமுள்ள கொடி போன்ற மேனி முழுதும் ஏதோ சுடர் வீச, கவிழ்ந்த படகின் மேல் அமர்ந்திருந்தாள். வெயில் படாதவாறு உள்ளங்கையால் மறைத்தவாறு சிரித்துக்கொண்டே அவள் அவனைத் தன்னருகே வரும்படி சைகையால் அழைப்பது போல இருந்தது. அவன் அவள் பக்கம் நீந்திச் சென்றான். ஆனால் விசையும் கொந்தளிப்பும் உள்ள நீரோட்டம் அவனைக் கரையிலிருந்து அவளிடமிருந்து பின்னே இழுத்துப் போயிற்று. கைகளையும் கால்களையும் எல்லாத்

தசைகளையும் தீவிரமாக அசைத்து அடித்து அவன் நீந்தி அவளை மேலும் மேலும் நெருங்கினான். காற்று அவளுடைய மயிர்க் கற்றைகளை அலையடிக்கச் செய்வதும் அவளுடைய பழுப்பேறிய கால், தோல் மீது நீர்த்துளிகள் பளிச்சிடுவதும் ஏற்கெனவே அவனுக்குத் தென்படலாயின...

ஆனால், அந்தச் சமயத்தில் அவன் விழித்துக் கொண்டான். அவன் உள்ளம் களி பொங்கியது, ஒளி வீசியது. உறக்கம் கலைந்த பிறகும் அவன் நெடுநேரம் மூடிய விழிகளுடன் படுத்தவாறு மறுபடி உறங்கவும் இந்த இன்பக் கனவைத் தொடர்ந்து காணவும் முயன்றான். ஆனால் பிள்ளைப் பருவத்தில் தான் இவ்வாறு செய்வது இயலும் கனவில் தோன்றிய ஒடிசலான, பழுப்பேறிய நங்கையின் உருவம் சட்டென எல்லாவற்றையும் ஒளிமயமாக்கியது. எண்ணி எண்ணி ஏங்காமல், சோர்வு அடையாமல், ஓல்காவை எதிர்கொண்டு நீந்திச் செல்ல வேண்டும், நீரோட்டத்துக்கு எதிராக நீந்த வேண்டும், நீந்தி முன்னேற வேண்டும், என்ன விலை செலுத்த நேரினும் சரியே, வலிமையை எல்லாம் ஈடுபடுத்தி நீந்திக் குறிக்கோளை அடைய வேண்டும் என்று சங்கற்பம் செய்துகொண்டான். ஆனால் கடிதம்? கடிதம் தன் பாட்டில் போகட்டும். உண்மைக் காதலை இத்தகைய கடிதம் அச்சுறுத்திப் போக்கி விடாது.

காலையில் கவைக்கோல்கள் இல்லாமல் நடந்து பார்த்தான். பதபாகமாகக் கட்டிலிலிருந்து இறங்கினான். நின்றான். கால்களை அகற்றி வைத்து, சமனிலை வருவிப்பதற்காகக் கைகளை இருபுறமும் நீட்டியவாறு சற்று நின்றான். அப்புறம் கைகளால் சுவற்றைப் பிடித்துக் கொண்டு ஓர் அடி எடுத்து வைத்தான். பொய்க்கால் தோல் கறுமுறுத்தது. உடல் ஒரு பக்கமாகச் சாய்ந்தது. ஆனால் அவன் கைவீச்சால் அதைச் சமப்படுத்திக் கொண்டான். சுவற்றிலிருந்து கையை அகற்றாமல் இன்னோர் அடி எடுத்து வைத்தான். நடப்பது இவ்வளவு கடினமானது என்று அவன் ஒருபோதும் எண்ணியதில்லை. மூன்றாவது அடி வைப்பின் போது உடல் ஒருபுறம் சாய்ந்து கால் புரண்டு விடவே தொபகடீர் என்று தரையில் குப்புற விழுந்து விட்டான்.

வார்டுக்காரர்கள் சிகிச்சை அறைக்கு இட்டுச் செல்லப்பட்டிருக்கும் நேரத்தை அவன் தன் பயிற்சிக்காகத் தேர்ந்தெடுத்துக் கொண்டான் எவரையும் உதவிக்கு அழைக்காமல் சுவரோரமாக ஊர்ந்துபோய், அதை ஆதரவாகப் பற்றிக்கொண்டு மெதுவாக எழுந்து நின்று அடிப்பட்ட விலாவைத் தொட்டுப்பார்த்தான், முழங்கையில் கன்றியிருந்த தழும்பை நோக்கினான். இந்தத் தழும்பு, சிவப்பாகத் தொடங்கியிருந்தது. சுவரிலிருந்து விலகி, பற்களை இறுகக் கடித்துக் கொண்டு மீண்டும் ஓர் அடி முன்னே எடுத்து வைத்தான். இப்போது

அவன் இதன் மர்மத்தைப் புரிந்து கொண்டு விட்டான் போலும். சாதாரணக் கால்களுக்கும் அவனுடைய செயற்கைக் கால்களுக்கும் இருந்த வேறுபாடு இவற்றில் மீள்விசை இல்லாதது தான். இவற்றின் இயல்பை அவன் அறியவில்லை. நடக்கும்போது கால்களின் நிலையை மாற்றிக் கொள்ளவும், அடி எடுத்து வைக்கையில் உடற் சுமையைக் குதிகாலிலிருந்து உள்ளங்காலுக்குக் கொண்டுவரவும் மறுபடி உடற்சுமையை அடுத்த குதிகால் மீது வைக்கவும் தேவையான பழக்கத்தை தனிவகை மறிவினையை அவன் பயிற்சியால் ஏற்படுத்திக் கொள்ளவில்லை. உள்ளங்கால்களை ஒருபோகாக இன்றி சிறிது சாவக, நுனிகளை அகற்றி வைப்பதால் நடக்கையில் அதிக நிலையுறுதி ஏற்படும் என்பதையும் அவன் அறியவில்லை.

குழந்தை தாயின் கண்காணிப்பில் குட்டையும் மென்மையுமான கற்களால் தத்தக்க பித்தக்க வென்று முதல் அடிகள் எடுத்துவைக்கும் பொழுது இந்தப் பழக்கங்கள் எல்லாம் அவனுக்கு ஏற்பட்டு விடுகின்றன. இந்தப் பழக்கங்கள் வாழ்நாள் முழுவதும் நிலையாக வேரூன்றி விடுகின்றன இயற்கைத் தூண்டல் ஆகிவிடுகின்றன. மனிதன் பொய்க்கால்கள் அணிந்து கொண்டு, அவனது உடலின் இயல்பான ஒப்புநிலைகள் மாறியதும் குழந்தைப்பிராயத்திலிருந்து பெறப்பட்ட இந்தத் தூண்டல் நடைக்கு உதவியாக இருப்பதற்குப் பதில் இடைஞ்சல் ஆகிவிடுகிறது. புதிய பழக்கங்களை ஏற்படுத்திக்கொண்டு இந்தத் தூண்டலை எப்போதும் அடக்கிவைத்திருப்பது அவசியம் ஆகிறது. கால்களை இழந்த சித்த வலிமை அற்ற பல மனிதர்கள், குழந்தைப் பருவத்தில் நமக்கு அவ்வளவு சுலபமாகக் கைவரும் நடைக் கலையை முதுமைவரையில் மீண்டும் பெற இயலாதவர்களாக இருக்கிறார்கள்.

மெரேஸ்யெவ் தன் குறிக்கோளை அடைய வல்லமை கொண்டிருந்தான். தன் தவறுகளைக் கருத்தில் கொண்டு அவன் மறுபடி சுவற்றிலிருந்து விலகி, செயற்கைக் கால் நுனியை ஒரு புறம் திருப்பி குதிகாலை ஊன்றி நின்றான். பிறகு உடல் கனத்தை நுனிக்கு கொண்டுவந்தான். பொய்க்கால் சினத்துடன் கிரீச்சிட்டது. கனம் நுனிமீது சார்ந்த கணக்கில் அலெக்ஸேய் மறுகாலைச் சட்டெனத் தலையிலிருந்து எடுத்து முன்னே வைத்தான். குதிகால் தொப்பென்று தரையில் அடித்தது. கைகளால் நிலையைச் சமப்படுத்தியவாறு இப்போது அவன் அறை நடுவே நின்றான். அடுத்த அடி எடுத்து வைப்பது பற்றித் தயங்கியபடி ஓயாமல் சமனிலையை இழந்து தள்ளாடுவதும் கைகளால் நிலையைச் சமப்படுத்துவதுமாக நின்றான். மூக்குத் தண்டில் சில்லென்ற வியர்வை அரும்பியதை உணர்ந்தான்.

இந்தக் கோலத்தில் தான் வஸீலிய வஸீலியெவிச் அவனைக் கண்டார். கதவருகே நின்று மெரேஸ்யெவைச் சற்று நேரம் கவனித்துக்

கொண்டிருந்துவிட்டு அருகே வந்து அவன் கக்கத்துக்கு அடியில் கைகொடுத்துத் தாங்கிக் கொண்டார்.

"சபாஷ், ஊர்வான்! தாதியோ, மருத்துவ ஊழியனோ இல்லாமல் தனியாக ஏன் பாடுபடுகிறாய்? மனிதனுடைய ஆணவத்தைப் பார்.... பரவாயில்லை. எந்தக் காரியத்திலும் முதல் அடி வைப்புதான் முக்கியமானது. எல்லாவற்றிலும் கடினமானதைச் செய்துவிட்டாய்" என்றார்.

"நீங்கள் எல்லோரும் போங்கள் உங்கள் காரியத்தைப் பார்த்துக் கொண்டு. இது ஸர்க்கஸ் அல்ல, வேடிக்கை பார்ப்பதற்கு. நான் இல்லாமலே வார்டுகளைச் சுற்றிப்பார்த்து முடியுங்கள்" என்று உடன்வந்தவர்களை அதட்டி அனுப்பிவிட்டு, "எங்கே, மெரேஸ்யெவ், சேர்ந்து பயிலுவோம் வாருங்கள், வாருங்கள் தம்பீ ஒன்று.... என்னைப் பிடித்துக் கொள்ளுங்கள், இதில் என்ன கூச்சம்? பிடித்துக் கொள்ளுங்கள், நான் ஜெனரல், என் சொல்லுக்குக் கீழ்ப்படிய வேண்டும் நீங்கள். ஊம், இரண்டு, அப்படித்தான். இப்போது வலது கால் சபாஷ். இடது. அருமை!" என்று மெரேஸ்யெவை உற்சாகப்படுத்தினார்.

மனிதனுக்கு நடக்கப் பயிற்சி அளித்ததன் மூலம் ஏதோ மகத்தான மருத்துவச் சோதனையை நிறைவேற்றிவிட்டவர் போல மகிழ்ச்சியுடன் கைகளைத் தேய்த்துக் கொண்டார் அந்தப் புகழ்பெற்ற மருத்துவ விஞ்ஞானி. ஆனால், அவரது சுபாவத்தின் தன்மையே அப்படி

எந்தக் காரியத்தை எடுத்துக் கொண்டாலும் அதில் தன்னை மறந்து ஒன்றிவிடுவார், தமது ஆற்றல்மிக்க பெரிய உள்ளம் அனைத்தையும் அதில் ஈடுபடுத்தி விடுவார். வார்டின் ஒரு கோடியிலிருந்து மறு கோடி வரை மெரேஸ்யெவை அவர் நடக்க வைத்தார். களைத்துச் சோர்ந்துபோய் அவன் நாற்காலியில் சாய்ந்ததும் ஒரு நாற்காலியை அவனருகே இழுத்துத் தாமும் உட்கார்ந்து கொண்டார்.

“ஊம், விமானம் ஓட்டப்போகிறாய் அல்லவா? ஆம், ஆம். அப்பனே இப்போதைய யுத்தம் அப்படிப்பட்டது. கை பிய்ந்து போனவர்கள் படைப் பகுதியைத் தாக்குதலுக்குத் தலைமை வகித்து நடத்திச் செல்கிறார்கள். மரணக் காயம் பட்டவர்கள் மெஷீன்கன்களைச் சடசடவென்று சுட்டுத் தள்ளுகிறார்கள், பீரங்கி அரண்வாய்களைத் தங்கள் மார்பினால் அடைக்கிறார்கள். ஆம், இறந்தவர்கள் மட்டுமே சண்டை செய்வதில்லை. இவ்வாறு சொல்லுகையில் கிழவரின் முகத்தில் நிழல் படர்ந்தது, அவர் பெருமூச்செறிந்தார். அவர்களுங்கூடத்தாம் போரிடுகிறார்கள், தங்கள் புகழினால். ஆம்... நல்லது, மறுபடி தொடங்குவோம், தம்பீ” என்றார்.

இரண்டாவது முறை வார்டைச் சுற்றிவந்த பிறகு மெரேஸ்யெவ் இளைப்பாறுகையில் தலைமை மருத்துவர் க்வோஸ்தியேவின் கட்டிலைத் திடீரெனச் சுட்டிக் காட்டினார்.

“இந்த டாங்கிவீரன் எப்படி? சொஸ்தமாகி வெளியேறி விட்டானா? என்று கேட்டார்.

அவன் குணமடைந்து போரிடச் சென்றுவிட்டதாகவும் ஆனால் ஒரே சங்கடம் என்னவென்றால் அவனுடைய முகம், சிறப்பாகக் கீழ்ப்பகுதி தீப்பட்ட புண்ணினால் நேராக்க முடியாதபடி விகாரமாகியிருப்பதுதான் என்றும் மெரேஸ்யெவ் கூறினான்.

“அதற்குள் கடிதம் எழுதிவிட்டானா? அதற்குள் ஏமாற்றமா? பெண்கள் விரும்புவதில்லையாமோ? மீசை தாடி வளர்க்கும்படி அவனுக்கு யோசனை சொல்லுங்கள், மெய்யாகவே தோற்றம் சீர்படுவதுடன் அசாதாரணமானவன் என்ற பெயரும் கிடைக்கும். பெண்களுக்கு இது மிகவும் உவப்பாயிருக்கக் கூடும்!” என்றார் மருத்துவர்.

அப்புறம் விடை பெற்றுக்கொண்டு புறப்பட்டவர் கதவருகே நின்று திரும்பிப் பார்த்து உற்சாகமாகக் கத்தினார்.

“அவனுக்கு அதுதான் உங்கள் நண்பனுக்கு கட்டாயம் எழுதுங்கள், நான் தாடி வளர்க்கச் சொன்னதாக. கை கண்ட மருந்து - இது! பெண்களிடையே கோலாகலமான வெற்றி கிடைக்கும்!”

மாலையில் மருத்துவ நிலையத்தின் முதிய பணியாள் மெரேஸ்யெவுக்கு ஒரு கைத்தடி கொண்டுவந்து கொடுத்தான்.

கருங்காலி மரத்தால் செய்த அருமையான பழங்காலக் கைத்தடி அது. வசதியான தந்தக் கைப்பிடி வைத்தது. ஏதோ கூட்டுக் கையெழுத்து முத்திரை அதில் பொறிக்கப்பட்டிருந்தது.

"தலைமை மருத்துவர் வஸீலிய வஸீலியெவிச் கொடுத்தனுப்பினார். அவருடைய சொந்தக் கைத்தடியை உங்களுக்குப் பரிசாக அனுப்பியிருக்கிறார். இதை ஊன்றிக் கொண்டு நடக்கும்படி சொன்னார்" என்றான் பணியாள்.

அந்தக் கோடைகால மாலையில் மருத்துவமனையில் எல்லோருக்கும் சலிப்பு ஏற்பட்டிருந்தது. எனவே நாற்பத்து இரண்டாம் வார்டுக்கு ஆட்கள் வரலானார்கள். வலப்புறமும் இடப்புறமும் இருந்த பக்கத்து வார்டுகளிலிருந்தும், மாடியிலிருந்துங்கூட ஆட்கள் தலைமை மருத்துவரின் பரிசைப் பார்ப்பதற்கு வந்தார்கள். கைத்தடி உண்மையாகவே நன்றாயிருந்தது.

14

போர்முனையில் புயலுக்கு முந்திய அமைதி மேலும் நீடித்தது. செய்தி அறிக்கையில் வட்டார முக்கியத்துவம் உள்ள சண்டைகளையும் வேவுக்காரர்களின் தோட்டங்களையும் பற்றிய குறிப்புக்கள் காணப்பட்டன. காயமடைந்தவர்களின் எண்ணிக்கை குறைவாக இருந்தது. மருத்துவமனை நிர்வாகிகள் நாற்பத்து இரண்டாம் வார்டில் நோயாளிகளின் நெருக்கத்தைக் குறைத்துவிட்டார்கள். இரண்டு கட்டில்கள் மட்டுமே அதில் எஞ்சியிருந்தன. வலப்புறம் மெரேஸ்யெவின் கட்டில். இடப்புறம், ஆற்றங்கரையை நோக்கிய ஜன்னல் அருகே, மேஜர் ஸ்த்ருச்கோவின் கட்டில்.

வேவுக்காரர்களின் தோட்டங்கள்! மெரேஸ்யெவும் ஸ்த்ருச்கோவும் அனுபவம் முதிர்ந்த படைவீரர்கள். எனவே, இந்த இடைநிறுத்தம் எவ்வளவு பெரியதாயிருக்குமோ, இறுக்கம் நிறைந்த இந்த அமைதி எவ்வளவு நீடிக்குமோ, புயல் அவ்வளவே கடுமையாகவும் உக்கிரமாகவும் சீறும் என்பதை அவர்கள் அறிந்திருந்தார்கள்.

குறிதவறாது சுடும் ஸ்னைப்பர், "சோவியத் யூனியனின் வீரர்" ஸ்தெபான் இவானவிச் இவுஷ்கின் போர்முனையின் தென்பகுதியில் ஓரிடத்தில் இருபத்தைந்து பாசிஸ்டுகளைச் சுட்டு வீழ்த்தியதாகவும், இத்துடன் அவரால் கொல்லப்பட்ட பகைவர்களின் மொத்த எண்ணிக்கை இருநூற்றை எட்டிவிட்டது என்றும், ஒரு தகவல் செய்தி அறிக்கையில் ஒருமுறை காணப்பட்டது. க்வோஸ்தியேவிடமிருந்து கடிதம் வந்தது. தான் எங்கிருக்கிறான், தனது நிலைமை என்ன என்பது ஒன்றையும் அவன் தெரிவிக்கவில்லை. தனது முந்தைய கமாண்டர் ரோத்மிஸ்த்ரோவின் படையணியில் மீண்டும் சேர்ந்துவிட்டதாகவும்

வாழ்க்கை மனநிறைவு அளிப்பதாகவும் எழுதியிருந்தான். இந்தக் கடிதம் கிடைத்தால் அன்யூத்தாவுக்கு இரண்டு வரி எழுதிப் போடும்படி அலெக்ஸேயைக் கேட்டுக் கொண்டிருந்தான். தானும் அவளுக்கு எழுதுவதாகவும், ஆனால் தான் ஓயாமல் இடம் பெயர்ந்து கொண்டிருப்பதாகவும் தனது முகவரி இடைவிடாது மாறிக் கொண்டிருப்பதாகவும் எனவே தன் கடிதம் அவளுக்குப் போய்ச் சேருமோ சேராதோ தெரியவில்லை என்றும் குறித்திருந்தான்.

நண்பர்களைப் பற்றிய இந்த இரண்டு தகவல்களைக் கொண்டே புயல் தெற்கே எங்கோ வீசப் போகிறது என்பதைத் தெரிந்து கொள்வது படைவீரனான அலெக்ஸேய்க்கு முடிந்தது. அவன் அன்யூத்தாவுக்கும் எழுதினான். தாடி வளர்ப்பது பற்றித் தலைமை மருத்துவர் சொன்ன யோசனையை க்வோஸ்தியேவுக்கும் அறிவித்தான். எனினும் க்வோஸ்தியேவ் இப்போது போருக்கு முந்திய இராணுவக் கெடுபிடி மனநிலையில், மிகக் கடினமும் அதே சமயம் ஒவ்வொரு படைவீரனுக்கும் மிக உவப்புள்ளது மான கெடுபிடி மனநிலையில் இருப்பானாதலால் தாடியைப் பற்றியோ அன்யூத்தாவைப் பற்றியோகூட நினைப்பதற்கே அவனுக்கு ஓடாது என்பதை அலெக்ஸேய் அறிந்திருந்தான்.

நாற்பத்து இரண்டாம் வார்டில் இன்னும் ஒரு களிப்பூட்டும் நிகழ்ச்சி நடந்தது. மேஜர் பாவெல் இவானவிச் ஸ்த்ருச்கோவுக்கு "சோவியத் யூனியனின் வீரர்" என்ற பட்டம் அளிக்கப்பட்டிருப்பதாக அரசாங்க அறிக்கை வெளியிடப்பட்டது. ஆனால் இந்தப் பெரு மகிழ்ச்சி கூட ஸ்த்ருச்கோவுக்கு நெடுநேரம் உற்சாகமூட்டவில்லை. அவர் தொடர்ந்து முகத்தைச் சுளித்துக்கொண்டிருந்தார். "இந்தப் பாழாய்ப்போகிற முழங்காற் சில்லுகள்" காரணமாகத்தாம் இவ்வளவு கெடுபிடி நிறைந்த வேளையில் படுத்துக் கிடக்க வேண்டியிருப்பது அவருக்குச் சள்ளையாக இருந்தது.

ஒருநாள் மாலை அலுவலகப் பணி புரிந்த மெலிந்த முதிய நர்ஸ் வார்டுக்கு வந்தாள்.

"அலெக்ஸேய் மெரேஸ்யெவ்- நடமாடுபவரா?" என்று வினவினாள். "ஓடுபவர்" என்று வெடுக்கெனச் சொன்னார் ஸ்த்ருச்கோவ்.

"நான் இங்கே வேடிக்கை பேச வரவில்லை என்று கடுத்தமாகக் கூறினாள் நர்ஸ். "சீனியர் லெப்டினன்ட் அலெக்ஸேய் மெரேஸ்யெவை போனில் கூப்பிடுகிறார்கள்" என்றாள்.

"யார் கன்னிப் பெண்ணா?" என்று நர்ஸின் பக்கம் கண் சிமிட்டியவாறு உற்சாகமாகக் கேட்டார் ஸ்த்ருச்கோவ்.

“நான் அவளுடைய பாஸ்போர்ட்டைப் பார்க்கவில்லை” என்று மிடுக்காக வார்டிலிருந்து வெளியே சென்றவாறு குத்தலாக மொழிந்தாள் நர்ஸ் .

மெரேஸ்யெவ் கட்டிலிலிருந்து துள்ளிக் குதித்தான். கைத்தடியை உற்சாகமாக “டொக் டொக்” கென்று ஊன்றி ஒலித்துக் கொண்டே நர்ஸை முந்தி ஆளோடியில் உண்மையாகவே ஓடினான். சுமார் ஒரு மாதமாகவே அவன் ஓல்காவின் பதிலை எதிர்பார்த்துக் கொண்டிருந்தான். “ஒருவேளை இது அவள்தானோ?” என்ற அசட்டு எண்ணம் அவனுக்கு உண்டாயிற்று. உண்மையிலோ, இவ்வாறு நடப்பது சாத்தியமே இல்லை. இம்மாதிரி வேளையில் ஸ்தாலின்கிராத் நகரிலிருந்து மாஸ்கோவுக்கு வருவது நடக்கக்கூடியதா! தவிர, தான் பின்புல நிறுவனம் ஒன்றில், மாஸ்கோவில் அல்ல, நகர்ப்புறத்தில் வேலை செய்வதாக அவன் எழுதியிருக்கையில் இங்கே, மருத்துவமனையில் அவள் அவனை எப்படிக் கண்டுபிடித்திருக்க முடியும்?

ஆனால் அந்தக் கணத்தில் மெரேஸ்யெவ் அற்புதம் நிகழும் என நம்பினான். அவன் ஓடினான், எப்போதாவது கைத்தடியை ஆதாரமா ஊன்றியவாறு இடமும் வலமுமாகச் சாய்ந்தாடியபடி பொய்க்கால்களால் முதல் முறை மெய்யாகவே ஓடினான். பொய்க்கால்கள் சரக் சரக்கென்று கறுமுறுத்தன......

ஆழ்ந்து காதுக்கு இனிய குரல் டெலிபோன் குழாயில் ஒலித்தது. அது அலெக்ஸேய்க்கு முற்றிலும் புதியது. நாற்பத்து இரண்டாம் வார்டைச் சேர்ந்த சீனியர் லெப்டினன்ட் அலெக்ஸேய் மெரேஸ்யெவ் அவன் தானா என்று கேட்டது இந்தக் குரல்.

இந்தக் கேள்வியில் தனது மனத்தைப் புண்படுத்தும் ஏதோ விஷயம் இருப்பது போலக் கோபத்துடன் குழாயில் ஆமாம் என்று வெடுக்கெனக் கத்தினான் மெரேஸ்யெவ்.

குழாயில் வந்த குரல் கணப்போது அடங்கிவிட்டது. பிறகு தொல்லை கொடுப்பதற்கு மன்னிக்க வேண்டும் என்று உணர்ச்சியற்ற இறுக்கத்துடன் கூறியது.

“நான்தான் அன்யூத்தா க்ரிபொவா பேசுகிறேன். உங்கள் நண்பர் லெப்டினன்ட் க்வோஸ்தியேவுக்கு என்னைத் தெரியும். நீங்கள் என்னை அறியமாட்டீர்கள்” என்று சற்று சிரமத்துடன் சொன்னாள் ஒரு பெண். அன்பற்ற பதிலால் அவள் மனத்தாங்கல் கொண்டிருப்பது வெளிப்படையாகப் புலப்பட்டது.

அனால் மெரேஸ்யெவ் குழாயை இரு கைகளாலும் இறுகப் பிடித்துக்கொண்டு குரல் கொண்ட மட்டும் உரக்கக் கத்தினான்.

“நீங்கள் தாம் அன்யூத்தாவா? அதே பெண்தானா? இல்லை நான் உங்களை மிக நன்றாக அறிவேன், மிக நன்றாக ! க்வோஸ்தியேவ்

என்னிடம்...

"எங்கே அவர்? என்ன நேர்ந்தது அவருக்கு? அப்படித் திடீரென அவர் போய் விட்டாரே. அபாய அறிவிப்பைக் கேட்டதும் நான் அறைக்கு வெளியே போனேன். ஏனெனில் நான் மருத்துவப் பணியினள். திரும்பி வந்தபோது ஒருவரையும் காணோம். கடிதமோ, முகவரியோ, எதுவுமே இல்லை. எங்கே அவர்? ஏன் அப்படி மறைந்துவிட்டார்? அவருக்கு என்ன நேர்ந்தது? ஒன்றுமே எனக்குப் புரியவில்லை. அருமை அலெக்ஸேய், நான் உங்களை இப்படி அழைப்பதற்கு மன்னியுங்கள். எனக்கும் உங்களைத் தெரியும். அவர் எங்கே, ஏன் இப்படித் திடீரென மறைந்துவிட்டார் என்று விளங்காமல் மிகவும் சஞ்சலப்படுகிறேன்.....

அலெக்ஸேயின் உள்ளத்துக்கு இது இதமாயிருந்தது. நண்பனுக்காக அவன் மகிழ்ந்தான். நல்ல பெண்கள் போரில் ஏற்படும் அங்கவீனங்களைக் கண்டு அஞ்சுவதில்லை என்று இதனால் அர்த்தமாகிறது. ஆகவே தானும், ஆம், அலெக்ஸேயும் நம்பலாம் தன்னையும் ஓல்கா இவ்வாறே கலவரத்துடன் தேடுவாள் என்று! இந்த எண்ணங்கள் எல்லாம் மின்வெட்டு போல அவன் மனத்தில் பளிச்சிட்டன.

"அன்யூத்தா! எல்லாம் நல்லபடியாகவே இருக்கிறது. அன்யூத்தா! வருந்தத்தக்க தப்பபிப்பிராயம். அவன் சௌக்கியமாக இருக்கிறான், போரிடுகிறான். அடே சொல்ல மறந்து விட்டேனே! அவன் முகவரி போர்க்களத் தபால் நிலையம் 42531-B. அவன் தாடி வளர்க்கிறான். அன்யூத்தா, மெய்யாகவே செழித்து அடர்ந்த தாடி. ஊம்... ம்ம்.. ம்ம்.. கொரில்லா வீரனது போன்ற தாடி அவனுக்கு. அது ரொம்ப இசைகிறது" என்று மூச்சுத் திணறக் கத்தினான்.

தாடி வளர்ப்பதை அன்யூத்தா அங்கீகரிக்கவில்லை. அது அனாவசியம் என அவள் கருதினாள். இதனால் இன்னும் களிப்படைந்த அலெக்ஸேய், அவள் கருத்து அதுவானால் வோஸ்திியேவ் ஒரே வீச்சில் அதைச் சிரைத்துத் தள்ளிவிடுவான் என்றும், ஆயினும் தாடி அவனுக்குத் தனிச் சோபை அளிப்பதாக எல்லோரும் எண்ணுவதாகவும் கூறினான்.

மொத்தத்தில், பேச்சு முடிவதற்குள் அவர்கள் நண்பர்கள் ஆகிவிட்டார்கள். சமயம் கிடைத்தபோது அலெக்ஸேய் அவளுக்குக் கட்டாயம் போன் செய்வது என்று தீர்மானமாயிற்று.

வார்டுக்குத் திரும்பும்போது டெலிபோனுக்குத் தான் ஓடியதை அலெக்ஸேய் நினைவுபடுத்திக் கொண்டான். மறுபடி ஓட முயன்றான், பலிக்கவில்லை. பொய்க்கால்கள் தரைமீது திடும் திடுமென மோதியதால் அவன் உடல் முழுவதிலும் கொடிய வலி உண்டாயிற்று. கிடக்கிறது. பரவாயில்லை. இன்றில்லாவிட்டால் நாளை, நாளையில்லாவிட்டால்

நாளை நின்று அவன் வெற்றி பெற்றே தீருவான், பார்க்கலாம் ஒரு கை எல்லாம் நலமே முடியும். மறுபடி ஓடவும் விமானம் ஓட்டவும் போரிடவும் தொடங்குவோம் என்பதில் அவனுக்குச் சந்தேகமே ஏற்படவில்லை. சபதம் ஏற்பதை விரும்புபவன். ஆதலால், முதலாவது விமானச் சண்டைக்குப் பின், முதலாவது ஜெர்மன் விமானத்தை அடித்து வீழ்த்திய பிறகு ஓல்காவுக்கு எல்லாவற்றையும் எழுதிவிடுவது என்று சபதம் செய்து கொண்டான். அப்புறம் என்ன ஆகிறதோ, ஆகட்டும்!

மூன்றாம் பாகம்

1

1942ஆம் ஆண்டுக் கோடை உச்சத்தில் இருந்த போது மாஸ்கோவின் ஒரு மருத்துவமனையுடைய கனத்த ஓக் மரக் கதவுகளின் பின்னிருந்து வலிய கருங்காலிக் கைத்தடியை ஊன்றியபடி வெளியே வந்தான் கட்டுக்குட்டான இளைஞன் ஒருவன். போர் விமானக்குரிய கோட்டும் பூட்சுகளை மூடியிருந்த சீருடைக் காற்சட்டையும் அணிந்திருந்தான் அவன். சீனியர் லெப்டினன்ட் என்பதைக் காட்டும் குறிகள் அவனது நீலக் கழுத்துப்பட்டையின் மீது பொறிக்கப்பட்டிருந்தன. வெள்ளை நீளங்கி அணிந்த ஒருமாது வாயில் வரை வந்து அவனை வழியனுப்பினாள். சென்ற உலகப்போரில் மருத்துவத்தாதிகள் அணிந்த செஞ்சிலுவை பொறித்த தலைக்குட்டை அவளுடைய நல்லியல்பு ததும்பிய இனிய முகத்துக்கு ஓரளவு கம்பீரத் தோற்றத்தை அளித்தது. வாயில் மேடையில் அவர்கள் நின்றார்கள். விமானி சாயம்போன மென்மையான தொப்பியைக் கழற்றி மருத்துவத் தாதியின் கையை அசட்டுப்பிசட்டென்று உயர்த்தி முத்தமிட்டான். அவள் அவனது தலையை இரு கைகளாலும் பிடித்துக்கொண்டு அவனுடைய நெற்றியில் முத்தமிட்டாள். பிறகு சற்றே தள்ளாடியவாறு அவன் விரைவாகப் படிகளில் இறங்கி, மருத்துவமனையின் நீண்ட கட்டடத்தின் அருகாக ஆற்றோரத்தார் ரோட்டில் திரும்பிப் பாராமல் நடந்தான்.

நீல, மஞ்சள், பழுப்புப் பைஜாமாக்கள் அணிந்த நோயாளிகள் ஜன்னல்கள் வழியே கைகளையும் கைத்தடிகளையும் கவைக்கோல்களையும் ஆட்டி அவனை வழியனுப்பினார்கள், ஏதோ கத்தினார்கள், என்னவோ யோசனை சொன்னார்கள். அவனும் அவர்களை நோக்கிக் கையை ஆட்டினான். எனினும் இந்தப் பெரிய சாம்பல் நிறக் கட்டடத்திலிருந்து கூடிய விரைவில் அப்பால் போய்விட அவன் முயன்றது தெளிவாகப் புலப்பட்டது. தனது உள்ளக்கிளர்ச்சியை மறைப்பதற்காக அவன் ஜன்னல்களின் பக்கத்திலிருந்து முகத்தைத் திருப்பிக் கொண்டான். விந்தையான, நிமிர்ந்த, துள்ளு நடையில் அவன் கைத்தடியை லேசாக ஊன்றியவாறு விரைவாகச் சென்றான். அவனது ஒவ்வோர் அடிவைப்பின் போதும்

ஏற்பட்ட மெல்லிய கிரீச்சொலி இல்லாவிட்டால் வடிவான வலிய உடற்கட்டுள்ள இந்தத் துடியான மனிதனுடைய கால்கள் வெட்டி அகற்றப்பட்டுவிட்டன என்று எவருமே எண்ணியிருக்க முடியாது. மருத்துவமனையிலிருந்து அலெக்ஸேய் மெரேஸ்யெவ் உடம்பைத் தேற்றிக் கொள்வதற்காக மாஸ்கோவுக்கு அருகிலிருந்த விமானப்படை ஆரோக்கிய நிலையத்துக்கு அனுப்பப்பட்டான். மேஜர் ஸ்த்ருச்கோவும் அங்கேயே அனுப்பப்பட்டார். அவர்களை ஏற்றிப் போவதற்காக ஆரோக்கிய நிலையத்திலிருந்து மோட்டார் வருவதாக இருந்தது. ஆனால், மெரேஸ்யெவ் தனக்கு மாஸ்கோவில் உறவினர்கள் இருப்பதாகவும் அவர்களைப் பார்க்காமல் தன்னால் போக முடியாது என்றும் மருத்துவமனை நிர்வாகிகள் நம்புமாறு செய்துவிட்டான். தனது சாமான் பையை ஸ்த்ருச்கோவிடம் வைத்துவிட்டு, மாலையில் மின்சார ரெயிலில் ஆரோக்கிய நிலையம் போய்ச் சேர்ந்துவிடுவதாக வாக்களித்துவிட்டு மருத்துவமனையிலிருந்து கால்நடையாகவே புறப்பட்டான்.

மாஸ்கோவில் அவனுக்கு உறவினர்கள் இல்லை. எனினும் தலைநகரைச் சுற்றிப்பார்க்க அவனுக்கு மிகவும் ஆசையாக இருந்தது. விட்டாற்றியாக நடந்து தன் பலத்தைச் சோதித்துப் பார்க்கவும் தன் விஷயத்தில் எவ்வித அக்கறையும் அற்ற ஆரவாரம் நிறைந்த ஜனத்திரளில் இடித்துப் புகுந்து செல்லவும் அடங்கா ஆவல் உண்டாயிற்று. ஆகவே, கருங்கற் சுவர்களுக்கு இடையே கட்டுண்ட மாட்சிமிக்க ஆற்றின் கரையோரச் சாலை வழியாக இப்போது அவன் நடந்தான். ஆற்றின் சிற்றலைச் செதில்கள் வெயிலில் மினுமினுத்தன. ஏதோ நன்கு பழக்கமான இனிய நறு மணம் வீசிய, வெது வெதுப்பான கோடைக் காற்றை ஆர்வத்துடன் மூச்சிழுத்தான் அலெக்ஸேய்.

எங்கும் எவ்வளவு நன்றாயிருந்தது!

எல்லா மகளிரும் அவனுக்கு வனப்பு வாய்ந்தவர்களாகத் தோன்றினார்கள். மரங்களின் பசுமை தனது பளபளப்பால் அவனைப் பரவசப்படுத்தியது. போதையூட்டும் குளுமையான காற்று தலையைக் கிறுகிறுக்க வைத்தது. நன்றாகத் தெளிந்திருந்த காற்றில் தொலைவு பற்றிய உணர்வு மழுங்கிவிட்டது. தான் முன்பு ஒருபோதும் நேரில் கண்டிராத கிரெம்ளினின் நெடுங்காலக் கொத்தளச் சுவர்களையும் மாபெரும் இவானின் மாதா கோவில் கும்மட்டத்தையும் நீருக்குமேல் கனத்த வளைவாகத் தொங்கிய பாலத்தையும் கையை நீட்டினால் தொட்டுவிடலாம் போலப் பிரமை உண்டாயிற்று.

இதற்கு முன் அலெக்ஸேய் தலைநகரை அறிந்திருந்தது சஞ்சிகை களிலும் செய்தித்தாள்களிலும் வெளியாகும் நிழற்படங்களிலிருந்தும், புத்தகங்களிலிருந்தும், அங்கு போய் வந்தவர்களின் வருணனைகள்

மூலமாகவும், நள்ளிரவில் உறங்கத் தொடங்கிய உலகுக்கு மேலே ஒலித்துப் பரவும் பழங்காலக் கடிகார மணியின் நீட்டொலி, கொந்தளிக்கும் ஆர்ப்பாட்ட ஊர்வலத்தின் பல்வகை இரைச்சல்கள் ஆகியவற்றை வானொலியில் கேட்டதன் வாயிலாகவுமே இப்போதே பளிச்சிடும் கோடை வெயிலில் சோர்வுற்று எழிலுடன் நீண்டு பரந்திருந்த தலைநகரம் அவன் முன் காட்சியளித்தது.

ஓகோ, இதுதான் மாஸ்கோவா!

நான்கு மாதங்கள் மருத்துவமனையில் கடந்த பின் மாஸ்கோவின் கோடைக்கால மாட்சியால் அலெக்ஸேய் ஒரேயடியாகப் பரவசமடைந் திருந்தான். எனவே தான் அது போர்க்கோலம் பூண்டிருப்பதையும் எந்தக் கணமும் பகைவனை எதிர்த்துப்போரிட ஆயத்தமாக இருப்பதையும் அவன் உடனே கவனிக்கவில்லை. பாலத்தில் அருகில் இருந்த விசாலமான வீதியின் குறுக்கே விகாரமான பெரிய தடையரண் நிறுவப்பட்டிருந்தது. மரக்கூண்டுகளில் மணலைச் செம்ம நிரப்பி அமைக்கப்பட்டிருந்தது அது. பாலத்தின் கோடிகளில் நான்கு பீரங்கி வாய்கள் கொண்ட கான்க்ரீட் சதுர அரண்கள் நின்றன. அவை சிறுவன் மேஜை மீது மறந்து விட்டுவிட்ட கனசதுரங்கள் போன்று இருந்தன. செஞ்சதுக்கத்தின் மழமழப்பான சாம்பல் நிற மேற்பரப்பில் கட்டடங்களும் புல் தரைகளும் மரச்சாலைகளும் பல வண்ணங்கள் தீட்டப்பட்டிருந்தன. கோர்க்கிய வீதிக் கடைகளின் ஜன்னல்கள் பலகைகளால் அடைத்து மூடப்பட்டு மணல் நிரப்பப்பட்டிருந்தன. சந்துகளிலும் கட்டுக்கு அடங்காப் பையன் ஒருவனால் மறந்து விடப்பட்ட விளையாட்டுப் பொருள்கள் போலத் தண்டவாளங்களைப் பற்றாசு வைத்து இணைத்த துருப்பிடித்த தடையரண்கள் நின்றன. முன்னர் மாஸ்கோவைக் கண்டிராதவனும் போர்முனையிலிருந்து இங்கு வந்தவனுமான படைவீரனுக்கு இவை எல்லாம் வெகுவாகக் கண்ணில் படவில்லை.

பொய்க்கால்கள் கறுமுறுக்க, கைத்தடியை அழுத்தி ஊன்றியவாறு கோர்க்கிய் வீதியில் மேலே சென்றான் பெரிதும் களைத்திருந்த அலெக்ஸேய். கிடங்குகளையும் வெடிப்புக்களையும் வெடிகுண்டுகளால் தகர்க்கப்பட்ட கட்டடங்களையும் ஆவென்று வாய் பிளந்திருக்கும் ஆழ்பள்ளங்களையும் உடைந்த ஜன்னல்களையும் வியப்புடன் தேடினான் அவன். மேற்குக் கோடியிலிருந்த ஒரு விமான நிலையத்தில் வாழ்ந்த அவன், ஜெர்மன் வெடிவிமானங்கள் அணிக்குப் பின் அணியாக அனேகமாக ஒவ்வோர் இரவும் கிழக்கு நோக்கிப் பறந்து செல்வதைக் காப்பரணிலிருந்து கேட்டிருந்தான். விமானங்களின் ஓர் அலை தொலைவில் ஓசை அடங்குவதற்குள் இன்னோர் அலை வரும். சில வேளைகளில் இரவு முழுவதும் வானம் விமானங்களின்

இரைச்சலால் ஓயாது அதிரும். பாசிஸ்ட் விமானங்கள் மாஸ்கோவுக்குப் போகின்றன என்று சோவியத் விமானிகள் அறிந்திருந்தார்கள். அங்கே எப்பேர்ப்பட்ட நரகமாயிருக்கும் என்று அவர்கள் கற்பனை செய்து கொள்வார்கள்.

இப்போது, போர்க்கால மாஸ்கோவைச் சுற்றிப் பார்க்கையில் மெரேஸ்யெவ் விமானத் தாக்குக்களின் அடையாளங்களை விழிகளால் துழாவித் தேடினான். அவனுக்கு அவை தென்படவில்லை. தார் ரோடுகள் சமமாக இருந்தன. ஒழுங்கு கலையாத வரிசைகளாக நின்றன வீடுகள். ஜன்னல் கண்ணாடிகள் கூட வலைப் பின்னல் போலக் காகித நாடாக்கள் ஒட்டப்பட்டிருந்த போதிலும் அபூர்வமாக ஒரு சில தவிர மற்றவை எல்லாம் சேதமின்றி முழுமையாக இருந்தன. ஆனால் போர்முனை அருகாமையில் இருந்தது என்பதை நகரவாசிகளின் கவலை தேங்கிய முகங்களைக் கொண்டே அனுமானிக்க முடிந்தது. நகர மக்களில் பாதிப் பெயர் படைவீரர்கள். புழுதி படிந்த ஜோடுகளும் வியர்வையில் நனைந்து தோள்களுடன் ஒட்டிக்கொள்ளும் சட்டைகளும் அணிந்து, சாமான் பைகளைத் தோள்களில் தொங்கவிட்டவாறு நடந்தார்கள் இவர்கள். ஒரு சந்திலிருந்து வெளிப்பட்டு வெயிலொளியில் முழுக்காடிய வீதியில் விரைந்தது புழுதி படிந்த லாரிகளின் வரிசை. இந்த லாரிகளின் பக்கங்கள் நெளிந்திருந்தன. கேபின் கண்ணாடிகள் துப்பாக்கிக் குண்டுகளால் துளைக்கப்பட்டிருந்தன. லாரிகளின் அற்றலைந்த மரப் பின்பகுதிகளில் உட்கார்ந்திருந்தார்கள் புழுதிபடிந்த படைவீரர்கள். அவர்கள் அணிந்திருந்த மழைக்கோட்டுக்கள் படபடத்துக் கொண்டிருந்தன. சுற்றிலும் உள்ளவற்றை எல்லாம் அவர்கள் ஆர்வத்துடன் பார்த்துக் கொண்டிருந்தார்கள், டிராலிபஸ்களையும் கார்களையும் டிராம்களையும் முந்திக்கொண்டு விரைந்தது லாரி வரிசை. பகைவன் இங்கே தான் அருகில் இருக்கிறான் என்பதைத் தெளிவாக நினைவுபடுத்தியது அது.

ருஷ்ய மகாகவி பூஷ்கினின் உருவச்சிலை வரையில் அலெக்ஸேய் அரும்பாடுபட்டு நடந்தான். இரு கைகளாலும் கைத்தடியைப் பற்றிச் சாய்ந்து. தயாரிப்புச் சாமான் கடைகளின் தூசி படிந்த காட்சி ஜன்னல்களில் உள்ள எதையோ உற்றுப் பார்ப்பது போன்ற நடிப்புடன் வழியில் அவன் சில தடவைகள் ஓய்வு கொண்டான். உருவச் சிலைக்குச் சற்று தூரத்தில் போடப்பட்டிருந்த, வெயிலில் காய்ந்து கதகதத்த பச்சை நிற பெஞ்சியில் அப்பாடா என்று உட்கார்ந்தான் - இல்லை, இல்லை, உட்கார வில்லை, பொத்தென்று சாய்ந்தான். சாய்ந்தவன், இரத்தங்கட்டி வார்களால் தேய்த்து வழற்றப்பட்டுக் கடுமையாக வலித்த கால்களை நீட்டிக் கொண்டான். களைப்பு மிகுதியாக இருந்தாலும் களிபொங்கும் மனநிலை அதனால் பாதிக்கப்படவில்லை. வெயிலொளி வீசிய பகல்

மிக நேர்த்தியாக இருந்தது. வானம் எல்லையற்ற ஆழங்கொண்டதாக விளங்கியது. பூத்த லிண்டன் மரங்களின் நறுமணத்தை உலாச்சாலையில் பரப்பியது மெல்லிளங்காற்று, டிராம் வண்டிகள் கணகணவென்று மணியடித்தவாறு கடகடத்து ஓடின. உருவச்சிலையின் பாதவீடத்தருகே புழுதி மணலை ஒரே மும்முரமாகத் தோண்டிக் கொண்டிருந்த வெளிறி ஒடிசலாயிருந்த மாஸ்கோ சிறுவர் சிறுமியர் இனிமையாகக் கலகலவென்று சிரித்தார்கள். புன்னகை பூத்த முகத்தை வெயில் படும்படி திருப்பிக்கொண்டு கண்களைச் சுருக்கிக் கொண்டான் மெரேஸ்யெவ்.

2

மின்சார ரெயில் சக்கரங்கள் கடகடக்க, ஊதல் அலற, மாஸ்கோ நகர்ப்புறத்தில் உற்சாகமாக விரைந்தோடிக் கொண்டிருந்தது. அலெக்ஸேய் மெரேஸ்யெவ் ஜன்னல் அருகே உட்கார்ந்திருந்தான். அவனைச் சுவரோடு சுவராக நெருக்கியவாறு பக்கத்தில் அமர்ந்திருந்தார் மழித்த முகமுள்ள ஒரு முதியவர். விளிம்பு அகன்ற தொப்பியும் தங்க வில் கண்ணாடியும் அணிந்திருந்தார். அவர்களைக் கொட்டும் மண்வெட்டியும் வறண்டியும் செய்தித்தாளில் பாங்காகச் சுற்றி நாடாவால் கட்டப்பட்டு அவரது முழங்கால்களுக்கு இடையே துருத்திக் கொண்டிருந்தன.

அந்தப் பயங்கர நாட்களில் மற்ற எல்லோரையும் போலவே இந்த முதியவரும் யுத்தத்தைப் பற்றியே சிந்தித்தவாறு காலங்கழித்து வந்தார். மெலேஸ்யெவின் முகத்துக்கு முன் வறண்ட உள்ளங்கையை ஆட்டியவாறு பொருள் பொதிந்த கீழ்க்குரலில் அவன் காதோடு கிசுகிசுத்தார் அவர்.

“நான் சிவில் உத்தியோகஸ்தன் ஆயிற்றே என்று பார்க்காதீர்கள். நமது திட்டத்தை நான் நன்றாகப் புரிந்து கொண்டுவிட்டேன். பகைவனை வோல்காப் பிரதேச ஸ்தெப்பி வெளிகளுக்குக் கவர்ந்து இழுப்பது, ஆமாம், தனது போக்குவரத்து மார்க்கங்களை விரிவாக நீட்ட, இப்போது வழக்கமாகச் சொல்வது போல பிரதானத் தளத்திலிருந்து துணிக்கப்பட அவனுக்கு இடங்கொடுப்பது, பிறகு இதோ இங்கிருந்து, மேற்கிலும் வடக்கிலும் இருந்து பாய்ந்து தாக்கி, போக்குவரத்துத் தொடர்புகளைத் துண்டித்து, பகைவனைக் கூறுகளாக வகிர்ந்துவிடுவது. ஆமாம், ஆமாம்... இது மிகவும் புத்திசாலித்தனம். நமக்கு எதிராக ஒரு ஹிட்லர் மட்டும் இல்லையே. ஐரோப்பா முழுவதையும் அல்லவா தனது சாட்டையால் அடித்து நம் மீது ஏவிவிட்டிருக்கிறான் அவன். ஆறு நாடுகளின் சைனியங்களை எதிர்த்து நாம் தன்னந்தனியாகப்

போராடுகிறோம். தனிப்போர் புரிகிறோம். விரிவான பரப்பையாவது அதிர்ச்சி தாங்கியாகப் பயன்படுத்தி இந்தக் கொடிய தாக்குதலின் உக்கிரத்தை மட்டுப்படுத்த வேண்டும். ஆமாம், அறிவுக்குகந்த ஒரே வழி இதுவே. பார்க்கப்போனால் நமது நேச நாடுகள் சும்மாதானே இருக்கின்றன!.. இல்லையா? நீங்கள் என்ன நினைக்கிறீர்கள்?"

"நான் நினைக்கிறேன், நீங்கள் சொல்வது வெறும் பிதற்றல் என்று. தாய்நாட்டின் நிலப்பரப்பு விலைமதிப்பற்றது. அதிர்ச்சி தாங்கியாக அதைப் பயன்படுத்துவது தகாது" என்று கடுகடுப்புடன் விடையளித்தான் மெரேஸ்யெவ்.

ஆனால் கிழவனாரோ அலெக்ஸேயின் காதோடு உதடுகளை அனேகமாக ஒட்டியவாறு தொணதொணத்துக் கொண்டே போனார். புகையிலை நெடியும் பார்லிக் காப்பி மணமும் அவரிடமிருந்து வந்தன.

"-இல்லை, நீங்கள் படைவீரர். நீங்கள் சொல்லுங்கள், இது சரிதானா? இதோ ஓர் ஆண்டுக்கு மேலாக நாம் பாசிஸத்தைத் தன்னந்தனியே எதிர்த்துப் போரிட்டுக்கொண்டிருக்கிறோம். ஊம்? ஆனால் நேசநாடுகள் விஷயமோ? இரண்டாம் போர்முனை விஷயமோ? உதாரணமாக இந்தக் காட்சியைக் கற்பனை செய்து கொள்ளுங்கள். எதையும் சந்தேகிக்காமல் நெற்றி வியர்வை நிலத்தில் விழ உழைத்துக் கொண்டிருந்த ஒரு மனிதனைத் திருடர்கள் பாய்ந்து தாக்குகிறார்கள். அவன், இந்த மனிதன், மனங்கலங்காமல் திருடர்களை எதிர்த்துத் தாக்கிச் சண்டை போடுகிறான். குருதியைப் பெருக்கியவாறு போரிடுகிறான், கையில் கிடைத்ததைக் கொண்டு திருடர்களோ பலர். அவர்கள் ஆயுதபாணிகள். நெடுங்காலமாகவே அவனுக்காகப் பதிபோட்டுக் காத்திருந்தவர்கள். ஆமாம், அண்டைவீட்டாரோ இந்தக் காட்சியைப் பார்த்துக்கொண்டு தங்கள் வீடுகளின் அருகே நின்று அனுதாபம் தெரிவிக்கிறார்கள். சபாஷ், அருமை, அப்பனே, அருமை! இந்தத் திருட்டுப் பயல்களை இப்படித்தான் மொத்த வேண்டும். அடி அவர்களை, "நொறுக்கு" என்று உற்சாகப்படுத்துகிறார்கள். திருடர்களை அடித்து விரட்ட உதவுவதற்குப் பதிலாக, கற்களையும் இரும்புத் துண்டுகளையும் அந்த ஆளுக்கு நீட்டுகிறார்கள். "இந்தா, இவற்றால் இன்னும் கடுமையாகத் தாக்கு" என்கிறார்கள். தாங்களோ எட்ட நிற்கிறார்கள். ஆமாம், ஆமாம், இப்போது நேசநாட்டினர் செய்வது இதுவேதான்."

மெரேஸ்யெவ் அக்கறையுடன் முதியவரைத் திரும்பிப் பார்த்தான். எத்தனையோ பெயர் இப்போது அவர்கள் பக்கம் நோக்கிக் கொண்டிருந்தார்கள். செம்மச் செம்ம நிறைந்திருந்த பெட்டியின் எல்லாப் புறங்களிலுமிருந்து குரல்கள் ஒலித்தன.

"அவர் சொல்வது சரிதானே. தன்னத் தனியாகவே போரிடுகிறோம். எங்கே அது இந்த இரண்டாம் போர்முனை?"

"பரவாயில்லை, ஆண்டவன் அருளாள் தனியாகவே காரியத்தைச் சமாளித்து விடுவோம். எல்லாம் முடிந்து இறுதி வெற்றி கிடைக்கும் சமயத்தில் அவர்களும் சேர்ந்து கொள்வார்கள். அதில் பங்குபெற, இரண்டாம் போர்முனையைத் திறந்துவிடுவார்கள்."

நகர்ப்புறக் குடியிருப்பு ஒன்றின் பிளாட்பாரத்தருகே ரெயில் நின்றது. பைஜாமாக்கள் அணிந்த சில காயமுற்ற படைவீரர்கள் கவைக்கோல்களையும் கைத்தடிகளையும் ஊன்றியவாறு பெட்டியில் ஏறினார்கள். பெர்ரிப் பழங்களும் சூரியகாந்தி விதைகளும் நிறைந்த மூட்டைகள் அவர்கள் கைகளில் இருந்தன. உடம்பு தேறுபவர்களுக்கான மருத்துவமனை ஒன்றிலிருந்து இவ்வூர்ச் சந்தைக்கு அவர்கள் வந்தார்கள் போலும் முதியவர் சட்டென இருக்கைவிட்டு எழுந்தார்.

"உட்காருங்கள், தம்பீ உட்காருங்கள்" என்று கட்டுப் போட்ட காலும் கவைக்கோல்களுமாக நின்ற செம்பட்டைத் தலை இளைஞன் ஒருவனை வலுக்கட்டாயமாகத் தமது இடத்தில் உட்கார்த்தினார். "பரவாயில்லை, பரவாயில்லை, உட்காருங்கள். கவலைப்படாதீர்கள், நான் இதோ இறங்க வேண்டியவன்தான்" என்றார்.

தாம் சொல்வது உண்மை என்று காட்டுவதற்காக முதியவர் தமது களைக்கொட்டையும் வறண்டியையும் எடுத்துக் கொண்டு கதவு அருகே நகரக்கூடச் செய்தார். பால்காரிகள் பெஞ்சில் நெருக்கி ஒதுங்கி, காயமடைந்தவர்களுக்கு இடம் கொடுக்கத் தலைப்பட்டார்கள். எங்கோ பின்னாலிருந்து ஒரு பெண்ணின் கண்டனக் குரல் அலெக்ஸேயின் காதுகளை எட்டியது.

"இந்த ஆளுக்கு வெட்கமாயில்லையே! அங்கவீனமடைந்த படைவீரன் பக்கத்தில் நிற்கிறான். தவிக்கிறான், எல்லோரும் அவனை நெருக்கி இடித்துத் தள்ளுகிறார்கள், ஆனாலும் இந்த ஆள் ஆரோக்கியசாலி, கழுந்து போல உட்கார்ந்திருக்கிறான், ஏறெடுத்தும் பார்க்காமல். ஏதோ குண்டு தன்னைத் தாக்கவே முடியாது போல இந்த அழகில் கமாண்டர், விமானி!" என்றது அந்தக் குரல்.

அநியாயமான இந்தச் சுடுசொற்களால் அலெக்ஸேய் கடுஞ்சீற்றம் அடைந்தான். அவனுடைய மூக்குத்துளைகள் கோபமிகுதியால் துடித்தன. ஆனால் சட்டென முகத்தில் களி சுடர்விட அவன் இடத்தைவிட்டுத் துள்ளி எழுந்தான்.

"உட்கார் தம்பி" என்றான்.

காயமடைந்தவன் கூச்சமுற்று மறுத்தான்.

"நீங்கள் என்ன தோழர் ஸீனியர் லெப்டினன்ட் கவலைப்படாதீர்கள் நான் நிற்கிறேன். ரொம்ப தூரம் இல்லை. இரண்டு நிறுத்தங்கள் தாம் பாக்கி" என்று கூறினான்.

குறும்புத்தனம் கொண்ட குதூகலம் அலெக்ஸேயின் உள்ளத்தில் ஊற்றெடுத்தது. "உட்கார் என்கிறேனே!" என உரக்கக் கத்தினான்.

இந்தச் சமயத்தில் ரெயில் கண்டக்டர் மாது அவன் போக வேண்டிய இடத்தின் பெயரை அறிவித்தாள். ரெயில் மெதுவாக நிற்கலாயிற்று. கூட்டத்தில் புகுந்து விலக்கிக்கொண்டு முன்னேறிய அலெக்ஸேய் கதவருகே வில் கண்ணாடிக்காரக் கிழவனாரை மறுபடி எதிர்ப்பட்டான். அவர் நெடுநாள் பழகியவர் போல அவனை நோக்கிக் கண் சிமிட்டினார்.

"என்ன நினைக்கிறீர்கள்? என்னவானாலும் இரண்டாவது போர்முனை திறக்கப்படுமா?" என்று கிசுகிசுத்தார்.

"திறக்கப்படவில்லை என்றால் நாமே சமாளித்துக் கொள்வோம்" என்று பதிலளித்துவிட்டு மரப் பிளாட்பாரத்தில் இறங்கினான் அலெக்ஸேய்.

ஆரோக்கிய நிலையம் போகும் வழி மாஸ்கோவில் அவனுக்கு விவரமாக விளக்கப்பட்டிருந்தது. தேர்ந்த படைவீரன் ஆதலால் அவன் ஒரு சில அடையாளங்களைக் கொண்டு ஆரோக்கிய நிலையம் போகும் வழியைச் சிரமமின்றிக் கண்டு கொண்டான். ரெயிலடியிலிருந்து பதினைந்து நிமிட நடைத்தொலைவில், அமைதியான சிறு ஏரியின் கரையில் இருந்தது ஆரோக்கிய நிலையம்.

சமாதானக் காலத்தில் விமானிகள் மனைவிமாருடனும் சில வேளைகளில் குடும்பத்தினர் அனைவருடனும் இங்கே தங்கினார்கள். போர்க் காலத்தில் மருத்துவமனைச் சிகிச்சைக்குப் பின் உடம்பைத் தேற்றிக் கொள்ள அவர்கள் இங்கு அனுப்பப்பட்டார்கள். இரு மருங்கிலும் பிர் மரங்கள் வளர்ந்திருந்த விசாலமான தார் ரோடு சுற்றி வளைத்துக்கொண்டு ஆரோக்கிய நிலையத்துக்குச் சென்றது. ஆனால் அலெக்ஸேய் அதில் போகாமல் ரெயிலடியிலிருந்து காட்டின் ஊடாக ஏரிக்கு நேரே சென்ற ஒற்றையடிப் பாதையில் நடந்தான். ஒருவகையில் சொன்னால் அவன் பின்புலத்திலிருந்து ஆரோக்கிய நிலையத்தை அடைந்தான். ஒருவரும் அவனைக் கவனிக்கவில்லை. பிரதான வாயிலருகே பிதுங்கப் பிதுங்க ஆட்களால் நிறைந்த இரண்டு பஸ்கள் நின்றன. அவற்றைச் சூழ்ந்திருந்த ஆட்கள் கூட்டத்தில் அலெக்ஸேய் கலந்து கொண்டான்.

- ஆரோக்கிய நிலையத்திலிருந்து நேரே போர்முனை செல்லும் விமானிகளை வழியனுப்பவே ஆட்கள் கூடியிருக்கிறார்கள் என்பதை உரையாடல்கள், கேலிப் பேச்சுக்கள், வழியனுப்புக் கத்தல்கள் வாழ்த்துக்கள் ஆகியவற்றிலிருந்து அலெக்ஸேய் தெரிந்து கொண்டான். பிரயாணிகள் குதூகலமும் இன்பக் கிளர்ச்சியும் கொண்டிருந்தார்கள்

- தாங்கள் போவது ஒவ்வொரு மேகத்துக்கும் பின்னே சாவு தங்களுக்காகப் பதிபோட்டிருக்கும் இடத்துக்கு அல்ல, அமைதி நிறைந்த சொந்தப் படைத் தளங்களுக்கு என்பது போல வழியனுப்புவோரின் முகங்களில் பொறுமை யின்மையும் ஏக்கமும் ததும்பின அலெக்ஸேய் இதைப் புரிந்துகொண்டான். தெற்கே நடந்து கொண்டிருந்த புதிய பிரமாண்டமான போர் தொடங்கியது முதலே அடக்கமுடியாத இந்தக் கவர்ச்சியை அவனும் உணர்ந்து வந்தான். போர்முனையில் நிகழ்ச்சிகள் விரிவடைந்து கொண்டும் நிலைமை சிக்கலாகிக் கொண்டும் போகப் போக இந்தக் கவர்ச்சி அதிகரித்தது. இராணுவ வட்டாரங்களில், தணிந்த குரலிலும் எச்சரிக்கையுடனுந்தான் என்றாலும், "ஸ்தாலின்கிராத்" என்ற சொல் உச்சரிக்கப்படத் தொடங்கியதுமே, இந்தக் கவர்ச்சி வேதனை தரும் ஏக்கமாக வளர்ந்துவிட்டது. மருத்துவமனையில் கட்டாயம் காரணமாகச் செயலற்று இருப்பது சகிக்க முடியாதது ஆகிவிட்டது.

பகட்டான பஸ்களின் ஜன்னல்களிலிருந்து வெளியே பார்த்தன பழுப்பேறிய, கிளர்ச்சி பொங்கும் முகங்கள். உயரமற்ற மேனியும் வழுக்கைத் தலையும் நொண்டும் காலும் கொண்ட ஓர் ஆர்மீனியன் கோடிட்ட பைஜாமா அணிந்து கெந்திக் கெந்தி நடந்தவாறு பஸ்களின் அருகே அலை பாய்ந்தான். இளைப்பாறுவோர் கூட்டம் ஒவ்வொன்றிலும் கட்டாயமாகக் காணப்படும் வகையைச் சேர்ந்த எல்லோராலும் ஏற்றுக் கொள்ளப்பட்ட வேடிக்கைப் பேச்சாளர்கள், சுயவிருப்ப விகடகவிகளில் இவன் ஒருவன் கைத்தடியை வீசி ஆட்டியவாறு ஒரு பிராணிக்கு ஏதோ சொல்லிக் கொண்டிருந்தான் அவன்.

"ஏய் வானில் பாசிஸ்டுகளுக்கு என் வணக்கத்தைத் தெரிவியுங்கள்! பேத்யா! உன்னை நிலவு ஸ்நானத்தை முடிக்க விடாமல் அடித்ததற்காக அவர்களிடம் கணக்குத் தீர்த்துக்கொள். பேத்யா! பேத்யா! தலைசிறந்த சோவியத் விமானிகளின் காதல் விவகாரங்களில் அவர்கள் குறுக்கிட்டது பண்பற்ற செய்கை என்று வானத்தில் அவர்களுக்குக் காட்டு. பேத்யா, பேத்யா! போர்க்களத் தபால் நிலைய எண்ணை விரைவில் எழுதி அனுப்பு. ஸீனா உன்னுடைய இதயத்தைப் பதிவு அஞ்சலில் திருப்பி அனுப்புவாள்."

மரச்சாலைத் திருப்பத்தில் பஸ்கள் மறைந்துவிட்டன. மாலை வெயிலில் பொன்மயமாக மின்னிய புழுதி அடங்கிவிட்டது. மேலங்கிகளும் கோடிட்ட பைஜாமாக்களும் அணிந்த இளைப்பாறுவோர் மெதுவாகப் பூங்காவில் அவரவர் வழிகளில் நடக்கலானார்கள். நொண்டி ஆர்மீனியன் மெரேஸ்யெவை அலுவலகத்துக்குக் கொண்டு விட்டுவிட்டுப் போனான். கிட்டத்தில் கூர்ந்து பார்க்கையில், பெரிய, அழகிய, சோகம் ததும்பிய விழிகள் கொண்ட அவனது முகம்

ஆழ்ந்த அறிவார்ந்த தோற்றம் உள்ளதாகக் காணப்பட்டது. தான் மருத்துவ நிலாக் கமிட்டித் தலைவன் என்று வழியில் அவன் தன்னை வேடிக்கையாக அறிமுகப்படுத்திக் கொண்டான். நிலா ஸ்நானம் எந்தக் காயத்துக்கும் கைகண்ட மருந்து என்றும் இந்தக் காரியத்தில் தான்தோன்றித்தனத்தையும் ஒழுங்கின்மையையும் தான் அனுமதிப்பதில்லை என்றும் மாலை உலாவலுக்கு ஏற்ற ஆடைகள் பற்றித் தானே குறிப்பு எழுதித் தருவதாகவும் கூறினான். அவன் ஏதோ இயந்திரம் போல வேடிக்கை பேசினான். அப்போது அவனுடைய விழிகள் அதே ஆழ்ந்த தோற்றம் கொண்டிருந்தன, எதிராளியை ஆவலுடன் கூர்ந்து நோக்கின.

அலுவலகத்தில் வெள்ளை நீளங்கி அணிந்த ஒரு பெண் மெரேஸ்யெவை எதிர்கொண்டாள். அவளுடைய கேசம் ஒரே செம்பழுப்பாக இருந்தமையால் அவளது தலை மூண்டெரியும் தீக்கொழுந்துகளால் சூழப்பட்டது போலத் தோற்றம் அளித்தது.

தான் படித்துக்கொண்டிருந்த புத்தகத்தை வைத்துவிட்டுக் கண்டிப்பான குரலில் கேட்டாள் அவள். "மெரேஸ்யெவ்? அலெக்ஸேய் பெத்ரோசிவ் மெரேஸ்யெவ்?" விமர்சனக் கண்களுடன் விமானியை ஏற இறங்க நோட்டமிட்டாள். "நீங்கள் என்ன என்னிடம் விளையாடுகிறீர்கள்? இதோ பதிவாகியிருக்கிறது, மெரேஸ்யெவ், சீனியர் லெப்டினன்ட், கால்கள் இல்லாதவர்' என்று நீங்களோ..."

"என்ன ஆயினும் நான்தான் அலெக்ஸேய் மெரேஸ்யெவ். இதோ என் நியமனப்பத்திரம் - நீங்கள் தாம் லோல்யாவா?"

"இல்லை. எங்கிருந்து இந்தப் பெயரைத் தேடிப்பிடித்தீர்கள்? என் பெயர் ஸீனா. உங்கள் பொய்க்கால்களா இப்படி இருக்கின்றன?" என்று நம்பிக்கை இன்றி அலெக்ஸேயின் கால்களைப் பார்த்தாள்.

"ஓகோ! அப்படியானால் பேத்யா தன் இதயத்தைப் பறி கொடுத்த அதே ஸீனாவா நீங்கள்?"

"மேஜர் புர்நாஸியான் என்னைப் பற்றி உங்களிடம் இப்படிக் கதை கட்டிவிட்டாரோ? அதற்குள் அவருக்கு வாய்ப்பு கிடைத்து விட்டதே. ஐயே, இந்த புர்நாஸியானைக் கண்டாலே கரிக்கிறது எனக்கு! எதை எடுத்தாலும் கேலியும் நையாண்டியும், எதை எடுத்தாலும்! பேத்யாவுக்கு நான் நடனமாடக் கற்றுக்கொடுத்தேன் என்றால் இதில் என்ன பிரமாதம் வந்துவிட்டது? நல்ல வம்புதான் போ!"

"இப்போது எனக்குக் கற்றுக்கொடுப்பீர்கள், சம்மதந்தானே? நிலவு ஸ்நானத்துக்கு எனக்கு அனுமதிச் சீட்டு தருவதாக புர்நாஸியான் வாக்களித்திருக்கிறார்."

அந்தப் பெண் முன்னிலும் அதிக வியப்புடன் அலெக்ஸேயை நோக்கினாள்.

“நடனமாடப் போகிறீர்களா? எப்படி? கால்கள் இல்லாமலா? நல்ல வேடிக்கைதான். நீங்களும் எல்லாவற்றையும் பரிகசிக்கிறீர்கள் போலும்” என்றாள்.

அந்தச் சமயத்தில் மேஜர் ஸ்த்ருச்கோவ் அறைக்குள் ஓடிவந்து மேரெஸ்யெவை இறுகத் தழுவிக்கொண்டார்.

“ஸீனா, ஏற்கெனவே பேசி வைத்துக்கொண்டோம் அல்லவா, சீனியர் லெப்டினன்ட் என் அறையில் தங்குவார் என்று.”

ஒரே மருத்துவமனையில் நீண்ட காலம் தங்கிச் சிகிச்சை பெறுபவர்கள் அப்புறம் சகோதரர்கள் போல் ஒருவரையொருவர் சந்திக்கிறார்கள். மேஜரை அனேக ஆண்டுகள் காணாதவன் போல அலெக்ஸேய் பெருங்களிப்பு அடைந்தான். ஸ்த்ருச்கோவின் சாமான் பை ஆரோக்கிய நிலையத்தில் இருந்தது. அவர் இங்கே சொந்த வீட்டில் போல் விட்டாற்றியாக இருந்தார். எல்லோரையும் தெரிந்து கொண்டிருந்தார், எல்லோருக்கும் அவரைத் தெரிந்திருந்தது.

இரவுச் சாப்பாட்டுக்குப் பிறகு உடனேயே அலெக்ஸேய் கட்டிலில் ஏறி, மாலை மூடுபனி காரணமாக ஈரப்பதமாயிருந்த குளிர்ந்த படுக்கை மீது நீட்டிப்படுத்து அக்கணமே உறங்கிவிட்டான்.

அந்த இரவில் அவன் விந்தையான, கலவரமூட்டும் கனவுகள் கண்டான். நீலம் பாரித்த வெண்பனி, நிலா காடு சடை வலை போல அவனை மூடிப்போர்த்திருந்தது. இந்த வலையை அறுத்துக்கொண்டு அவன் விடுபடவேண்டும், ஆனால் வெண்பனி அவன் கால்களைப் பிணித்தது. இன்னதென்று விளங்காது. ஆனால் பயங்கரமான துன்பம் தனக்கு நேரப்போகிறது என்று உணர்ந்து அலெக்ஸேய் வேதனை அடைந்தான். கால்கள் வெண்பனியில் விறைத்துப்போயின. ஆனால் அவற்றை அங்கிருந்து அகற்ற அவனுக்கு வலுவில்லை. அவன் முனகினான். புரண்டான் - அதற்குள் அவன் முன் காடு அல்ல, விமான நிலையம் இருந்தது. நெடுங்காலனான டெக்னீஷியன் யூரா இறக்கையற்ற விந்தையான மெத்தென்ற விமானத்தின் விமானி அறையில் இருந்தான். அவன் கையை ஆட்டினான், சிரித்தான், பின்பு செங்குத்தாக மேலே கிளம்பி வானில் பறந்தான். மிஹாய்லா தாத்தா அலெக்ஸேயைத் தூக்கிக் கொண்டு குழந்தையிடம் சொல்வதுபோல, கிடக்கிறான் அவன். போகட்டும். நீயும் நானும் வெந்நீரில் குளிப்போம், அங்கங்களைச் சூடுபடுத்திக் கொள்வோம், நன்றாக, இதமாக” என்றார். ஆனால் சூடான பலகையில் அல்ல, வெண்பனியில் அவனைக் கிடத்தினார் அவர். அலெக்ஸேய் எழுந்திருக்கப் பார்க்கிறான், முடியவில்லை. தரை அவனை வலுவாகத் தன் பக்கம் இழுத்து அழுத்துகிறது. இல்லை, இழுத்து அழுத்துவது தலை அல்ல, கரடி ஒன்று தன் சூடான உடம்போடு அவன் மேல் விழுந்து அவன் மூச்சைப் பிடித்தது.

அங்கங்களை முறிக்கப் பார்த்தது 'கொர் கொர்'ரென்று செருமிற்று விமானிகளை ஏற்றிக்கொண்டு பஸ்கள் அருகாகச் சென்றன. ஆனால் ஜன்னல்கள் வழியே சந்தோஷமாக வெளியே பார்த்துக் கொண்டிருந்த அந்த ஆட்கள் அவனைக் கவனிக்கவில்லை. அவர்களை உதவிக்கு வரும்படி கத்தி அழைக்க விரும்பினான் அலெக்ஸேய். அவர்களை நோக்கிப் பாய்ந்து ஓட அல்லது கையால் ஜாடையாவது காட்ட அவன் முயன்றான். ஆனால் முடியவில்லை. வாய் திறந்தது எனினும் கிசுகிசுப்புதான் கேட்டது. அலெக்ஸேய்க்கு மூச்சு திணற ஆரம்பித்தது. இருதயத்துடிப்பு நிற்பதை அவன் உணர்ந்தான். கடைசி முயற்சி செய்து பார்த்தான்...

விளங்காத கலவர உணர்ச்சியுடன் விழித்துக் கொண்டான் அலெக்ஸேய் அறையில் நிசப்தம். லேசான ஒலிப்புடன் மூச்சுவிட்டவாறு உறங்கிக்கொண்டிருந்தார் மேஜர். நிலவொளித் தம்பம் அறையின் குறுக்கே சென்று தரையில் ஊன்றியிருந்தது. அந்தப் பயங்கர நாட்களின் மாதிரி உருவங்கள் ஏன் திடீரென்று திரும்பி வந்துவிட்டன? இந்த நாட்களை அலெக்ஸேய் அனேகமாக நினைவுப்படுத்திக்கொள்ளவே இல்லை. எப்போதாவது ஞாபகப்படுத்திக் கொள்ளத் தொடங்கினாலும் அவை அவனுக்கு ஏதோ பிதற்றலான கட்டுக் கதையாகவே தோன்றின. ஒருசீரான மெல்லொலி, உறக்க முணுமுணுப்பு இரவுக் காற்றின் நறிய குளுமையுடன் நிலவால் ஒளியுறுத்தப்பட்ட விரியத் திறந்த ஜன்னல் வழியே அறைக்குள் பெருகியது. ஒரு சமயம் அது கிளர்ச்சியுடன் பொங்கி வந்தது. மறு சமயம் தொலைவில் அகன்று அவிழ்ந்தது. வேறு சமயம் கலவரம் நிறைந்த சீறல் ஒலியாக மாறியது. பைன் மரச் சோலையின் சலசலப்பு அது.

அலெக்ஸேய் கட்டிலில் உட்கார்ந்து பைன் மரங்களின் மர்ம ஒலியை வெகுநேரம் கேட்டுக்கொண்டிருந்தான். பின்பு அந்த மாய மயக்கத்தை விரட்டியடிப்பவன் போலத் தலையை வெடுக்கென்று அசைத்தான். பிடிவாதம் நிறைந்த மகிழ் பொங்கும் ஆற்றல் அவனுக்குள் மீண்டும் நிறைந்தது. ஆரோக்கிய நிலையத்தில் அவன் இருபத்து எட்டு நாட்கள் தங்கியிருக்க வேண்டும். அவன் போரிடவும் விமான மோட்டவும் வாழவும் போகிறானா அல்லது டிராமில் மற்றவர்கள் எப்போதும் அவனுக்கு உட்கார இடங்கொடுத்து விலகிக் கொள்ளவும் அனுதாபத்துடன் அவனைப் பார்க்கவும் வேண்டியிருக்குமா என்பது அதன் பிறகே தீர்மானிக்கப்படும். எனவே, இருபத்து எட்டு நாட்கள் கொண்ட இந்த நீண்ட அல்லது குறுகிய காலத்தின் ஒவ்வொரு நிமிடமும் உண்மை மனிதன் ஆவதற்குரிய போராட்டமாக விளங்க வேண்டும்.

நிலவு வெளிச்சத்தில் கட்டிலில் உட்கார்ந்துகொண்டு, மேஜரின் குறட்டையைக் கேட்டவாறே பயிற்சித் திட்டம் வகுக்கலானான்

அலெக்ஸேய். காலை, மாலை உடற்பயிற்சி, நடை, ஓட்டம், கால்களுக்கு விசேஷப் பயிற்சி ஆகியவற்றை இந்தத் திட்டத்தில் அவன் சேர்த்துக் கொண்டான். அவனுக்குச் சிறப்பாகக் கவர்ச்சி அளித்தது, செயற்கைக் கால்களை எல்லா வகைகளிலும் பழக்கித் தேர்ச்சிபெறச் செய்வதாக நம்பிக்கை ஊட்டியது ஸீனாவுடன் உரையாடுகையில் அவனுக்கு உதித்த கருத்துதான்.

நடனமாடக் கற்றுக்கொள்வது என்று அவன் முடிவு செய்தான்.

3

தெள்ளத் தெளிந்த ஆகஸ்டு மாத நண்பகல். அமைதி கொலு வீற்றிருந்தது. இயற்கையில் எல்லாம் மெருகேற்றப்பட்டுப் பளிச்சிட்டன. ஆயினும் இந்தத் தளதளப்பு வாடிவிடும் என்ற உள்ளார்ந்த துயரத்தை இன்னும் புலப்படாத எவையோ அறிகுறிகளால் வெதுவெதுப்பான காற்றில் இப்போதே உணர முடிந்தது. புதர்களுக்கு இடையே கலகல ஒலியுடன் வளைந்து நெளிந்து சென்ற ஓடை போன்ற சிற்றாற்றின் சிறு மணற்கரையில் அந்த நண்பகலில் வெயில் காய்ந்துகொண்டிருந்தார்கள் சில விமானிகள்.

வெக்கையினால் சோர்ந்து அவர்கள் உறங்கி வழிந்தார்கள். களைப்பறியாத புர்நாஸியான்கூட காயத்துக்குப்பின் சரியாகப் பொருந்தாத தனது ஊனமுற்ற காலைக் கதகதப்பான மணலில் புதைத்தவண்ணம் மௌனமாயிருந்தான். வெளியார் பார்வையில் படாமல் சாம்பல் நிறக்கொட்டைமர இலைகளின் மறைவில் அவர்கள் படுத்திருந்தார்கள். ஆனால், வெள்ளப்படுகைக்கு உயரே சரிவு வழியே பசும் புல்லில் நீண்டு சென்றிருந்த ஒற்றையடிப்பாதை அவர்களுக்குத் தெரிந்தது. தனது காலுடன் சீராடிக் கொண்டிருந்த புர்நாஸியான் தன்னை வியப்பில் ஆழ்த்திய ஒரு காட்சியை அந்தப் பாதையில் கண்ணுற்றான்.

ஆரோக்கிய நிலையத்துக்கு முந்திய நாள் வந்த இளைஞன் கோடிட்ட பைஜாமாக் காற்சட்டையும் பூட்சுகளும் அணிந்து சட்டை போடாமல் திறந்த மேனியனாகச் சோலையிலிருந்து வெளிப்பட்டான். சுற்றுமுற்றும் கண்ணோட்டினான். எவரும் பார்வையில் படவில்லை. திடீரென அவன் முழங்கைகளை விலாக்களில் சேர்த்துப் பொருத்தியவாறு விந்தையாகத் துள்ளித் துள்ளி ஓடத் தலைப்பட்டான். ஓர் இருநூறு மீட்டர்கள் ஓடியபின், மேல் மூச்சு கீழ் மூச்சு வாங்க, உடம்பெல்லாம் வியர்த்துக் கொட்ட, நடக்கத் தொடங்கினான். சற்று இளைப்பாறிய பிறகு மறுபடி ஓடினான். ஓட ஓட விரட்டப்பட்ட குதிரையின் விலா போன்று அவனுடைய மேனி பளபளத்தது. புர்நாஸியான் ஒன்றும் பேசாமல் தன் தோழர்களுக்கு ஓடுபவனைச் சுட்டிக்காட்டினான். புதர்

மறைவிலிருந்து அவர்கள் அவனைக் கவனிக்கலாயினர். சிக்கலற்ற இந்த உடற்பயிற்சியால் புதியவனுக்கு மூச்சு திணறிற்று; அவன் முகம் வலியினால் சுளித்தது. சில வேளைகளில் அவன் முனகினான், எனினும் மேலும் மேலும் ஓடிய வண்ணமாயிருந்தான்.

"யார் இந்த ஸர்க்கஸ்காரன்? மூளை புரண்டவனா?" என்று விளங்காமல் வினவினான் புர்நாஸியான்.

தூக்கத்திலிருந்து அப்போதுதான் விழித்துக்கொண்ட மேஜர் ஸ்த்ருச்கோவ் விளக்கினான்.

அவனுக்குக் கால்கள் இல்லை. பொய்க்கால்களில் பயிற்சி செய்கிறான். சண்டை விமானப்படைக்குத் திரும்ப விரும்புகிறான்."

இதைக் கேட்டதும், சோர்ந்துபோயிருந்த அந்த ஆட்களுக்குக் குளிர் நீரை மேலே கொட்டியது போல் இருந்தது. அவர்கள் துள்ளி எழுந்தார்கள், ஏககாலத்தில் பேச ஆரம்பித்தார்கள். விந்தையான நடையைத் தவிர வேறு எதையும் தாங்கள் அவனிடம் காணவில்லையோ, அந்த இளைஞன் கால்கள் இல்லாதவன் என்ற சேதி எல்லோரையும் பெரு வியப்பில் ஆழ்த்தியது. கால்கள் இல்லாமல் சண்டை விமானத்தை ஓட்டுவது என்ற அவனது எண்ணம் அசட்டுத்தனமாக, நம்ப முடியாததாக, துடுக்கானதாகக்கூட அவர்களுக்குப் பட்டது. கை விரல்கள் இரண்டை இழந்ததற்காக, நரம்புக் கோளாறுக்காக, அல்லது தட்டைப் பாதங்களுக்காக, இவைபோன்ற அற்ப விஷயங்களுக்காக ஆட்கள் விமானப் படையிலிருந்து விலக்கப்பட்ட நிகழ்ச்சிகளை அவர்கள் நினைவுபடுத்திக் கொண்டார்கள். விமானிகளின் உடல் நலம் எப்போதுமே, போர்க்காலத்தில் கூடக் கடினமாக நிபந்தனை களின்படி பரிசோதிக்கப்பட்டது. இந்த நிபந்தனைகள் மற்றப் பிரிவினரிடம் கோரப்பட்ட நிபந்தனைகளுடன் ஒப்பிடுகையில் அளவிடமுடியாதபடிக் கடினமாயிருந்தன. தவிர, சண்டை விமானம் போன்ற நுட்பமான, துல்லியமான இயந்திரத்தைப் பொய்க்கால்களைக் கொண்டு இயக்குவது சற்றும் இயலாததாகத் தோன்றியது.

மெரேஸ்யெவின் எண்ணம் ஈடேறாது என்பதில் எல்லோரும் ஒத்த கருத்து கொண்டிருந்தார்கள்.

"உன் நண்பன் ஒன்றா கடைத்தேற வகையற்ற மூடன் அல்லது மாபெரும் மனிதன். நடுத்தர நிலை அவனுக்குக் கிடையாது" என்று விவாதத்தை முடித்தான் புர்நாஸியான்.

சண்டை விமானம் ஓட்டுவதற்கு ஆசைப்படும் கால்களற்ற மனிதன் ஒருவன் ஆரோக்கிய நிலையத்தில் தங்கியிருக்கும் செய்தி கணப்போதில் எல்லா அறைகளுக்கும் பரவிவிட்டது. மதியச் சாப்பாட்டு வேளைக்குள் அலெக்ஸேய் எல்லோருடைய கவனத்துக்கும் நடுநாயகமாக விளங்கினான். ஆனால் இந்த விஷயத்தை அவன்

கவனிக்கவில்லை போலத் தோன்றியது. சாப்பாட்டு மேஜையில் அக்கம் பக்கத்தவர்களுடன் அவன் கலகலவென்று சிரித்துப் பேசினான். ஆர்வத்துடன் நிறையச் சாப்பிட்டான், வனப்பு வாய்ந்த பரிசாரகிகளுக்கு வழக்கப்படி கணக்காகப் பாராட்டுரைகள் பகர்ந்தான், தோழர்களுடன் பூங்காவில் உலாவினான், மரப்பந்து ஆடக் கற்றுக் கொண்டான், வாலிபால் கூட விளையாடினான். இவற்றை எல்லாம் கண்டு, கேட்டவர்கள் விரைவற்ற துள்ளு நடை தவிர வேறு எதுவும் அசாதாரணமானது அவனிடம் இருப்பதாக நினைக்கவில்லை. அவன் மிக மிகச் சாதாரணமான ஆள். ஜனங்கள் எடுத்த எடுப்பிலேயே அவனுக்குப் புழக்கமாகிவிட்டார்கள். அவன் மீது கவனம் செலுத்துவதை நிறுத்தி விட்டார்கள்.

ஆரோக்கிய நிலையத்துக்கு வந்த இரண்டாம் நாள் பிற்பகலில் அலெக்ஸேய் அலுவலகத்தில் ஸீனாவிடம் போனான். சடங்கு பாராட்டாமல் மேஜையருகே உட்கார்ந்து, அவள் தனது வாக்குறுதியை எப்போது நிறைவேற்றப் போகிறாள் என்று கேட்டான்.

“எந்த வாக்குறுதி” என்று விற் புருவங்களை உயர நிமிர்த்தி வினவினாள் ஸீனா.

“எனக்கு நடனமாடக் கற்றுத் தருவதாக நீங்கள் வாக்குறுதி அளித்தீர்கள்.”

“ஆனால்...” என்று மறுதலிக்கப் பார்த்தாள் அவள்.

“நீங்கள் கற்பிப்பதில் பெருத்த திறமைசாலி என்று சொன்னார்கள். கால்கள் இல்லாதவர்கள் உங்களிடம் நடனம் ஆடுவார்களாம். மாறாக, சாதாரணமானவர்கள் கால்களை மட்டுமல்ல, இதயத்தையே பறிகொடுத்து விடுவார்களாம், பேத்யாவைப் போல. எப்போது தொடங்குவோம்? வீணாக நேரத்தைக் கழிக்க வேண்டாம், சொல்லுங்கள்.”

இந்தப் புது ஆள் நிச்சயமாக அவளுக்குப் பிடித்துவிட்டான். கால்கள் அற்றவன், நடனம் கற்றுக்கொடுக்கச் சொல்கிறான்! ஆனால் ஏன் கூடாது?

ஸீனாவின் வாழ்க்கையின் நடனம் முக்கியமான பெரிய இடத்தைப் பெற்றிருந்தது. நடனத்தில் அவளுக்கு விருப்பம், நடனமாடுவதில் உண்மையான தேர்ச்சி பெற்றிருந்தாள் அவள்.... விஷயத்தை வளர்ப்பானேன்? அவள் இசைந்து விட்டாள். இதற்கு அவள் கடுமையான நிபந்தனைகள் விதித்தாள், அவன் கீழ்ப்படிவுடன் பாடுபட்டுக் கற்கவேண்டும், அவள் மேல் காதல் கொண்டு விடாமலிருக்க முயல வேண்டும் - ஏனெனில் காதல் கற்பதற்கு இடைஞ்சலாக இருக்கும். முக்கியமானது என்ன வென்றால், மற்ற இளைஞர்கள் அவளை நடனமாட அழைக்கும் போது அவன் பொறாமைப்படக் கூடாது.

ஏனெனில் ஒருவனோடு மட்டுமே நடனமாடினால் விரைவிலேயே அவள் தகுதியற்றவளாகக் கருதப்பட்டு விடலாம், மொத்தத்தில் இது சலிப்பூட்டுவது.

மெரேஸ்யெவ் இந்த நிபந்தனைகளை மறுப்பின்றி ஏற்றுக் கொண்டான். ஸீனா தனது தீக்கொழுந்துக் கூந்தலைச் சிலுப்பிச் சரிப்படுத்திக் கொண்டு, வடிவமைந்த சிறு கால்களை லாகவமாக அசைத்தவாறு அலுவலகத்திலேயே முதல் நடன அடிவைப்பை அவனுக்குக் காட்டினாள். ஒருகாலத்தில் மெரேஸ்யெவ் "ருஷ்ய" நடனமும் பழைய நடனங்களும் நன்றாக ஆடியதுண்டு. நெருப்பணைக்கும் படை வாத்தியக் குழு கமீஷின் நகரப் பூங்காவில் வாசிக்கும் இசைகளுக்கு ஏற்ப அவன் ஆடுவான். லயஞானம் அவனுக்கு இருந்தது. எனவே விரைவில் இந்தக் களிமிக்க கலையில் தேர்ச்சி பெற்றுவிட்டான். இப்போது அவனுக்கு ஏற்பட்ட சிரமம் எல்லாம், மீள்விசையும் துடிப்பும் கொண்ட உயிருள்ள கால்களால் அல்ல, வார்களால் முழங்கால்களுடன் இணைக்கப்பட்டிருந்த தோல் சாதனங்களின் உதவியால் லாகவமாகவும் பல திருப்பங்களுடனும் பயிற்சி செய்ய வேண்டியிருந்ததுதான். முழங்கால்களின் அசைவால், கனத்த பாங்கற்ற பொய்க்கால்களை உயிர்த்து இயங்கச் செய்வதற்கு அமானுடப் பிரயாசையும் தசைகளின் இறுக்கமும் சித்தவுறுதியும் தேவைப்பட்டன.

பொய்க்கால்களைத் தன் விருப்பத்துக்குக் கீழ்ப்படிய வைத்து விட்டான் அவன். புதிதாகக் கற்றுத் தேர்ந்த ஒவ்வொரு ஜதிவரிசையும் அவனுக்கு மிகுந்த மகிழ்ச்சி அளித்தது. ஒவ்வொரு புதிய அடிவைப்பும் சிறுவன் போன்று அவனுக்குக் களிப்பூட்டியது. அதைக் கற்றுத் தேர்ந்ததும் அவன் தன் ஆசிரியைத் தூக்கித் தட்டாமாலை சுற்றத் தொடங்குவான் தன்மீதே தான் அடைந்த வெற்றியைக் கொண்டாடுவான். சிக்கலான, வெவ்வேறு தன்மைகள் கொண்ட இந்தக் குதிப்புக்கள் அவனுக்கு எவ்வளவு வலி உண்டாக்கின. இந்தக் கலையைப் பயில்வதற்கு அவன் எத்தகைய வலி செலுத்த வேண்டியிருந்தது என்பதை யாருமே, முதன்மையாக அவனுடைய ஆசிரியை ஊகிக்கவே முடியவில்லை. சில வேளைகளில் அவன் முகத்து வியர்வையுடன் கட்டுக்கடங்காது மல்கிய கண்ணீரையும் அலட்சியமான கைவீச்சுடன் புன்னகை செய்தவாறு துடைத்துக் கொண்டதை ஒருவரும் கவனிக்கவில்லை.

ஒருதடவை அவன் ஒரேயடியாகக் களைத்துச் சோர்ந்து, அதே சமயம் குதூகலம் பொங்க அறைக்குள் தத்திக் குதித்து வந்தான்.

அங்கே மேஜர் ஸ்ருத்ச்கோவ் ஜன்னல் அருகே ஏதோ எண்ணத்தில் ஆழ்ந்தவராக நின்று கொண்டிருந்தார். வெளியே கோடைப் பகல் மெதுவாக முடிந்து கொண்டிருந்தது. கதிரவனின் கடைசிக் கிரகணங்கள் மரமுடிகளின் ஊடாக மஞ்சள் பொறிகளைச் சிதறின.

“நடனமாடக் கற்றுக்கொள்கிறேன்!” என்று மேஜரிடம் வெற்றிக் குரலில் அறிவித்தான் மெரேஸ்யெவ்.

மேஜர் ஒன்றும் பேசவில்லை.

மெரேஸ்யெவ் அப்பாடா என்று பொய்க்கால்களைக் கழற்றி வைத்துவிட்டு, வார்களின் இறுக்கத்தால் இரத்தங்கட்டிப் போயிருந்த கால்களை நகங்களால் அழுத்திப் பிறாண்டியவாறே, “கற்றுத் தேர்ந்துவிடுவேன், கட்டாயமாக” என்று பிடிவாதத்துடன் மொழிந்தான்.

4

ஸீனா அலுவலகத்தின் தன் வேலையை முடித்ததுமே அவளுடைய சீடன் ஆளோடியில் அவளை எதிர்பார்த்துக் காத்திருப்பான். ஸீனா பெருமிதம் துலங்க அவனுக்குக் கை கொடுப்பாள். இருவரும் ஹாலுக்குச் செல்வார்கள். கோடைகாலம் ஆதலால் அது வெறுமையாக இருக்கும். ஈடுபாடு மிக்க சீடன் அங்கே சீட்டாட்ட மேஜைகளையும் பிங்-பாங் மேஜையையும் முன்னரே சுவரோரமாக நகர்த்தி இடம் செய்து வைத்திருப்பான். ஸீனா அவனுக்குப் புதிய ஜதி வரிசையை ஒயிலுடன் ஆடிக் காட்டுவாள். அவளுடைய எழிலார்ந்த சிறு கால்கள் தரையில் இடும் கோலங்களை அலெக்ஸேய் புருவங்களை நெரித்தவாறு உன்னிப்பாகக் கவனிப்பான். அப்புறம் ஸீனா ஆழ்ந்த முகத் தோற்றத்துடன் கைகளைக்கொட்டி தாளக்கணக்கை எண்ணத் தொடங்குவாள்.

“ஒன்று, இரண்டு, மூன்று வலப்புறம் சறுக்கல்... ஒன்று, இரண்டு மூன்று, இடப்புறம் சறுக்கல்... திருப்பம். அப்படித்தான். ஒன்று, இரண்டு, மூன்று, ஒன்று, இரண்டு, மூன்று.... இப்போது சேர்ந்து ஆடுவோம்.”

கால்கள் இல்லாதவனுக்கு நடனமாடக் கற்றுக்கொடுக்கும் பொறுப்பு அவளுக்குக் கவர்ச்சி அளித்தது போலும் வெயிலில் பழுப்பேறிய நிறமும், கரிய முடியும், பிடிவாதமும் “வெறியும்” சுடர்விட்ட விழிகளும் கொண்ட இந்தச் சீடனை அவளுக்குப் பிடித்துவிட்டது போலும். அல்லது இன்னும் சரியாகச் சொன்னால் இரண்டு உணர்ச்சிகளும் சேர்ந்து இருந்தன போலும் என்னவாயினும் சரியே. தனது ஒழிவு நேரத்தை எல்லாம் ஈடுபடுத்தி உளப்பூர்வமாக அவள் அவனுக்குக் கற்பித்தாள்.

மாலை வேளைகளில், ஏரிக்கரையும் வாலிபால், முதலிய விளையாட்டுக்களுக்கான மைதானங்களும் காலியாகிவிடும் போது ஆரோக்கிய நிலையத்தினர் நடனத்தில் விருப்புடன் ஈடுபடுவார்கள். அலெக்ஸேய் இந்த மாலை நிகழ்ச்சிகளில் கட்டாயமாகப் பங்கு கொள்வான், மோசமில்லாமல் நடனமாடினான். ஓர் ஆட்டத்தைக்

கூட அவன் விடுவதில்லை. இத்தகைய கடுமையான பயிற்சி நிபந்தனைகளை அவனுக்கு விதித்ததுபற்றி அவனுடைய ஆசிரியை பல முறை பச்சாதாபப்பட்டாள். அக்கார்டியன் இசைக்கும், இணைகள் சுழன்று ஆடும். அலெக்ஸேய் விழிகளில் கிளர்ச்சி சுடர்விட, உற்சாகம் பொங்க, சறுக்கல்கள், திருப்பங்கள், நிறுத்தங்கள் முதலியவற்றை எல்லாம் லாகவமாகச் செய்வான். தழல் வீசுவது போன்ற கூந்தல் கொண்ட மெல்லிய அழகியை அவன் சிரமமின்றித் தன்னுடன் இட்டுச் செல்வதுபோல் இருக்கும். இந்த லாகவமுள்ள நர்த்தகனைப் பார்ப்பவர்கள் எவருக்கும், சில வேளைகளில் ஹாலிலிருந்து மறைந்து அவன் என்ன செய்கிறான் என்பதை அனுமானிக்கவே முடியாது.

குப்பென்று சிவந்த வதனத்தில் புன்னகை மிளிர, கைக்குட்டையை அலட்சியமாக வீசியவாறு அவன் வெளியில் வருவான். ஆனால், நிலை வாயிலைக் கடந்து இரவுக் காட்டின் இருட்டில் அடி வைத்ததுமே அவனது புன்னகை வேதனையால் ஏற்படும் சுளிப்பாக மாறிவிடும். அழியைப் பிடித்துக்கொண்டு வாயிற்படிகளில் முனகித் தள்ளாடியபடி இறங்கி, பனி பெய்து ஈரமாயிருக்கும் புல்லில் விழுவான். பகல் வெப்பத்தால் இன்னும் கதகதப்பாயிருக்கும் ஈரத்தரையில் உடல் முழுவதும் படியும்படி அழுத்திக்கொண்டு, உழைத்துச் சோர்ந்து வார்களால் இறுக்கப்பட்ட கால்களில் ஏற்படும் காந்தும் வலி பொறுக்க மாட்டாமல் அழுவான்.

வார்களைத் தளர்த்திவிட்டுக் கால்கள் இளைப்பாற வசதி செய்வான். அப்புறம் பொய்க்கால்களை மறுபடி மாட்டி இறுக்கிக் கொண்டு துள்ளி எழுந்து விரைவாகக் கட்டடத்துக்கு நடப்பான். யாரும் கவனிக்காதபடி ஹாலுக்குள் புகுவான். களைப்பறியாத அங்கவீனனான அக்கார்டியன் வாத்தியக்காரன் வியர்த்துக்கொட்ட அங்கே வாசித்துக் கொண்டிருப்பான். அலெக்ஸேய் தன்னைக் கூட்டத்தில் விழிகளால் தேடும் ஸீனாவை அணுகி, பீங்கான் போன்று வெண்மையான தன் வரிசையான பற்கள் தெரியும்படி முகம் மலர முறுவலிப்பான். பிறகு லாகவமும் வனப்பும் வாய்ந்த இவ்விருவரும் மறுபடி நடனத்தில் கலந்து கொள்வார்கள்.

கடினமான நடனப்பயிற்சியின் விளைவை விரைவிலேயே அலெக்ஸேய் கண்டான். பொய்க்கால்களின் தளைபூட்டும் பாதிப்பை வர வரக் குறைவாகவே அவன் உணரலானான். கொஞ்சங் கொஞ்சமாக அவை அவனுடைய அங்கங்கள் போல் ஆகிவிட்டன.

அலெக்ஸேய் மனநிறைவு கொண்டிருந்தான். இப்போது ஒரு விஷயம் மட்டுமே அவனுக்குக் கலவரம் ஊட்டியது. ஓல்காவிடமிருந்து கடிதமே வராததுதான் அந்த விஷயம். ஒரு மாதத்துக்கு முன் அவன் அவளுக்குக் கடிதம் எழுதியிருந்தான். அது முற்றிலும் அசட்டுத்தனமான

கடிதம் என்று இப்போது அவனுக்குப் பட்டது. அதற்குப் பதில் இல்லை. தினந்தோறும் காலையில் உடற்பயிற்சியும் ஓட்டமும் (ஒவ்வொரு நாளும்) ஓடும் தூரத்தை நூறு தாவடிகள் அதிகப்படுத்தி வந்தான் அவன் முடிந்ததும் அவன் அலுவலகம் சென்று தபால் பெட்டியைப் பார்ப்பான். "ம" என்ற முதலெழுத்துக்கு உரி செருகு அறையில் எப்போதுமே மற்றவற்றைவிட அதிகக் கடிதங்கள் இருக்கும். ஆனால் இந்தக் கடிதக் கட்டை மறுபடி மறுபடி பிரித்துப் பார்த்தும் வெறுங்கையுடனேயே திரும்புவான் அலெக்ஸேய்.

ஒருநாள் அவன் நடனத்தில் ஈடுபட்டிருக்கும் போது பயிற்சி அறை ஜன்னலுக்கு வெளியே புர்நாஸியானின் கரிய தலை தென்பட்டது. அவன் கைகளில் தடியும் ஒரு கடிதமும் இருந்தன. அவன் எதுவும் சொல்வதற்குள் பள்ளி மாணவனது போன்ற குண்டு குண்டான எழுத்துக்களில் முகவரி எழுதப்பட்டிருந்த உறையை அலெக்ஸேய் வெடுக்கெனப் பிடுங்கிக் கொண்டு வெளியே பாய்ந்து ஓடிவிட்டான். புர்நாஸியான் வியப்புடன் ஜன்னலருகேயும் கோபமுற்ற ஸீனா அறை நடுவிலும் நின்று கொண்டிருந்தார்கள்.

உறை நைந்து மங்கியிருந்தது. முகவரிக்கு உரியவனைத் தேடி நாட்டில் அது நெடுந்தூரம் சுற்றி வந்திருக்க வேண்டும் என்று தோன்றியது. அலெக்ஸேய் பதபாகமாக உறையைப் பிரித்துக் கடிதத்தின் கடைசி வரியை உடனேயே பார்த்தான். "முத்தங்கள், அன்பா. ஓல்கா" என்று முடிந்திருந்தது கடிதம். அவன் நெஞ்சை அழுத்திக் கொண்டிருந்த சுமை இறங்கியது போல் இருந்தது. நோட்டுப்புத்தகத்திலிருந்து கிழிக்கப்பட்ட காகிதங்களை நிம்மதியுடன் மடியில் பரப்பி வைத்துக்கொண்டான் அலெக்ஸேய். காகிதங்களை மண்ணும் ஏதோ கரிய பொருளும் என்ன காரணத்தாலோ கறைப்படுத்தியிருந்தன. வத்தி மெழுகு அவற்றில் சொட்டியிருந்தது. நறுவிசாகக் காரியம் செய்யும் ஓல்காவுக்கு என்ன வந்துவிட்டது? இவ்வாறு எண்ணியபடியே கடிதத்தைப் படித்தான். படிக்கப் படிக்க கர்வத்தாலும் கலவரத்தாலும் அவன் நெஞ்சு விம்மியது. ஓல்கா இப்போது ஒரு மாதமாகத் தொழிற்சாலை வேலையை விட்டுவிட்டு எங்கேயோ ஸ்தெப்பி வெளிகளில் வசிக்கிறாள். அங்கே ஒரு பெரிய "நகரைச் சுற்றிலும்" டாங்கித் தடைப் பள்ளங்கள் தோண்டுவதிலும் சுற்றுக் காப்பரண் நிறுவுவதிலும் கமீஷினைச் சேர்ந்த பெண்கள் முனைந்திருக்கிறார்கள். இவ்வாறு ஓல்கா எழுதியிருந்தாள். "ஸ்தாலின்கிராத்" என்ற சொல் எங்குமே குறிக்கப்படவில்லை ஆனால் இந்த நகரைப்பற்றி ஒரே கவலையும் அன்பும் ததும்ப, கலவரமும் எதிர்கால நம்பிக்கையும் தொனிக்க அவள் எழுதியிருந்த தோரணையிலிருந்து அவள் குறிப்பது ஸ்தாலின்கிராத் நகரமே என்பது தெளிவாயிருந்தது.

தன் விவகாரங்கள் ஓல்காவின் மனத்தை மெமுழுமையாக நிறைந்திருந்தன என்பது நிச்சயம் ஏனெனில் அவற்றை விவரித்த பின்னரே அவள் அலெக்ஸேயின் கேள்விக்குப் பதில் அளித்திருந்தாள். அவனுடைய கடைசிக் கடிதம் இங்கே காப்பகழ்களில் தனக்குக் கிடைத்தது என்றும் இந்தக் கடிதம் தன்னை அவமதித்துவிட்டதாகவும் மட்டுமீறிய இறுக்கமும் பதற்றமும் உண்டாக்கும் போரில் அவன் ஈடுபட்டிராவிட்டால் இந்த அவமதிப்புக்கு அவனைத் தான் மன்னித்திருக்க மாட்டாள் என்றும் எழுதியிருந்தாள் ஓல்கா.

“என் அன்பே, தியாகத்துக்கு அஞ்சுவது காதல் ஆகுமா? அம்மாதிரிக் காதல் கிடையாது. அருமை அலெக்ஸேய். இருந்தால் என் கருத்தில் அது காதலே அல்ல. என்னையே எடுத்துக் கொள்வோமே. ஒரு வாரமாக நான் குளிக்கவில்லை. காற்சட்டைகளும் நுனிகள் பிய்ந்து விரல்கள் எல்லாப் புறங்களிலும் துருத்தும் பூட்சுகளும் போட்டுக்கொண்டு வளையவருகிறேன். வெயிலில் அடிபட்டு என் தோல் நார் நாராக உரிந்து விழுகிறது. அதற்கு அடியில் ஊதா நிறமாக ஏதோ தென்படுகிறது. களைத்து அழுக்கேறி, மெலிந்து அழகற்றுப்போய்விட்ட நான் இப்போது இங்கிருந்து உன்னிடம் வந்தால் நீ என்னை அருவருத்து ஒதுக்கியிருப்பாயா அல்லது கடிந்து கொள்ளத்தான் செய்வாயா? வேடிக்கையான ஆள் நீ வேடிக்கையான ஆள்! உனக்கு என்ன நேர்ந்தாலும் சரியே, என்னிடம் வா. எப்போதும் எந்த நிலையிலும் உன்னை எதிர்பார்த்துக்கொண் டிருக்கிறேன் என்பதைத் தெரிந்துகொள்.. நான் உன்னைப்பற்றி நிறைய நினைக்கிறேன். இங்கே காப்பகழ்கள் தோண்ட வந்த பின் நாங்கள் எல்லோருமே படுத்ததுமே அடித்துப் போட்டாற் போல உறங்கி விடுகிறோம். அதற்கு முன் நான் அடிக்கடி உன்னைக் கனவில் கண்டு வந்தேன். நான் உயிரோடு இருக்கும் வரை உன்னை எதிர்பார்க்கிற எப்போதும், எந்த நிலையிலும் எதிர்பார்க்கிற இடம் ஒன்று இருக்கும் என்பதை மனதில் இறுத்திக்கொள்...” இவ்வாறு எழுதியிருந்தாள் ஓல்கா.

“என்ன இது? முன்னுணர்வா? ஊகத்திறனா?” என்று எண்ண மிட்டான் அலெக்ஸேய். “இதயம் முன்னுணர்வு உள்ளது” என்று அம்மா எப்போதோ சொன்னாள். அது மெய்தானோ? அல்லது காப்பகழ் தோண்டும் வேலையின் கஷ்டங்களால் ஓல்காவின் அறிவு பக்குவம் அடைந்துவிட்டதோ? அவன் சொல்ல விரும்பாததை அவள் உய்த்து உணர்ந்து கொண்டாளோ?” இப்படி நினைத்துக் கடிதத்தைப் பின்னும் ஒரு முறை படித்தான் அலெக்ஸேய். “அட, எவ்வித முன்னுணர்வும் இல்லை. எதைக்கொண்டு இப்படி எண்ணினேன்? என் சொற்களுக்கு அவள் பதில் அளித்திருக்கிறாள், அவ்வளவு தான். ஆனால் என்ன மாதிரி அளித்திருக்கிறாள் பதில்!”

5

ஸ்தாலின்கிராத்! செய்தி அறிக்கையில் இந்தச் சொல் இன்னும் குறிக்கப்படவில்லை, ஆயினும் எல்லோருடைய வாய்களிலும் ஒலித்தது. 1942ஆம் ஆண்டு இலையுதிர் காலத்தில் இந்தப் பெயர் கலவரத்துடனும், வேதனையுடனும் கூறப்பட்டது. நகரைப்பற்றி அல்ல, மரண ஆபத்தில் இருந்த நெருங்கிய நண்பனைப் பற்றி பேசுவது போல அதைப்பற்றி மக்கள் பேசிக்கொண்டார்கள். அந்த நகரின் அருகே ஸ்தெப்பியில் எங்கோ இருந்தாள் ஓல்கா. எத்தகைய துன்பங்களை அவன் அனுபவிக்க நேரிடுமோ, யார் கண்டது, இந்தக் காரணத்தினால் பொதுவாக எல்லோருக்கும் ஏற்பட்டிருந்த கலவரம் மெரேஸ்யெவுக்கு இன்னும் அதிகமாக உண்டாயிற்று. ஓல்காவுக்கு அவன் இப்போது தினந்தோறும் கடிதம் எழுதினான். ஏதோ ஒரு போர்க்களத் தபால் நிலையத்துக்கு விலாசம் இடப்பட்டிருந்த அவனது கடிதங்களுக்கு என்ன பொருள் இருக்க முடியும்? பின்வாங்கலின் அமளி குமளியில், வோல்காப் பிரதேச ஸ்தெப்பி வெளிகளில் தொடங்கியிருந்த அரக்கப் போரின் நரக நெருப்பில் இந்தக் கடிதங்கள் அவளுக்குப் போய்ச் சேருமா?

விமானிகளின் ஆரோக்கிய நிலையம் மிதிபட்ட எறும்புப்புற்று போலப் பதற்றமும் பரபரப்பும் அடைந்தது. ஒன்றுமே அறிவுக்கு எட்டவில்லை. வழக்கமாகப் படுக்கைவிட்டெழும் நேரத்துக்கு ஒரு மணி முன்னதாக, காலை ஏழு மணிக்கு வானொலிச் செய்தியைக் கேட்க மிக மிகச் சோம்பல் உள்ளவர்கள் கூடச் சென்று குழுமினார்கள். செய்தி விவரங்களில் விமானிகளின் சாகசச் செயல்கள் குறிப்பிடப்படுகையில் எல்லோர் முகங்களிலும் ஏக்கம் குடிகொண்டது. மனத்தாங்கலுடன் அவர்கள் மருத்துவத் தாதிகளிடம் குற்றம் பிடித்தார்கள். சிகிச்சை முறையையும் சாப்பாட்டையும் குறைகூறிச் சிடுசிடுத்தார்கள். போர் இவ்வளவு மும்முரமாக நடந்து கொண்டிருக்கையில் தாங்கள் ஸ்தாலின்கிராத் ஸ்தெப்பி வெளிகளில் சமர் புரிவதற்குப் பதிலாக இங்கே கண்ணாடி நீர் ஏரிக்கரையில், காட்டின் அமைதியில் வெயில் காய்ந்து கொண்டிருப்பதற்கு ஆரோக்கிய நிலைய நிர்வாகிகளே பொறுப்பாளிகள் என்பது போலிருந்தது விமானிகள் நடந்து கொண்ட விதம். முடிவில் இளைப்பாறுபவர்கள் தங்களுக்கு ஓய்வு தெவிட்டிவிட்டது என்று அறிவித்து, தங்களை உரிய காலத்துக்கு முன்பே போரிடும் படைப் பிரிவுகளுக்கு அனுப்பும்படி கோரினார்கள்.

விமானப் படைக்கு ஆட்கள் திரட்டும் குழுவினர் மாலைத் தறுவாயில் வந்தனர். இராணுவ மருத்துவச் சேவைப்பிரிவைச் சேர்ந்த சில கமாண்டர்கள் புழுதி படிந்த மோட்டாரிலிருந்து இறங்கினார்கள். விமானப் படையில் பிரசித்தி பெற்றிருந்த முதல் வரிசை இராணுவ மருத்துவர் மிரொவோல் ஸ்க்கிய முன் ஸீட்டிலிருந்து அதன்

பின்புறத்தைப் பிடித்துக் கொண்டு சிரமத்துடன் எழுந்தார். பாரியான பருத்த சரீரமுள்ள இந்த மருத்துவர் விமானிகள்பால் தகப்பனார் போன்று பரிவு காட்டி வந்தமையால் அவர்களுடைய அன்புக்கு உரியவராக இருந்தார். விடுமுறையை நடுவில் நிறுத்திவிட்டு உடனே படைப்பிரிவு திரும்ப விருப்பம் உள்ள உடல் நலம் பெற்ற விமானிகள் தெரிந்தெடுக்கப்படுவது மறுநாள் காலையில் தொடங்கும் என்று இரவுச் சாப்பாட்டு நேரத்தில் அறிவிக்கப்பட்டது.

அன்று மெரேஸ்யெவ் பலபலவென்று விடியும் போதே எழுந்து, வழக்கமான உடற்பயிற்சி செய்யாமல் காட்டுக்குப் போய், காலைச் சிற்றுண்டி நேரம் வரை அங்கே சுற்றிக்கொண்டிருந்தான். சிற்றுண்டி வேளையில் அவன் எதையுமே சாப்பிடவில்லை. தட்டுக்களில் எல்லாவற்றையும் அப்படியே விட்டுவிட்டதற்காகப் பரிசாரகி அவனைக் கடிந்து கொண்டாள். அதற்காக அலெக்ஸேய் அவளிடம் துடுக்காகப் பேசினான். அந்தப் பெண் அவனுக்கு நல்லதைத் தவிர வேறு எதைம் விரும்பவில்லை என்றும் அவளிடம் அவமரியாதையாகப் பேசுவது முறையல்லவென்றும் ஸ்த்ருச்கோவ் கூறவே, அலெக்ஸேய் சடக்கென்று எழுந்து சாப்பாட்டு அறையிலிருந்து வெளியே போய்விட்டான். வழக்கத்தைவிட அதிகமாக நொண்டி நடந்தவாறு தன் அறைக்குப் போய்க் கதவைத் தாழிட்டுக் கொண்டான்.

தேர்வுக் குழுவினர் ஹாலில் உட்கார்ந்து கொண்டார்கள். நுரையீரல் கொள்ளளவுமானி, வலிமைமானி, பார்வைச் சோதனைக்கான எழுத்துப் பட்டியல் முதலிய எல்லாவகைச் சாதனங்களும் அங்கே கொண்டுவரப்பட்டன. அடுத்த அறையில் ஆரோக்கிய நிலையத்தினர் எல்லோரும் குழுமியிருந்தார்கள். விடுமுறை முடிவதற்கு முன் படைப்பிரிவுகளுக்குத் திரும்ப விரும்பியவர்கள், அதாவது அநேகமாக இளைப்பாறுவோர் எல்லாருமே, மிக நீண்ட வரிசையாக அங்கே நின்றார்கள். ஆனால் ஸீனா ஒவ்வொருவரது பெயரும் தேர்வுக்குழுவிடம் போக வேண்டிய நேரமும் குறித்த சீட்டுக்களை எல்லோருக்கும் வினியோகித்து அவர்களைக் கலைந்து போகும்படி கேட்டுக்கொண்டாள். முதல் நபர்கள் தேர்வுக் குழுவிடம் போய் வந்ததும், குழுவினர் பரிவுடனேயே பார்வையிடுவதாகவும் மட்டுமீறிக் குற்றம் பிடிக்கவில்லை என்றும் வதந்தி பரவியது. வோல்காப் பிரதேசத்தில் தீவிரமாகியிருந்த பிரமாண்டமான போருக்கு மேலும் மேலும் பிரயாசை தேவைப்பட்ட போது தேர்வுக் குழுவினர் எப்படிக் குற்றம் பிடிப்பார்கள்? முன்வாயிலுக்கு எதிரே செங்கல் கைப்பிடிச் சுவர் மேல் கால்களை ஆட்டிக்கொண்டு உட்கார்ந்திருந்தான் அலெக்ஸேய். எவனாவது வாயிலிலிருந்து வெளியே வந்ததும் விசேஷ அக்கறை இல்லாதவன் போன்ற பாவனையுடன் என்ன ஆயிற்று? என்று கேட்பான் அவன்.

"சண்டை போடுவோம்!" என்று போகிற போக்கில் சட்டைப் பொத்தான்களைப் போட்டுக்கொண்டோ, இடுப்பு வாரை இறுக்கிக் கொண்டோ சந்தோஷமாகப் பதிலளிப்பான் அவன்.

மெரேஸ்யெவுக்கு முன்பு தேர்வுக் குழுவிடம் போனான் புர்நாஸியான். கதவருகே கைத்தடியை வைத்துவிட்டு இடமும் வலமுமாகத் தள்ளாடாமலும் குட்டைக் காலை அழுத்திச் சாயாமலும் இருக்க முயன்றவாறு உற்சாகத் தோற்றத்துடன் உள்ளே சென்றான். வெகுநேரம் அங்கே இருந்தான். முடிவில் கோபச் சொற்கள் திறந்த ஜன்னல் வழியே அலெக்ஸேயின் காதுகளுக்கு எட்டின. அப்புறம் எரிச்சலும் புடைச்சலுமாக வெளியே பாய்ந்து வந்தான் புர்நாஸியான். கொடிய பார்வையால் அலெக்ஸேயை உறுத்து நோக்கிவிட்டு, அவன் பக்கம் திரும்பாமலே கெந்திக் கெந்தி நடந்து பூங்காவுக்குச் சென்றான்.

'சடங்கு பாராட்டும் அலுவலர்கள், பின்புலப் பெருச்சாளிகள்! விமானங்களைப் பற்றி இவர்கள் என்னத்தைக் கண்டார்கள்? இதென்ன பாலே நடனம் என்று எண்ணிவிட்டார்களோ? ஒரு கால் குட்டையாம்... பாழாய்ப்போகிற எனிமாக் குழாய்கள், இஞ்செக்ஷன் ஊசிகள்!" என்று அவன் வாய் பொரிந்து கொட்டியது.

அலெக்ஸேய்க்கு வயிற்றில் புளியைக் கரைத்தது. ஆயினும் குதூகலப் புன்னகையுடன் உற்சாகமாக அடிவைத்து ஹாலுக்குள் நுழைந்தான். குழுவினர் ஒரு பெரிய மேஜையின் அருகே அமர்ந் திருந்தார்கள். நடுவில் மாமிசமலை போல வீற்றிருந்தார் முதல் வரிசை இராணுவ மருத்துவர் மிரொவோல்ஸ்க்கிய ஒரு பக்கத்தில் சிறு மேஜையின் பின்னே உட்கார்ந்திருந்தாள் ஸீனா, மேஜைமீது விமானிகளின் சொந்த விவரங்கள் அடங்கிய காகித அடுக்குகள் வைத்திருந்தன.

"நல்லது தம்பீ, சட்டையைக் கழற்றும்" என்று கண்களைச் சுருக்கிக்கொண்டு கூறினார் மருத்துவர்.

மெரேஸ்யெவ் அவ்வளவு உடற்பயிற்சி செய்ததும் வெயில் காய்ந்ததும் வீண்போகவில்லை. அவனுடைய கட்டுக்குட்டான முறுக்கேறிய வலிய உடலை வியந்து நோக்கினார் மருத்துவர். பழுப்புத் தோலுக்கு அடியில் ஒவ்வொரு தசையும் துலக்கமாகத் தெரிந்தது.

மெரேஸ்யெவ் எல்லாச் சோதனைகளிலும் சுளுவாகத் தேறி விட்டான். திட்ட அளவுக்கு ஒன்றரை மடங்கு வலுவுடன் கைகளை முட்டி பிடித்து இறுக்கினான். அளவைக் காட்டும் அம்பு கடைசி எல்லைக் கோட்டைத் தொடும் வரையில் மூச்சை வெளிவிட்டான். அவனது இரத்த அழுத்தம் திட்ட அளவுப்படி இருந்தது. நரம்புகள் சிறந்த நிலையில் இருந்தன. முடிவில் வலிமை அளவிடு கருவியின் கைப்பிடியை அவன் அழுத்திய விசையில் கருவி பழுதாகிவிட்டது.

மருத்துவர் நாற்காலியில் சாய்ந்து கொண்டு சீனியர் லெப்டினன்ட் அ.பெ.மெரேஸ்யெவின் சொந்த விவரங்களின் மூலையில் முடிவை எழுதப் பேனாவைப் பிடித்தவாறு, "விமானியா?" என்று கேட்டார்.

"ஆம்."

"சண்டை விமானமோட்டியா?"

"ஆம்."

"நல்லது, சண்டை போடப் புறப்படுங்கள். அங்கே இப்போது உங்களைப் போன்றவர்கள் எவ்வளவு தேவை, தெரியுமா?. ஆமாம், நீங்கள் மருத்துவமனையில் எதற்குச் சிகிச்சை செய்து கொண்டீர்கள்?"

எல்லாம் இதோ தகர்ந்து விழுந்துவிடப் போகிறது என்று உணர்ந்த அலெக்ஸேயின் முகம் வாடியது. ஆனால் மருத்துவர் அவனுடைய சொந்த விவரப் புத்தகத்தைப் படித்துவிட்டார். நல்லியல்பு ததும்பிய அவரது பரந்த முகம் வியப்பினால் நீண்டது.

கால்கள் வெட்டி அகற்றப்பட்டனவா? இதென்ன அபத்தம்? தவறாக எழுதிவிட்டார்களா, என்ன? ஊம், என்ன பேசாதிருக்கிறீர்கள்?"

"இல்லை, தவறாக எழுதவில்லை என்று தணிந்த குரலில் மிக மெதுவாக, தூக்கு மேடைப் படிகளில் ஏறுபவன் போல, உரைத்தான் அலெக்ஸேய்.

வலிய உடற்கட்டும் சிறந்த வளர்ச்சியும் கொண்ட அந்தத் துடியான வாலிபனை விஷயம் என்ன என்று விளங்காமல் நிலைக்குத்திட்டு நோக்கினார்கள் மருத்துவரும் தேர்வுக்குழுவினர் அனைவரும்.

"காற்சட்டை விளிம்பை மடித்துவிடுங்கள்!" என்று பொறுமையிழந்து உத்தரவிட்டார் மருத்துவர்.

அலெக்ஸேய் வெளிறிப் போய், காற்சட்டையைச் சிறிது மேலே தூக்கிவிட்டுக்கொண்டு, தோல் பொய்க்கால்கள் வெளித்தெரிய, குனிந்த தலை நிமிராமல், கைகளைத் தொங்கவிட்டவாறு மேஜைக்கு எதிரே அப்படியே நின்றான்.

"அப்படியானால், அருமைத் தம்பீ, எங்களை ஏன் போட்டு வதைக்கிறீர்கள்? இவ்வளவு நேரத்தைப் பறித்துக்கொண்டு விட்டீர்களே. கால்கள் இல்லாமலே விமானப்படைக்குத் திரும்ப நினைக்கிறீர்களா என்ன? என முடிவில் கூறினார் மருத்துவர். நான் நினைக்கவில்லை. கட்டாயம் திரும்புவேன்" என்று தணிந்த குரலில் சொன்னான் அலெக்ஸேய். அவனுடைய ஜிப்ஸிக் கண்கள் பிடிவாத அறைகூவல் விடுபவை போலச் சுடர் வீசின.

"உங்களுக்கு மூளை புரண்டுவிட்டதா? கால்கள் இல்லாமலா?"

"ஆமாம், கால்கள் இல்லாமலேதான் - கட்டாயம் விமானம் ஓட்டியே தீருவேன்" என்று பிடிவாதம் இன்றி மிக நிதானமாக விடையறுத்தான் அலெக்ஸேய். பழைய மோஸ்தர் விமானிக் கோட்டுப் பையில் கையைவிட்டு ஒழுங்காக மடிக்கப்பட்ட பத்திரிகைத் துணுக்கை அதிலிருந்து எடுத்தான் பாருங்கள். இவர் ஒரு கால் இல்லாமல் விமானம் ஓட்டினாரே. நான் ஏன் இரண்டு கால்களும் இல்லாமல் ஓட்டக்கூடாது?" என்றான்.

பத்திரிகைக் குறிப்பைப் படித்துவிட்டு மருத்துவர் அலெக்ஸேயை வியப்புடனும் மரியாதையுடனும் பார்த்தார்.

"ஆனால் இதற்கு அசுரப் பயிற்சி செய்ய வேண்டுமே. இவர் பத்து ஆண்டுகள் பயிற்சி செய்தாராம், பார்த்தீர்களா? நிஜக்கால்கள் போன்றே பொய்க்கால்களைப் பயன்படுத்தப் பழக வேண்டும்" என்று கனிவுடன் சொன்னார்.

அப்போது அலெக்ஸேய்க்கு எதிர்பாரா விதத்தில் ஆதரவு கிடைத்தது. ஸீனா தன் மேஜை அருகே இருந்து தாவி முன்னே வந்து, பிரார்த்தனை செய்பவள் போன்று கைகளை மார்பின் மேல் வைத்துக் கொண்டு கன்னப் பொருத்துக்களில் வியர்வை துளிக்கும் அளவுக்கும் கன்றிச் சிவந்தாள்.

"முதல்வரிசை இராணுவ மருத்துவத் தோழர் அவர்களே. இவர் எப்படி நடனம் ஆடுகிறார் என்று பாருங்கள். ஊனம் இல்லாதவர்களை விட மேலாக ஆடுகிறார். மெய்யாகவே சொல்லுகிறேன்" என்று குழறுலுடன் மொழிந்தாள்.

"நடனம் ஆடுகிறாரா? எப்படி? இது எப்படி முடியும்?" என்று மருத்துவர் தோள்களைக் குலுக்கினார். தேர்வுக் குழுவினரின் பக்கம் நல்லியல்புடன் கண்ணோட்டினார்.

ஸீனா குறித்துக் காட்டிய கருத்தை மகிழ்வுடன் பயன்படுத்திக் கொண்டான் அலெக்ஸேய்.

"நீங்கள் சாதகமாகவோ பாதகமாகவோ எதுவும் எழுதாதீர்கள். இன்று மாலை எங்கள் நடனக் கூடத்துக்கு வாருங்கள். என்னால் விமானம் ஓட்ட முடியும் என்பதைக் கண்டு கொள்வீர்கள்" என்றான்.

தேர்வுக்குழு உறுப்பினர்கள் எதைப் பற்றியோ ஆர்வம் பொங்கச் சர்ச்சை செய்வதைக் கதவுப் பக்கம் போகும் பொழுது கண்ணாடியில் கண்டான் அலெக்ஸேய்.

மதியச்சாப்பாட்டுக்கு முன் ஸீனா பூங்காவின் வெறுமையான மூலையில் அலெக்ஸேயைத் தேடிப்பிடித்தாள். அவன் போன பிறகு வெகுநேரம் வரை தேர்வுக் குழுவினர் அவனைப் பற்றி விவாதித்துக்

கொண்டிருந்ததாகவும், “மெரேஸ்யெவ் அசாதாரணமான இளைஞன், ஒருவேளை உண்மையாகவே அவன் விமானம் ஓட்டக்கூடும், யார் கண்டது? ருஷ்ய மனிதன் எதுவும் செய்யத் திறன் உள்ளவன்!” என்று மருத்துவர் சொன்னதாகவும் தெரிவித்தாள். மருத்துவர் சொன்னதை மறுத்து விமானப் பறப்பின் வரலாறு இத்தகைய உதாரணங்களை அறியாது என்று தேர்வுக்குழு உறுப்பினர் ஒருவர் கூறினாராம். விமானப் பறப்பின் வரலாறு எத்தனையோ விஷயங்களை அறியாது என்றும் இந்த யுத்தத்தில் சோவியத் மக்கள் அதற்கு எத்தனையோ விஷயங்கள் கற்பித்திருக்கிறார்கள் என்றும் அவருக்குப் பதில் சொன்னாராம் மருத்துவர்.

தெரிந்தெடுக்கப்பட்ட தொண்டர்களை (ஆரோக்கிய நிலையத்தில் இத்தகையவர்கள் இருநூறு பெயர் வரை இருந்தார்கள்) போரிடும் சைனியத்திற்கு அனுப்புவதற்கு முந்திய மாலை, விரிவான நிகழ்ச்சித் திட்டத்துடன் நடனங்கள் ஏற்பாடு செய்யப்பட்டன. மேலெல்லாம் வியர்த்துக் கொட்ட களைப்பில்லாமல் நடனமாடினார்கள் விமானிகள். தனது செம்பொன் கூந்தல் துணைவியுடன் குதூகலமாகவும் லாகவமாகவும் துடியாகவும் அவர்களுக்கிடையே நடனமாடினான் அலெக்ஸேய். அருமையான ஜோடி!

இராணுவ மருத்துவர் மிரொவோல்ஸ்க்கிய குளிர்ந்த பீர்க் குவளையும் கையுமாகத் திறந்த ஜன்னல் அருகே உட்கார்ந்து மெரேஸ்யெவையும் அவனுடைய தழல் முடித்துணைவியையும் வைத்த கண் வாங்காமல் பார்த்துக்கொண்டிருந்தார். அவர் மருத்துவர், அதிலும் இராணுவ மருத்துவர். நிஜக்கால்களிலிருந்து பொய்க்கால்கள் எப்படி வேறுபடுகின்றன என்பதைக் கணக்கற்ற உதாரணங்கள் வாயிலாக அவர் தெரிந்து கொண்டிருந்தார்.

கட்டுவாய்ந்த மேனியும் பழுப்பேறிய நிறமும் கொண்ட இந்த லெப்டினன்ட் சிறுகூடான, ஒயிலுள்ள ஆட்டத் துணைவியோடு அழகுற இணைந்தாடுவதை இப்போது காண்கையில் இதெல்லாம் சிக்கலான ஏதோ ஏமாற்று என்ற எண்ணத்தை அவரால் விடவே முடியவில்லை. கடைசியில், கை தட்டி ஆரவாரித்த வட்டத்துக்கு நடுவே மகிழ்ச்சிக் கூக்குரலுடன் உள்ளங்கைகளால் தொடைகளிலும் கன்னங்களிலும் தட்டிக்கொண்டு மிடுக்காக ருஷ்ய நடனம் ஆடிமுடித்து விட்டு அலெக்ஸேய் வியர்த்து விறுவிறுக்க களி பொங்க ஆட்களை விலக்கிக்கொண்டு மிரொவோல்ஸ்க்கியிடம் சென்றான். அப்போது அவர் மரியாதையாக அவன் கையைப் பற்றிக் குலுக்கினார். மெரேஸ்யெவ் ஒன்றும் பேசவில்லை. ஆனால் மருத்துவரை ஒரே பார்வையாக நோக்கிக் கொண்டிருந்த அவனுடைய விழிகள், விடையை வேண்டின, கோரின.

"உங்களை நேரே படைப்பிரிவுக்கு அனுப்ப எனக்கு உரிமை கிடையாது என்பதை நீங்கள் அறிவீர்கள். ஆனால் என் முடிவை உங்களுக்கு நான் தருகிறேன். தக்க பயிற்சி அளிக்கப்பட்டால் நீங்கள் விமானம் ஓட்டுவீர்கள் என்ற எங்கள் கருத்தை நான் எழுதுகிறேன். சுருக்கமாக எந்த நிலையிலும் என் வாக்கு உங்களுக்கு ஆதரவாகவே இருக்கும் என எண்ணிக் கொள்ளுங்கள்" என்றார் மருத்துவர்.

அனுபவம் முதிர்ந்த இராணுவ மருத்துவரான ஆரோக்கிய நிலையத்தின் இயக்குநருடன் கைகோத்துக்கொண்டு ஹாலிலிருந்து வெளியேறினார் மிரொவோல்ஸ்க்கிய. இருவரும் பரவசமடைந்திருந்தார்கள். ஒரே குழப்பம் அடைந்திருந்தார்கள். சோவியத் மனிதன் ஒரு விஷயத்தை அடைய உண்மையாகவே விரும்பிவிட்டால் எதையும் செய்ய வல்லவன் என்பது பற்றி உறங்குவதற்கு முன் சிகரெட்டுகளைப் புகைத்தவாறு வெகுநேரம் இருவரும் பேசிக்கொண்டிருந்தார்கள்....

கீழே இன்னும் இசை முழங்கிக்கொண்டிருந்தது. ஆடுவோரின் நிழல்கள் ஜன்னல் வெளிச்சத்தின் நீள் சதுரங்களில் தரைமீது இயங்கிக் கொண்டிருந்தன. அந்தச் சமயத்தில் அலெக்ஸேய் மெரேஸ்யெவ் மேலே இறுகத் தாளிட்ட குளிப்பறையில் உதட்டை இரத்தம் வரும்படி கடித்துக் கொண்டு, குளிர் நீரில் கால்களைத் தொங்கவிட்டபடி உட்கார்ந்திருந்தான். வலி பொறுக்க மாட்டாமல் அநேகமாக உணர்வு இழக்கும் நிலையில் இருந்தான். பொய்க்கால்களின் ஆவேச இயக்கம் காரணமாக உண்டாகியிருந்த நீலம் பாரித்த இரத்தக் காய்ப்புகளையும் அகன்ற புண்களையும் தண்ணீரால் நனைத்துக் கொண்டிருந்தான் அவன்.

6

இராணுவ பஸ்களின் வரிசை அதிகாலையிலேயே ஆரோக்கிய நிலைய முகப்பிலிருந்து புறப்பட்டுச் சென்றது. பொத்தான்கள் போடாத சட்டையுடன் படிப்பலகையில் உட்கார்ந்திருந்த மேஜர் ஸ்த்ருச்கோவ் மாஸ்கோ நகர்ப்புறக் காட்சிகளைப் புன்னகையுடன் பார்த்துக்கொண்டிருந்தார். அவர் உள்ளம் களி துள்ளியது. ஓயாது சுற்றித்திரியும் இந்தப் படைவீரர் இப்போது இயங்கிக் கொண்டிருந்தார். தமது வழக்கமான வாழ்க்கைமுறைக்கு வந்துவிட்டதாக அவர் உணர்ந்தார். ஏதோ விமானப் படைப்பிரிவுக்குப் போய்க்கொண்டிருந்தார் அவர். அது எது என அவர் இன்னும் அறியார். எனினும் வீட்டுக்குப் போவது போல் இருந்தது அவருக்கு. மெரேஸ்யெவ் ஒன்றும் பேசாமல் கலவரத்துடன் உட்கார்ந்திருந்தான். யாவற்றிலும் கடினமான சோதனை இனிமேல்தான் வரவிருக்கிறது என்று அவன் உணர்ந்தான். இந்தப் புதிய தடைகளைக் கடக்க அவனுக்கு இயலுமோ இயலாதோ, யார் கண்டார்கள்?

பஸ்ஸிலிருந்து இறங்கியதுமே மெரேஸ்யெவ் வேறு எங்கும் போகாமல், இராத் தங்கிடத்தைப் பற்றிக்கூடக் கவலைப் படாமல் மிரொவோல்ஸ்க்கியைத் தேடிச் சென்றான்.

அப்போது முதல் தோல்வி அவனுக்கு எதிர்ப்பட்டது. அவன் இவ்வளவு பாடுபட்டுத் தனக்கு ஆதரவாளர் ஆக்கியிருந்த அவனது நலம் விழைபவர் அவசர வேலை நிமித்தமாக எங்கோ விமானத்தில் போயிருக்கிறார் என்றும் திரும்பக் கொஞ்சம் காலம் செல்லும் என்றும் தெரிந்தது. பொதுவான அறிக்கை எழுதித் தரும்படி அலெக்ஸேயிடம் சொன்னார்கள். அவன் அப்போதே ஆளோடி ஜன்னல் குறட்டில் அமர்ந்து அறிக்கை எழுதி முடித்தான். மெலிந்த சிறுகூடான மேனியும் களைத்த விழிகளும் கொண்ட துணைக் கமாண்டரிடம் அதைக் கொடுத்தான். அவர் தம்மால் முடிந்ததை எல்லாம் செய்வதாக வாக்களித்து இன்னும் இரண்டொரு நாள் பொறுத்து வரும்படி கேட்டுக்கொண்டார். அலெக்ஸேய் கெஞ்சினான், மன்றாடினான், அச்சுறுத்தக்கூடச் செய்தான். துணைக் கமாண்டரோ, எலும்பு துருத்திய முட்டிகளை நெஞ்சுடன் அழுத்திக்கொண்டு வழக்கமான ஒழுங்கு அதுவே என்றும் அதை மீறுவதற்குத் தமக்கு அதிகாரம் இல்லை என்றும் கூறிவிட்டார். உண்மையிலேயே எவ்விதத்திலும் உதவ அவர் திறனற்றவர் போலும் மெரேஸ்யெவ் கையை உதறிவிட்டு அப்பால் சென்றான்.

மருத்துவமனையில் அன்யூத்தாவுக்கு போன் செய்தான். அவள் ஏதோ கவலையில் அல்லது வேலையில் ஆழ்ந்திருந்தாள் என்று குரலிலிருந்து புலப்பட்டது. எனினும் அவன் போன் செய்தது குறித்து மிகவும் மகிழ்வடைந்தாள். இந்த நாட்களில் அவன் தன் வீட்டில் தங்க வேண்டும் என்று கேட்டுக்கொண்டாள். தான் மருத்துவமனையிலேயே வசிப்பதாகவும் எனவே வீடு வெறுமையாயிருப்பதாகவும், அவனால் ஒருவருக்கும் இடநெருக்கடி ஏற்படாது என்றும் சொன்னாள்.

ஆரோக்கிய நிலையத்தினர், வெளிச்சென்ற விமானிகளுக்கு ஐந்து நாள் உணவுப் பண்டங்களைக் கொடுத்திருந்தார்கள். எனவே அலெக்ஸேய் நெடுநேரம் சிந்திக்காமல் அன்யூத்தாவின் வீட்டுக்குப் புறப்பட்டான். பிரமாண்டமான புதுக்கட்டடங்களின் பின்னே முகப்பு வெளியின் மறுகோடியில் ஒண்டியிருந்தது அந்தச் சிறு வீடு. தங்க இடமும் உண்ண உணவும் இருந்தன. இப்போது காத்திருக்கலாம்.

பணியாளர் நியமன அலுவலகத்தில் ஆஜராவதற்கு முந்திய இரவு அலெக்ஸேய் நீள் சோபாவில் திறந்த விழிகளுடன் படுத்திருந்தான். புலர் போதில் எழுந்து முகம் மழித்துக் குளித்துவிட்டு, அலுவலகம் திறந்ததுமே நிர்வாகப் பணித்துறை மேஜரிடம் முதலில் சென்றான். அவன் விதியை முடிவு செய்யும் அதிகாரம் இவருக்கே இருந்தது.

இந்த மேஜரை அலெக்ஸேய்க்கு முதலிலிருந்தே பிடிக்கவில்லை. அலெக்ஸேயைக் கவனிக்காதவர்போல அவர் மேஜை அருகே நெடுநேரம் ஏதேதோ செய்து கொண்டிருந்தார். காகித அடுக்குகளை எடுத்துத் தம் முன்னே ஒழுங்காக வைத்தார். யாருக்கோ டெலிபோன் செய்தார். சொந்த விபரப் பத்திரங்களுக்கு எவ்வாறு எண்குறி இடவேண்டும் என்று தமது செயலாளிப் பெண்ணுக்கு விரிவாக விளக்கினார். அப்புறம் எங்கோ வெளியே போய்விட்டு வெகுதாமதமாகத் திரும்பிவந்தார். அதற்குள் அலெக்ஸேய்க்கு நீண்ட மூக்குள்ள அவருடைய நீட்டுப் போக்கான முகத்தைக் காணவே கரித்தது. முடிவில் மேஜர் காலண்டர் பக்கத்தைத் திருப்பினார். அப்புறந்தான் வந்தவனை ஏறிட்டுப் பார்த்தார்.

“நீங்கள் என்னைப் பார்க்க வந்தீர்களா, தோழர் சீனியர் லெப்டினன்ட்?” என்று தன்னம்பிக்கை தொனிக்கும் கட்டைக் குரலில் வினவினார்.

மெரேஸ்யெவ் தன் விவகாரத்தை விளக்கினான். அவனுடைய பத்திரங்களை எடுத்துத் தரும்படி செயலாளியிடம் கேட்டார் மேஜர். அவள் கொடுத்ததும் “சொந்த விரங்களைப் படிக்கத் தொடங்கினான். கால்கள் வெட்டி எடுக்கப்பட்டது பற்றி கட்டம் வந்ததும் போலும், அவர் அலெக்ஸேய்க்கு நாற்காலியைக் காட்டினார் - “என்ன, நிற்கிறீர்களே, உட்காருங்கள்” என்பது போல. அப்புறம் மறுபடி காகிதங்களில் ஆழ்ந்து விட்டார். கடைசிப் பக்கத்தைப் படித்து முடித்ததும், “என்னதான் வேண்டும் என்கிறீர்கள் நீங்கள்?” என வினவினார்.

“சண்டை விமானப் படை ரெஜிமென்டில் நியமனம் பெற விரும்புகிறேன்.”

மேஜர் நாற்காலியில் சாய்ந்து, எதிரே இன்னமும் நின்று கொண்டிருந்த விமானியை வியப்புடன் உற்று நோக்கி, தாமே அவன் பக்கம் நாற்காலியை நகர்த்தினார். அவருடைய அகன்ற புருவங்கள் எண்ணெய் வழிந்து மழமழப்பாயிருந்த நெற்றியில் இன்னும் மேலே சென்றன.

“ஆனால் உங்களால் விமானம் ஓட்ட முடியாதே?”

“முடியும், ஓட்டுவேன். பரீட்சார்த்தமாக என்னைப் பயிற்சிப்பள்ளிக்கு அனுப்புங்கள்” என்று மெரேஸ்யெவ் அநேகமாகக் கத்திவிட்டான். அடக்க முடியாத விழைவு அவன் குரலில் ஆர்த்தது. பக்கத்து மேஜைகளின் அருகே உட்கார்ந்திருந்த இராணுவத்தினர், சாமள நிறமான இந்த அழகிய இளைஞன் இவ்வளவு பிடிவாதமாக என்ன வேண்டுகிறான் என்று புரிந்துகொள்வதற்காக நிமிர்ந்து பார்த்தார்கள்.

ஆனால் கால்கள் இல்லாமல் எப்படிப் பறக்க முடியும்? வேடிக்கைதான்..... எங்குமே கண்டதில்லை இதை உங்களுக்கு யார்தாம் அனுமதி தருவார்கள்? தனக்கு முன்னே இருப்பவன் எவனோ வெறியன், ஒருவேளை பைத்தியக்காரனே போலும் என்று நினைத்தார் மேஜர்.

அலெக்ஸேயின் சீற்றம் பொங்கும் முகத்தையும் வெறித்த விழிகளையும் ஓரக்கண்ணால் பார்த்துவிட்டு, முடிந்தவரை மென்மையாகவே பேச அவர் முயன்றார்.

"இதை எங்குமே கண்டதில்லைதான், ஆனால் இதை எல்லோரும் காண்பார்கள்? என்று விடாப்பிடியாக அழுத்திக் கூறினான் மெரேஸ்யெவ். தன் குறிப்பு நோட்டுப் புத்தகத்திலிருந்து ஸெல்லோபேன் காகிதத்தில் சுற்றியிருந்த பத்திரிகைத் துணுக்கை எடுத்து மேஜருக்கு முன்னே மேஜைமேல் வைத்தான்.

பக்கத்து மேஜைகளின் அருகே இருந்த இராணுவத்தினர் வேலைகளை அப்படியே போட்டுவிட்டு இந்த உரையாடலை உற்றுக் கேட்கலானார்கள். ஒருவன் ஏதோ காரியமாகப் போல மேஜரை நெருங்கி, நெருப்புப் பெட்டி கேட்டு வாங்கிக்கொண்டு மெரெஸ்யேவின் முகத்தை ஜாடையாகப் பார்த்தான். மேஜர் கட்டுரை மீது கண்ணோட்டினார்.

"இது எங்களுக்குப் பிரமாணம் ஆகாது. எங்களுக்குக் கட்டளை உள்ளது. விமானப் படைக்கு ஏற்ற தகுதி பற்றிய எல்லாத் தரங்களும் அதில் திட்டவட்டமாக வரையறுக்கப்பட்டுள்ளன. இரண்டு கால்களும் அல்ல, இரண்டே விரல்கள் மட்டும் உங்களிடம் குறைவாயிருந்தால் கூட விமானம் ஓட்ட உங்களை அனுமதிக்க என்னால் முடியாது. உங்கள் பத்திரிகைத் துணுக்கை எடுத்துக் கொள்ளுங்கள். இது சான்று அல்ல. உங்கள் விழைவை மதிக்கிறேன், ஆனால்..."

தனக்குள் கோபம் மண்டி எழுவதை உணர்ந்தான் மெரேஸ்யெவ். இன்னும் ஒரு கணம் தாமதித்தால் அவன் மைக்கூட்டை எடுத்து பளிச்சிடும் இந்த வழுக்கை முன் மண்டையில் எறிந்துவிடுவான் போலிருந்தது. சிரமத்துடன் தன்னைக் கட்டுப்படுத்திக் கொண்டு "இதுவோ?" என்று கம்மிய குரலில் கேட்டான்.

முதல் வரிசை இராணுவ மருத்துவரின் கையொப்பம் உள்ள காகிதத்தை - தன் கடைசி வாதத்தை மேஜைமேல் வைத்தான்.

மேஜர் அந்தக் குறிப்பைச் சந்தேகத்துடன் எடுத்துப்பார்த்தார். அது உரிய முறையில் எழுதப்பட்டிருந்தது, இராணுவ மருத்துவப் பணித்துறையின் பெயர்க்குறியுடன் முத்திரை இடப்பட்டிருந்தது.

விமானப் படையினரால் மதிக்கப்பட்ட மருத்துவரின் கையொப்பம் அதன் அடியில் இருந்தது. மேஜர் அதைப் படித்த பின் அதிகப் பரிவு காட்டலானார். இல்லை, எதிரே இருந்தவன் பைத்தியக்காரன் அல்ல. இந்த அசாதாரண இளைஞன் மெய்யாகவே கால்களின்றி விமானம் ஓட்டத் திட்டமிட்டிருக்கிறான். ஆழ்ந்த போக்கும் செல்வாக்கும் கொண்ட இராணுவ மருத்துவரையும் இவன் எப்படியோ நம்ப வைத்திருக்கிறான்.

"இருந்தாலும், நான் எவ்வளவுதான் விரும்பிய போதிலும் என்னால் முடியாது" என்று பெருமூச்சு விட்டு மெரேஸ்யெவின் விவரப் பத்திரத்தை அப்பால் நகர்த்தினார் மேஜர். "முதல் வரிசை இராணுவ மருத்துவர் என்ன வேண்டுமானாலும் எழுதலாம். எங்களிடம் தெளிவான, திட்டவட்டமான உத்தரவு இருக்கிறது. அதிலிருந்து பிறழ்வதற்கு இடமே கிடையாது. நான் அதை மீறினால் அப்புறம் பதிலளிப்பது யார், இராணுவ மருத்துவரா?" என்றார்.

வயிறார உண்ட, சுயதிருப்தி நிறைந்த இந்த மனிதரை, மட்டுமீறிய தன்னம்பிக்கையும் நிம்மதியும் மரியாதைப் பாங்கும் கொண்டவரை அலெக்ஸேய் வெறுப்புடன் நோக்கினான். அவருடைய கச்சிதமான உடுப்பின் துப்புரவான கழுத்துப் பட்டையையும் மயிரடர்ந்த கைகளையும், கவனமாகக் கத்தரிக்கப்பட்ட அழகற்ற பெரிய நகங்களையும் அருவருப்புடன் பார்த்தான். இந்த ஆளுக்கு விளக்குவது எப்படி? இவரால் புரிந்துகொள்ள முடியுமா? விமானச் சண்டை என்றால் என்ன என்று அறிவாரா இவர்? துப்பாக்கி வெடியைக் கூட இவர் வாழ்நாளில் ஒருபோதுமே கேட்டிருக்க மாட்டார். உணர்ச்சிகளை மிகச் சிரமத்துடன் கட்டுப்படுத்திக் கொண்டு அப்போது நான் என்ன செய்வது?" என்று தெளிவற்ற குரலில் கேட்டான்.

'நீங்கள் கட்டாயமாக விரும்பினால் அணியமைப்புத் துறைத் தேர்வுக் குழுவிடம் நான் உங்களை அனுப்பலாம். ஆனால் உங்கள் பாடெல்லாம் வீணே ஆகும் என்று எச்சரிக்கிறேன்." இவ்வாறு கூறித் தோட்களைக் குலுக்கினார் மேஜர்.

"அட எக்கேடு கெட்டாலும் சரி. எழுதுங்கள் குழுவுக்கு!" என்று கரகரத்த குரலில் சொல்லிவிட்டுத் தொப்பென்று நாற்காலியில் உட்கார்ந்தான் அலெக்ஸேய்.

அலுவலகங்களை அவன் ஒன்றன் பின் ஒன்றாகச் சுற்றிவருவது இவ்வாறு தொடங்கியது. கழுத்தளவு வேலை நெருக்கடியில் மூழ்கியிருந்த களைத்துச் சோர்ந்த மனிதர்கள் அவன் கதையைக் கேட்டார்கள். வியந்தார்கள், பரிவு காட்டினார்கள், மலைத்தார்கள், பின்பு கையை விரித்துவிட்டார்கள். உண்மையிலேயே அவர்களால் என்ன செய்திருக்க முடியும்? உத்தரவு, தலைமை அலுவலகத்தால்

உறுதிப்படுத்தப்பட்ட முற்றிலும் சரியான உத்தரவு இருந்தது. பல ஆண்டுகளாக வழங்கிவந்த மரபுகள் இருந்தன. அவற்றை மீறுவது எப்படி? அதிலும் சந்தேகத்துக்கே இடமற்ற இம்மாதிரி விஷயத்தில்? போர்ச் செயலுக்காகத் துடித்துக் கொண்டிருந்த, வெறுமே இருக்க முடியாத இந்த அங்கவீனன் மேல் எல்லோருக்கும் உளமார்ந்த இரக்கம் உண்டாயிற்று. "முடியாது" என்று வெட்டொன்று துண்டிரண்டாக அவனிடம் சொல்ல எவருக்கும் நா எழவில்லை. பணியாளர் நியமன அலுவலகத்திலிருந்து அணியமைப்பு அலுவலகத்துக்கு, ஒரு மேஜையிலிருந்து இன்னொரு மேஜைக்கு அவன் அனுப்பப்பட்டான். அவன்மீது பரிவு கொண்டு அதிகாரிகள் அவனைத் தேர்வுக் குழுவிடம் அனுப்பி வைத்தார்கள்.

மறுதலிப்புகளோ, அறிவுறுத்தும் தொனியோ, இகழ்வு படுத்தும் அனுதாபமும் தயையுமோ (இவற்றுக்கு எதிராக அவனது தன்மானம் மிக்க ஆன்மா அனைத்தும் பொங்கி எழுந்தது எனினும்) இப்போது மெரேஸ்யெவுக்குக் கட்டுக்கடங்காத கோபம் உண்டாகவில்லை. தன்னைக் கட்டுக்குள் வைத்திருக்க அவன் பழகிக்கொண்டான். மனுதாரனின் தோரணையை மேற்கொண்டான். சில சமயங்களில் ஒரே நாளில் இரண்டு மூன்று மறுதலிப்புகளைப் பெற்ற போதிலும் நம்பிக்கையைக் கைவிட அவன் விரும்பவில்லை. பத்திரிகைத் துணுக்கும் இராணுவ மருத்துவரின் முடிவும் அடிக்கடி பையிலிருந்து எடுக்கப்பட்டமையால் நைந்து மடிப்புக்களில் விட்டுப்போயின. எண்ணெய்த் தாளில் அவற்றை ஒட்டி வைத்துக்கொள்ள வேண்டியதாயிற்று.

7

தேர்வுக்குழுவின் முன் மெரேஸ்யெவ் முதலில் அழைக்கப்பட்டான். பிரமாண்டமான, முதிர்ந்து கனிந்த முதல் வரிசை இராணுவ மருத்துவர் கடைசியில் அலுவல் பயணத்திலிருந்து திரும்பித் தலைமைப் பீடத்தில் வீற்றிருந்தார். அலெக்ஸேயை அவர் உடனே அடையாளம் கண்டு கொண்டு அவனை வரவேற்க இருக்கைவிட்டு எழுந்து முன் சென்றார்.

"என்ன, ஏற்கமாட்டோம் என்கிறார்களா? ஆமாம், அன்பரே. உமது விவகாரம் சிக்கலானது. சட்டத்தை மீற நேரிடும். சட்டத்தை எப்படித் தாண்டுவது?" என்று நல்லியல்புடன் பரிவு காட்டினார் அவர்.

அலெக்ஸேய் சோதித்துக்கூடப் பார்க்கப்படவில்லை. அவனுடைய காகிதத்தில் இராணுவ மருத்துவர் சிவப்புப் பென்சிலால் பின்வருமாறு எழுதினார். "பணியாளர் நியமன அலுவலகத்துக்கு. விமானப் பயிற்சி ரெஜிமென்டுக்குச் சோதனைக்காக அனுப்பப்படலாம் என்று கருதுகிறேன்." இந்தக் காகிதத்துடன் நியமன அலுவலகத் தலைவரான

ஜெனரலிடமே நேரே சென்றான் அலெக்ஸேய். துணையதிகாரி அவனை ஜெனரலிடம் போக விடவில்லை. அலெக்ஸேய்க்குக் கோபம் பீறிட்டுக்கொண்டு வந்தது. இந்தத் துணையதிகாரி கறுகறுவென்ற மீசையும் வடிவமைந்த மேனியும் கொண்ட இளங் காப்டன். குதூகலமும் நல்லியல்பும் நட்பும் ஒளிர்ந்த அவனது முகத்தால் வசீகரிக்கப்பட்டு அலெக்ஸேய் அவனுடைய மேஜை அருகே உட்கார்ந்து தானே எதிர்பார்க்காத விதத்தின் தன் கதையை எல்லாம் சாங்கோபாங்கமாக அவனுக்கு எடுத்துரைத்தான். டெலிபோன் மணி அவனுடைய கதையை அடிக்கடி இடைமுறித்தது. காப்டன் மறுபடி மறுபடி எழுந்திருந்து தன் தலைமையதிகாரியின் அறைக்குப் போகவேண்டியிருந்தது. ஆனால் அங்கிருந்து திரும்பியதுமே அவன் மெரேஸ்யெவுக்கு எதிரே உட்கார்ந்து, குழந்தைமையும் எளிமையும் ஆவலும் பாராட்டும் ஓரளவு அவநம்பிக்கையுங்கூடத் ததும்பும் விழிகளுடன் நோக்கியவாறு "ஊம் ஊம், ஊம், அப்புறம்?" என்று அவசரப்படுத்துவான். அல்லது திடீரென்று கைகளை விரித்து விளங்காமை தோன்ற "மெய்தான் சொல்லுகிறாயா? கடவுளாணை, பொய் சொல்லவில்லையே நீ? ம்-ம் - பிரமாதம், அபாரம்" என்பான்.

ஒவ்வோர் அலுவலகமாகத் தான் அலைந்ததை மெரேஸ்யெவ் விவரித்ததும் காப்டன் எரிச்சலுடன் கத்தினான்.

"அட சைத்தான்களா! வீணாக உன்னை அலைக்கழித்திருக் கிறார்களே. நீ அருமையான ஆள், ஊம், எப்படிச் சொல்வதென்று எனக்குத் தெரியவில்லை நீ அசாதாரண இளைஞன் ! ஆனாலும் அவர்கள் செய்தது சரியே. கால்கள் இல்லாமல் விமானம் ஓட்ட முடியாது."

"ஓட்ட முடியும் ... இதோ...." என்று மெரேஸ்யெவ் பத்திரிகைத் துணுக்கையும் இராணுவ மருத்துவரது முடிவையும் அவரது சிபாரிசையும் எடுத்து வைத்தான்.

"ஆனால் கால்கள் இல்லாமல் நீ எப்படி விமானம் ஓட்டுவாய்? விசித்திரப் பேர்வழி! முடியாதப்பா ருஷ்யப் பழமொழி கூட உண்டே காலில்லாதவன் நடனமாட முடியாது என்று"

வேறு ஒருவன் இப்படிச் சொல்லியிருந்தால் மெரேஸ்யெவ் கட்டாயம் மனத்தாங்கல் கொண்டிருப்பான், ஒருவேளை கோபங்கொண்டு முரட்டுத்தனமாகப் பேசிக்கூட இருப்பான். காப்டனின் துடியான முகத்தில் காணப்பட்ட நல்விருப்பம் காரணமாக அவன் அப்படிச் செய்யாமல் சிறுவன் போன்ற உற்சாகப் பெருக்குடன் கூவினான்.

"முடியாதோ?" - இவ்வாறு கத்திவிட்டு எதிர்பார்ப்பு அறையிலேயே நடனம் ஆடத் தொடங்கிவிட்டான்.

காப்டன் பாராட்டு தோன்ற அவனைக் கவனித்தான், பின்பு ஒரு வார்த்தை பேசாமல் அவனுடைய காகிதங்களை எடுத்துக்கொண்டு தலைமையதிகாரியின் அறைக்குள் மறைந்தான்.

வெகுநேரம் வரை அவன் திரும்பவில்லை. கதவின் மறுபுறமிருந்து வந்த இரு குரல்களின் ஒலிகளைக் கேட்டுக் கொண்டிருந்த மெரேஸ்யெவின் உடம்பு முழுவதும் இறுகிக் குறுகியது. இதயம் கடுமையாக, விரைவாகத் துடித்தது - விரைந்தியங்கும் விமானத்தில் அவன் செங்குத்தாகப் பாய்ந்து இறங்குவது போல.

காப்டன் மனநிறைவைக் காட்டும் புன்னகையுடன் வெளியே வந்தான்.

"விஷயம் இதுதான். உன்னை விமானியாகச் சேர்த்துக் கொள்வது பற்றிய பேச்சைச் செவியேற்கவே ஜெனரல் விரும்பவில்லை. ஆனால் விமானப்படை டெப்போவுக்கு இதே சம்பளத்துடனும் வசதிகளுடனும் பணியாற்ற அனுப்பும்படி இதோ எழுதியிருக்கிறார். புரிந்ததா? இதே சம்பளத்துடன்..."

அலெக்ஸேயின் முகத்தில் மகிழ்ச்சிக்குப் பதில் ஆத்திரத்தைக் கண்டு காப்டன் பெரு வியப்படைந்தான்.

"டெப்போவுக்கா? ஒரு போதும் இல்லை. அட உங்களுக்கு ஏன் இது புரிய மாட்டேன் என்கிறது? வயிற்றுப்பாட்டையும் சம்பளத்தையும் பற்றி அல்ல நான் கவலைப்படுவது. நான் விமானி, புரிகிறதா? நான் விரும்புகிறேன் விமானம் ஓட்ட, போரிட இதை ஏன் ஒருவரும் புரிந்து கொள்வதில்லை? இது வெகு சுலபமான விஷயம் ஆயிற்றே..."

காப்டன் குழப்பமடைந்தான். நல்ல விண்ணப்பதாரன் தான் வந்து சேர்ந்தான்! இவன் இடத்தில் வேறு எவனும் மறுபடி களிப்பால் கூத்தாடத் தொடங்கியிருப்பான். இவனோ.... வேடிக்கைப் பிரகிருதி! எனினும் இந்த வேடிக்கைப் பிரகிருதி மேல் காப்டனுக்கு முன்னிலும் அதிக அன்பு உண்டாயிற்று. இவன்பால் பரிவு அவன் உள்ளத்தில் ஊறித் ததும்பியது. இவனது அசாத்தியமான முயற்சியில் எவ்வகையிலேனும் உதவக் காப்டனுக்கு விருப்பம் கிளர்ந்தெழுந்தது. சட்டென அவன் மனத்தில் ஓர் எண்ணம் உதித்தது. அவன் மெரேஸ்யெவைப் பார்த்துக் கண் சிமிட்டி, விரல் சைகையால் அவனை அருகே அழைத்து, தலைமையதிகாரியின் அறையை ஓரக் கண்ணால் நோக்கியபடி கிசுகிசுத்தான்.

"ஜெனரல் தம்மால் முடிந்ததை எல்லாம் செய்துவிட்டார். இதற்கு மேல் அவருக்கு அதிகாரம் இல்லை. கால்கள் இல்லாதவனை விமானியாக நியமித்தாரானால் அவரையே பைத்தியக்காரர் என்று எல்லோரும் எண்ணிவிடுவார்கள். நேரே நமது உச்ச அதிகாரியிடமே போ. அவர்தான் உன் விருப்பத்தை நிறைவேற்ற முடியும்"

அரை மணி நேரத்திற்கெல்லாம் மெரேஸ்யெவ் தன் புதிய நண்பனின் முயற்சியால் கிடைத்த நுழைவு அனுமதிச் சீட்டுடன் உச்ச அதிகாரியுடைய எதிர்பார்ப்பு அறைத் தரைக் கம்பளத்தின் மேல் பதற்றத்துடன் நடந்தான். முன்னமே இது அறிவில் படாமல் போயிற்றே ஆம். இவ்வளவு நேரத்தை வெட்டியாகக் கழிக்காமல் எடுத்த எடுப்பிலேயே இங்கே வந்திருக்க வேண்டும். வெற்றியோ, தோல்வியோ, இரண்டில் ஒன்று தீர்ந்து போயிருக்கும்... உச்ச அதிகாரி தாமே தேர்ந்த விமானியாக இருந்தவராம். அவர் கட்டாயம் புரிந்து கொள்வார். சண்டைவிமானியை டெப்போவுக்கு அவர் ஒருபோதும் அனுப்ப மாட்டார்!

எதிர்பார்ப்பு அறையில் ஜெனரல்களும் கர்னல்களும் நயப்பாங்குடன் அமர்ந்திருந்தார்கள். அவர்கள் தணிந்த குரலில் பேசிக்கொண்டிருந்தார்கள். சிலர் வெளிப்படையாகப் பதற்றப்பட்டார்கள். புகை குடித்துக்கொண்டிருந்தார்கள். அலெக்ஸேய் மட்டுமே தரை விரிப்பின் மீது விந்தையான முறையில் எம்பி எம்பிக் குதித்தவாறு முன்னும் பின்னுமாக நடந்து கொண்டிருந்தான். காண வந்திருந்தவர்கள் எல்லோரும் கண்டு சென்ற பின் மெரேஸ்யெவின் முறை வந்ததும் அவன் துணையதிகாரியின் மேஜையருகே சட்டெனப் போய் நின்றான். ஒளிவுமறைவு அற்ற உருண்டை முகத்தினனான மேஜர் அந்தத் துணையதிகாரி.

“தோழர் சீனியர் லெப்டினன்ட் நீங்கள் உச்ச அதிகாரியையே பார்க்க வேண்டுமா?” என்று அவன் வினவினான்.

“ஆம், முக்கியமான ஒரு சொந்தக் காரியம் அவரால் எனக்கு ஆக வேண்டியிருக்கிறது.”

“இருந்தாலும் உங்கள் விவகாரத்தை எனக்கும் தெரிவிக்கலாமா? உட்காருங்களேன். சிகரெட் பிடிப்பது உண்டா?” என்று சிகரெட் பெட்டியை மெரேஸ்யெவிடம் நீட்டினான் துணையதிகாரி.

மெரேஸ்யெவ் புகை பிடிப்பதில்லை என்றாலும் எதற்காகவோ ஒரு சிகரெட்டை எடுத்துக் கையில் பிடித்துக் கசக்கி விட்டு மேஜைமேல் வைத்தான். பின்பு திடீரென்று தன் அசாதாரண அனுபவங்களை எல்லாம் காப்டனுக்கு விவரித்தது போலவே ஒரு மூச்சில் சொல்லித் தீர்த்து விட்டான். மேஜர் அவனுடைய கதையை வெறுமே மரியாதைக்காக இன்றி, மிகுந்த நட்புடனும் பரிவுடனும் கவனித்தும் கேட்டான். பத்திரிகைக் குறிப்பையும் மருத்துவரின் தீர்மானத்தையும் படித்தான். அவனுடைய பரிவால் உற்சாகமடைந்த மெரேஸ்யெவ் துள்ளி எழுந்து, தான் இருக்கும் இடம் எது என்பதைக் கணப்போது மறந்து மறுபடி நடனமாடிக் காட்ட முற்பட்டான்..... அவனுடைய நோக்கமெல்லாம் பாழாகாமல் மயிரிழை தப்பியது. தலைவர்

அறைக் கதவு சட்டெனத் திறக்கப்பட்டது. கருமுடியும் நெடிய, ஒடிசலான மேனியும் உடைய ஒருவர் அங்கிருந்து வெளிப்பட்டார். போட்டோக்களில் பார்த்திருந்தமையால் அலெக்ஸேய் அவரை உடனே அடையாளம் தெரிந்துகொண்டான். நடந்தவாறே அவர் மேல் கோட்டுப் பொத்தான்களைப் போட்டுக்கொண்டு, தன் பின் வந்த ஜெனரலிடம் ஏதோ சொன்னார். கவலையில் வெகுவாக ஆழ்ந்திருந்ததால் அவர் அலெக்ஸேயைக் கவனிக்கக்கூட இல்லை.

“நான் கிரெம்ளினுக்குப் போகிறேன்” என்று கடிகாரத்தைப் பார்த்து விட்டு மேஜரிடம் சொன்னார் அவர். ஆறு மணிக்கு ஸ்தாலின்கிராத் செல்ல விமானத்துக்கு ஆர்டர் கொடுங்கள். வெர்னியா பொக்ரோம்னயாவில் விமானம் இறங்க வேண்டும்” என்று கூறிவிட்டு வந்தது போலவே விரைவாக வெளியே போய்விட்டார்.

மேஜர் உடனே விமானத்துக்கு ஆர்டர் கொடுத்துவிட்டு மெரேஸ்யெவை நினைவு படுத்திக்கொண்டு கைகளை விரித்தார்.

“உங்களுக்கு அதிர்ஷ்டமில்லை. இன்றே விமானத்தில் வெளியூர் போகிறோம். நீங்கள் காத்திருக்க நேரும். தங்க இடம் இருக்கிறதா உங்களுக்கு?” என்று கேட்டார்.

நிமிட நேரம் முன்பு பிடிவாதமும் சித்தவுறுதியும் தென்பட்ட அலெக்ஸேயின் சாமள முகத்தில் திடீரென ஒரே ஏமாற்றமும் சோர்வும் காணப்பட்டதைக் கவனித்த மேஜர் தன் தீர்மானத்தை மாற்றிக்கொண்டான்.

“நல்லது. நமது தலைமை அதிகாரியை நான் அறிவேன். அவரும் இப்படியே செய்திருப்பார்.”

இவ்வாறு கூறி அலுவலகக் காகிதத்தில் சில வார்த்தைகளை எழுதி காகிதத்தை உறையில் இட்டு, பணியாளர் நியமன அலுவலகத் தலைவருக்கு” என்று முகவரி எழுதி அலெக்ஸேயிடம் கொடுத்து அவன் கையைப் பற்றிக் குலுக்கினான்.

“நீங்கள் வெற்றி பெற வேண்டும் என்று உளமார விரும்புகிறேன்!” என்றான்.

காகிதத்தில் பின் வருமாறு எழுதப்பட்டிருந்தது. “லெப்டினன்ட் அமெரேஸ்யெவ் விமானப்படைத் தலைவரைக் காண வந்திருந்தார். அவர் விஷயத்தில் முழு கவனம் செலுத்தப்பட வேண்டும். அவர் விமானப் படைக்குத் திரும்ப முடிந்த வகையில் எல்லாம் உதவுவது அவசியம்.

ஒரு மணி நேரத்திற்கெல்லாம் கரு மீசைக் காப்டன் மெரேஸ்யெவைத் தன் தலைமையதிகாரியின் அறைக்கு இட்டுச் சென்றான். சினக் குறி காட்டும் பறட்டைப் புருவங்கள் கொண்ட பாரியான முதிய

ஜெனரல் காகிதத்தைப் படித்துவிட்டு, சுளி சுடரும் நீல விழிகளை உயர்த்தி அலெக்ஸேயைப் பார்த்து நகைத்தார்.

அதற்குள் அங்கேயும் போய் வந்துவிட்டாயா! துருசான ஆள்தான் நீ படு துருசுக்காரன் ! நான் உன்னை டெப்போவுக்கு அனுப்பியதால் மனத்தாங்கல் கொண்டவன் நீ தானோ? ஹஹ் ஹஹ்ஹா !" என்று அவர் கடகடவென்று உரக்கச் சிரித்தார். சபாஷ்! உயர்தர விமானி நீ என்பதைக் கண்டு கொண்டேன். டெப்போவுக்குப் போக மாட்டானாம், அவமதிப்பாக நினைக்கிறான் சரியான வேடிக்கைதான்! நான் உன்னை என்ன செய்வது, ஊம், நடன சிகாமணி? விமானத்தோடு விழுந்து நொறுங்கினாயானால் என் தலையை வாங்கிவிடுவார்களே. கிழட்டு மட்டி, இவனை எதற்காக நியமித்தாய்? என்று கேட்பார்களே! ஆனால் நீ என்ன செய்வாய் என்று யார் கண்டது? இந்த யுத்தத்தில் நம் ஆட்கள் உலகைப் பிரமிக்க வைத்து விட்டார்கள் என்றால் வெறுமே தானா.... இப்படிக் கொடு அந்தக் காகிதத்தை" என்றார்.

காகிதத்தின் குறுக்கே நீலப் பென்சிலால் விளங்காத கையெழுத்தில் அரைகுறைச் சொற்களில் பயிற்சிப் பள்ளிக்கு அனுப்புக என்று எழுதினார் ஜெனரல். நடுங்கும் கைகளால் காகிதத்தைப் பெற்றுக் கொண்டான் மெரேஸ்யெவ். அப்போதே, மேஜை அருகிலேயே அதைப் படித்தான். அப்புறம் மாடிப்படி மேடையிலும், பிறகு கீழே அனுமதிச் சீட்டைச் சரி பார்க்கும் பாராக்காரனின் பக்கத்திலும், பின்பு டிராமிலும், முடிவில் நடைபாதையில் மழையில் நின்று கொண்டும் மறுபடி மறுபடி படித்தான் அலட்சியமாகக் கிறுக்கப்பட்டிருந்த இந்தச் சொற்களின் குறி பொருளை இவற்றின் மதிப்பைப் புரிந்துகொள்ளக்கூடியவன் பரந்த உலகில் வாழும் மக்களில் அவன் ஒருவன் மட்டுமே.

8

மாஸ்கோ நகர்ப்புறத்தில் சிறு பயிற்சி விமானத்திடலின் பக்கத்தில் அமைந்திருந்தது விமானப் பயிற்சிப் பள்ளி. பரபரப்பு மிக்க அந்த நாட்களில் அங்கே வேலை வெகு மும்முரமாக நடந்து கொண்டிருந்தது.

விமானப் பயிற்சிப் பள்ளி அலுவலகத் தலைவர் சிறுகூடான மேனியர். மிகப் பருத்த செம்முகத்தினர். வலிய உடற்கட்டு வாய்ந்தவர். உறக்கமின்மையால் அவர் கண்கள் சிவந்திருந்தன. மெரேஸ்யெவை அவர் எரிச்சலுடன் பார்த்த பார்வை, "நீ வேறு எதற்காக வந்து இழவு கொடுக்கிறாய்? எனக்கு இங்கே ஏற்கெனவே கவலைகள் போதாவென்றா?" எனக் கேட்பது போல் இருந்தது. நியமனப் பத்திரமும் மற்றக் காகிதங்களும் அடங்கிய கட்டை அவர் அவன் கையிலிருந்து வெடுக்கெனப் பிடுங்கிக் கொண்டார்.

லெப்டினன்ட் கர்னலின் வெகு நாட்களாக மழிக்கப்படாத பரந்த முகத்தில் சுருட்டை சுருட்டையாக மண்டியிருந்த பழுப்பு ரோமங்களைத் திகிலுடன் பார்த்தவாறு, "கால்கள் இல்லாததைக் குறைகாட்டி விரட்டி விடுவார்" என்று நினைத்தான் மெரேஸ்யெவ். ஆனால் ஏககாலத்தில் இரண்டு டெலிபோன்கள் கணகணத்து அவரை அழைத்தன. ஒரு டெலிபோன் குழாயைக் காதுடன் தோளால் அழுத்திக்கொண்டு, இன்னொரு குழாய்க்குள் பதற்றத்துடன் ஏதோ கூறியபடியே மெரேஸ்யெவின் தஸ்தாவேஜுகள் மீது விரைவாகக் கண்ணோட்டினார் அவர். அவற்றில் ஜெனரலின் தீர்மானம் ஒன்றை மட்டுமே அவர் படித்தார் போலும். ஏனெனில் டெலிபோன் குழாய்களை வைக்காமலே அதன் அடியில் மூன்றாவது பயிற்சிப் பிரிவு. லெப்டினன்ட் நவூமவுக்கு சேர்த்துக் கொள்ளவும்" என்று எழுதினார். பிறகு இரு குழாய்களையும் வைத்துவிட்டுக் களைத்த குரலில் கேட்டார்.

"சாமான் சான்றிதழ் எங்கே? ரேஷன் கார்டு எங்கே? இல்லையா? ஒருவரிடமும் இல்லை. தெரியும், தெரியும் எனக்கு இந்தப் பல்லவி. மருத்துவமனை, களேபரம், இதற்கெல்லாம் நேரமில்லை, அப்படித்தானே? ஆனால் நான் உங்களுக்கு எதைக்கொண்டு சாப்பாடு போடுவதாம்? அறிக்கை எழுதுங்கள். சான்றிதழ் இல்லாமல் பயிற்சிப்பிரிவில் சேர்த்துக் கொள்ள மாட்டேன்."

"உத்தரவு!" என்று விறைப்பாக நிமிர்ந்து சல்யூட் அடித்தவாறு சந்தோஷமாக முழங்கினான் அலெக்ஸேய். "போக அனுமதிக்கிறீர்களா?" என்று கேட்டான்.

"போங்கள்!" என்று கையை வீசி ஆட்டினார் லெப்டினன்ட் கர்னல். மறுகணமே அவரது கொடூரமான கர்ஜனை முழங்கிற்று, "நில்லுங்கள்! இது என்ன?" தங்கக் குறியெழுத்துக்கள் பொறித்த கனத்த தடியை - வஸீலிய வஸீலியெவிச் பரிசளித்ததை அவர் விரலால் சுட்டிக்காட்டினார். அறையிலிருந்து வெளிச் செல்கையில் உள்ளக்கிளர்ச்சி காரணமாக மெரேஸ்யெவ் அதை மூலையில் மறந்துவிட்டுவிட்டான். "இதென்ன பகட்டு, கைத்தடியுடன் வளையவருவது? படைப் பிரிவு அல்ல இது, ஜிப்ஸி முகாம்! நகரப் பூங்காதான், தடிகள் என்ன விரைவிலேயே கழுத்தில் தாயத்து மாட்டிக்கொள்வீர்கள், விமானி அறைக்குக் கறுப்புப் பூனையைக் கொண்டுவருவீர்கள் - அதிர்ஷ்டத்துக்காக. இனிமேல் இந்தச் சப்புச் சவறெல்லாம் என் கண்ணில் படக்கூடாது! தெரிந்ததா, பகட்டரே!"

"உத்தரவு, தோழர் லெப்டினன்ட் கர்னல்!"

மூன்றாவது பயிற்சிப் பிரிவின் பயிற்சி ஆசிரியர் லெப்டினன்ட் நவூமனின் பொறுப்பில் மெரேஸ்யெவ் ஒப்படைக்கப்பட்டிருந்தான்.

முதல் நாளே விமானத்திடலில் அவரைத் தேடிப் பிடித்தான் மெரேஸ்யெவ் நலூமவ் சிறுகூடான உடலினர். மிகவும் துடியானவர். அவருடைய தலை பெரியது, கைகள் நீண்டவை. பயிற்சித் திடலில் அவர் ஓடியாடிக் கொண்டிருந்தார். சின்னஞ்சிறு பயிற்சி விமானம் பறந்து கொண்டிருந்த வானத்தை நோக்கியவாறு அதை ஓட்டியவனை வைது நொறுக்கினார்.

"கட்டுப்பெட்டி "கோணிப்பை சண்டை விமானியாக இருந்தானாம்!" கதை. யாரை ஏய்க்கப் பார்க்கிறான்?"

தன் வருங்காலப் பயிற்சி ஆசிரியர் முன் வந்து இராணுவ முறையில் முகமன் தெரிவித்த மெரேஸ்யெவின் வணக்கத்துக்கு விடையாக அவர் வெறுமே கையை ஆட்டிவிட்டு வானத்தைக் காட்டினார்.

"பார்த்தீர்களா? சண்டை விமானியாம்', வானச் சூறாவளி திறப்பு வெளியில் பூச்செடிபோல ஊசலாடுகிறான்..."

பயிற்சி ஆசிரியரை அலெக்ஸேய்க்குப் பிடித்துவிட்டது. கூட்டு வாழ்க்கையில் இந்த மாதிரிக் கிறுக்கர்களையே, தங்கள் வேலையை உளமார நேசிப்பவர்களையே அவன் விரும்பினான். இத்தகையவர்களுடன் கலந்து பழகுவது திறமையும் விடா முயற்சியும் உள்ளவனுக்கு எளிது. விமான மோட்டியவனைப்பற்றிச் சில கருத்துக்களை அவன் வெளியிட்டான். லெப்டினன்ட் இப்போது அவனைக் கால் முதல் தலைவரை கவனமாகப் பார்த்தார்.

"என் பிரிவுக்கு வந்திருக்கிறீர்களா? குலப்பெயர் என்ன? எந்த விமானத்தை ஓட்டினீர்கள்? போரில் பங்கு கொண்டீர்களா? எவ்வளவு காலமாக விமானம் ஓட்டவில்லை ?"

தன் பதில்களை லெப்டினன்ட் காது கொடுத்துக் கேட்டதாக அலெக்ஸேய்க்கு நம்பிக்கைப்படவில்லை. அவர் மறுபடி தலையை நிமிர்த்து, முகத்தில் வெயில் படாமல் உள்ளங்கையால் மறைத்தவாறு முட்டியை ஆட்டினார்.

மூட்டை தூக்கிப் பாருங்கள் அவன் எப்படித் திரும்புகிறான் என்று! அறைக்குள் நீர்யானை போல்" என்றார்.

மறுநாள் பறப்பு தொடங்கும் நேரத்தில் வரும்படியும் உடனே "வெள்ளோட்டம் விட்டுப் பார்ப்பதாகவும்" அவர் அலெக்ஸேயிடம் சொன்னார்.

"இப்போது போய் இளைப்பாறுங்கள். பயணத்துக்குப் பின் ஓய்வு கொள்வது பயனுள்ளது. சாப்பிட்டீர்களா? இல்லாவிட்டால் இங்கே குழப்பத்தில் உங்களுக்குச் சாப்பாடு போட மறந்துவிடுவார்கள்... அட குட்டிச் சாத்தான்! வா, வா இறங்கு, உனக்கு காட்டுகிறேன் 'சண்டை விமானியை!" என்று பொரிந்து கொட்டினார்.

மெரேஸ்யெவ் இளைப்பாறப் போகவில்லை. டெப்போவில் செம்மானைக் கண்டு, தன் ஒரு வார புகையிலை ரேஷனை அவனுக்குக் கொடுத்து, கமாண்டருக்குரிய தோல் வாரைக்கொண்டு பக்கிள்ஸ் வைத்த தனிவகை அமைப்புள்ள இரண்டு இறுக்கு வார்கள் தைத்துத் தரும்படி கேட்டுக்கொண்டான். கால்களால் இயக்கும் நெம்படிகளுடன் பொய்க்கால்களை இவற்றின் உதவியால் இறுக இணைத்துக்கொள்ளலாம் என்பது அவன் நோக்கம். பிறகு அவன் விமான நிலையம் திரும்பினான். இருட்டும் வரை கடைசி விமானம் தன் இடத்திற்கு இட்டுவரப்பட்டு, தரையில் அடிக்கப்பட்டிருந்த முளைகளில் கயிற்றால் கட்டப்படும் வரை அவன் விமானப் பறப்புக்களைக் கவனித்துக் கொண்டிருந்தான். வானின் தனித் தனிப் பகுதிகளில் வழக்கப்படி பயிற்சிக்காக ஏறியிறங்குவது அல்ல இது, தலைசிறந்த விமானிகளின் போட்டி என்பது போல. உண்மையில் ஒவ்வொரு பறப்பையும் அவன் உற்றுப் பார்க்கவில்லை. விமான நிலையத்தில் காரியக் கெடுபிடியையும் விமான எஞ்சின்களின் ஓய்வற்ற இரைச்சலையும் வாணக்குழல்களின் அழுங்கிய அதிரொலியையும், பெட்ரோல், மசக்கெண்ணெய் ஆகியவற்றின் மணத்தையும் தனக்குள் நிறைத்தவாறு விமான நிலையச் சூழ்நிலையில் வாழ்ந்தான். அவனது உள்ளமும் உடலும் உவகையில் திளைத்தன. மறுநாள் விமானம் மக்கர் பண்ணக்கூடும், தன் ஏவலுக்கு இணங்க மறுக்கக்கூடும், விபத்து நேரக்கூடும் என்று அவன் சிந்திக்கவே இல்லை.

மறுநாள் காலையில் அவன் பறப்புத்திடலுக்கு வந்தபோது அது இன்னும் வெறுமையாக இருந்தது. சூடுபடுத்தப்படும் விமான எஞ்சின்கள் இரைந்தன. உந்து விசிறிகளைச் சுழற்றிவிட்ட மெக்கானிக்குகள் பாம்பை மிதித்தவர்கள் போல் அவற்றிலிருந்து துள்ளி விலகினார்கள். வழக்கமான காலைக் குரலொளிகள் கேட்டன.

“செலுத்தத் தயாராகுக!”

“இணைப்பு ஏற்படுத்துக!”

அப்படியே, இணைப்பு ஏற்படுத்தியாயிற்று.

அலெக்ஸேய் இவ்வளவு முன்னதாக விமானங்களின் அருகே எதற்காகச் சுற்றுகிறான் என்று ஒருவன் அவனைத் திட்டினான். அலெக்ஸேய் வேடிக்கையாகப் பேசி அவனிடமிருந்து நழுவினான். குதூகலம் பொங்கிய ஒரு வாக்கியம் அவன் நினைவில் எதனாலோ பதிந்துவிட்டது. “இணைப்பு ஏற்படுத்தி ஆயிற்று இணைப்பு ஏற்படுத்தி ஆயிற்று, இணைப்பு ஏற்படுத்தி ஆயிற்று” என்று மறுபடி மறுபடி அந்த வாக்கியத்தைத் தனக்குள் சொல்லிக்கொண்டான். முடிவில் விமானங்கள் துள்ளிக்கொண்டு பாங்கின்றித் தள்ளாடியவாறு இறக்கைகள் அதிர்ந்து

நடுங்கப் புறப்படும் இடத்துக்கு ஊர்ந்து சென்றன. மெக்கானிக்குகள் அவற்றின் இறக்கைகளின் அடியில் கைகொடுத்துத் தாங்கியவாறு நடந்தார்கள். நவூமவ் அங்கே இருந்தார். தானே சுற்றிய சிகரெட்டை அவர் புகைத்துக்கொண்டிருந்தார். தமது பழுப்பேறிய விரல்களிலிருந்து அவர் புகை இழுத்து விடுவது போலத் தோன்றும்படி அவ்வளவு சிறியதாக இருந்தது சிகரெட்டு.

அலெக்ஸேய் இராணுவ முறைப்படி தெரிவித்த வணக்கத்துக்குப் பதில் வணக்கம் தெரிவிக்காமலே, "வந்துவிட்டாயா? அதுவும் சரிதான். முதலில் வந்திருக்கிறாய், முதலில் பறப்பாய். ஒன்பதாம் எண் விமானத்தின் பின் அறையில் உட்கார். நான் இதோ வருகிறேன். பார்ப்போம், நீ எப்பேர்ப்பட்டவன் என்பதை" எனக் கூறினார்.

சின்னஞ்சிறு சிகரெட்டை விரைவாகப் புகை இழுத்துக்குடித்து முடிப்பதில் முனைந்தார் அவர். அலெக்ஸேய் விரைவாக விமானத்துக்கு நடந்தான். ஆசிரியர் வருவதற்குள் கால்களை நெம்படிகளுடன் வார்களால் இணைத்து இறுக்கிக்கொள்ள விரும்பினான் அவன். ஆசிரியர் அருமையான ஆள்தாம், ஆனாலும் திடீரென்று அவர் பிடிவாதம் பிடிக்கலாம், பரீட்சித்துப் பார்க்க மறுக்கலாம், கூச்சல் கிளப்பலாம் யார் கண்டது? வழுக்கலான இறக்கை மேல் தொற்றி, விமானி அறை விளிம்பைப் பதற்றத்துடன் பற்றியவாறு ஏறினான் அலெக்ஸேய். கிளர்ச்சி காரணமாகவும் பழக்கம் இன்மை காரணமாகவும் அவன் சறுக்கிச் சறுக்கி விழுந்தான். அறைக்குள் காலை எடுத்துப்போடவே. அவனால் முடியவில்லை. குறுகிய முகமும் உற்சாகமற்ற தோற்றமும் கொண்ட, இளமை கடந்துவிட்ட மெக்கானிக் ஆச்சரியத்துடன் அவனைப் பார்த்து, "குடித்திருக்கிறான், நாய்ப் பயல்" என்று எண்ணிக்கொண்டான்.

தனது வளையாத காலை விமானி அறைக்கும் முடிவில் ஒரு விதமாக வைத்துவிட்டான் அலெக்ஸேய். நம்பமுடியாத அளவு அரும் பிரயாசை செய்து மறு காலையும் அறைக்குள் இழுத்து, தொப்பென்று இருக்கையில் சாய்ந்தான். அதே நொடியில் தோல் வார்களால் பொய்க்கால்களை நெம்படிகளுடன் சேர்த்து இறுக்கிக்கொண்டான். அமைப்பு சரியானதாக வாய்த்திருந்தது. வார்கள் பொய்க்கால்களை நெம்படிகளுடன் பிகுவாகவும் உறுதியாகவும் அழுத்தி இறுக்கியிருந்தன. பிள்ளைப் பருவத்தில் நன்றாகப் பொருத்தப்பட்ட ஸ்கேட்களைப் பாதங்களுக்கு அடியில் உணர்ந்தது போலவே நெம்படிகளை இப்போது உணர்ந்தான்.

ஆசிரியர் அவனது அறைக்குள் தலையை நீட்டினார்.

"ஏன் தம்பீ, நீ குடித்திருக்கிறாயா என்ன? ஊது" என்றார்.

அலெக்ஸேய் ஊதினான். மதுவின் பழக்கமான வாடை வராமையால் ஆசிரியர் மெக்கானிக்கை அச்சுறுத்தும் பாவனையில் முட்டியை ஆட்டினார்.

"செலுத்தத் தயாராகுக!"

"இணைப்பு ஏற்படுத்துக!"

"அப்படியே, இணைப்பு ஏற்படுத்தியாயிற்று!"

எஞ்சின் சில தடவைகள் காதைத் துளைப்பது போல உறுமியது. பின்பு அதன் பிஸ்டன்கள் அடிக்கும் துலக்கமாகத் தனியான ஓசை கேட்டது. களி மிகுதியால் மெரேஸ்யெவ் கத்தியும் விட்டான். பெட்ரோல் செலுத்துவிசையைக் கையால் தன்னுணர்வின்றியே இழுத்தான். அதற்குள் பேச்சுக் குழாய் வழியே வந்தது ஆசிரியரின் கோபக் குரல்.

"குருவுக்கு மிஞ்சின சீடன் ஆகப் பார்க்காதே!"

ஆசிரியர் தாமே பெட்ரோல் செலுத்துவிசையைப் போட்டார். எஞ்சின் கடகடத்தது. ஊளையிட்டது. விமானம் எகிறிக் குதித்தவாறு பறப்பு முன்னோட்டம் தொடங்கியது. தன்னுணர்வின்றியே இயக்கியவாறு நவூமவ் பிடியைத் தம் பக்கம் இழுத்தார். தட்டான் பூச்சி வடிவான விமானம், எல்லா விமானிகளும் ஒரு காலத்தில் விமானமோட்டக் கற்றுக்கொண்ட அந்தப் பறப்பூர்தி, செங்குத்தாக வானில் கிளம்பியது.

சாய்வாக வைக்கப்பட்டிருந்த கண்ணாடியில் புதிய பயிற்சி மாணவனின் முகத்தைக் கண்டார் ஆசிரியர். நீண்ட இடைநிறுத்தத் துக்குப்பின் முதல் விமானப் பறப்பின்போது இத்தகைய எத்தனையோ முகங்களை நவூமவ் கண்டிருந்தார். தேர்ந்த விமானிகளின் பெரிய மனிதப் பாங்கான நல்லியல்பை அவர் பார்த்திருந்தார். ஒன்றன்பின் ஒன்றாக ஆஸ்பத்திரிகளில் நீண்ட காலம் தங்கிவிட்டு மறுபடி தங்கள் வழக்கமான சூழ்நிலைக்கு வந்துள்ள உற்சாகிகளான விமானிகளின் விழிகள் சுடர் வீசுவதை அவர் கண்டிருந்தார். பயங்கர விமான விபத்தில் படுகாயமடைந்து திரும்பியவர்கள் விமானம் வானில் கிளம்பியதும் வெளிறுவதையும் பதற்றமடையத் தொடங்குவதையும் உதடுகளைக் கடிப்பதையும் அவர் அவதானித்திருந்தார். முதல் முறை தரையிலிருந்து வானில் எழும்பும் கற்றுக் குட்டிகளின் சுறுசுறுப்பு ததும்பும் ஆவலை அவர் பார்த்திருந்தார். விமானம் ஓட்டுவதில் அனுபவம் உள்ளவனாகத் தோன்றிய இந்த அழகிய சாமள நிற இளைஞனின் முகத்தில் இப்போது கண்ணாடி வாயிலாக அவர் கண்ட விந்தையான பாவத்தை நவூமவ் பயிற்சி ஆசிரியராகப் பணியாற்றிய பல ஆண்டுகளில் ஒரு தரங்கூடக் காணவில்லை.

ஜுரத்தினால் ஏற்படுவது போன்ற புள்ளிகள் அடர்ந்த செம்மை புதியவனின் சாமள நிறத் தோலின் ஊடாகப் பரவியது. அவன் உதடுகள் வெளிறின, ஆனால் அச்சத்தால் அல்ல., நிச்சயமாக இல்லை, நலூமவுக்குப் புரியாத மாண்பு சான்ற கிளர்ச்சி காரணமாக. அவன் யார்? அவனுக்கு என்ன நேர்ந்துவிட்டது? மெக்கானிக் அவனைக் குடிகாரன் என்று எண்ணியது ஏன்?

விமானம் தரையிலிருந்து கிளம்பிக் காற்றில் மிதக்கத் தொடங்கியதும், காப்புக் கண்ணாடிகள் இன்னும் போடப்படாத புதியவனின் விழிகளில் - ஜிப்ஸியுடையவை போன்று கருமையான பிடிவாதம் நிறைந்த விழிகளில் - திடீரெனக் கண்ணீர் மல்கியது. கன்னத்தில் வழிந்த கண்ணீர் திருப்பத்தின் போது முகத்தில் அடித்த காற்றுத்தாரையால் பூசப்பட்டது. இதை எல்லாம் ஆசிரியர் கவனித்தார்.

“யாரோ விசித்திரப் பிரகிருதி! இவனிடம் ஜாக்கிரதையாக இருக்க வேண்டும். என்ன செய்வானோ, யார் கண்டது?” என்று தீர்மானித்துக் கொண்டார் நலூமவ். ஆனால், சதுரக் கண்ணாடியிலிருந்து தம்மை நோக்கிய அந்தக் கிளர்ச்சி பொங்கிய முகத்தில் இருந்த ஏதோ ஓர் உணர்ச்சி ஆசிரியரையும் பற்றிக்கொண்டது. தமது தொண்டையிலும் ஏதோ அடைத்துக் கொள்வதையும் இயந்திரக் கருவிகள் கண்முன் மங்கிப் படரத் தொடங்குவதையும் உணர்ந்து அவர் வியப்பு அடைந்தார்.

‘ஓட்டும் பொறுப்பை உனக்குக் கொடுக்கிறேன்” என்று அவர் சொன்னார். ஆனால் அப்படிக் கொடுத்துவிடவில்லை. கைகளையும், பாதங்களையும் தளர்த்த மட்டுமே செய்தார். ஓட்டும் பொறுப்பை விளங்காத இந்த விசித்திரப் பிரகிருதியிடமிருந்து எந்தக் கணத்திலும் வலிய எடுத்துக்கொள்ள ஆயத்தமாக இருந்தார் அவர்.

அலெக்ஸேயின் ஒவ்வொரு அசைவையும் நலூமவ் முன்னிருந்த கருவிகள் அப்படியே இயங்கிக் காட்டின. புதியவன் தன்னம்பிக்கையுள்ள, கைதேர்ந்த விமானி என்பதை அவற்றிலிருந்து அவர் கண்டுகொண்டார். அனுபவம் முதிர்ந்த போர்விமானியான பயிற்சிப் பள்ளித் தலைவர் “வரப்பிரசாதம் பெற்ற விமானி” என்று இத்தகையவர்களைக் குறிப்பிடுவது வழக்கம்.

முதல் சுற்றுக்குப் பின் நலூமவ் தன் சீடனைக் குறித்து அஞ்சுவதை விட்டுவிட்டார்.

விமானம் தயக்கமின்றி, உரிய முறையில் இயங்கியது. ஒரு விஷயந்தான் சற்று விந்தையாகப் பட்டது. விமானத்தைச் சம மட்டத்தில் செலுத்துகையில் பயிற்சியாளன் ஓயாமல் இடமும் வலமுமாகச் சிறு சிறு திருப்பங்கள் செய்தான். சில வேளைகளில் விமானத்தைச் சிறிது மேலே கிளப்பினான், வேறு சில வேளைகளில் கீழே இறக்கினான். தனது தேர்ச்சியை அவன் சோதித்துப் பார்ப்பதுபோல் இருந்தது.

புதியவனை மறு நாளே தனியாகப் பயிற்சிப் பகுதியில் பறக்க அனுமதிக்கலாம் என்றும், இரண்டு மூன்று பறப்புகளுக்குப் பின் சண்டைவிமானத்தின் சிறு நகலான "ஊத் 2" ரகப் பயிற்சி விமானத்தை ஓட்ட விடலாம் என்றும் தமக்குள் தீர்மானித்துக்கொண்டார் நவூமவ்.

குளிராயிருந்தது. இறக்கைத் தம்பத்தின் மேலிருந்த வெப்பதட்ப மானி நீர் உறை மட்டத்துக்குக் கீழ் பன்னிரண்டு டிகிரி குளிர் இருந்ததாகக் காட்டியது. கூரிய காற்று விமானி அறைக்குள் பாய்ந்து நாய்த்தோல் பூட்சுகளுக்குள் புகுந்து பயிற்சி ஆசிரியரின் கால்களை விறைக்கச் செய்தது. திரும்பநேரம் ஆகிவிட்டது.

ஆனால் "தரையில் இறங்குக!" என்று அவர் குழாய் வாயிலாக உத்தரவு இட்டபோதெல்லாம் ஆர்வம் பொங்கும் கரு விழிகளில் மௌன வேண்டுகோள் தென்படுவதைக் கண்ணாடியில் கண்டார். அது வேண்டுகோள் கூட இல்லை, கோரிக்கை. உத்தரவை மறுபடி இடுவதற்கு அவருக்கு மனம் வரவில்லை. வழக்கமான பத்து நிமிடங்களுக்குப் பதில் சுமார் அரை மணி நேரம் அவர்கள் பறந்தார்கள்.

விமானி அறையிலிருந்து வெளியே துள்ளி, விமானத்தின் அருகே குதித்தார். நவூமவ் கையுறைகளைத் தட்டிக்கொண்டார், பாதங்களைத் தொப்பு தொப்பென்று அடித்தார். ஆரம்பக் குளிர் அன்று காலை உண்மையிலேயே கடுமையாக இருந்தது. பயிற்சி மாணவனோ, வெகுநேரம் அறைக்குள் ஏதோ செய்து கொண்டிருந்தான். பின்பு அதிலிருந்து மெதுவாக விருப்பமற்றவன் போல வெளியே வந்தான். தரையில் இறங்கியதும் இறக்கையின் அருகே உட்கார்ந்து கொண்டான். அவன் முகத்தில் உவகை ஊற்றெடுத்துப் பொங்கியது. ஏதோ போதையேறியது போன்று அது தோற்றம் அளித்தது. குளிராலும் இன்பக் கிளர்ச்சியாலும் செம்மை சுடர்ந்தது அது.

"விறைத்துப் போனாயோ? என்னை பூட்சுகள் வழியாக எப்படிக் குளிர் தாக்கிவிட்டது தெரியுமா? அடே நீ சாதாரண ஜோடுகள் அல்லவா அணிந்திருக்கிறாய்! கால்கள் குளிரில் மரத்துப் போகவில்லையா?"

"எனக்குக் கால்கள் இல்லை" என்று தனது எண்ணத்தால் புன்னகைத்தவாறு பதிலளித்தான் பயிற்சி மாணவன்.

"என்ன?" என்றார் நவூமவ். உணர்ச்சிகளுக்கேற்ப விரைந்து மாறும் அவர் முகம் நீண்டு விட்டது.

"எனக்குக் கால்கள் இல்லை" என்று தெளிவாகத் திருப்பிச் சொன்னான் அலெக்ஸேய்.

"கால்கள் இல்லை" என்றால் என்ன அர்த்தம்? நோயுள்ளவையா அவை?"

"இல்லை என்றால் இல்லை, அவ்வளவுதான். இவை பொய்க்கால்கள்."

யாரோ தலையில் சம்மட்டியால் அடித்து தரையில் பதித்துவிட்டது போல நொடிப்போது மலைத்து நின்றுவிட்டார். இந்த விசித்திர இளைஞன் அவரிடம் சொன்ன விஷயம் முற்றிலும் நம்ப இயலாததாக இருந்தது. கால்கள் இல்லையாவது? இப்போதுதானே இவன் விமானம் ஓட்டினான் அதுவும் நன்றாகவே ஓட்டினான்!....

“காட்டு” என்று ஏதோ அச்சத்துடன் சொன்னார் ஆசிரியர்.

இந்த ஆவல் அலெக்ஸேய்க்குக் கோபமூட்டவோ அவமதிப்பாகப் படவோ இல்லை. மாறாக, வேடிக்கையான இந்தக் குதூகல மனிதரை ஒரேயடியாக வியப்பில் ஆழ்த்த அவனுக்கு விருப்பம் உண்டாயிற்று. சர்க்கஸ் செப்படி வித்தைக்காரன் போன்று காற்சட்டையை உயர்த்தி ஏககாலத்தில் இரண்டு கால்களையும் காட்டினான்.

தோலாலும் அலுமினியத்தாலும் ஆன பொய்க்கால்கள் மேல் நின்றான் பயிற்சி மாணவன். ஆசிரியரையும் மெக்கானிக்கையும் முறைக்காகக் காத்திருந்த பயிற்சியாளர்களையும் அவன் புன்னகையுடன் நோக்கினான்.

இந்த மனிதனின் உள்ளக் கிளர்ச்சி, இவன் முகத்தில் காணப் பட்ட அசாதாரணத் தோற்றம். இவனுடைய கருவிழிகளில் பொங்கிய கண்ணீர், பறப்பு உணர்ச்சியை நீடிப்பதற்கு அவன் காட்டிய பேரார்வம், எல்லாவற்றையும் நவூமவ் அக்கணமே புரிந்துகொண்டார். இந்தப் பயிற்சி மாணவன் அவரைப் பரவசப்படுத்திவிட்டான். அலெக்ஸேய் அருகே பாய்ந்து வெறிகொண்டவர் போல அவன் கைகளைப் பற்றிக் குலுக்கினார்.

“அடேயப்பா, எப்படி உன்னால் முடிந்தது? அருமையான ஆள் நீ! அட உனக்கே தெரியாது, நீ எப்பேர்ப்பட்ட மனிதன் என்று...” எனத் தொண்டை தழுதழுக்கக் கூறினார்.

முக்கியமான காரியம் இப்போது நிறைவேற்றப்பட்டு விட்டது. பயிற்சி ஆசிரியரின் அபிமானத்தைப் பெற்றாயிற்று. மாலையில் அவர்கள் சந்தித்துப் பயிற்சித் திட்டத்தைச் சேர்ந்து வகுத்தார்கள்.

9

விமானப் பயிற்சிப் பள்ளியில் மெரேஸ்யெவ் ஐந்து மாதங்களுக்கு மேல் பயின்றான். விமானத்திடல் வெண்பனியால் மூடப்பட்டுவிட்டது. விமானங்களுக்கு அடியில் சருகு பட்டைகள் பொருத்தப்பட்டன. பறக்கும் போது அலெக்ஸேய்க்கு இலையுதிர் காலத் தரையின் பளிச்சிடும் பல வண்ணங்களுக்குப் பதில், வெள்ளை, கறுப்பு என்ற இரண்டு நிறங்கள் மட்டுமே தென்பட்டன. ஸ்தாலின் கிராத் நகருக்கு அருகே ஜெர்மானியர் முறியடிக்கப்பட்டது. ஆறாவது ஜெர்மன் சைனியத்தின் அழிவு, பௌல்யூஸ் சிறைபிடிக்கப்பட்டது

ஆகியவை பற்றிய செய்திகள் ஏற்கெனவே பெருத்த ஆரவாரம் ஏற்படுத்தி அடங்கிவிட்டிருந்தன. முன்காணாத கட்டுப்படுத்த முடியாத தாக்குதல் தெற்கே தொடங்கிவிட்டது. ஜெனரல் ரோத்மிஸ்த்ரோவின் பாங்கி வீரர்கள் போர்முனையைப் பிளந்து ஊடுருவி, துணிகரமாகத் தாக்கு நடத்தி எதிரியின் பின்புலத்தில் நெடுந்தூரம் உட்புகுந்து தகர்த்து நொறுக்கினார்கள். போர்முனையில் இத்தகைய செயல்கள் நிகழ்ந்துகொண்டிருக்கையில், போர்முனைக்குமேலே, வானில் இத்தகைய சண்டைகள் நடந்து கொண்டிருக்கையில், சின்னஞ்சிறு பயிற்சி விமானங்களில் அமர்ந்து காற்றில் "கிரீச்சிடுவது" சள்ளையாக இருந்தது. மருத்துவமனை ஆளோடியில் ஒவ்வொரு நாளும் கணக்கற்ற தடவைகள் நடை பழகுவதையும் வீங்கிச் சுரீரென வலித்த கால்களுடன் மஸூர்க்கா நடனமும் பாக்ஸ்டிராட் நடனமும் ஆடுவதையும் விட இது அலெக்ஸேய்க்குக் கடினமாக இருந்தது.

ஆனால் விமானப்படைக்குத் திரும்புவதாக அவன் மருத்துவ மனையிலேயே சபதம் எடுத்துக்கொண்டிருந்தான். தனக்கு முன்னே ஒரு குறிக்கோளை வைத்துக்கொண்டு, துயரத்தையும் வலியையும் களைப்பையும் ஏமாற்றத்தையும் பொருட்படுத்தாமல் பிடிவாதத்துடன் அதை நோக்கி முன்னேறிக் கொண்டிருந்தான். ஒருநாள் அவனுடைய புதிய இராணுவ முகவரிக்குப் பருத்த கடிதக் கட்டு ஒன்று வந்தது. மருத்துவமனைக்கு வந்த கடிதங்களைக் க்ளாவ்தியா மிஹாய்லவ்னா இந்த முகவரிக்கு அனுப்பியிருந்தாள். அவன் எப்படியிருக்கிறான்,

எவ்வளவு தூரம் முன்னேறியிருக்கிறான், தன் கனவுகளை நனவாக்க அவனுக்கு வாய்த்ததா என்றெல்லாம் அவள் கேட்டிருந்தாள்.

"வாய்த்ததா இல்லையா?" என்று தன்னையே கேட்டுக்கொண்டான் அவன். இதற்குப் பதில் அளிக்காமல் கடிதங்களை வகை பிரிப்பதில் முனைந்தான். அனேகக் கடிதங்கள் இருந்தன. தாயாரிடமும் ஓல்காவிடமும் க்வோஸ்தியேவிடமும் இருந்து வந்திருந்தன. அவை முதலில் தாயாரின் கடிதத்தைப் பிரித்தான் அலெக்ஸேய். வழக்கமாகத் தாயார் எழுதும் வகையான கடிதம் அது. அவனைப் பற்றிய கவலையும் உள்ளப்பதைப்பும் நிறைந்தது. கிழவியின் அன்பு ததும்பும் சொற்களுக்குப் பிறகுதான் முக்கியமான விஷயம் எழுதப்பட்டிருந்தது. ஜெர்மானியர்கள் ஸ்தாலின்கிராதிலிருந்து விரட்டப்பட்டுவிட்டார்கள். அவர்கள் துரத்தியடிக்கப்பட்ட பின் ஓல்கா கமீஷினுக்கு வந்து ஐந்து நாட்கள் தங்கியிருந்தாள். ஓல்காவின் வீடு வெடிகுண்டுகளால் தகர்க்கப் பட்டுவிட்டபடியால் அவள் அலெக்ஸேயின் தாயார் வீட்டிலேயே இருந்தாள். இப்போது அவள் ஸேப்பர் பட்டாளத்தில் லெப்டினன்டாக வேலை செய்கிறாள். அவள் தோளில் காயம் பட்டிருந்தது. இப்போது குணமாகிவிட்டது. அவளுக்கு விருது அளிக்கப்பட்டது. என்ன விருது என்று கிழவி தெரிவிக்கவில்லை. தன் வீட்டில் தங்கியிருக்கையில் ஓல்கா பெரும்பாலான நேரம் உறங்கிக் கொண்டிருந்தாள் என்றும் தாயார் எழுதியிருந்தாள். இருவரும் சேர்ந்து சீட்டுக்களைக் கொண்டு சோதிடம் பார்த்தார்களாம். கிளாவர் ராஜாவின் இதயத்தில் டயமண்ட் ராணி இருந்தாளாம். இந்த டயமண்ட் ராணியை விட மேலான மாற்றுப்பெண் தனக்கு வேண்டுமென்று தாயார் விரும்பவே இல்லையாம்.

முதியவளின் உள்ளமுருக்கும் ராஜதந்திரத்தை எண்ணி அலெக்ஸேய் புன்னகை செய்தான். அப்புறம் டயமண்ட் ராணியிடமிருந்து வந்த கடிதத்தைப் படித்தான். கடிதம் சுருக்கமாகவே இருந்தது. ஓல்கா எழுதியிருந்த செய்தி இதுதான்: "காப்பகழ்கள்" தோண்டும் வேலைக்குப் பிறகு தொழிலாளர் பட்டாளத்தின் சிறந்த வீரர்கள் முறையான ஸேப்பர் படைப் பிரிவில் சேர்த்துக்கொள்ளப்பட்டார்கள். அவள் இப்போது எஞ்சீனியர் லெப்டினன்ட் இப்போது இவ்வளவு பெயர் பெற்று விளங்கும் மமாயேவ் குன்றின் அருகில் பகைவரின் குண்டு வீச்சைப் பொருட்படுத்தாமல் அரண் காப்பு அமைத்தது அவர்களுடைய படைப்பிரிவுதான். பிறகு டிராக்டர் தொழிற்சாலையின் பக்கத்தில் காப்பரண் வளையம் நிறுவியதும் அதுவே இந்தத் தொண்டின் பொருட்டு அவர்களது படைப்பிரிவுக்குப் "போர்ச் செங்கொடி" விருது வழங்கப்பட்டது. டப்பியிட்ட உணவுப் பொருள்கள் முதல் மண்வாரிகள் வரை எல்லாச் சாமான்களும் வோல்கா ஆற்றின் மறு புறமிருந்து ஏற்றிவர வேண்டியிருந்ததாகவும் அங்கே பகைவர்களின்

மெஷீன்கன்கள் குண்டு மாரி பொழிந்த வண்ணமாயிருந்தன என்றும், இதனால் தாங்கள் மிகுந்த தொல்லைக்கு உள்ளாக நேர்ந்தது என்றும் எழுதியிருந்தாள் ஓல்கா . ஸ்தாலின்கிராத் நகர் அனைத்திலும் இப்போது ஒரு கட்டடம் கூட முழுதாக மிஞ்சவில்லை என்றும், தரை குண்டும் குழியுமாகச் சந்திரனின் நிலக் காட்சிப் புகைப்படத்தை ஒத்திருப்பதாகவும் அவள் குறிப்பிட்டிருந்தாள்.

மருத்துவமனையில் காயத்துக்குச் சிகிச்சை பெற்றபின் அவர்கள் மோட்டாரில் ஸ்தாலின்கிராத் நகரம் முழுவதையும் கடந்து சென்றார்கள். புதைப்பதற்காக மலை மலையாகக் குவிக்கப்பட்டிருந்த பாசிஸ்டுகளின் பிணங்களை அவள் கண்டாள். வழி நெடுகக் கிடந்த பிணங்களையோ, எண்ணி மாளாது! இவ்வாறு விவரித்துவிட்டு ஓல்கா மேலே எழுதியிருந்தாள் உன் நண்பர் டாங்கிவீரர் ஒருவர் உண்டே அவர் பெயர் எனக்கு நினைவுவரவில்லை, அவர்தான் என்கிறேன், அவருடைய குடும்பத்தார் எல்லோரையும் பாசிஸ்டுகள் கொன்றுவிட்டதாக எழுதியிருந்தாயே அவர் இங்கே வந்து இந்த கோரத்தை நேரில் காணவேண்டும் என்று எனக்கு ஆசையாயிருந்தது. மெய்யாகவே சொல்லுகிறேன், இதையெல்லாம் சினிமாப்படம் பிடித்து அவர் போன்றவர்களுக்குக் காட்ட வேண்டும். அவர்களுக்காக நாங்கள் பகைவர்களை எப்படிப் பழி வாங்கினோம் என்பதை அவர்கள் பார்க்கட்டும். முடிவில் ஓல்கா எழுதியிருந்த வரிகள் அலெக்ஸேய்க்கு விளங்கவில்லை. அவன் அவற்றைப் பல முறை படித்தான். ஸ்தாலின்கிராத் போருக்குப் பிறகு, வீரர்கள் வீரனான அவனுக்குத் தான் தகுந்தவளே என உணர்வதாக எழுதியிருந்தாள் ஓல்கா. ரயில் நின்ற நிலையத்தில் அவசர அவசரமாக எழுதப்பட்டிருந்தன இவை எல்லாம். தாங்கள் எங்கே இட்டுச் செல்லப்படுவார்கள், தன் புதிய இராணுவ முகவரி என்னவாயிருக்கும் என்பது ஓல்காவுக்குத் தெரியவில்லை. உண்மையான வீரர்கள் வீரன் தான் அல்ல, போரின் எரி நரகில் ஆடம்பரமின்றிப் பாடுபட்டு உழைத்த சிறிய, நொய்ந்த பெண்ணான அவளே வீரர்களுக்குள் தலைசிறந்த வீரமாது என்று அவளுக்கு எழுத விரும்பினான் அலெக்ஸேய். ஆனால் அவளிடமிருந்து மறுகடிதம் வரும்வரை இதற்கான வாய்ப்பு அவனுக்கு இல்லாது போயிற்று.

... முடிவில் பயிற்சி ஆசிரியர் நவூமவ் அலெக்ஸேய்க்குப் பரீட்சை வைக்க நாள் குறித்தார். சண்டை விமானத்தின் சிறு மாதிரியான "ஊத்-2" ரக விமானத்தை அவன் ஓட்ட வேண்டியிருந்தது. பரீட்சகராக இருந்தவர் நவூமவ் அல்ல, அலுவலகத் தலைவரே. அலெக்ஸேய் பள்ளிக்கு வந்து அன்று அவனை அவ்வளவு அதட்டல்கள் கடிந்துரைகளுடன் வரவேற்ற செம்முகமும் பருத்த உடலும் வாய்ந்த அதே லெப்டினன்ட் கர்னலே.

தரையிலிருந்து எல்லோரும் தன்னை உன்னிப்பாகக் கவனிக் கிறார்கள். தனது விதி இப்போதே முடிவு செய்யப்படும் என்று

அறிந்திருந்த அலெக்ஸேய் அன்று தன்னையே விஞ்சிவிட்டான். சின்னஞ்சிறிய, லேசான விமானத்தைக் கொண்டு வானில் அவன் இட்ட ஆபத்து நிறைந்த கோலங்களைக் கண்டு அனுபவம் முதிர்ந்த லெப்டினன்ட் கர்னல் தம் வசமின்றியே ஆகாகா என்று மெச்சினார். மெரேஸ்யெவ் விமானத்திலிருந்து இறங்கி அதிகாரிகள் முன் நிற்கையில் நவூமவினது முகத்தின் ஒவ்வொரு சுருக்கத்திலிருந்தும் சுடர்விட்ட இன்பக் கிளர்ச்சியையும் களிப்பையும் கண்டு காரியம் பழம் என்று தெரிந்துகொண்டான்.

"சிறந்த பறப்பு! ஆம், வரப்பிரசாதம் பெற்ற விமானி" என்று பாராட்டிவிட்டு, "கேள் தம்பீ, இங்கேயே பயிற்சி ஆசிரியனாக இருந்துவிடேன்? உன் போன்றவர்கள் எங்களுக்குத் தேவை" என்றார்.

மெரேஸ்யெவ் முடியாது என்று தீர்மானமாக மறுத்துவிட்டான்.

"அப்படியானால் நீ முட்டாள் என்று ஆகிறது! போரிடுவது பெரிய கலை என்றாலும், இங்கே இருந்து ஆட்களுக்கு அதை நீ கற்பிக்கலாம்."

மெரேஸ்யெவ் ஊன்றியிருந்த கைத்தடியின் மீது லெப்டினன்ட் கர்னலின் பார்வை திடீரென விழுந்தது. கோபத்தால் அவர் முகம் கருஞ்சிவப்பாகிவிட்டது.

"மறுபடியுமா? இப்படிக்கொடு அதை ! நீ என்ன, கைத்தடியுடன் உல்லாசப் பயணம் செய்யக் கிளம்பியிருக்கிறாயோ? உலாச்சாலையில் இருப்பதாக நினைப்போ? உத்தரவை நிறைவேற்றாததற்காகக் காவல் தண்டனை! இரண்டு நாள்!... தேர்ந்த விமானிகள் தாயத்துக் கட்டிக் கொள்ளத் தலைப்பட்டுவிட்டார்கள் மந்திரவாதி வேலை செய்கிறீர்களா! இரண்டு நாள் காவல் தண்டனை! கேட்டீர்களா?" என்று இரைந்தார்.

மெரேஸ்யெவின் கையிலிருந்து தடியைப் பிடுங்கி, எதன் மேல் அடித்து அதை முறிப்பது என்று சுற்றுமுற்றும் பார்த்தார்.

"தோழர் லெப்டினன்ட் கர்னல், அறிக்கை செய்துகொள்ள அனுமா யுங்கள். இவனுக்குக் கால்கள் இல்லை" என்று நண்பனுக்குப் பரிந்து பேசினார் பயிற்சி ஆசிரியர் நவூமவ்.

அலுவலகத் தலைவர் முன்னிலும் அதிகமாக முகம் சிவந்தார்.

"அது எப்படி? நீ வேறு என் மூளையைக் குழப்புகிறாயே! மெய்தானா இது?"

மெரேஸ்யெவ் "ஆமாம்" என்பதற்கு அறிகுறியாகத் தலையை அசைத்துவிட்டு நிச்சயமான அபாயத்துக்கு உள்ளாகியிருந்த தனது விலைமதிப்பற்ற கைத்தடியைப் பதற்றத்துடன் பார்த்தான். வலிய வஸீலியெவிச்சின் அந்தப் பரிசுப் பொருளை இப்போது அவன் சதாகாலமும் தன்னுடனேயே வைத்திருந்தான்.

லெப்டினன்ட் கர்னல் நண்பர்களைச் சந்தேகத்துடன் ஓரக் கண்ணால் நோக்கினார்.

“அப்படியானால் அப்பனே எங்கே, கால்களைக் காட்டு பார்ப்போம். ம் ஆமாம்...”

அலெக்ஸேய் மெரேஸ்யெவ் பயிற்சிப் பள்ளியிலிருந்து சிறந்த பாராட்டுரை பெற்று வெளியேறினான். சிடுசிடுப்புள்ள லெப்டினன்ட் கர்னல், அனுபவம் முதிர்ந்த போர் விமானியான இந்தப் பழங்கால மனிதர், விமானி அலெக்ஸேயினது அருஞ்செயலின் பெருமையை வேறு எவரையும் விடச்சிறப்பாக மதிப்பிட வல்லவராயிருந்தார். புகழுரைகளில் அவர் சற்றும் சிக்கனம் பிடிக்கவில்லை. தமது மதிப்புரையில் அவர் மெரேஸ்யெவை தேர்ச்சியும் அனுபவமும் உளத்திண்மையும் கொண்ட விமானி என்ற வகையில் எந்தவித விமானத்திலும் பணியாற்றத் தகுதி உள்ளவன் எனச் சிபார்சு செய்தார்.

10

எஞ்சிய குளிர்காலத்தையும் வசந்தகாலத் தொடக்கத்தையும் மெரேஸ்யெவ் சிறப்புப் பயிற்சிப் பள்ளியில் கழித்தான்.

விமானிகளின் பெரிய குழு ஒன்று அந்தக் காலத்தில் புதிதாக இருந்த லா-5 ரக சோவியத் சண்டை விமானத்தைச் செலுத்துவதற்குச் சிறப்புப் பயிற்சி பெற்று வந்தது. அலெக்ஸேய் மெரேஸ்யெவும் இந்தக் குழுவில் சேர்க்கப்பட்டான். பயிற்சி ஆழ்ந்த முறையில் நடந்தது. எஞ்சின், சாமான் பகுதி ஆகியவற்றை விமானிகள் நுணுகி ஆராய்ந்து தேர்ந்தார்கள், இயந்திர நுட்பத்தைப் பயின்றார்கள். தான் இராணுவத்துக்கு வெளியே இருந்த ஒப்பு நோக்கில் குறுகிய காலத்துக்குள் சோவியத் விமானத் தொழில் எவ்வளவு தூரம் முன்னேறிவிட்டது என்று விரிவுரைகளைக் கேட்கையில் அலெக்ஸேய் வியந்தான். யுத்த ஆரம்பத்தில் துணிகரப் புதுப்புனைவாகத் தோன்றியது இப்போது மீள வகையின்றிப் பழையதாகிவிட்டது. துடியான லாஸ்தக்சா” விமானங்களும் லேசான மிக் விமானங்களும் உயர்வெளிச் சண்டைக்கு ஏற்ப அமைக்கப்பட்டு, யுத்தத்தின் ஆரம்ப நாட்களில் தலைசிறந்த படைப்புக்களாகக் கருதப்பட்டன. அவை இப்போது நீக்கப்பட்டுவிட்டன. அவற்றின் இடத்தில் சோவியத் தொழிற்சாலைகள் யுத்த நாட்களில் உருவமைக்கப்பட்டு நம்பமுடியாத அளவு குறுகிய காலத்தில் பழகிக்கொள்ளப்பட்ட அற்புதமான நவீன ரக “யாக்” விமானங்களை “லா-5” விமானங்களையும் இரட்டை இருக்கைகள் கொண்ட “இல்” விமானங்களையும் உற்பத்தி செய்தன. இந்த “இல்” விமானங்கள் பறக்கும் டாங்கிகள். இவை தரையோடு தரையாகப் போலத் தாழ்வாகப் பறந்து வெடிகுண்டுகளையும் மெஷீன்கள்

குண்டுகளையும் பீரங்கிக் குண்டுகளையும் நேரே பகைவரின் தலைகளில் பொழிந்தன. ஜெர்மன் சேனை இவற்றுக்கு 'ஷ்வார்த்ஸேர் தோத்', அதாவது கருஞ் சாவு என்ற திகில் நிறைந்த பெயரிட்டிருந்தது. போரிடும் மக்களின் மேதையிலிருந்து உதித்த புது இயந்திரங்கள் விமானப்போரை எல்லையின்றிச் சிக்கல்கள் நிறைந்தது ஆக்கியிருந்தன. தனது விமானம் பற்றிய அறிவும் துணிவு நிறைந்த மனோதிடமும் மட்டுமின்றி, போர்க் களத்துக்கு மேலே விரைவாகத் திசையறியவும், விமானப் போரைத் தனித்தனி உறுப்புப் பகுதிகளாகப் பிரித்து அறியவும் தனது சொந்தப் பொறுப்பில், பெரும்பாலும் உத்தரவுக்குக் காத்திராமலே போர்முறைத் தீர்மானங்களை மேற்கொள்ளவும் நிறைவேற்றவும் வல்லமையும் பெற்றிருப்பது இப்போது விமானிக்கு இன்றியமையாததாக இருந்தது.

இவை எல்லாம் அசாதாரண அக்கறைக்கு உரியவையாக இருந்தன. ஆனாலும் போர்முனையில் பயங்கரமான தாக்குப் போர்கள் தணியாத உக்கிரத்துடன் தொடர்ந்து நடந்து கொண்டிருந்தன. அத்தகைய சமயத்தில், உயரமான, ஒளி நிறைந்த வகுப்பறையில் வசதியான கறுப்புப் பயிற்சி மேஜையருகே உட்கார்ந்து விரிவுரைகளைக் கேட்டுக் கொண்டிருக்கையில் அலெக்ஸேய் போர்க்களம் செல்வதற்கு சண்டைச் சூழ்நிலைக்கு ஆவல் கொண்டு ஏங்கலானான்.

அலெக்ஸேயின் நற்காலம், மேஜர் ஸ்த்ருச்கோவும் அதே பள்ளியில் சிறப்புப் பயிற்சி பெற்று வந்தார். இருவரும் நெடுங்கால நண்பர்கள் என்ற முறையில் சந்தித்து அளவளாவினார்கள். ஸ்த்ருச்கோவ் அலெக்ஸேய்க்கு இரண்டொரு வாரங்கள் பின்பே பள்ளிக்கு வந்தார். ஆனால் உடனேயே அதன் தனிவகை வாழ்க்கை முறைக்குப் பழகிவிட்டார், போர்க்காலத்தில் வழக்கமாக எதிர்ப்படாத அதன் கண்டிப்பான சட்ட திட்டங்களுக்குத் தம்மை இசைவித்துக் கொண்டார். எல்லோரும் அவரைத் தம்மவராக மதிக்கலானார்கள். மெரேஸ்யெவின் மனநிலையை அவர் உடனே கண்டுகொண்டார். இரவுக் குளியலுக்குப் பிறகு அவர்கள் தங்கள் தங்கள் உறங்குமிடங்களுக்குச் செல்கையில் அவர் அலெக்ஸேயை விலாவில் இடித்து, "ஆத்திரப்படாதே, தம்பீ. நாம் சேர்ந்து கொள்ளும் முன்பே யுத்தம் முடிந்து விடாது! பொலின் வரை முன்னேற இன்னும் எவ்வளவோ பாடுபட்டாக வேண்டுமே, அடிமேல் அடிவைத்து முன்செல்ல வேண்டும்! நாமும் சண்டை செய்வோம். தெவிட்டத் தெவிட்டச் சண்டை செய்வோம்" என்றார்.

மெரேஸ்யெவும் ஸ்த்ருச்கோவும் இருந்த வகுப்பு விமானிகள் பனிக்கால இறுதியில் பறப்புப் பயிற்சி தொடங்கினார்கள். குட்டை இறக்கைகளும் சிறு உடலுமாக வடிவமைப்பில் பறக்கும் மீனை ஒத்திருந்த "லா-5" விமானத்தை அதற்கு முன்னரே அலெக்ஸேய் நன்கு அறிந்திருந்தான். இடைவேளைகளில் அடிக்கடி விமான

நிலையத்துக்குப் போய், இந்த விமானங்கள் குறுகிய ஓட்டத்துக்குப் பின்னே வானில் கிளம்பி செங்குத்தாக உயரே செல்வதையும் இளநீல வயிறுகள் வெயிலில் மினுமினுக்கக் காற்றில் சுழல்வதையும் அவன் பார்ப்பதுண்டு. அவன் விமானத்தின் அருகே சென்று அதை நோட்டமிட்டான். அதன் இறக்கைகளைத் தடவினான். விலாவில் தட்டிக்கொடுத்தான் - ஏதோ அது விமானம் அல்ல போலவும், நன்கு பேணப்பட்ட அழகிய உயர் சாதிப் புரவி போலவும். இதற்குள் பறப்பு தொடங்கும் நேரம் வந்துவிட்டது. ஒவ்வொருவனும் விரைவில் தன் திறமையைச் சோதித்துப் பார்க்க ஆசைப்பட்டான். இதற்காக வெளித்தெரியாத சச்சரவு தொடங்கிற்று. பயிற்சி ஆசிரியர் ஸ்த்ருச்கோவை முதலில் அழைத்தார். மேஜர் ஸ்த்ருச்கோவின் கண்கள் ஒளி வீசின. அவர் குறும்புப் புன்னகை புரிந்தார், இன்பக் கிளர்ச்சியுடன் சீழ்க்கையடித்தவாறே பாராஷூட் வார்களை இறுகிக்கொண்டு விமானி அறைக் கதவைச் சாத்தினார்.

பின்பு எஞ்சின் பயங்கரமாக இரைந்தது; விமானம் இடம் பெயர்ந்தது. இதோ அது வானவில் நிறங்களில் வெயிலில் பெருகிய வெண்பனித் துகள் படலத்தை வால்போலப் பின்னே விட்டவாறு விமானத் திடலில் ஓடியது. அப்புறம் மேலே எழும்பி, இறக்கைகள் சூரிய கிரகணங்கள் பட்டு மினுமினுக்க ஆகாயத்தில் தொங்கியது. ஸ்த்ருச்கோவ் விமான நிலையத்துக்கு மேலே நேர்க்குத்தான வில் வடிவக்கோடு வரைந்தார். சில அழகிய வளையங்கள் செய்தார், இறக்கைகள் கீழ்மேலாகும்படிப் புரண்டார். திட்டமிட்ட பயிற்சிக் கோவையின் எல்லா அம்சங்களையும் சிறந்த தேர்ச்சியுடன், உண்மையான கலையழகு திகழச் செய்து முடித்தார், பார்வையிலிருந்து மறைந்தார். பின்பு திடீரெனப் பள்ளிக் கட்டட முகட்டின் பின்னிருந்து வெளிப்பட்டு, எஞ்சின் இரைந்தொலிக்க தொடங்கிடத்தில் காத்திருந்தவர்களின் தொப்பிகளை நசுக்கிவிடுபவர் போல அவ்வளவு தாழ்வாக முழு வேகத்துடன் விமானத் திடல் மேலே பாய்ந்து சென்றார். மறுபடி பார்வையிலிருந்து மறைந்தவர் மீண்டும் தென்பட்டுத் திண்ணமாகக் கீழிறங்கி உயரிய திறமையுடன் முப்புள்ளியிடத்தில் விமானத்தை இறக்கி நிறுத்தினார். குறும்பு செய்ய வாய்த்த சிறுவன் போன்று கிளர்ச்சி பொங்க, களி துள்ளியவாறு இன்ப வெறியுடன் விமானி அறையிலிருந்து குதித்தார் ஸ்த்ருச்கோவ்

"இது விமானமல்ல, பிடில் வாத்தியம்! கடவுளாணை, பிடில் வாத்தியம் ! ச்சைக்கோவ்ஸ்கியின் கிருதிகளை அதில் வாசிக்கலாம்..." என்று, முரட்டுத் துணிச்சலுக்காகத் தம்மைக் கடிந்துகொண்ட ஆசிரியரின் பேச்சை இடைமுறித்தவாறு ஆரவாரித்தார் அவர். "மெய்யாகவே சொல்கிறேன் இதல்லவா வாழ்க்கை, அலெக்ஸேயா" என்று மெரேஸ்யெவ் இறுகக் கட்டித் தழுவினார்.

விமானம் உண்மையிலேயே அருமையானது என்பதில் எல்லோரும் ஒருமனதாயிருந்தார்கள். அப்புறம் மெரேஸ்யெவின் முறை வந்தது. இயக்கு நெம்படிகளுடன் பொய்க்கால்களை வார்களால் இறுக்கிக்கொண்டு வானில் கிளம்பியதுமே இந்தக் குதிரை கால்கள் அற்றவனான தன்னால் சமாளிக்க முடியும் அளவுக்கு மேல் துடியானது என்றும் இதனிடம் விசேஷ எச்சரிக்கை கடைப்பிடிப்பது அவசியம் என்றும் அவன் உணர்ந்தான். தரையிலிருந்து மேலே எழும்புகையில், வழக்கம் போல விமானத்துடன் அற்புதமான, முழுமையான தொடர்வை அவன் உணரவில்லை. பறப்பின் இன்பத்தைத் தருவதோ, இந்தத் தொடர்புதான். இந்த விமானம் சிறந்த அமைப்பு. ஒவ்வொரு அசைவையும் மட்டுமே அல்ல. சுக்கான்கள் மீதிருந்த கைகளின் நடுக்கத்தையும் கூட விமானம் உணர்ந்து வானில் அதற்கேற்ற இயக்கத்தை நிலைப்படுத்தியது. ஏற்பச் செயல்படும் பாங்கில் அது உண்மையிலேயே பிடில் வாத்தியத்தை ஒத்திருந்தது. தனது இழப்பின் ஈடுசெய்ய முடியாமை, தனது பொய்க்கால்களின் பாங்கின்மை, அலெக்ஸேய்க்கு இப்பொழுதுதான் சுள்ளென உறைத்தது. இந்த விமானத்தை இயக்குவதில் பொய்க்கால் - அது எல்லாவற்றிலும் சிறந்ததாயிருப்பினும், எவ்வளவு நிறையப் பயிற்சி செய்த போதிலும் உயிரும் உணர்வும் மீள்விசையும் உள்ள நிஜக்காலுக்கு மாற்று ஆகமுடியாது என்பதை அவன் புரிந்து கொண்டான்.

விமானம் லேசாகவும் பிகுவுடனும் காற்றைத் துளைத்துச் சென்றது. இயக்கு நெம்படிகளின் ஒவ்வொரு அசைவுக்கும் ஏற்ப நன்கு செயல்பட்டது. ஆயினும் அலெக்ஸேய் அதை அஞ்சினான். நேர்க்குத்தான வளையங்களில் கால்கள் தாமதித்து விடுவதையும் விமானிக்கு ஒரு வகை மறிவினை போலப் பழக்கமாகிவிடும் முரணற்ற ஒத்திசைவு பெறப்படவில்லை என்பதையும் அவன் கண்டான். இந்தத் தாமதத்தின் விளைவாக நுண்செயலுள்ள விமானம் பம்பரம் போலச் சுழலத் தொடங்கக் கூடும், ஆபத்து நேரக் கூடும். தளைபூட்டப்பட்ட குதிரைபோல உணர்ந்தான் அலெக்ஸேய். அவன் பயங்கொள்ளி அல்ல. தன் உயிருக்காக அவன் நடுங்கவில்லை. பாராஷூட்டைக்கூடச் சரிபார்த்துக்கொள்ளாமல் அவன் விமானத்தில் கிளம்பியிருந்தான். ஆனால் தனது அற்ப அஜாக்கிரதை கூடத் தனக்குச் சண்டை விமானப்படையிலிருந்து சீட்டைக் கிழித்துவிடும், தனது பற்றுக்குரிய வேலையை அடையும் வழியை மூடிவிடும் என்பதனாலேயே அவன் பயந்தான். இருமடங்கு ஜாக்கிரதையுடன் முற்றிலும் மனஞ்சோர்ந்த நிலையில் விமானத்தைத் தரையில் இறக்கினான். கால்களின் வளையாமை காரணமாக அவன் பிரேக்கைச் சட்டெனப்போட்டு விடவே விமானம் வெண்பனிமீது சில தடவைகள் பாங்கின்றி எகிறிக் குதித்தது.

பேசா வாயனாய், முகத்தை உர்ரென்று வைத்துக்கொண்டு விமானத்திலிருந்து இறங்கினான் அலெக்ஸேய். தோழர்களும் பயிற்சி ஆசிரியருமே கூட, மெய்ப்புக்கு நடித்தவாறு போட்டி போட்டுக்கொண்டு அவனைப் புகழவும் வாழ்த்தவும் தலைப்பட்டார்கள். இந்தத் தயவு அலெக்ஸேயின் மனத்தைப் புண்படுத்த மட்டுமே செய்தது. இப்போது சண்டை விமானத்தில் ஏறி அமர்ந்த பிறகு தான் லாயக்கற்றவன் என்று காட்டிக்கொண்டது, அவனது அடிப்பட்ட விமானம் பைன் மரமுடிகளில் மோதி நொறுங்கிய அந்த மார்ச் மாதக் காலைக்குப் பிறகு யாவற்றிலும் கொடிய விபத்தாக இருந்தது. அலெக்ஸேய் பகலுணவு கொள்ளவில்லை. இரவுச் சாப்பாட்டுக்கும் வரவில்லை. பகல் வேளையில் தூங்கும் அறைகளில் இருப்பது பயிற்சிப் பள்ளி விதிகளின்படிக் கண்டிப்பாகத் தடை செய்யப்பட்டிருந்தது. எனினும் அவன் கைகளைத் தலைக்குயரம் வைத்தவாறு பூட்சுகளைக் கழற்றாமலே கட்டிலில் படுத்துக் கிடந்தான். அவனது துயரத்தை அறிந்திருந்த பள்ளி முறையதிகாரிக்கோ, வழியே சென்ற கமாண்டர்களுக்கோ அவனைக் கடிந்துகொள்ள மனம் வரவில்லை. ஸ்த்ருச்கோவ் வந்து பேச்சு கொடுக்க முயன்றார். பதிலொன்றும் கிடைக்காமையால் அனுதாபத்துடன் தலையை ஆட்டிவிட்டுப் போய்விட்டார்.

ஸ்த்ருச்கோவ் போனதுமே, அனேகமாக அவரைத் தொடர்ந் தாற்போல, மெரேஸ்யெவ் படுத்திருந்த அறைக்குள் வந்தார் லெப்டினன்ட் கர்னல் கப்பூஸ்தின். இவர் பயிற்சிப் பள்ளியின் அரசியல் துணைத்தலைவர். குட்டையான, பாங்கற்ற உடலமைப்புள்ளவர் இவர். பருத்த மூக்குக் கண்ணாடி போட்டிருப்பார். நன்கு பொருந்தும்படி சரிப்படுத்தப்படாத சாக்கு மூட்டை போன்ற இராணுவச் சீருடை அணிந்திருப்பார். வெளித்தோற்றத்தில் பாங்கற்ற இதே மனிதர் சர்வதேசப் பிரச்சினைகள் பற்றி விரிவுரைகள் ஆற்றும் போது, ஒரு மாபெரும் யுத்தத்தில் பங்கெடுத்துக்கொள்வது குறித்துக் கேட்போரின் உள்ளங்கள் பெருமையால் பூரிக்கும்படி செய்துவிடுவார். எனவே இவருடைய விரிவுரைகளை மாணவர்கள் விருப்புடன் கேட்பார்கள். ஆனால் தலைமையதிகாரி என்ற வகையில் இவரை அவர்கள் அவ்வளவாக மதிப்பதில்லை. இவர் இராணுவச் சார்பற்றவர், விமானப்படையில் தற்செயலாக வந்திருப்பவர், விமானப் பறப்பு பற்றி எதுவும் புரியாதவர் என்ற எண்ணமே இதற்குக் காரணம். மெரேஸ்யெவைக் கவனிக்காமலே கப்பூஸ்தின் அறையைச் சுற்றிக் கண்ணோட்டினார், காற்றை முகர்ந்து பார்த்தார். திடீரெனக் கோபங் கொண்டார்.

“யார் அவன் இங்கே சிகரெட் குடித்தவன்? அதற்காகத்தான் புகைக்கும் அறைகள் இருக்கின்றனவே. தோழர் சீனியர் லெப்டினன்ட் இதற்கு என்ன அர்த்தம்?” என்றார்

“நான் புகை குடிப்பதில்லை'' என்று கிடையை மாற்றாமலே ஏனோ தானோ வென்று பதில் சொன்னான் அலெக்ஸேய்.

“ஆமாம், நீங்கள் கட்டிலில் எதற்காகப் படுத்திருக்கிறீர்கள்? விதிகள் உங்களுக்குத் தெரியாதா? பெரிய அதிகாரி வந்தபோது நீங்கள் ஏன் எழுந்திருக்கவேயில்லை?. எழுந்து நில்லுங்கள்.”

இது கட்டளை அல்ல. மாறாக இது நயப்பாங்குடன், அமைதியாகக் கூறப்பட்டது. எனினும் அலெக்ஸேய் சோர்வுடன் அதற்குக் கீழ்ப்படிந்து கட்டிலின் பக்கத்தில் எழுந்து நின்றான்.

“சரி, தோழர் சீனியர் லெப்டினன்ட்” என்று அவனை உற்சாகப் படுத்தினார் கப்பூஸ்தின். “இப்போது உட்காருங்கள். கலந்து ஆலோசிப்போம்” என்றார்.

“எதைப்பற்றி?

“நாம் என்ன செய்வது என்பது பற்றி. ஒருவேளை, வெளியே போவோமா? எனக்குப் புகை குடிக்க வேண்டும் போல இருக்கிறது. இங்கே குடிக்கக்கூடாது.”

மறைத்து மூடப்பட்டிருந்த விளக்குகளின் மங்கிய நீல வெளிச்சத்தில் அரையிருட்டாக இருந்த ஆளோடிக்கு வந்து ஜன்னல் அருகே நின்றார்கள் அவர்கள். கப்பூஸ்தின் சுங்கானை வாயில் வைத்து உறிஞ்சலானார். புகை இழுக்கும் போது சுங்கான் கனிகையில், அவரது சிந்தனை நிறைந்த அகன்ற முகம் அரையிருட்டிலிருந்து நொடிப்போது வெளித் தெரிந்தது.

உங்கள் குழு ஆசிரியருக்கு இன்று தண்டனை விதிக்கப்போகிறேன்” என்றார் அவர்.

“எதற்காக”

“பள்ளித் தலைமை அதிகாரிகளின் அனுமதி பெறாமல் உங்களை விமானமோட்ட விட்டதற்காக.... ஆமாம், என்னை ஏன் அப்படிப் பார்க்கிறீர்கள்? உள்ளதைச் சொன்னால் நான் இதுவரை உங்களுடன் அளவளாவாமல் இருந்ததற்காக என்னையே தண்டித்துக் கொள்ள வேண்டும். நேரமே கிடைக்கவில்லை, ஒழிவு இல்லை, உங்களோடு பேசவேண்டும் என்று திட்டமிட்டிருந்தேன். நல்லது அது கிடக்கட்டும். விஷயம் என்னவென்றால் விமானம் ஓட்டுவது உங்களுக்கு அவ்வளவு லேசான காரியம் அல்ல. ஆமாம். அதனால் தான் உங்கள் ஆசிரியருக்குத் தண்டனை விதிக்க வேண்டும் என்கிறேன்.”

அலெக்ஸேய் பேசாதிருந்தான். சுங்கானைப் புகைத்தவாறு அவனருகே நிற்கும் இந்த ஆள் எப்படிப்பட்டவர்? இவருக்கு என்ன வேண்டும், எதற்காக இவர் வந்திருக்கிறார்? இவர் இல்லாமலே மனது புளித்துப் போய்த் தற்கொலை செய்துகொள்ளலாம் போல இருக்கிறதே...

அலெக்ஸேய்க்கு உள்ளூற ஆத்திரம் மண்டிக்கொண்டு வந்தது. சிரமப்பட்டுத் தன்னை அடக்கிக்கொண்டான். அவன் துன்பம் உழன்ற மாதங்கள் அவசரப்பட்டு எதையும் முடிவு செய்யாதிருக்கக் கற்பித்திருந்தன. தவிரவும், கமிஸார் வரவியோவை, அலெக்ஸேய் மனதுக்குள் எவரை உண்மை மனிதர் என்று அழைத்தானோ அந்தக் கமிஸாரை நினைவுபடுத்தும் இனந்தெரியாத ஏதோ ஒரு விஷயம் அசட்டுப்பிசட்டான இதே கப்பூஸ்தினிடம் இருந்தது. சுங்கானில் நெருப்பு பிரகாசமாகச் சுடர்ந்துவிட்டு அணைந்தது. ஊடுருவி நோக்கும் அறிவார்ந்த விழிகள் கொண்ட அகன்று பருத்த முகம் நீல மங்கலிலிருந்து வெளிப்பட்டு விட்டு மறுபடி அதில் கரைந்தது.

“இதோ பாருங்கள் மெரேஸ்யெவ், நான் உங்களுக்குப் புகழுரை கூற விரும்பவில்லை. ஆனால் எப்படித்தான் சுற்றி வளைத்தாலும் முடிவில் கால்கள் இல்லாமல் சண்டை விமானம் ஓட்டும் ஒரே மனிதர் உலகில் நீங்கள் மட்டுமே. ஒரே மனிதர்!” சுங்கான் குழாயின் துளைக்குள் மங்கிய விளக்கு வெளிச்சத்தில் பார்த்துவிட்டுக் கவலையுடன் தலையை அசைத்தார் கப்பூஸ்தின். பின்பு பேச்சைத் தொடர்ந்தார். சண்டை விமானப் படைக்குத் திரும்புவதற்காக நீங்கள் செய்யும் பெருமுயற்சியைப் பற்றி இப்போது நான் பேசவில்லை. இது சந்தேகமின்றி அருஞ்செயல். ஆனால் இதில் தனிப்பட்டது எதுவும் இல்லை. இப்போது காலம் அத்தகையது - வெற்றியின் பொருட்டுத் தன்னால் முடிந்ததை எல்லாம் ஒவ்வொருவனும் செய்கிறான்... அட இந்தப் பாழாய்ப் போகிற சுங்கானில் எது போய் அடைத்துக்கொண்டிருக்கிறது?”

அவர் மறுபடியும் சுங்கான் குழாயை நோண்டத் தலைப்பட்டார். இந்த வேலையில் அவர் ஒரேயடியாக ஆழ்ந்துவிட்டார் போலத் தோன்றியது. அலெக்ஸேயோ, தெளிவற்ற முன்னுணர்வுகளால் உலப்பப்பட்டு அவர் என்ன சொல்லப் போகிறார் என்று இப்போது ஆவலே வடிவாய் எதிர்பார்த்தான்.

சுங்கானுடன் மல்லுக்கட்டுவதை நிறுத்தாமலே, தமது சொற்கள் எத்தகைய உளப்பதிவு ஏற்படுத்துகின்றன என்பது பற்றிய கவலை இன்றி, கப்பூஸ்தின் மேலே சொன்னார்.

"இங்கே விஷயம் உங்களை, சீனியர் லெப்டினன்ட் அலெக்ஸேய் மெரேஸ்யெவைப் பற்றியது அல்ல. மிகவும் உடல் நலம் வாய்ந்தவர்கள் மட்டுமே, அவர்களிலுங்கூட அதிகமாய்ப் போனால் நூற்றுக்கு ஒருவர் மட்டுமே அடைய முடியும் என்று உலகு எங்கும் இதுவரை எண்ணப்பட்டு வந்த சிறந்த தேர்ச்சியைக் கால்கள் இல்லாமலே நீங்கள் பெற்று விட்டீர்கள் என்பதுதான் விஷயம். நீங்கள் வெறும் பிரஜை மெரேஸ்யெவ் அல்ல, நீங்கள் மாபெரும் சாதனையாளர். அப்படி வா வழிக்கு கடைசியில் சுத்தமாகிவிட்டாயா? எதைப்போட்டு நான் இது அடைத்துக்கொள்ளச் செய்தேனோ?... ஆக, விஷயம் இதுதான், சாதாரண விமானி போன்று உங்களை நாங்கள் நடத்த முடியாது, அதற்கு எங்களுக்கு உரிமை கிடையாது - புரிந்ததா, எங்களுக்கு உரிமை கிடையாது. நீங்கள் மகத்தான சோதனை ஒன்றைத் திட்டமிட்டிருக்கிறீர்கள் முடிந்த வகையில் எல்லாம் உங்களுக்கு உதவ நாங்கள் கடமைப்பட்டிருக்கிறோம். ஆனால் எந்த வகையில்? அதுதான் கேள்வி. நீங்களே சொல்லுங்கள், உங்களுக்கு எந்த விதத்தில் உதவ முடியும்?"

கப்பூஸ்தின் மீண்டும் சுங்கானில் புகையிலையை நிரப்பி அழுத்திப் புகைக்கத் தொடங்கினார். சுங்கானின் செவ்வொளிர்வு கனிந்து படர்வதும் மங்கிப் போவதுமாக, பருத்த மூக்குள்ள அந்த அகன்ற முகத்தை அரையிருட்டிலிருந்து வெளிக்கொணர்வதும் மறுபடி அதிலேயே ஆழ்த்திவிடுவதுமாக இருந்தது.

மெரேஸ்யெவின் பறப்பு எண்ணிக்கையை அதிகமாக்கும்படிப் பள்ளித் தலைவரிடம் பேசுவதாகக் கப்பூஸ்தின் வாக்களித்தார். தனக்குரிய பயிற்சித் திட்டத்தைத் தானே அமைத்துக்கொள்ளும்படி அவனுக்கு யோசனை கூறினார்.

"ஆனால் இதற்கு ஏகப்பட்ட பெட்ரோல் வீணாகுமே?" என்று தயக்கப்பட்டான் அலெக்ஸேய். பாந்தமற்ற இந்தச் சிறு மனிதர் தனது சந்தேகங்களை எவ்வளவு சுளுவாக, காரியரீதியாகத் தீர்த்து வைத்து விட்டார் என்று வியந்தான்.

''பெட்ரோல் முக்கியமான பொருள் தான் - அதிலும் சிறப்பாக இப்போது. ஆனால் பெட்ரோலைவிட மதிப்புயர்ந்த பொருள்கள் உள்ளனவே.'' இவ்வாறு சொல்லிவிட்டுக் கப்பூஸ்தின் வளைந்த சுங்கானிலிருந்து வெதுவெதுப்பான சாம்பலைத் தமது பூட்சுக் குதியில் அடித்து வெளியேற்ற முற்பட்டார்.

மறுநாள் முதல் அலெக்ஸேய் தனியாகப் பயிற்சி செய்யலானான். நடக்கவும் ஓடவும் நடனமாடவும் கற்றுக்கொண்டபோது செய்தது போல வெறும் பிடிவாதத்துடன் மட்டும் அவன் பாடுபடவில்லை. உண்மையான அகத்தூண்டல் அவனை ஆட்கொண்டுவிட்டது. பறப்புத் தொழில் நுட்பத்தைப் பகுத்தாயவும், அதன் எல்லா அம்சங்களையும் ஆழ்ந்து சிந்தித்துப் பார்க்கவும், மிக மிகச் சிறு இயக்கங்கள், அசைவுகளாக அதைப் பாகுபடுத்தவும், ஒவ்வொரு அசைவையும் தனியாகப் பயின்று தேறவும் அவன் முயன்றான். பாலப்பருவத்தில் தானாகவே புரிந்து கொண்ட விஷயங்களை இப்போது ஆராய்ந்து கற்றான். ஆம், ஆராய்ந்து கற்றான். முன்பு அனுபவத்தாலும், பழக்கத்தாலும் தேர்ந்து கொண்டவற்றை இப்போது அறிவால் நுணுகித் தெரிந்து பயின்றான். விமானம் ஓட்டும் செயல்முறையை உறுப்பு இணைப்புள்ள அசைவுகளாகக் கூறுபடுத்தி, காலின் செயல் உணர்ச்சிகள் எல்லாவற்றையும் பாதங்களிலிருந்து கெண்டைக்கால்களுக்குக் கொண்டுவந்து ஒவ்வோர் அசைவிலும் தனக்குத் தனிப்பட்ட தேர்ந்த திறமையை முயன்று ஏற்படுத்திக் கொண்டான்.

இது மிகவும் கடினமான, சள்ளை பிடித்த வேலையாக இருந்தது. அதன் விளைவுகள் தொடக்கத்தில் அனேகமாகத் தட்டுப்படவில்லை. எனினும் தடவைக்குத் தடவை விமானம் தன்னோடு மேலும் மேலும் இணைந்து ஒன்றாவது போலவும் தன் விருப்பத்திற்கு இணங்கச் செயல்படுவது போலவும் அலெக்ஸேய் உணர்ந்தான்.

"என்ன, எப்படியிருக்கிறது விஷயம், கலைவாணரே?'' என்று அவனைத் தற்செயலாகச் சந்தித்தபோது வினவினார் கப்பூஸ்தின்.

மெரேஸ்யெவ் பெருவிரலை உயர்த்திக் காட்டினான். நன்றாக இருக்கிறது என்பதற்கு அறிகுறியாக அவன் மிகைப்படுத்தவில்லை. விஷயம் நிரம்பச் சரளமாக இல்லாவிடினும் நம்பிக்கையுடனும் திண்ணமாகவும் முன்னேறிக் கொண்டுதான் இருந்தது. எல்லாவற்றிலும் முக்கியமானது என்னவெனில், வெறிகொண்டு விரைந்தோடும் குதிரைமேல் அமர்ந்திருக்கும் ஒன்றும் ஏலாத திராணியற்ற சவாரிக்காரன் போன்று விமானத்தில் உணர்வதை இந்தப் பயிற்சிகளின் விளைவாக அலெக்ஸேய் விட்டுவிட்டான். தனது தேர்ந்த திறமையில் அவனுக்கு மீண்டும் நம்பிக்கை உண்டாயிற்று. விமானமோ, உயிர்ப் பிராணிபோல,

தன்னை ஓட்டுபவன் நல்ல சவாரிக்காரன் என உணரும் குதிரை போல, வர வர அதிகக் கீழ்ப்படிவு உள்ளது ஆயிற்று. தனது பறப்புப் பண்புகள் யாவற்றையும் விமானம் அலெக்ஸேய்க்குப் படிப்படியாக வெளிக்காட்டியது.

11

மெரேஸ்யெவ் விடாமுயற்சியுடன் நிறையப் பறந்தான். மறுபடி விமானத்துடன் ஒன்று கலந்துவிட பொய்க்கால்களின் உலோகம், தோல் இவற்றின் ஊடாக அதை உணர அரும்பாடு பட்டான். இதில் தான் வெற்றி அடைவதாகச் சில வேளைகளில் அவனுக்குத் தோன்றும். அவன் களிப்புற்று விமானத்தை ஏதேனும் சிக்கலான வடிவுப் பறப்பில் செலுத்துவான். ஆனால் அவன் இயக்கம் சரியானதாக இல்லை, விமானம் இடக்கு பண்ணுகிறது, தன் ஆணைக்குக் கீழ்ப்படிய மறுக்கிறது என்று உடனேயே உணர்வான். நம்பிக்கை ஒளி மங்கிவிட்டதால் துயருற்று சலிப்பூட்டும் பயிற்சியில் மறுபடி ஈடுபடுவான்.

இத்தகைய நிலையில் வந்தது வெண்பனி உருகத் தொடங்கும் மார்ச்சு மாதம். ஒருநாள் விமானத்திடல் ஒரே காலையில் வெண்பனி சிறிது இளகிக் கறுத்துவிட்டது. புரையோடிய வெண்பனி தரையோடு தரையாகப் படிந்துவிட்டது. அதன் மேல் இயங்கிய விமானங்கள் உழுசால் போன்ற ஆழ்ந்த தடங்களை ஏற்படுத்தின. அன்று அலெக்ஸேய் தனது சண்டை விமானத்தில் வானில் கிளப்பினான். கிளம்புகாலில் காற்று எதிரிலிருந்து விலாப்புறமாக வீசியது. விமானம் ஒரு பக்கம் விலகிற்று அலெக்ஸேய் அதை ஓயாமல் நேர்படுத்த வேண்டியிருந்தது. அப்போதுதான் விமானத்தை நேர்பாதைக்குத் திருப்புகையில்தான் அலெக்ஸேய் சட்டெனக் கண்டுகொண்டான் - விமானம் தனக்குக் கீழ்ப்படிகிறது என்பதையும், தான் அதை உள்ளத்தாலும் உடலாலும் முழுமையாக உணர்வதையும் இந்த உணர்வு மின்வெட்டுப் போலப் பளிச்சிட்டது; முதலில் அலெக்ஸேய் அதை நம்பவில்லை. மட்டுமீறிய ஏமாற்றங்களை அனுபவித்தவன் ஆதலால் தனது நல்லதிர்ஷ்டத்தை உடனே நம்ப அவனால் முடியவில்லை.

விமானத்தைச் சட்டென வலப்புறம் திருப்பி ஒரு வளையமிட்டான். விமானம் படிந்து, கணக்காகத் திரும்பியது. மப்பு மந்தாரமான நாள் திடீரென வெயிலொளியில் சுடர்வது போலிருந்தது அலெக்ஸேய்க்கு.

எத்தனை எத்தனையோ நாட்கள் செய்த கடும் உழைப்பின் பலனை இப்போது அவன் எளிதாக, எவ்வித இறுக்கமும் இன்றி அனுபவித்தான். இவ்வளவு நீண்ட காலமாகக் கைவராமல் நழுவிச் சென்ற முக்கிய விஷயம் இப்போது அவனுக்குக் கைவந்து விட்டது.

தனது விமானத்துடன் அவன் இரண்டறக் கலந்துவிட்டான். தன் உடலின் நீட்சி போல அதை உணர்ந்தான். உணர்ச்சியோ பிகுவோ அற்ற பொய்க்கால்கள் கூட இந்த ஒன்று கலத்தலுக்கு இப்போது தடையாக இல்லை. தனக்குள் ஊற்றெடுத்துப் பெருகும் உவகையை உணர்ந்த அலெக்ஸேய் சில குறுகிய வளையங்கள் இட்டான், கரணமடித்தான், அடித்து முடித்ததுமே விமானத்தைப் பம்பரமாகச் சுழலச் செய்தான். தரை சீழ்க்கையுடன் வெறிகொண்டு சுழன்றது. விமான நிலையமும், பள்ளிக் கட்டடமும், காற்று நிரப்பிய கோடிட்ட பலூன் பறந்து கொண்டிருந்த வானிலை ஆராய்ச்சிக் கோபுரமும் எல்லாமே மொத்தையான சுழற்சியில் ஒன்று கலந்தன. அலெக்ஸேய் விமானத்தைத் தயக்கமின்றி நேர் நிலைக்குக் கொண்டுவந்து சுருக்கு வளையமிட்டான். அந்தக் காலத்தில் பெயர் பெற்றிருந்த “லா-5” ரக விமானம் தனது வெளிப்படையானவையும் உள்ளார்ந்தவையுமான பண்புகளை இப்போதுதான் அவனுக்குத் தெரியக் காட்டியது. அனுபவசாலியின் கைகளில் இந்த விமானந்தான் எப்படி அற்புதங்கள் செய்தது! ஒவ்வொரு அசைவுக்கும் ஏற்ப நுட்பமாகச் செயல்பட்டு, அது மிக மிகச் சிக்கலான கோலங்களை அனாயாசமாக இட்டது, வாணம் போல் சர்ரென்று மேலே பாய்ந்தது. கச்சிதமான, லாகவமான, விரைவுள்ள விமானம் அது.

மெரேஸ்யெவ் குடிகாரன் போலத் தள்ளாடிக்கொண்டு அர்த்தமற்ற புன்னகையால் முகம் மலர விமானத்திலிருந்து வெளியே வந்தான். தனக்கு முன்னே கோபக் கனல் வீசிய பயிற்சி ஆசிரியரை அவன் காணவில்லை, அவருடைய வசவுகளைக் கேட்கவில்லை. திட்டினால் திட்டிவிட்டுப் போகட்டும். காவல் தண்டனையா? அதற்கென்ன, குறித்த கெடுவைக் காவலறையில் கழிக்க அவன் தயார். இப்போது இவை எல்லாம் அவனுக்கு ஒரு பொருட்டாகுமா? அவன் விமானி. நல்ல விமானி விலை மதிப்பற்ற பெட்ரோல் அவனது பயிற்சிக்காகத் திட்ட அளவுக்கு மேல் செலவிடப்பட்டது வீண் போகவில்லை என்பது தெளிவாயிருந்தது. அவன் மட்டும் போர்முனைக்கு சண்டை செய்வதற்கு சீக்கிரமாக அனுப்பப்படட்டும், இந்தப் பெட்ரோல் மதிப்புக்கு நூறு மடங்கு அதிகமாக ஈடு செய்து விடுவான்!

விடுதியில் அவனுக்கு இன்னொரு மகிழ்ச்சி காத்திருந்தது. தலையணைமேல் கிடந்தது க்வோஸ்தியேவின் கடிதம். முகவரியாளனைத் தேடுகையில் எங்கெங்கே, யார் யாருடைய கைப்பைகளில், எவ்வளவு தூரம் அது பயணம் செய்தது என்பதைத் திட்டமாக அனுமானிப்பது கடினமாக இருந்தது. ஏனெனில் உறை கசங்கி நைந்து கறைப்பட்டு எண்ணெயில் ஊறியிருந்தது. அன்யூத்த கைப்பட முகவரி எழுதியிருந்த புதிய உறைக்குள் வைக்கப்பட்டு அது அலெக்ஸேயிடம் வந்திருந்தது.

க்வோஸ்தியேவ் தனக்குப் படுமோசமான அனுபவம் நேர்ந்ததாக எழுதியிருந்தான். அவன் தலையில் அடிபட்டிருந்தது எதனால் தெரியுமோ? ஜெர்மன் விமானத்தின் இறக்கையால். இப்போது அவன் படைப்பிரிவின் மருத்துவமனையில் படுத்திருந்தான். சில நாட்களில் அங்கிருந்து வெளியேறலாம் என்று திட்டம் இட்டிருந்தான். நம்பமுடியாத இந்தச் சம்பவம் நிகழ்ந்த விதம் இதுதான். ஆறாவது ஜெர்மன் சைனியம் மற்றப் படைகளிலிருந்து துணிக்கப்பட்டு ஸ்தாலின் கிராதின் அருகே வளைத்துக்கொள்ளப்பட்ட பிறகு, அவர்களுடைய படைப்பிரிவு பின்வாங்கிய ஜெர்மானியரின் முனை முகத்தைப் பிளந்து அங்கு ஏற்பட்ட இடைவெளிக்குள் புகுந்து ஸ்தெப்பி வழியே ஜெர்மன் பின்புலத்தை நோக்கி எல்லா டாங்கிகளுடன் விரைந்து முன்னேறியது. இந்தத் தாக்கில் டாங்கிப் பட்டாளத்துக்குத் தலைமை தாங்கினான் க்வோஸ்தியேவ்.

டாங்கித் தொகுதிகள் ஜெர்மன் பின்புலச் சைனிய வியூகங்களையும் கிராமக் காப்பரண்களையும் தகர்த்து நொறுக்கிக் கொண்டு முக்கிய ரெயில்வே நிலையங்களை அடைந்து, திடீரெனப் பாய்ந்து அவற்றை இடி போலத் தாக்கின. டாங்கிகள் தெருக்களில் சுற்றி வழியில் எதிர்ப்பட்ட பகைவரைச் சேர்ந்த எல்லாவற்றையும் குண்டு மாரியால் அழித்தன. தாணையங்களில் எஞ்சிய படையினர் சிதறி ஓடிவிட்ட பிறகு டாங்கி வீரர்களும் கவச மோட்டார்களில் கொண்டுவரப்பட்ட காலாட்படையினரும் போர்த்தளவாடக் கிட்டங்கிகளைத் தீக்கிரையாக்கினர், பாலங்களையும் இருப்புப்பாதை இணைப்பு விசைகளையும், ரெயில் நிலையங்களில் திருப்பு வளையங்களையும் பெயர்த்து அகற்றினார்கள். பின்வாங்கும் ஜெர்மானியர்களுக்கு ரெயில்கள் பயன்படாதவாறு அடைத்துவிட்டார்கள். பகைவர்களின் சேமிப்புகளிலிருந்து டாங்கிகளுக்கும் மோட்டார்களுக்கும் பெட்ரோல் போட்டுக் கொண்டார்கள், பின்பு மேலே சென்றார்கள். ஜெர்மானியர்கள் சுதாரித்துக்கொண்டு எதிர்ப்புக்காகத் தங்கள் படைகளைக் கொண்டுவரவோ அல்லது டாங்கிகள் மேலே சென்ற வழியைத் திட்டமாகத் தெரிந்து கொள்ளவோ முற்படுவதற்குள் சோவியத் டாங்கிகள் நெடுந்தூரம் சென்றுவிட்டன.

''... இப்படி நாங்கள் முன்னேறுகையில் தான் எனக்கு நேர்ந்தது; இந்தத் தொல்லை படைத் தலைவர் எங்களை அழைத்தார். வேவு விமானம் அவருக்குச் செய்தி தெரிவித்திருந்தது. இன்னின்ன இடத்தில் பிரமாண்டமான விமானத்தளம் இருக்கிறது. ஒரு முந்நூறு விமானங்கள், எரிபொருள், சரக்குகள் எல்லாம் அங்கு இருக்கின்றன. எங்கள் படைத் தலைவர் செம்பட்டை மீசையைக் கிள்ளியவாறு உத்தரவிட்டார் க்வோஸ்தியேவ், இரவில், சந்தடி இல்லாமல், குண்டு சுடாமல், தன்னவர்கள் போல மரியாதைப் பாங்குடன் விமான

நிலையத்தை நெருங்கு அப்புறம் ஒரு மொத்தமாகக் குண்டுகளைப் பொழிந்தவாறு பாய்ந்து தாக்கு அவர்கள் சுதாரித்துக்கொள்வதற்குள் எல்லாவற்றையும் தலைகீழாகப்புரட்டி நிர்த்தூளி செய்துவிடு. ஒரு விமானங்கூடப் பறந்து தப்ப விட்டுவிடாதே! இந்தப் பொறுப்பு என் பட்டாளத்துக்கும் என் தலைமைக்குக் கீழ்ப்பட்ட இன்னொரு பட்டாளத்துக்கும் கொடுக்கப்பட்டது. பிரதானப் படை முந்திய திட்டப்படியே ரஸ்தோவை நோக்கி முன்னேறிற்று.

ஆக, நாங்கள் இந்த விமானத் தளத்தை அடைந்தோம். கோழிக்குடிலுக்குள் நரி போல நுழைந்தோம். நண்பா அலெக்ஸேய், நீ நம்பக்கூட மாட்டாய் - ஜெர்மன் ஸிக்னலர்கள் இருக்குமிடம் வரை சாலையில் மளமளவென்று சென்றோம். ஜெர்மானியர்கள் எங்களை ஏறெடுத்தும் பார்க்கவில்லை, தங்களவர்கள் என்ற நினைப்பில். அதிகாலை, மூடுபனி, எதையும் தெளிவாகக் கண்டுகொள்ள முடியவில்லை. மோட்டார்களும் பாங்கிச் சக்கரங்களும் தடதடத்துக் கணகணத்துக் கொண்டிருப்பது மட்டுமே கேட்டது. அப்புறம் நாங்கள் திடீரென்று பாய்ந்து தாக்கினோம் பாரு. விமானங்கள் வரிசைகளாக நின்றன. நாங்கள் கவசந்துளைக்கும் குண்டுகளை அவற்றின் மேல் பொழிந்து ஒவ்வொரு குண்டுக்கு ஐந்தைந்து ஆறாறு விமானங்களாகத் தகர்த்துத் தூள் பரத்தினோம். அப்புறம் பார்த்தோம். இப்படித் தாக்கிச் சமாளிக்க முடியாது என்று பட்டது. துணிச்சல்மிக்க விமானிகள் எஞ்சின்களை முடுக்கத் தொடங்கினார்கள். அவ்வளவுதான், நாங்கள் டாங்கி மேல் கதவுகளை அறைந்து சாத்திக் கொண்டு, விமானங்களை மோதித் தகர்க்கப் புறப்பட்டோம். கவசப் பகுதியால் விமானங்களின் வால்களை இடித்து உடைத்தோம். அவை துருப்பு விமானங்கள், பிரமாண்டமானவை. எஞ்சின்களை எட்டுவது நடவாத காரியமாக இருந்தது. எனவேதான் வால்களைத் தாக்கினோம். வால் இல்லாத விமானம் எஞ்சின் இல்லாத விமானம் போன்றது தானே, அதனால் பறக்க முடியாதே. இந்தச் சந்தர்ப்பத்தில் தான் நான் உற்சாகப் பெருக்கில் அசட்டுத்தனம் செய்து விட்டேன். மேல்கதவைத் திறந்து தலையை நீட்டிச் சுற்று முற்றும் பார்த்தேன் நிலையை அவதானிப்பதற்காக அதே சமயத்தில் என் டாங்கி ஒரு விமானத்தின் மேல் மோதிற்று. அதன் இறக்கைத் துண்டு தான் என் தலையில் மடாரென்று போட்டது. நல்ல வேளை, தலைக்காப்பு அடியதிர்ச்சியைக் குறைத்துவிட்டது. இல்லாவிட்டால் என் ஆட்டம் தீர்ந்திருக்கும் ஒரேயடியாக... ஆனால் இதெல்லாம் வெட்டிப் பேச்சு. நான் சொஸ்தமடைந்து விரைவில் வெளியேறி விடுவேன். என் டாங்கிவீரர்களை மறுபடி சீக்கிரமே காண்பேன். என் தொல்லை வேறு ஒன்று; மருத்துவமனையில் என் தாடியைச் சிரைத்துவிட்டார்கள். இவ்வளவு காலமாகக் கொஞ்சங் கொஞ்சமாக வளர்த்து உருவாக்கியிருந்தேன். அது அடர்த்தியாக

அகன்று வளர்ந்திருந்தது. அவர்களோ சிறிதும் கருணையின்றி மழித்துத் தள்ளிவிட்டார்கள். அட அது எக்கேடுங்கெட்டுப் போகட்டும் அந்த தாடி! நாம் விரைவாக முன்னேறிக் கொண்டிருக்கிறோம் என்றாலும் இந்தப் போர் முடிவதற்குள் மறுபடி தாடி செழித்து வளர்ந்து என் முக விகாரத்தை மறைத்துவிடும் என்று நம்புகிறேன். ஆனால் ஒன்று தெரியுமா அலெக்ஸேய்? அன்யூத்தாவுக்கு எதனாலோ என் தாடி பிடிக்கவில்லை. தனது ஒவ்வொரு கடிதத்திலும் அதன்மேல் பாய்ந்த வண்ணமாயிருக்கிறாள்."

அது நீண்ட கடிதம் மருத்துவமனைச் சலிப்பினால் ஏங்கிப்போய் க்வோஸ்தியேவ் அந்தக் கடிதத்தை எழுதியிருந்தான் என்பது தெளிவாயிருந்தது. ஸ்தாலின்கிராதின் அருகே தன்னுடைய பாங்கிவீரர்கள் டாங்கிகளை இழந்து புதியடாங்கிகளை எதிர்பார்த்தவாறு காலாட் படையினராக அணிவகுத்துச் சண்டை நடத்திக் கொண்டிருக்கையில் புகழ் பெற்ற மமாயேவ் குன்று வட்டாரத்தில் ஸ்தெபான் இவானவிச்சைக் கண்டதாக அவன் முடிவில் போகிற போக்கில் எழுதியிருந்தான். முதியவர் விசேஷப் பள்ளியில் பயிற்சி பெற்று இப்போது ஸார்ஜன்ட் மேஜர் ஆகிவிட்டாராம், பாங்கி எதிர்ப்புப் பீரங்கிப் பிளாட்டூனுக்குத் தலைவராம். எனினும் ஸ்னைப்பர் பழக்கத்தை அவர் இப்போதும் விடவில்லையாம். அவருடைய சொற்படி இப்போது அவருடைய தாக்குக்கு இரையாகும் விலங்கு முன்னைவிடப் பெரியது. காப்பகழிலிருந்து வெளியே வந்து வெயில் காயும் ஏமாளிப் பாசிஸ்டு அல்ல, ஜெர்மன் பாங்கி - நுட்பமான அமைப்புள்ள உறுதியான இயந்திரம். ஆனால் இந்த விலங்குகளை வேட்டையாடுவதிலும் கிழவனார் சைபீரிய வேட்டைக்காரருக்கு இயல்பான தந்திரத்திலும் அளவற்ற பொறுமையிலும், தாங்குதிறனிலும் தவறாது தாக்குவதிலும் முன்போலவே சிறந்து விளங்குவதாக க்வோஸ்தியெவ் குறிப்பிட்டிருந்தான். தன்னைக் கண்டதும் செட்டாகச் சேமிப்பவரான ஸ்தெபான் இவானவிச் பகைவர்களிடமிருந்து கைப்பற்றிய மதுப்புட்டியைத் தேடி எடுத்துத் திறந்தாராம். இருவரும் அந்தப்படு மோசமான மதுவைப் பருகினார்களாம், பழைய நண்பர்கள் எல்லோரையும் நினைவுப்படுத்திக்கொண்டார்களாம். ஸ்தெபான் இவானவிச் மெரேஸ்யெவுக்குத் தாழ்மையான வணக்கங்களைத் தெரிவிக்கச் சொன்னாராம். இருவரும் உயிரோடிருந்தால் போர் முடிந்த பிறகு சைபீரியாவில் தமது கூட்டுப்பண்ணைக்கு வந்து அணில்களையோ பறவைகளையோ வேட்டையாடிக் களிக்கும் படி அழைத்தாராம்.

இந்தக் கடிதத்தைப் படித்ததும் மெரேஸ்யெவுக்கு இதமாகவும் இருந்தது. ஏக்கமும் பொங்கியது. நாற்பத்து இரண்டாம் வார்டைச் சேர்ந்த எல்லா நண்பர்களும் வெகுகாலமாகவே போரிட்டு வருகிறார்கள். கிரியோரிய க்வோஸ்தியேவும் முதிய ஸ்தெபான் இவானவிச்சும்

இப்போது எங்கே இருக்கிறார்களா? எப்படி இருக்கிறார்கள் அவர்கள்? போர்க்காற்று அவர்களை எந்தெந்த இடங்களுக்கெல்லாம் அடித்துச் செல்லும்? அவர்கள் உயிரோடுதாம் இருக்கிறார்களா? ஓல்கா எங்கே இருக்கிறாள்?...

கமிஸார் வரபியோவின் சொற்களை அலெக்ஸேய் மீண்டும் நினைவுகூர்ந்தான். அவர் சொல்வார், போர்வீரர்களின் கடிதங்கள் அணைந்துவிட்ட விண்மீன்களின் ஒளிக்கதிர்கள் போல நம்மை வந்து அடைய மிக மிக நீண்ட காலம் எடுத்துக்கொள்கின்றன. சில வேளைகளில் இப்படியும் நேர்வதுண்டு - விண்மீன் எப்போதோ அவிந்து போய்விட்டது. ஆனால் மகிழ்வும் பிரகாசமும் திகழும் அதன் கதிர் இன்னும் நெடுங்காலத்துக்கு இடைவெளியை ஊடுருவிப் பாய்ந்து வந்து கொண்டே இருக்கும், அவிந்து மறைந்துவிட்ட விண்விளக்கின் அன்பு சுடரும் ஒளிர்வை மக்களுக்குக் கொண்டு தரும்.

நான்காம் பாகம்

1

1943ஆம் ஆண்டுக் கோடைகாலம் வெக்கை மிகுந்த பகல் முன்னேறிச் சென்ற சோவியத் சேனை டிவிஷன்களின் வண்டிகளால் தடம் பதிக்கப்பட்டிருந்த போர்முனைப் பாதையில், பண்படுத்தப் படாமல் சிவப்புக்களைச் செடிகள் செழித்து மண்டியிருந்த விசாலமான வயலின் ஊடாக முனைமுகத்தை நோக்கி விரைந்தது ஒரு பழைய லாரி, நொடிகளில் அது அசைந்தாடி எகிறிக் குதித்தது. அதன் மரச்சட்டங்கள் பொருத்திய அற்றலைந்த பின் பகுதி கடகடத்தது. அடிபட்டு, புழுதி படிந்திருந்த அதன் விளிம்பில் வெள்ளைக் கோடுகளும் "போர்க்களத் தபால்" என்ற குறிப்பும் அரிதாகவே கண்ணுக்குப் புலப்பட்டன. அது கிளப்பிய சாம்பல் நிறப் புழுதிப் படலம் பிரமாண்டமான வால் போல, இறுக்கம் நிறைந்த அசைவற்ற காற்றில் மெதுவாக மிதந்தவாறு அதன் பின்னே நீண்டது.

கடிதங்கள் அடங்கிய கோணிப் பைகள் செம்மச் செம்ம நிறைந்திருந்த அதன் பின்பகுதியில் புதிய செய்தித்தாள் கட்டுகளின் மேல் சாமான்களுடன் அசைந்தாடியவாறு உட்கார்ந்திருந்தார்கள் இரண்டு படைவீரர்கள். கோடைகால உடுப்புக்களும் நீல ரிப்பன்கள் சுற்றிய தொப்பிகளும் அணிந்திருந்தார்கள் அவர்கள். அவர்களில் இளையவன் விமானப்படை சீனியர் ஸார்ஜண்ட் என்பது அவனுடைய புத்தம் புதிய, கசங்காத பதவிச்சின்னங்களிலிருந்து தெரிந்தது. ஒடிசலான வடிவமைந்த மேனியும் வெண்முடியும் கொண்டவன் அவன். அவனுடைய முகம் பெண்ணினது போன்ற மென்மை உள்ளதாக இருந்தது. அதன் வெண் தோல் வழியே இரத்தம் ஒளிர்வது போலத் தோன்றியது. பார்வைக்கு அவனைப் பத்தொன்பது வயதுக்கு மதிப்பிடலாம். அவன் பற்களின் இடுக்கு வழியே துப்பினான், கரகரத்த குரலில் வசவு மொழிகள் பகர்ந்தான். விரல் பருமன் சிகரெட் சுருட்டினான், எதுவுமே தனக்கு ஒரு பொருட்டில்லை போலப் பாவனை செய்தான் - இவ்வாறு அனுபவம் முதிர்ந்த படைவீரனாகத் தோற்றமளிக்க எல்லா வகையிலும் முயன்றான். ஆயினும் இப்போதுதான் முதல் தடவையாக அவன் முனை முகத்துக்குப் போகிறான் என்பதும் பெரிதும் பதற்றம் அடைந்திருக்கிறான் என்பதும் தெளிவாகப்

புலப்பட்டன-- அவனுடன் பயணம் செய்த சீனியர் லெப்டினன்டோ, போர்முனை அனுபவம் மிக்கவன் என்பதைத் தவறின்றி ஊகிக்க முடிந்தது. முதல் பார்வைக்கு அவன் வயது இருபதுக்கு மேல், இருபத்து நான்குக்கு உள்ளாகவே இருக்கும் என்று தோன்றியது. ஆனால், வெயிலிலும் காற்றிலும் அடிப்பட்டிருந்த அவன் முகத்தையும், கண்களின் அருகிலும் நெற்றியிலும் வாயின் பக்கங்களிலும் நுண்ணிய இழைகளாக விழுந்திருந்த சுருக்கங்களையும், சிந்தனையில் ஆழ்ந்த, களைத்த கருத்த விழிகளையும், உற்றுக் கவனித்த பின் அவன் வயதில் இன்னும் பத்து ஆண்டுகளைக் கூட்டலாம் போலிருந்தது, அவன் பார்வை எதிலும் நிலைக்காமல் சுற்றிலும் வழுகிச் சென்றது.

செய்தித்தாள் கட்டுக்களைப் பரப்பி வசதியாகச் சாய்ந்து உட்கார இடம் செய்து கொண்டு சீனியர் லெப்டினன்ட் உறங்கிவழிந்தான். பொற் கூட்டெழுத்துச் சின்னம் பொறித்த விந்தையான கனத்த கருங்காலிக் கைத்தடி மீது மோவாயை அழுத்தியவாறு கண்ணயர்வதும், எப்போதாவது இந்த உறக்கத்திலிருந்து விழித்துக்கொண்டவன் போல மகிழ்ச்சியுடன் சுற்றிலும் கண்ணோட்டுவதும், வெதுவெதுப்பான நறியகாற்றை ஆர்வத்துடன் மூச்சிழுத்து நெஞ்சில் நிறைத்துக்கொள்வதுமாக இருந்தான் அவன். பாதையிலிருந்து எங்கேயோ ஒரு புறத்தில் தொலைவில் அரிதாகவே தென்பட்ட இரண்டு மங்கிய புள்ளிகளை அவன் திடீரென்று கண்ணுற்றான். கவனமாக உற்று நோக்கியபின் அவை விமானங்கள் என்பது தெரிந்தது. ஒன்றையொன்று துரத்தி விளையாடுவது போல, அவசரமின்றிக் காற்றில் நீந்தின அவை. அப்போது சீனியர் லெப்டினன்ட் சுறுசுறுப்பு அடைந்து அந்த மங்கிய புள்ளிகளிலிருந்து பார்வையை அகற்றாமலே, காரோட்டி அறை முகட்டை உள்ளங்கையால் தடதடவென்று தட்டினார்.

“பகை விமானங்கள்! லாரியை ஒருபுறம் திருப்பி ஒதுக்கு!” என்று கத்தினான்.

அவன் எழுந்து நின்று, பழக்கமான பார்வையால் அந்த இடத்தைச் சீர்தூக்கிப் பார்த்து ஓர் ஓடையின் களிமண் கரைச்சரிவைக் காரோட்டிக்குக் கையால் காட்டினான். பல்வகைக் காட்டு மலர்ச்செடிகள் அங்கே பூத்து மண்டியிருந்தன.

இளையவன் அசட்டை தோன்ற முறுவலித்தான். விமானங்கள் ஒரு தீங்கும் செய்யாமல் எங்கோ தொலைவில் கரணமடித்துக் கொண்டிருந்தன. ஏக்கந்ததும்ப வெறிச்சோடிக்கிடந்த வயல்களுக்கு மேலே பிரமாண்டமான வால் போலப் புழுதிப் படலத்தைக் கிளப்பியபடி சென்ற தன்னந்தனி லாரிமேல் அவற்றுக்கு எவ்வித அக்கறையும் இல்லை போலத் தோன்றியது. ஆனால் அவன் எதிர்த்து எதுவும் சொல்வதற்குள் காரோட்டி லாரியைப் பாதையிலிருந்து

திருப்பிவிட்டான். பின்பகுதி தடால் தடால் என்று தூக்கிப்போட லாரி ஓடைக் கரைக்கு விரைந்தது.

சீனியர் லெப்டினன்ட் அக்கணமே லாரியிலிருந்து இறங்கி, புல்லில் உட்கார்ந்து பாதையைக் கூர்ந்து நோக்கலானான்.

"அட நீங்கள் என்ன இப்படி..." என்று அவனைக் கேலியுடன் பார்த்தவாறு சொல்லத் தொடங்கினான் இளையவன்.

அதற்குள் சீனியர் லெப்டினன்ட் "புல்லில் விழுந்து படு!" என வெறிக் கூச்சலிட்டான்.

நொடிப் போதில் விமான எஞ்சின்களின் இறுக்கம் நிறைந்த முழக்கம் கேட்டது. இரண்டு பிரமாண்டமான நிழல்கள் காற்று அதிர்ந்து நடுங்க விந்தையாகத் தடதடத்தவாறு அவர்களது தலைகளுக்கு நேர் மேலாக விரைந்தன. இளையவனுக்கு இதுவும் பெருத்த அச்சந்தருவதாகப் படவில்லை. சாதாரண விமானங்கள் ஒருவேளை நம்மவை போலும் என்று நினைத்தான் அவன். சுற்றுமுற்றும் பார்வை செலுத்தியவன், பாதையில் அருகே குப்புறக் கிடந்த துருப்பிடித்த லாரி ஒன்று புகைந்து மளமளவென்று மூண்டு எரிவதைக் கண்டான்.

குண்டால் தகர்க்கப்பட்டு எரிந்து கொண்டிருந்த லாரியை நோட்டமிட்டு, "அட பயல்கள், எரிகுண்டுகளால் தாக்குகிறார்கள் லாரிகளை வேட்டையாடக் கிளம்பியிருக்கிறார்கள்" என்று வறட்டுப் புன்னகை செய்தான்.

"வேட்டை விமானங்கள் என்று புல்லில் சௌகரியமாக நீட்டிப் படுத்தபடி அமைதியாகக் கூறினான் சீனியர் லெப்டினன்ட். "நாம் காத்திருக்க வேண்டியிருக்கும். அவை இதோ திரும்பும். தாழப்பறந்து பாதையைக் கண்காணிக்கின்றன. லாரியை இன்னும் அப்பால் கொண்டு போ, தம்பீ அதோ அந்த பிர்ச் மரம் வரையிலாவது."

ஜெர்மானிய விமானிகள் தங்கள் திட்டத்தை அப்போதுதான் அவனுக்குத் தெரிவித்தது போல அவ்வளவு நிச்சயத்துடனும் அலட்சியமாகவும் இவ்வாறு சொன்னான் சீனியர் லெப்டினன்ட் சீனியர் ஸார்ஜென்ட் மிகவும் கூச்சப்பட்டாயினும் அசட்டையாகக் கூறினான்.

"நாம் மேலே போவதே நல்லது. நேரத்தை வீணாக்குவது எதற்காக? தூக்கில் மடிய விதிக்கப்பட்டவன் மூழ்கிச் சாகமாட்டான் என்று ருஷ்யப் பழமொழி உண்டே!"

நிம்மதியாகப் புல்லைக் கடித்துக்கொண்டிருந்த சீனியர் லெப்டினன்ட், கோபத் தோற்றம் காட்டிய கரு விழிகளில் அரிதாகவே புலப்பட்ட நேயம் ததும்பும் கேலிப் புன்னகையுடன் இளையவனை ஏறிட்டுப் பார்த்தான்.

"கேள், நண்பா. இந்த மட்டிப் பழமொழியை, நேரம் கடந்து விடுவதற்குள் மறந்துவிடு. இதையும் கேள், சீனியர் ஸார்ஜன்ட். போர் முனையில் மேலதிகாரிகள் சொற்படி நடக்க வேண்டும் என்பது சட்டம். படு என்று அவர்கள் உத்தரவிட்டால் படுக்க வேண்டியதுதான்."

இப்படிச் சொல்லிவிட்டு அவன் புளியாரைக் கீரையின் சாறு நிரம்பிய தண்டைப் புல்லில் கண்டெடுத்து அதன் நார்த்தோலை நகங்களால் உரித்து அகற்றிவிட்டு, அதைக் கறுக்குக் கறுக்கெனக் கடித்துச் சுவைத்துத் தின்னலானான். மறுபடியும் விமான எஞ்சின்களின் கடகடப்பு கேட்டது. இறக்கைகள் இடமும் வலமுமாக முறையே சாய, பாதைக்கு மேலே தாழப்பறந்து சென்றன சற்றுமுன் வந்த அதே விமானங்கள். அவற்றின் இறக்கைகளது மஞ்சட் பழுப்பு வண்ணப்பூச்சும், வெண்கறுப்புச் சிலுவைகளும், கிட்ட இருந்த விமானத்தின் உடலில் தீட்டப்பட்டிருந்த இஸ்பேட்டு ஆஸின் சித்திரமும் துலக்கமாகத் தெரியும்படி அவ்வளவு தாழ்வாகப் பறந்தன அவை சீனியர் லெப்டினன்ட் இன்னும் சில புளியாரைத் தண்டுகளைச் சோம்பலுடன் கிள்ளி எடுத்துக்கொண்டு கடிகாரத்தைப் பார்த்தான்.

"புறப்படுவோம்! இப்போது போகலாம். துரிதப்படுத்து, நண்பா, இந்த இடத்திலிருந்து தொலைவில் போய்விடுவோம்!" என்று காரோட்டிக்கு உத்தரவிட்டான்.

"இப்போது அவை வரமாட்டா, நாம் போகலாம் என்பது உங்களுக்கு எப்படித் தெரியும்?" என்று இளையவன் சீனியர் லெப்டினன்டிடம் கேட்டான். நொடிகளில் குதித்துத் துள்ளிய லாரியின் லயத்துக்கு ஏற்ப உடலை அசைத்தவாறு பின்னவன் சற்று நேரம் பேசாதிருந்தான். பின்பு சொன்னான்.

"இது மிகவும் சாதாரண விஷயம். இவை "மெ-109" ரக மெஸ்ஸர் விமானங்கள். இவற்றின் எரிபொருள் சேமிப்பு நாற்பத்து ஐந்து நிமிடம் பறப்புக்குத்தான் காணும். இவ்வளவு நேரம் அவை பறந்து தீர்ந்துவிட்டன. இப்போது பெட்ரோல் நிறைத்துக் கொள்ளப் போயிருக்கின்றன.

இதை அவன் விளக்கிய அசட்டையான தோரணை, இத்தகைய சாதாரண விஷயங்களை ஒருவன் அறியாமலிருக்க எப்படி முடியும் என்று அவனுக்கு விளங்கவில்லை போல இருந்தது. இளையவனோ வானத்தைக் கூர்ந்து பார்வையிடத் தொடங்கினான். பறக்கும் "மெஸ்ஸெர்" விமானங்களைத் தானே முதலில் காணவேண்டும் என்று அவனுக்கு ஆசை உண்டாயிற்று. ஆனால் விமானங்களைக் காணோம். பூத்துக் குலுங்கிய புல், புழுதி, சூடேறிய தரை ஆகியவற்றின் இன்மணம் காற்றில் நிறைந்திருந்தது. புல்லில் தத்துக்கிளிகள் உற்சாகமும் குதூகலமும் பொங்கக் கிரீச்சிட்டன. களைகள் அடர்ந்து

மண்டிச் சோகக் காட்சி அளித்த நிலத்துக்கு உயரே எங்கோ பறந்தவாறு கணீரென இசை பரப்பியது வானம்பாடி, இவற்றில் சொக்கிப் போன வாலிபன் ஜெர்மானிய விமானங்களையும் அபாயத்தையும் மறந்துவிட்டு, காதுக்குக் குளிர்ச்சியான கணீர்க்குரலில் ஒரு பாட்டு பாடலானான். அது அந்தக் காலத்தில் முனைமுகப் படைவீரர்களுக்கு மிகவும் உவப்பான பாட்டு. காப்பரணில் இருந்துகொண்டு எங்கோ தொலைவிலிருந்த காதலியை நினைத்து ஏங்கிய படைவீரனைப் பற்றியது......

மாலைத் தறுவாயில் அவர்களது லாரி சிறு கிராமம் ஒன்றின் வீதி வழியே சென்றது. சிறிய விமானப் படைப் பிரிவின் தலைமையிடம் அது என அனுபவமுள்ள விழிகள் சட்டெனக் கண்டு கொண்டன. சில கம்பிகள் புழுதிபடிந்த செர்யோ முஹா மரங்கள் மீதும் முன்வாயில் தோட்டங்களில் குச்சி குச்சியாகத் துருத்திக் கொண்டிருந்த ஆப்பிள் மரங்கள் மீதும் இழுத்துக் கட்டப்பட்டிருந்தன. கிணற்று ஏற்றக்கால்களையும் வேலிகளின் மரக் கம்பங்களையும் சுற்றிக் கொண்டு சென்றிருந்தன இந்தக் கம்பிகள். வீடுகளின் அருகே வழக்கமாகக் குடியானவர்களின் வண்டிகள் நிறுத்தப்பட்டு, கலப்பைகளும் பரம்புகளும் வைக்கப்பட்டிருக்கும் வைக்கோல் வேய்ந்த சவுக்கைகளில் நின்றன நசுங்கிய பலவகை மோட்டார்கள். நீல ரிப்பன் சுற்றிய தொப்பிகள் அணிந்த இராணுவத்தினர் சிறு ஜன்னல்களின் மங்கிய கண்ணாடிகளுக்கு மறுபுறம் சற்றே தென்பட்டார்கள், தட்டெழுத்துப்

பொறிகள் சடசடத்தன. ஒரு வீட்டுக் குள்ளிருந்துதான் கம்பிகளின் சிலந்திவலை வெளியே சென்றிருந்தது. அந்த வீட்டிலிருந்து தந்திக் கருவியின் கட்டுக்கடகட்டு ஒலி ஒரு சீராகக் கேட்டுக் கொண்டிருந்தது.

லாரி கிராமத்தின் வழியே விரைந்து கிராமப் பள்ளிக் கூடத்தின் துப்புரவான கட்டடத்திற்கு எதிரே நின்றது. உடைந்த ஜன்னலுக்குள் கொத்தாகச் சென்றிருந்த கம்பிகளையும், தானியங்கித் துப்பாக்கியைத் தயாராக மார்பின் மேல் உயர்த்திப்பிடித்தவாறு வாயிலில் நின்று கொண்டிருந்த படைவீரனையும் கொண்டு அது தான் தலைமை அலுவலகம் என்பதைத் தெரிந்துகொள்ள முடிந்தது.

“ரெஜிமென்ட் தலைவரிடம் வந்திருக்கிறோம்” என்று முறை அதிகாரியிடம் சொன்னான் சீனியர் லெப்டினன்ட்.

ரெஜிமென்ட் கமாண்டரின் அலுவலறை விசாலமான வகுப்பறையில் அமைக்கப்பட்டிருந்தது. வெற்று மரக்கட்டைச் சுவர்கள் கொண்ட அறையில் ஒரே ஒரு மேஜைதான் போடப்பட்டிருந்தது. டெலிபோன்களின் தோல் உறைகளும், வரைபடம் வைத்த விமானப்படைக் கைப்பெட்டியும், சிவப்புப் பென்சிலும் மேஜைமேல் கிடந்தன. சிறுகூடான, முறுக்கேறிய மேனியுள்ள துடியான கர்னல் கைகளை முதுகுப்புறம் வைத்தவாறு சுவரோரமாக அறை நெடுக விரைந்து நடந்தார். தமது எண்ணங்களில் ஆழ்ந்தவராக அவர் இராணுவ முறைப்படிக் கால்களைச் சேர்த்து விறைப்பாக நின்ற விமானிகளின் அருகாக இரண்டொரு முறை கடந்து சென்றார். பின்பு சட்டென அவர்களுக்கு முன்னே நின்று வறண்ட உறுதியான முகத்தைக் கேள்விக்குறியுடன் நிமிர்த்தினார்.

கருமுடி ஆபீசர் விறைப்பாக நின்று பூட்சுக் குதிகளை டக்கென அடித்து, “சீனியர் லெப்டினன்ட் அலெக்ஸேய் மெரே ஸ்யெவ், உங்கள் கீழ் பணியாற்ற வந்திருக்கிறேன்” என்று அறிவித்தான்.

அவனைக் காட்டிலும் நேராக நிமிர்ந்து நிற்க முயன்றவாறு படைவீரனுக்குரிய நீள்ஜோடுகளை இன்னும் ஒலிப்புடன் தரையில் அடித்து, “சீனியர் ஸார்ஜன்ட் அலெக்ஸாந்தர் பெத்ரோவ்” என்று அறிக்கை செய்துகொண்டான் இளையவன்.

“ரெஜிமென்ட் கமாண்டர் கர்னல் இவனோவ். பாக்கெட்?” என்று வெடுக்கெனக் கூறினார் கமாண்டர்.

மெரேஸ்யெவ் கைப்பெட்டியிலிருந்து துடியாகப் பாக்கெட்டை எடுத்துக் கர்னலிடம் நீட்டினான். அவர் பத்திரங்கள் மீது விரைவாக கண்ணோட்டிவிட்டு வந்தவர்களைச் சட்டென ஏற இறங்கப் பார்த்தார்.

“நல்லது. சரியான சமயத்தில் வ்ந்திருக்கிறீர்கள். ஆனால் ஏன் இவ்வளவு குறைவாக அனுப்பியிருக்கிறார்கள்?” என்றவர் எதையோ திடீரென நினைவுகூர்ந்து. “இருங்கள், மெரேஸ்யெவ் என்பவர் நீங்கள்

தாமா? விமானப்படைத் தலைவர் உங்களைப் பற்றி எனக்கு போன் செய்தார். அவர் சொன்னார், நீங்கள்...” என்று பேச்சைத் தொடர்ந்தார்.

“அது எவ்வித முக்கியத்துவமும் அற்றது தோழர் கர்னல்” என்று ஓரளவு மரியாதைக் குறைவாக அவர் பேச்சை இடைமுறித்தான் மெரேஸ்யெவ். படைப்பணி செய்ய அனுமதிக்கிறீர்களா?”

கர்னல் சீனியர் லெப்டினன்ட்டை அக்கறையுடன் பார்த்து ஆமோதிக்கும் பாவனையில் தலையசைத்துப் புன்னகை செய்தார்.

“சரிதான்... முறையதிகாரி, இவர்களை அலுவலகத்தலைவரிடம் கூட்டிப் போங்கள். இவர்கள் சாப்பாட்டுக்கும் இராத்தங்கலுக்கும் வசதி செய்யும்படி என் பேரால் உத்தரவு கொடுங்கள். காப்டன் செஸ்லோவின் ஸ்குவாட்ரனில் இவர்களைச் சேர்ப்பதற்கு நியமன உத்தரவுப் பத்திரம் தயாரிக்கச் சொல்லுங்கள்” என்றார்.

2

துருதுருவென்று செயல்புரியத் துடித்த சீனியர் லெப்டினன்ட் சாப்பாட்டு அறையில் பரிமாறப்பட்ட உணவு வகைகளைக் கடைசிவரை ஆர அமர இருந்து சாப்பிடப் பெத்ரோவை விடவில்லை. வழியே சென்ற பெட்ரோல் லாரியில் ஏறி உட்கார்ந்து அவர்கள் ஊருக்கு வெளியே காட்டோரமாக இருந்த விமான நிலையம் சென்றார்கள். ஸ்குவாட்ரன் கமாண்டர் காப்டன் செஸ்லோவுக்குத் தங்களை அறிமுகப்படுத்திக் கொண்டார்கள். அவர் பேசாவாயராக உர்ரென்றிருந்தார். ஆனால் மட்டுமீறிய நல்லியல்பு வாய்ந்தவர் என்பதைக் கண்டு கொள்ள முடிந்தது. பேச்சை வளர்த்தாமல் அவர், லாடவடிவில் அமைந்து முகட்டில் புல் பரப்பியிருந்த காப்பிடத்துக்கு அவர்களை இட்டுச் சென்றார். மெருகேற்றப்பட்டு மின்னிய இளநீல நிறமான புத்தம் புது “லா -*5*” ரகவிமானங்கள் அங்கே நின்று கொண்டிருந்தன. அவற்றின் வால்கள் மீது “*11, 12*” என்ற எண்கள் பொறிக்கப்பட்டிருந்தன. புதியவர்கள் அவற்றையே ஓட்ட வேண்டியிருந்தது. நறுமணமுள்ள பிர்ச் மரச் சோலையில் புட்கள் கூட்டாக இசைத்த கீச்சொலி விமான எஞ்சின்களின் பெரு முழக்கத்துக்கும் மேலாக ஆர்த்தது. புதியவர்கள் தங்கள் புதிய மெக்கானிக்குகளுடன் வார்த்தையாடி, ரெஜிமென்ட் வாழ்க்கை நிலவரங்களைக் கேட்டறிந்தவாறு எஞ்சிய மாலை நேரத்தை இந்தக காட்டில் கழித்தார்கள்.

பேச்சு சுவாரஸ்யத்தில் ஒரேயடியாக ஈடுபட்டுவிட்டமையால், கடைசி லாரியில் அவர்கள் ஊர் திரும்பியபோது இருட்டிவிட்டது. மாலைச் சாப்பாட்டு நேரம் கடந்துவிட்டது. இதனால் அவர்கள் பெரிதும் வருந்தவில்லை, வழிச்சாப்பாட்டுக்காகத் தரப்பட்ட உணவுப் பண்டங்கள் அவர்களிடம் பத்திரமாக இருந்தன. இராத் தங்க இடம்

பிடிப்பதுதான் இன்னும் கடினமாகத் தென்பட்டது. களைப் பூண்டுகள் அடர்ந்தும் ஆளரவம் அற்றிருந்த வெற்றுவெளியின் நடுவே பாலைவனச் சோலை போலத் திகழ்ந்த அந்தச் சிற்றூரில் இரு விமானப்படை ரெஜிமெண்டுகள் இருந்தன. அவற்றைச் சேர்ந்த விமானிகளும் அலுவலக ஊழியர்களும் அங்கே இருக்க இடமின்றி நெரிந்தார்கள். இருப்பிட வசதிப் பொறுப்பதிகாரி, பிதுங்கப் பிதுங்க நிறைந்து வழிந்த கிராம வீடுகளுக்குள் ஒவ்வொன்றாக நுழைந்து பார்த்தார். புதிதாகத் தங்க வருபவர்களைப் புகவிட விரும்பாத வீட்டுக்காரர்களுடன் சச்சரவிட்டார். வீடுகள் விருப்பப்படி நீட்டிக்கொள்ள வசதியாக ரப்பரால் கட்டப்படவில்லையே என்று தமக்குத் தாமே தத்துவ விசாரம் செய்தார், அப்புறம் எதிர்ப்பட்ட முதல் வீட்டுக்குள் புதியவர்களைப் புகச் செய்தார்.

“இராப் பொழுதை இங்கே கழியுங்கள். காலையில் பார்ப்போம்” என்றார்.

அந்தச் சிறு குடிலில் ஏற்கெனவே ஒன்பது ஆட்கள் அடைந்திருந் தார்கள். சிலர் கட்டில்களிலும் பெஞ்சுகளிலும் இடம் பிடித்துக் கொண்டிருந்தார்கள். வேறு சிலர் தரையில் தீனிப்புல் பற்றைகளைப் பரப்பி மழைக்கோட்டுகளை அவற்றின் மேல் விரித்து அருகருகாக முடங்கியிருந்தார்கள். தாற்காலிகமாகத் தங்கியிருந்த ஒன்பது பெயர் தவிர வீட்டுச் சொந்தக்காரியான கிழவியும் அவளுடைய வயது வந்த மகளும் வேறு இருந்தார்கள். ருஷ்ய முறைப்படி அடுப்புக்கு உயரே அமைந்த பரணில் அவர்கள் இருவரும் படுத்திருந்தார்கள்

புதியவர்கள் படுத்துறங்கும் இந்த எல்லா உடல்களையும் எப்படித் தாண்டிச் செல்வது என்று தெரியாமல் கணப்போது நிலைவாயிலில் தயங்கி நின்றார்கள். அடுப்புப் பரண் மேலிருந்த கிழவியின் எரிச்சல் மண்டும் குரல் அவர்களை அதட்டியது.

“இடமில்லை! இடமே இல்லை! பார், செம்மச் செம்ம நிறைந்திருக்கிறது. விட்டத்தில் படுப்பீர்களா என்ன?”

பெத்ரோவ் தெருவுக்குத் திரும்பிச் செல்லத் தயாராகக் கதவருகே அசட்டுப் பிசட்டென்று தயங்கி நின்றான். ஆனால் மெரேஸ்யெவோ பதபாகமாக அடி வைத்து உறங்குபவர்களை மிதித்துவிடாதிருக்க முயன்றவாறு குடிலின் மறுபக்கத்திலிருந்த சாப்பாட்டு மேஜையை அணுகிவிட்டான்.

“அம்மா, எங்களுக்குச் சாப்பிட மட்டும் இடம் கிடைத்தால் போதும், பகல் பூராவும் நாங்கள் சாப்பிடவில்லை. ஒரு தட்டும் இரண்டு கோப்பைகளும் கிடைத்தால் நன்றாயிருக்கும், ஊம்? இராப்போதை நாங்கள் வெளியே கழித்துக்கொள்வோம். உங்களுக்கு நெருக்கடி ஏற்படுத்த மாட்டோம். கோடை காலம் ஆயிற்றே” என்றான்.

கிழவி ஏதோ முணுமுணுத்தாள். ஆனால் அதற்குள் அவள் முதுகுக்குப் பின்னாலிருந்து யாருடையவோ இரண்டு சிறு வெறுங்கால்கள் வெளியே துருத்தின. கொடி போன்ற மெல்லிய ஓர் உருவம் பேசாமல் பரணியிலிருந்து வழுகி இறங்கிற்று. தூங்குபவர்களுக்கு மேலே லாகவமாக உடலைச் சமநிலைப்படுத்திக் கொண்டு அறைக்கு வெளியே சென்று மறைந்தது. அடுத்த கணமே தட்டுக்களையும் மெல்லிய விரல்களில் கொத்த பல் வண்ண கோப்பைகளையும் எடுத்துக்கொண்டு திரும்பியது. அவள் பத்து, பன்னிரண்டு வயதுச் சிறுமி என்று பெத்ரோவுக்கு முதலில் தோன்றியது. ஆனால் அவள் மேஜையை நெருங்கியதும் புகைப்படிந்த விளக்கின் மஞ்சள் ஒளி அவள் முகத்தை இருள் மங்கலிலிருந்து தெளிவாகப் புலப்படச் செய்தபோது அவள் பருவ மங்கை, அழகியவள், புத்திளமை முகையவிழும் வயதினள் என்பதை அவன் கண்டு கொண்டான். பழுப்பு நிற ஜாக்கெட்டும், நற்சணல் ஸ்கர்ட்டும், தலையையும் மார்பையும் மூடி கிழவிகள் போல் முதுகுப்புறம் முடிச்சிடப்பட்டிருந்த கிழிந்த தலைக்குட்டையும் தாம் அவளது வனப்பை வெகுவாகக் கொடுத்தன.

''மரீனா, மரீனா, வா இங்கே, இழிமகளே!'' என்று பரணில் இருந்தபடியே சீறினாள் கிழவி.

ஆனால் பெண் அதைக் காதிலேயே போட்டுக் கொள்ளவில்லை. மேஜைமேல் துப்புரவான செய்தித்தாளை லாவகமாக விரித்தாள். பெத்ரோவைக் கடைக்கண்ணால் சட்டெனப் பார்த்துவிட்டு பாத்திரங் களையும் முள்கரண்டிகளையும் அதன் மேல் ஒழுங்காக வைத்தாள்.

''வயிறாரச் சாப்பிடுங்கள். உங்களுக்கு எதையேனும் நறுக்கவோ சூடுபடுத்தவோ வேண்டுமோ ஒருவேளை? இதோ நொடியில் சூடுபடுத்திவிடுகிறேன்'' என்றாள்.

''மரீனா, வா இங்கே'' என்று கூப்பிட்டாள் கிழவி.

''அம்மாவைக் கவனிக்காதீர்கள். அவளுக்கு மனது கொஞ்சம் சரியாயில்லை. ஜெர்மானியர்கள் அவளைக் கிலி கொள்ளச் செய்து விட்டார்கள். ராத்திரி வேளையில் படை வீரர்களைக் கண்டுவிட்டால் போதும், என்னைப் பத்திரமாக மறைத்துவைப்பதே குறி ஆகிவிடுகிறாள். அவள் மேல் கோபித்துக்கொள்ளாதீர்கள். இரவு வேளையில் மட்டும் அவள் இப்படி. பகலில் அவள் நல்லவள்'' என்றாள் நங்கை.

மெரேஸ்யெவின் சாமான் பையில் இறைச்சிப் பணியாரமும் டப்பியிட்ட உணவுப் பண்டங்களும் மெலிந்த விலாக்களில் உப்புப் பூத்திருந்த இரண்டு பூவாளை மீன்களும் இராணுவ ரொட்டியும் இருந்தன. பெத்ரோவ் செட்டு குறைந்தவன் போலும். அவனிடம் இறைச்சியும் ரஸ்க்குகளும் மட்டுமே இருந்தன. மானாவின் சிறு கைகள் இவற்றை எல்லாம் கூறு போட்டு, நாவில் நீர் ஊறும்படி தட்டுக்களில்

ஒழுங்காக வைத்தன. நீண்ட இமைமயிர்களால் மறைக்கப்பட்டிருந்த அவளுடைய மின் விழிகள் பெத்ரோவின் முகத்தை மறுபடி மறுபடி பார்த்தன. பெத்ரோவும் மறைவாக அவளை நோக்கலானான். இருவர் விழிகளும் சந்தித்த போது இருவரும் முகஞ்சிவந்து, சுளிப்புடன் பார்வையை வேறுபக்கம் திருப்பிக்கொண்டார்கள். தவிர, இருவரும் மெரேஸ்யெவ் மூலமாகவே உரையாடினார்கள், தமக்குள் நேரில் பேசிக் கொள்ளவில்லை. அவர்களைக் கவனிப்பது மெரேஸ்யெவுக்கு வேடிக்கையாக இருந்தது. அதே சமயம் அவனுக்குச் சற்று ஏக்கமும் உண்டாயிற்று. அவர்கள் இருவரும் புத்திளைஞர்களாக இருந்தார்கள். அவர்களோடு ஒப்பிடுகையில் தான் கிழவன், களைத்துச் சோர்ந்தவன், நிரம்ப வாழ்ந்து தீர்ந்துவிட்டவன் என்று அவனுக்குத் தோன்றியது.

"இந்தா அம்மா, மரீனா, வெள்ளரி ஊறுகாய் இருக்குமா?" என்று கேட்டான்.

"இருக்கும்" என்று மென்முறுவலுடன் விடையளித்தாள் அவள்
"வெந்த உருளைக்கிழங்குகள் இரண்டொன்றாவது கிடைக்குமா?"
"கேளுங்கள், கிடைக்கும்."

உறங்குபவர்களுக்கிடையே லாகவமாக அடிவைத்து, ஓசையின்றி, வண்ணத்திப் பூச்சி போன்று லேசாகத் துள்ளிச் சென்று மறுபடி மறைந்து விட்டாள் அவன்.

"தோழர் சீனியர் லெப்டினன்ட் அவளிடம் இப்படிப் பேச உங்களால் எப்படி முடிகிறது? முன்பின் தெரியாத மங்கை, அவளை ஒருமையில் விளிக்கிறீர்கள், வெள்ளரி ஊறுகாய் கேட்கிறீர்கள்..." என்று வியப்புடன் கேட்டான் பெத்ரோவ்.

அவன் பேச்சைத் தொடருமுன் மெரேஸ்யெவ் கட கடவென்று சிரித்தான்.

"ஏன் தம்பீ எங்கே இருப்பதாக உன் நினைப்பு? நாம் போர் முனையில் இருக்கிறோமா இல்லையா?" என்று சொல்லிவிட்டு கிழவியை விளித்து, "பாட்டி முணுமுணுத்தது போதும் இறங்கி வா. சாப்பிடுவோம். ஊம்?" என்றான்.

கிழவி கமறிக்கொண்டும் சிடுசிடுப்புடன் ஏதோ வாய்க்குள் முணுமுணுத்துக்கொண்டும் பரணிலிருந்து இறங்கி வந்தாள். அந்தக் கணமே இறைச்சிப் பணியாரத்தை ஒருகை பார்க்க ஆயத்தமாகி விட்டாள். சமாதான காலத்தில் இறைச்சிப் பணியாரத்தின் மேல் அவளுக்குக் கொள்ளை ஆசையாம், சொல்லிக்கொண்டாள்.

நால்வரும் மேஜையைச் சுற்றி அமர்ந்து, உறங்குவோரின் பல்வகைக் குறட்டை ஒலிகளுக்கும் முனகல்களுக்கும் நடுவே பசியுடன் நன்கு சுவைத்துச் சாப்பிட்டார்கள். அலெக்ஸேய் வாய் ஓயாமல் பேசினான், கிழவியைச் சீண்டினான், மரீனாவுக்குச் சிரிப்பூட்டினான். தனக்குப்

பழக்கமான படையினர் வாழ்க்கைச் சூழ்நிலையில் இருந்தமையால் இன்புற்று அந்த இன்பத்தை முழுமையாக அனுபவித்தான். நெடுங்காலம் வேற்றூர்களில் சுற்றித் திரிந்த பின் சொந்த வீடு திரும்பியவன் போல உணர்ந்தான் அவன்.

சாப்பாடு முடிவதற்குள் நண்பர்கள் பல விவரங்களைத் தெரிந்து கொண்டார்கள். ஒருகாலத்தில் இந்த கிராமத்தில் ஜெர்மன் படை அலுவலகம் இருந்தது. அதனால் தான் இது அழியாமல் தப்பியது. சோவியத் சேனை தாக்கத் தொடங்கியதும் பகைவர்கள் பெற்றோம் பிழைத்தோம் என்று ஓடிவிட்டார்கள். அந்த அவசரத்தில் கிராமத்தை அழிக்க அவர்களுக்கு நேரம் கிடைக்கவில்லை. கிழவியின் மூத்த மகளை ஜெர்மானியர்கள் பலவந்தமாகக் கற்பழித்துவிட்டார்கள். அப்புறம் அந்தப் பெண் குளத்தில் மூழ்கித் தற்கொலை செய்து கொண்டாள். அதன் பிறகு தான் கிழவிக்கு மூளை பிசகிவிட்டது. ஜெர்மானியர் இந்த வட்டாரங்களில் இருந்த எட்டு மாதங்களையும் மரீனா வீட்டுப் புறக்கடையில் வெற்றுக் களஞ்சியத்துக்கு உள்ளே பதுங்கி, வெளியிலேயே வராமல் கழித்தாள். களஞ்சியத்தின் வாயில் வைக்கோலாலும் தட்டுமுட்டுச் சாமான்களாலும் மறைக்கப்பட்டது. ஒவ்வோர் இரவிலும் தாயார் சாப்பாடும் தண்ணீரும் கொண்டு போய்ச் சிறு ஜன்னல் வழியே அவளுக்குக் கொடுத்து வந்தாள். மரீனாவுடன் அலெக்ஸேய் எவ்வளவுக்கெவ்வளவு அதிகமாகப் பேசினானோ அவ்வளவுக்கவ்வளவு அதிகத் தடவைகள் அவள் பெத்ரோவைப் பார்த்தாள். மகிழ்வும் கூச்சமும் கொண்ட அவளது பார்வையில் பாராட்டு மறைக்க முடியாதவாறு புலப்பட்டது.

எப்படிச் சாப்பிட்டோம் என்று கவனிக்காமலே எல்லோரும் சாப்பிட்டு முடித்தார்கள். மிஞ்சிய உணவுப் பண்டங்களை மரீனா சொட்டாகக் காகிதத்தில் சுற்றி, படைவீரனுக்கு எல்லாம் பயன்படும் என்று சொல்லியவாறு மெரேஸ்யெவின் சாமான் பைக்குள் வைத்தாள். அப்புறம் கிழவியிடம் ஏதோ கிசுகிசுத்துவிட்டுத் தீர்மானமாகக் கூறினாள்.

“கேளுங்கள். அதிகாரி எப்போது உங்களை இங்கே தங்கவைத்து விட்டாரோ நீங்கள் இங்கேயே தங்குங்கள். நீங்கள் அடுப்புப் பரணில் படுத்துக் கொள்ளுங்கள், அம்மாவும் நானும் சாமான் உள்ளில் படுக்கை போட்டுக் கொள்கிறோம். பிரயாணக் களைப்பு தீரப் படுத்து உறங்குங்கள். நாளை உங்களுக்கு இடம் ஏற்பாடு செய்வோம்.”

முன்போலவே தூங்குபவர்களுக்கு இடையே வெறுங்கால்களால் அனாயசமாக நடந்து முற்றத்திலிருந்து பனிக்காலக் கோதுமை வைக்கோல் கட்டு ஒன்றை எடுத்து வந்து அகன்ற பரண்மேல் தாராளமாகப் பரப்பினாள். எவையோ துணிகளைச் சுருட்டித்

தலைக்குயரமாக வைத்தாள். இவை எல்லாவற்றையும் மளமளவென்று லாகவமாக, சந்தடி செய்யாமல், பூனை போன்ற நயப்பாட்டுடனும் செய்தாள்.

பூட்டுக்கள் சுடக்கு விடும்படி வைக்கோல் மீது அப்பாடாவென்று உடம்பை நீட்டிப் படுத்து, "இந்தப் பெண் நல்ல அழகி, தம்பீ" என்றான் மெரேஸ்யெவ்.

"மோசமில்லை" என்று நடிப்பு அலட்சிய பாவத்துடன் சொன்னான் பெத்ரோவ்.

"உன்னைத்தான் எப்படி விழுங்கிவிடுபவள் போலப் பார்த்தாள்!"

"பார்த்தாள் என்று நன்றாய்ச் சொன்னீர்கள் ! ஓயாமல் உங்களுடன் தானே பேசிக்கொண்டிருந்தாள்...."

ஏதோ பயங்கரமான உணர்ச்சியுடன் விழித்துக்கொண்டான் அலெக்ஸேய். என்ன நேர்ந்தது என்று அவனுக்கு உடனே விளங்க வில்லை எனினும் இராணுவ வழக்கத்தால் உந்தப்பட்டு அக்கணமே துள்ளி எழுந்து ரிவால்வரை எடுத்துக்கொண்டான். எங்கே இருக்கிறோம், தனக்கு என்ன ஆயிற்று என்பது ஒன்றும் அவனுக்கு நினைவில்லை. காந்தும் புகை எங்கும் கவிந்து குமைந்தது. குப்பென்று வீசிய காற்று புகைப் படலத்தை விலக்கியதும் தலைக்கு மேலே விந்தையான, பளிச்சென மினுமினுக்கும் பிரமாண்டமான விண்மீன்களை அலெக்ஸேய் கண்டான். பகல் போல வெளிச்சமாயிருந்தது. வீட்டின் கட்டைகள் நெருப்புக்குச்சிகள் போலச் சிதறிக் கிடந்தன. கூரை ஒரு பக்கம் சரிந்து விழுந்திருந்தது. உத்தரங்கள் இளித்த பற்கள் போலத் தெரிந்தன. சற்றுத் தொலைவில் உருவமற்ற ஏதோ ஒன்று எரிந்து கொண்டிருந்தது. முனகல்களும் தலைக்கு மேலே அலைகள் போன்ற முழக்கமும் விழும் வெடிகுண்டுகளின் பழக்கமான, அருவருப்பூட்டுகிற, எலும்புகள் வரை துளைக்கும் ஊளையொலிகளும் அவனுக்குக் கேட்டன.

இடிபாடுகளின் நடுவே நின்ற பரண்மீது முழந்தாள்களை ஊன்றி எழுந்து பேந்த பேந்த விழித்தவாறு சுற்றிலும் பார்த்தான் பெத்ரோவ் "படு!" என்று அவனை அதட்டினான் அலெக்ஸேய்.

அவர்கள் பரணின் செங்கல் தளத்தில் விழுந்து அதோடு ஒண்டிக் கொண்டார்கள். அந்தச் சமயத்தில் பெரிய வெடிகுண்டுச் சிதர்த் துண்டு ஒன்று அடுப்புப் புகைபோக்கியைத் தாக்கி வீழ்த்தி இருவர் மேலும் செம்புழுதியைக் கொட்டியது. அவர்கள் உலர் களிமண் மணத்தை உணர்ந்தார்கள்.

துள்ளி எழுந்து ஓட வேண்டும் - எங்கேயோ தெரியாது எனினும் இயங்கிக் கொண்டிருக்கவாவது முடியுமே - என்ற அடக்கமுடியாத ஆசை அலெக்ஸேயக்கு உண்டாயிற்று. இரவு விமானத் தாக்குக்களின் போது மனிதனுக்கு எப்போதுமே உண்டாவது இந்த ஆசை. ஆனால்

இந்த ஆசையை அடக்கிக்கொண்டு, "இடத்திலிருந்து அசையாதே படுத்துக்கிட" என்று உத்தரவிட்டான் அலெக்ஸேய்.

வெடி விமானங்கள் புலப்படவில்லை. அவை தாம் வீசிய ஒளி வாணங்களுக்கு மேலே இருளில் வட்டமிட்டுக்கொண்டிருந்தன. ஆனால் வெட்டி வெட்டி மின்னிய வெள்ளொளியில் கருந்துளிகள் போன்ற வெடிகுண்டுகள் வெளிச்சப் பகுதிக்குள் பாய்ந்து வர வர அளவில் பெருத்தவாறு கீழே விழுந்ததும், பின்பு செந்தழல்கள் கோடைகால இருளில் குபீரென்று மூண்டு பரவியதும் தெட்டத் தெளிவாகப் புலனாயின. தரை பல பகுதிகளாகப் பிளந்து, "ர்-ர்-ரீஹ்! ர்-ர்-ரீஹ்!" என நீண்ட இடி முழக்கம் செய்வது போலத் தோன்றியது.

விமானிகள் இருவரும் ஒவ்வொரு வெடியதிர்ச்சிக்கும் அசைந்து தூக்கிப்போட்ட பரண்மேல் உடல்களைப் பரப்பியவாறு கிடந்தார்கள். அதற்குள் புகைந்து அதன் பகுதியாக ஒன்றாகிவிட்ட இயல்பூக்கம் காரணமாக முயன்றவாறு உடலையும் கன்னத்தையும் கால்களையும் அதன் மேல் அழுத்திக்கொண்டார்கள் அவர்கள். பிறகு விமான எஞ்சின்களின் கடகடப்பு தொலைவில் அகன்றது. பாராஷூட்களில் தொங்கியவாறு தாழ இறங்கிவிட்ட ஒளி வாணங்கள் சீறலுடன் எரியும் ஓசையும், தெருவின் மறுபுறம் இடிபாடுகள் மீது பற்றிக்கொண்ட நெருப்புச் சுவாலைகள் சடசடப்பதும் கேட்டன.

"அலெக்ஸேய் மெரெஸ்யேவ் அமைதியுள்ளவன் போன்ற நடிப்புத் தோற்றத்துடன் உடுப்பிலும் காற்சட்டைகளிலுமிருந்து வைக்கோலையும் களிமண் புழுதியையும் தட்டிப் போக்கியவாறு, "இந்தப் பயல்கள் நமக்குச் சுறுசுறுப்பு ஊட்டிவிட்டார்கள்" என்றான்.

"அவர்கள், இங்கே உறங்கியவர்கள் என்ன ஆனார்கள்? மரீனா என்ன ஆனாள்?" என்று அச்சத்துடன் கூச்சலிட்டான் பெத்ரோவ். நரம்புக் கிளர்ச்சியால் வலிப்புக்கண்டு கோணிய தாடையை நேராக வைத்திருக்கவும் தன்வசமின்றி உண்டான விக்கல்களை அடக்கவும் அரும்பாடு பட்டான் அவன்.

பரணிலிருந்து இறங்கினார்கள். மெரேஸ்யெவிடம் டார்ச் லைட் இருந்தது, தகர்ந்து சிதறிய குடிலின் தரைமேல் வகைகளும் கட்டைகளும் குவியல்களாகக் கிடந்தன. டார்ச் வெளிச்சத்தில் அவற்றின் ஊடாகத் தரையை இருவரும் ஆராய்ந்து பார்த்தார்கள். அங்கே ஒருவரையும் காணோம். விமானத் தாக்கு அபாயச் சங்கொலியைக் கேட்டு விமானிகள் என்ற விவரம் அப்புறம் தெரியவந்தது. பெத்ரோவும் மெரேஸ்யெவும் இடிபாடுகளைத் துருவி ஆராய்ந்தார்கள். மரீனாவும், கிழவியும் எங்குமே தட்டுப்படவில்லை. விமானிகள் கூவி அழைத்தார்கள், பதிலே இல்லை. தாயும் மகளும் எங்குதான் போய்விட்டார்கள்? ஓடிவிட்டார்களா? அவர்களால் தப்ப முடிந்ததா?

சுற்றுக் காவலர்கள் வீதிகளில் நடந்து ஒழுங்கை நிலைநாட்டத் தொடங்கி விட்டார்கள். சேப்பர்கள் நெருப்புக்களை அணைத்து, இடிபாடுகளில் குடைந்து தேடிப் பிணங்களை அப்புறப்படுத்தினார்கள், காயமுற்றவர்களை வெளியே எடுத்தார்கள். அஞ்சல்காரர்கள் விமானிகளைப் பெயரிட்டுக் கூவி அழைத்தவாறு இருளில் ஓடிச் சாடினார்கள். ரெஜிமென்ட் விரைவாகப் புது இடத்துக்கு மாற்றப்பட்டது. விமானிகள் விடியற்காலையில் தங்கள் விமானங்களை ஓட்டிச் செல்ல ஆயத்தமாக விமான நிலையத்திற்குக் கொண்டு சேர்க்கப்பட்டார்கள். பணியினருக்கு ஏற்பட்ட இழப்பு மொத்தத்தில் அதிகமல்ல என்று ஆரம்பத் தகவல்கள் மூலம் தெரியவந்தது. ஒரு விமானி காயமடைந்தான், இரண்டு டெக்னீஷியன்களும் விமானத் தாக்கின் போது காவலிலிருந்த சில பாராக்காரர்களும் கொல்லப்பட்டார்கள். கிராமவாசிகள் நிறையப்பேர் கொல்லப்பட்டிருக்க வேண்டும் என அனுமானிக்கப்பட்டது. ஆனால் எத்தனை பெயர் என்பதை இருட்டிலும் அமளிகுமளியிலும் திட்டவட்டமாகக் கணக்கிட முடியவில்லை.

விடியும் தறுவாயில் விமான நிலையத்துக்குப் போகும் வழியில் மெரேஸ்யெவும் பெத்ரோவும் தாங்கள் இராத்தங்கிய வீட்டின் இடிபாடுகளின் அருகே தம் வசமின்றியே தயங்கி நின்றார்கள். கட்டைகள், பலகைகளின் குழப்பக்குவியலிலிருந்து சேப்பர்கள் ஒரு ஸ்டிரெச்சரை எடுத்து வந்தார்கள். இரத்தக் கறை படிந்த துப்பட்டியால் போர்த்தப்பட்ட ஏதோ ஒன்று ஸ்டிரெச்சரில் கிடந்தது.

‘‘யாரை எடுத்துப் போகிறீர்கள்?’’ என்று துயர் நிறைந்த முன்னுணர்வால் முகம் வெளிற விசாரித்தான் பெத்ரோவ்.

‘‘நிலவறையில் தோண்டிப் பார்த்த பொழுது ஒரு கிழவியும் இளம் பெண்ணும் கிடந்தார்கள். கற்கள் சரிந்து விழுந்து கொன்று விட்டன. உடன் மரணம். பெண் சிறுமியா அல்லது மங்கையா என்று கண்டு கொள்ள முடியவில்லை. சின்னப்பெண். அழகாக இருந்திருப்பாள் என்று தோன்றுகிறது. மார்பில் கல் விழுந்து சதைத்து விட்டது. ரொம்ப அழகான பெண், சின்னக் குழந்தை போல’’ என்று முதிய மீசைக்கார சேப்பர் பதில் அளித்தார்.

- அன்று இரவு ஜெர்மன் சேனை தனது கடைசிப் பெருந்தாக்கைத் தொடங்கியது. சோவியத் படைகளின் அரண் அமைப்புக்களைத் தாக்கி, கூர்ஸ்க் பிரதேசப் போரை ஆரம்பித்தது அது. ஜெர்மன் சேனையின் இறுதி அழிவுக்கு வித்திட்டது இந்தப் போர்தான்.

3

சூரியன் இன்னும் உதிக்கவில்லை. குறுகிய கோடை இரவின் மிக இருண்ட நேரம். ஆனால், போர்க்கள விமான நிலையத்தில் விமான எஞ்சின்கள் சூடுபடுத்துவதற்காக அதற்குள் இயக்கப்பட்டு இரைந்து கொண்டிருந்தன. காட்டன் செஸ்லோவ் பனித்துளி படிந்த புல் மீது வரைப்படத்தைப் பரப்பி, புதிய தளத்தின் செல் வழியையும் இடத்தையும் ஸ்குவாட்ரன் விமானிகளுக்குக் காட்டினார்.

"விழிப்புடன் இருங்கள். பார்வைக்கு ஏற்பச் செயல்படுவதை விட்டுவிடாதீர்கள். நமது விமான நிலையம் மிக முன்னணியில் உள்ளவற்றில் ஒன்று" என்றார்.

ஆதவனின் முதல் கதிர்கள் வீசத் தொடங்கின. அலைபடிந்த ரோஜா நிற மூடுபனி திடலில் இன்னும் பரவியிருந்தது. அந்த வேளையில் இரண்டாவது ஸ்குவாட்ரன் தன் கமாண்டரின் பின்னே வானில் கிளம்பிப் பறந்தது, விமானங்கள் ஒன்றையொன்று பார்வையிலிருந்து தப்பவிடாமல் தெற்கு நோக்கிச் சென்றன.

மெரேஸ்யெவும் பெத்ரோவும் தங்கள் முதலாவது சேர்ந்த பறப்பில் நெருங்கிய இணையாகச் சென்றார்கள். தன் முன்னோடியின் தயக்கமற்ற தேர்ச்சி மிக்க பறப்புத் திறமையைத் தாங்கள் பறந்த சில நிமிடங்களுக்குள் பெத்ரோவ் கண்டுகொண்டான். மெரேஸ்யெவோ வழியில் சில செங்குத்தான, திடீர் வளையங்களை வேண்டுமென்றே இட்டான். தன் பின்னோடி கூர்மையான பார்வையும் சமயோசித புத்தியும் நரம்பு உறுதியும் கொண்டிருப்பதையும் அவன் கவனித்தான். பெத்ரோவுக்கு ஓரளவு தயக்கமுள்ளதாயினும் நல்ல பறப்புத் திறமை இருந்தது மெரேஸ்யெவுக்கு எல்லாவற்றிலும் முக்கியமாகப் பட்டது.

புதிய விமான நிலையம் பகைவரின் துப்பாக்கி ரெஜிமெண்டில் பின்புல வட்டாரத்தில் அமைக்கப்பட்டிருந்தது. ஸ்குவாட்ரன்கள் ஆயத்த நிலை இரண்டில் இருக்கவேண்டும் என்று அறிவிக்கப்பட்டிருந்தது. இதன் அர்த்தம் என்னவென்றால் விமானிகள் தங்கள் விமான அறையிலேயே இருக்க வேண்டும், முதல் வாணம் ஒளிர்ந்ததுமே வானில் கிளம்பிவிட வேண்டும் என்பதாகும். விமானங்கள் பிர்ச் மரக் காட்டோரத்திற்குக் கொண்டுவரப்பட்டுக் கிளைகளால் உருமறைக்கப்பட்டன. காளான்களின் ஈரிப்பு மணம் கமழ்ந்த குளிர் காற்று காட்டிலிருந்து குளுகுளுவென வீசியது. சண்டை ஆரவாரம் காரணமாக கொசுக்களின் "நொய்" என்ற ஒலி காதில் படவில்லை. அவை விமானிகளின் முகங்களையும் கைகளையும் கழுத்துகளையும் உக்கிரமாகத் தாக்கின.

மெரேஸ்யெவ் தலைக்காப்பைக் கழற்றிவிட்டு, சோம்பலுடன் கொசுக்களை விரட்டியவாறு, காலைக் காட்டின் நறிய செழு

மணத்தை அனுபவித்துக் கொண்டு சிந்தனையில் ஆழ்ந்திருந்தான். பக்கத்தில் அவனது பின்னோடியின் விமானம் இருந்தது. பெத்ரோவ் அடிக்கொருதரம் இருக்கையிலிருந்து எம்பி, அதன் மேல் கூட நின்று கொண்டு, சண்டை நடக்கும் பக்கத்தைப் பார்த்தான் அல்லது வெடி விமானங்களைப் பார்வையால் பின் தொடர்ந்தான்.

தன் பின்னோடி அலை பாய்வதையும் கிளர்ச்சி அடைவதையும் கண்ணுற்று மெரேஸ்யெவ் சிந்திக்கலானான். வயதில் அவர்கள் இருவரும் அனேகமாகச் சமமானவர்கள். அவனுக்குப் பத்தொன்பது வயது மெரேஸ்யெவுக்கு இருபத்து மூன்று. மூன்று நான்கு ஆண்டுகள் வித்தியாசம் ஆண்களுக்குள் ஒரு பொருட்டாகுமா? எனினும் தன் பின்னோடியுடன் ஒப்பிடுகையில் தான் முதியவன், அனுபவசாலி, அமைதியான போக்குள்ளவன், அலுப்புற்றவன் என்று மெரேஸ்யெவுக்குப் பட்டது. அவன் விமானத்தின் தோலுறையிட்ட இருக்கையில் சௌகரியமாகச் சாய்ந்து கொண்டான். அவன் நிம்மதியாக இருந்தான் அவனுக்குக் கால்கள் இல்லை, விமானம் ஓட்டுவது அவனுக்கு உலகின் எந்த விமானியையும் காட்டிலும் அளவிட முடியாதவாறு கடினமாக இருந்தது. ஆனால் இது கூட அவனுக்குப் பதற்றம் உண்டாக்கவில்லை. தனது திறமை அவனுக்குத் திண்ணமாகத் தெரிந்திருந்தது. தனது வெட்டுண்ட கால்கள் மேல் அவன் நம்பிக்கை கொண்டிருந்தான்.

ரெஜிமெண்ட் மாலை வரையில் இரண்டாவது ஆயத்த நிலையில் இருந்தது. எதனாலோ அது சேமிப்பில் வைக்கப்பட்டிருந்தது. அதன் இருப்பிடத்தை உரிய நேரத்துக்கு முன்பே வெளிப்படுத்தத் தலைமை அதிகாரிகள் விரும்பவில்லை போலும்.

இரவு தங்குமிடங்களாகப் பயன்படுத்தப்பட்டன சிறுநிலவறைகள். ஒரு காலத்தில் இங்கு இருந்த ஜெர்மானியரால் கட்டப்பட்டவை இவை. அவர்கள் இவற்றில் வசித்தார்கள். சுவர்ப் பலகைகள் மேல் அட்டைகளும் மஞ்சள் நிறச் சுற்றுத்தாள்களும் ஒட்டப்பட்டிருந்தன. காமவேட்கை வெறி ததும்பும் பெரிய வாயினரான சில சினிமா நடிகைகளின் படங்கள் கூடச் சுவர்கள் மேல் அப்படியே இருந்தன. கூர்முனைக் கட்டடங்கள் கொண்ட ஜெர்மானிய நகரங்களின் படங்கள் கூடச் சுவர்கள் மேல் அப்படியே இருந்தன. கூர்முனைக் கட்டடங்கள் கொண்ட ஜெர்மானிய நகரங்களின் காட்சிகள் அடங்கிய பலவர்ணப் படங்களும் காணப்பட்டன.

பீரங்கிச் சண்டை தொடர்ந்து நடந்தது. தரை அதிர்ந்தது. உலர் மணல் காகிதத்தின் மேல் பொலபொலவென்று உதிர்ந்தது. நிலவறை முழுவதும் பூச்சிகள் மொய்த்தது போல அருவருப்பூட்டும் வகையில் சரசரத்தது.

வெட்ட வெளியில் மழைக்கோட்டுகளை விரித்துப் படுப்பது என்று மெரேஸ்யெவும் பெத்ரோவும் தீர்மானித்தார்கள். உடுப்பைக் களையாமலே படுத்துறங்கும்படிக் கட்டளை இடப்பட்டிருக்கும். மெரேஸ்யெவ் பொய்க்கால்களின் இறுக்குவார்களை மட்டும் நெகிழ்த்திக் கொண்டு நிமிர்ந்து படுத்து வானத்தை நோக்கினான். குண்டு வெடிப்புக்களின் சிவந்த மினுக்கொளியால் நடுங்கியது வானம்.

4

கூர்ஸ்க் பிரதேசப் போர் தீவிரமடைந்தது. விறல் மிக்க டாங்கிப் படைகளின் சுருக்கமான தாக்குதலால் கூர்ஸ்கின் தெற்கிலும் வடக்கிலும் சோவியத் அரண் அமைப்புக்களை தகர்த்து இடுக்குப்பிடியை இறுக்கி, சோவியத் சேனையின் கூர்ஸ்க் வியூகங்கள் அனைத்தையும் சுற்றி வளைத்து அங்கே "ஜெர்மானிய ஸ்தாலின்கிராதுக்கு" ஏற்பாடு செய்வது என்பது ஜெர்மானியர் முதலில் போட்ட திட்டம். ஆனால் சோவியத் தற்காப்பின் நிலையுறுதி காரணமாக இந்தத் திட்டம் எடுத்த எடுப்பிலேயே சிடுக்காகிவிட்டது. தற்காப்பு அரண் அமைப்புக்களைப் பிளந்து ஊடுருவுவது தங்களுக்கு இயலாது என்பதும், இது ஒருகால் இயன்றாலுமே கூட இதில் ஏற்படும் இழப்புக்கள் மிக மிகப் பேரளவாக இருக்கும் ஆதலால் இடுக்கிப் பிடியை இறுக்குவதற்குப் போதிய படைபலம் எஞ்சியிராது என்பதையும் ஜெர்மானியச் சேனைத் தலைவர்கள் ஆரம்ப நாட்களிலேயே தெளிவாக உணர்ந்தார்கள். ஆனால் தாக்குதலை நிறுத்துவதற்குக் காலம் கடந்துவிட்டது. ஹிட்லரின் எத்தனையோ நம்பிக்கைகள் - போர்த்தந்திர வகைப்பட்டவை, செயல் தந்திர வகைப் பட்டவை, அரசியல் வகைப்பட்டவை ஆகியன - இந்த நடவடிக்கையுடன் இணைந்திருந்தன. வெண்பனிச் சரிவு தொடங்கிவிட்டது. அது வர வர அளவில் பெரிதாகி, வழியில் எதிர்ப்பட்டவற்றை எல்லாம் தன்னோடு சுருட்டித் தனக்குள் இழுத்துக்கொண்டு மலை அடிவாரத்தை நோக்கிப் பாய்ந்தது. அதை இடம் பெயரச் செய்தவர்களுக்கு இப்போது அதை நிறுத்தும் ஆற்றல் இல்லை. ஒவ்வொரு கிலோமீட்டர் முன்னேறுவதற்குள் ஜெர்மானியர் அனேகமாக முழு டிவிசன்களையும் படைப்பிரிவுகளையும், நூற்றுக்கணக்கில் டாங்கிகளையும் பீரங்கிகளையும் ஆயிரக்கணக்கில் லாரிகளையும் மோட்டார்களையும் இழக்க நேர்ந்தது. தாக்கி முன்னேறிய சேனைகள் இடைவிடாத இரத்தப் பெருக்கின் விளைவாக வலிவிழந்தன. ஜெர்மன் படைத் தலைமை அலுவலகம் இதைக் கணக்கில் எடுத்துக்கொண்டது. எனினும் நிகழ்ச்சிகளைத் தடுத்து நிறுத்தும் வாய்ப்பு இப்போது அதற்கு இல்லை. மூண்டெரியும் போர் நெருப்பில் மேலும் மேலும் புதிய சேமிப்புப் படைகளை ஆகுதி செய்வதைத் தவிர அதற்கு வேறு வழி இல்லாது போயிற்று.

சோவியத் சேனைத் தலைவர்கள் இங்கே தற்காப்பை மேற் கொண்டிருந்த படையணிகளின் பலத்தாலேயே ஜெர்மன் தாக்குதல்களை எதிர்த்து விலகினார்கள். பாசிஸ்டுகளின் சீற்றம் மேலும் மேலும் மிகுந்து கொண்டு போவதைக் கண்டு, அவர்கள் தங்கள் சேமிப்புப் படைகளைப் பின்புலத்தில் தொலைவில் பாதுகாப்பாக வைத்திருந்தார்கள் - பகைவரது தாக்குதலின் சடவேகம் தீர்ந்து போகும் நேரத்தை எதிர்பார்த்து. மெரேஸ்யெவின் ரெஜிமென்ட் தற்காப்புக்காக அன்றி எதிர்தாக்குக்காக அணிதிரப்பட்டிருந்த சேனைக்கு விமானப் பாதுகாப்பு அளிக்க வேண்டியிருந்தது என்பதை அவன் பின்னர் தெரிந்து கொண்டான். எனவே தான் முதல் கட்டத்தில் டாங்கி வீரர்களும் அவர்களுடன் இணைந்த சண்டை விமானிகளும் மாபெரும் போர் பற்றி வெறுமே சிந்தனை செய்து கொண்டிருந்தார்கள். பகைவர்கள் படை பலம் அனைத்தையும் போரில் ஈடுபடுத்திவிட்டதும் விமான நிலையத்தில் ஆயத்த நிலை இரண்டு ரத்து செய்யப்பட்டது. விமானிகள் நிலவறைகளில் படுத்து உறங்கவும் இரவில் சீருடைகளைக் களையவும் கூட அனுமதிக்கப்பட்டார்கள்.

ஒருநாள் காலை வேளை. இழுத்து மூடப்படாத வாயில் திரை வழியே பளிச்சென்ற வெயிலொளி ஊசியிலைகள் பரப்பிய நிலவறைத் தரைமீது விழுந்தது. நிலவறைச் சுவர்களில் அமைந்த படுக்கைகளில் நண்பர்கள் இருவரும் இன்னும் நீட்டிப் படுத்திருந்தார்கள். அப்போது மேலே பாதையில் யாருடையவோ காலடி ஓசை கேட்டது போர்முனையில் மந்திரசக்திவாய்ந்த தபால்காரன்!" என்ற சொல் ஒலித்தது.

இருவரும் போர்வைகளை உதறிவிட்டுத் துள்ளி எழுந்தார்கள். ஆனால் மெரேஸ்யெவ் பொய்க்கால்களைப் பொருத்திக் கொள்வதற்குள் பெத்ரோவ் தபால்காரனை எட்டிப்பிடித்து இரண்டு கடிதங்களைப் பெற்றுக்கொண்டு வெற்றிக்கோலத்துடன் திரும்பிவிட்டான். இரண்டு அலெக்ஸேய்க்கு வந்திருந்தன தாயாரிடமிருந்தும் ஓல்காவிடமிருந்தும். மெரேஸ்யெவை அவற்றை நண்பன் கையிலிருந்து வெடுக்கெனப் பிடுங்கிக்கொண்டான். ஆனால் அதற்குள் விமான நிலையத்தில் தண்டவாளத் துண்டு மீது உரக்கச் சேகண்டி அடிக்கப்பட்டது. விமானிகள் விமானங்களுக்கு அழைக்கப்பட்டார்கள்.

மெரேஸ்யெவ் கடிதங்களைச் சட்டைக்குள் மார்பருகே நுழைத்துக் கொண்டு அக்கணமே அவற்றை மறந்துவிட்டு, விமானங்கள் நிறுத்தப்பட்டிருந்த இடத்துக்கு இட்டுச் சென்ற காட்டுப் பாதையில் பெத்ரோவின் பின் ஓடினான். கைத்தடியை ஊன்றிக்கொண்டு சற்றே சாய்ந்தாடியவாறு அவன் கணிசமாக விரைந்தோடினான். அவன் விமானத்தை நெருங்குவதற்குள் எஞ்சின் மீதிருந்த உறை கழற்றப்பட்டிருந்தது. அம்மைத் தழும்பிட்ட வேடிக்கைத் தோற்றமுள்ள

வாலிபனான மெக்கானிக் விமானத்தருகே பொறுமையின்றித் தவித்துக்கொண்டிருந்தான்.

எஞ்சின் சீறி முழங்கிற்று. ஸ்குவாட்ரன் கமாண்டர் ஓட்டும் "ஆறாவது" விமானத்தின்மீது மெரேஸ்யெவ் கண்ணோட்டினான். காப்டன் செஸ்லோவ் தம் விமானத்தைக் காட்டோர வெளிக்குக் கொண்டுவந்தார். இதோ அவர் அறையிலிருந்தபடி கையை உயர்த்தினார். கவனியுங்கள்!" என்பது அதன் பொருள். எஞ்சின்கள் முழங்கின. காற்று வேகத்தால் தரையோடு தரையாக அழுத்தப்பட்ட புல் வெளிறடைந்தது. பிர்ச் மரங்களின் பச்சைப் பிடரிகள் விமானங்கள் கிளப்பிய சுழல் காற்றில் விரிந்து, கிளைகளுடன் மரங்களிலிருந்து பிய்த்துக்கொண்டு கிளம்பத் தயாரானவை போலப் படபடத்தன.

டாங்கிக்காரர்கள் தாக்குதல் தொடங்கப்போவதாக அலெக்ஸேயை முந்திக்கொண்டு ஓடிய விமானிகளில் ஒருவன் வழியிலேயே அவனிடம் சொன்னான். பீரங்கிப் படைகளால் உடைத்துத் தகர்க்கப்பட்ட பகையரண்களின் ஊடாக டாங்கிப் படைகள் செல்வதற்கு விமானப் பாதுகாப்பு அளிப்பது, தாக்கும் டாங்கிப் படைகளுக்கு மேலே வானத்தைப் பகை விமானங்கள் இல்லாதவாறு செய்து அதைக் காவல் காப்பது இப்போது விமானிகளின் பொறுப்பு என்று தெரிந்தது. வானத்தைக் காவல் காப்பதா? எல்லாம் ஒன்றுதான். இம்மாதிரி இறுக்கம் நிறைந்த சண்டையில் இந்தக் காவல் வேலையும் வெறும் பறப்பாக மட்டும் இருக்க முடியாது.

அலெக்ஸேய் கிளர்ச்சியுற்றான். ஆனால் இது சாவு குறித்த அச்சம் அல்ல. மிக மிக வீரமுள்ள, பதற்றமற்ற மனிதர்களுக்குக் கூட இயல்பான, ஆபத்து பற்றிய முன்னுணர்வு தானும் இல்லை இது. அவன் கவலைப்பட்டது வேறு விஷயங்கள் பற்றி மெஷீன்களையும் பீரங்கிகளையும் சுடுகருவிப் பணியாளர்கள் சரிபார்த்தார்களோ இல்லையோ, போரில் சோதிக்கப்படாத புதிய தலைக்காப்பில் ஒலிபரப்பி பழுதாகிவிடாமல் இருக்க வேண்டுமே, பெத்ரோவ் பின் தங்கி விடாமல் இருக்க வேண்டுமே, விமானச் சண்டை நிகழ்த்த நேரிட்டால் அதன் அதிசாமார்த்தியம் பண்ண முற்படாமல் இருக்க வேண்டுமே. கைத்தடி எங்கே? வஸீலிய் வஸீலியெவிச்சின் அந்தப் பரிசு கெட்டுப்போய்விட்டதா என்ன? பெத்ரோவுடன் தான் பிரிவு சொல்லிக்கொள்ளவில்லை என்பது மெரேஸ்யெவுக்கு நினைவு வந்தது. அறையில் இருந்தபடியே அவனை நோக்கிக் கையை ஆட்டினான். ஆனால் பெத்ரோவ் அதைக் கவனிக்கவில்லை. அந்த பின்னோடியின் முகம் செப்புள்ளிகள் நிறைந்து கனல் வீசியது. கமாண்டரின் உயர்த்தப்பட்ட கையைப் பொறுமையின்றி நோக்கிக்கொண்டிருந்தான் அவன். இதோ கை தாழ்த்தப்பட்டது. விமானி அறைகள் மூடப்பட்டன.

மூன்று விமானங்கள் கொண்ட அணி புறப்படும் இடத்தில் சீறிற்று இயங்கத் தொடங்கிற்று, ஓடிற்று, அதன்பின்னே தொடர்ந்தது இரண்டாவது அணி. மூன்றாவது அணியும் இயங்கத் தொடங்கிற்று. முதல் விமான அணி வானில் கிளம்பிற்று. இதன் பின்னே ஓடிற்று மெரேஸ்யெவின் அணி. தட்டை நிலம் கீழே இடமும் வலமுமாக அசைந்தாடிற்று. முதல் விமான அணியை அதனுடன் ஒத்தவாறு அமைத்துச் செலுத்தினான், அவனது அணியை ஒட்டினாற்போலப் பறந்தது மூன்றாவது அணி.

முனை முக முன்னணிக்கு மேலே அவை பறந்தன, பகைவரின் பின்புலத்துக்கு மேலே அரைவட்டமிட்டன, மறுபடி முன் வரிசையைத் தாண்டின. அவற்றை எவரும் சுடவில்லை. தரை தனது கடினமான நிலவுலக விவகாரங்களில் மும்முரமாக முனைந்திருந்தபடியால் தனக்கு மேலே பறந்த ஒன்பது சிறு விமானங்களைக் கவனிக்க அதற்கு நேரமில்லை. ஆமாம், டாங்கிப்படைகள் எங்கே? ஆகா, இதோ இருக்கின்றன அவை. தழை மரக் காட்டின் தள தளப்பான பசுமையிலிருந்து ஒன்றன் பின் ஒன்றாக டாங்கிகள் வெளி வந்ததை மெரேஸ்யெவ் கண்டான். மேலிருந்து பார்ப்பதற்கு அவை பாங்கற்ற சாம்பல் நிற வண்டுகள் போலத் தென்பட்டன. நொடிப்போதில் அவை மிகப் பலவாகப் பல்கிவிட்டன. எனினும் நுரைத்த பசுமையிலிருந்து மேலும் மேலும் டாங்கிகள் வெளிவந்து பாதைகள் வழியே முன் சென்றன, பள்ளங்களைக் கடந்தன. முன் சென்ற டாங்கிகள் மேட்டின் மேல் ஏறின, குண்டுகளால் உழப்பட்ட நிலத்தை அடைந்து விட்டன. அவற்றின் பீரங்கிக் குழாய்கள் வழியாகச் செந்தீப் பொறிகள் பறக்கலாயின. இந்தப் பிரமாண்டமான டாங்கித்தாக்கு எஞ்சிய ஜெர்மன் காப்பரண் வரிசைகளின் மீது நூற்றுக்கணக்கான டாங்கிகளின் இந்தப் பாய்ச்சல், ஒரு குழந்தையையோ, பதற்றமுள்ள பெண்ணையோ கூட, அவர்கள் மெரேஸ்யெவ் போல வானிலிருந்து அதை அவதானித்திருந்தால், அச்சமூட்டியிராது. இவ்வாறு அவன் எண்ணமிட்டுக் கொண்டிருக்கையில், தலைக்காப்பின் காதுக் குழாய்களை நிறைந்த இரைச்சலுக்கும் கணகணப்பொலிகளுக்கும் ஊடாக வந்தது காப்டன் செஸ்லோவின் குரல். அது கம்மலாகவும் இப்போது சோர்வுள்ளதாகவுங்கூடத் தொனித்தது.

“கவனியுங்கள்! நான் சிறுத்தை மூன்று, நான் - சிறுத்தை மூன்று. வலப்புறம் செருப்புக்காலிகள், செருப்புக்காலிகள்!”

முன்னே எங்கோ கமாண்டரின் விமானத்தின் சிறுவரையுரு அலெக்ஸேய்க்குப் புலனாயிற்று. வரையுரு அசைந்தாடிற்று. “நான் செய்கிறபடிச் செய்” என்று இது குறித்தது.

மெரேஸ்யெவ் தனது குழுவினருக்கு இதே உத்தரவை அளித்தான். அவன் பின்னே பார்த்தான். பின்னோடி அவனை விட்டு விலகாமல் அருகாகத் தொடர்ந்தான். சபாஷ்!

“உறுதியாயிரு தம்பி” என்று அவனைக் கத்தி உற்சாகப்படுத்தினான் மெரேஸ்யெவ்.

‘‘உறுதியாயிருக்கிறேன்!’’ என்ற பதில் குழப்பத்துக்கும் கிறீச்சொலிகளுக்கும் இரைச்சலுக்கும் ஊடாக அவனுக்குக் கேட்டது.

“நான் - சிறுத்தை மூன்று, நான் - சிறுத்தை மூன்று என்னைத் தொடர்க!” என்ற உத்தரவு ஒலித்தது.

பகை விமானங்கள் அருகே இருந்தன. ஜெர்மானியருக்குப் பிடித்த இரட்டைத் தாரா வரிசையில் அணிவகுத்து சோவியத் விமானங்களுக்குச் சிறிது கீழே பறந்தன “யூ-87” ரக ஒற்றை எஞ்சின் முக்குளி வெடிவிமானங்கள் இவற்றின் சக்கரச் சட்டங்கள் மடித்துக்கொள்ளக் கூடியவை அல்ல. பறக்கையில் இந்தச் சட்டங்கள் வயிற்றுக்கு அடியில் தொங்கும். சக்கரங்கள் காற்றுவழிவு மூடிகளால் காக்கப்பட்டிருக்கும். விமானத்தின் வயிற்றிலிருந்து மரவுரிச் செருப்புக்கள் அணிந்த கால்கள் தொங்குவது போலத் தோன்றும். எனவேதான் எல்லாப் போர்முனைகளிலும் விமானிகள் வழக்கில் இவற்றுக்குச் “செருப்புக்காலிகள்” என்ற பெயர் சூட்டப்பட்டிருந்தது. போலந்து, பிரான்ஸ், ஹாலந்து, டென்மார்க், பெல்ஜியம் யூகோஸ்லாவியா ஆகியவற்றுக்கு மேலே நடந்த சண்டைகளில் வழிப்பறிக் கொள்ளைக்காரர் களுக்குரிய அபகீர்த்தி பெற்றுவிட்ட இந்தப் பிரபல முக்குளி வெடிவிமானங்கள் குறித்து எத்தனையோ பயங்கரக் கதைகள் போர்த் தொடக்கத்தில் உலகச் செய்தித்தாள்கள், அனைத்தாலும் பரப்பப்பட்டிருந்தன. ஆனால், சோவியத் யூனியனின் பரந்த வானில் இவை விரைவிலேயே பழையவையாகிவிட்டன. பற்பல சண்டைகளில் சோவியத் விமானிகள் இவற்றின் பலவீனமான இடங்களைச் சோதித்து அறிந்து கொண்டார்கள். சிறப்பான திறமை எதுவும் இன்றியே வேட்டையாடக் கூடிய காட்டுக்கோழிகளையோ முயல்களையோ போன்றே “செருப்புக்காலிகளைத்” தாக்கி வீழ்த்துவதும் தேர்ந்த சோவியத் விமானிகளால் அற்பமாக மதிக்கப்பட்டது.

காப்டன் செஸ்லோவ் தமது ஸ்குவாட்ரனை நேரே பகை விமானங்களை நோக்கிச் செலுத்தாமல் ஒதுக்குப்புறமாக இட்டுச் சென்றார். முன்ஜாக்கிரதையுள்ள காப்டன் “சூரியனுக்கு அடியில்” போய், அதன் கண்ணைக் குருடாக்கும் கிர்கணங்களின் முகமூடி மறைவில் பார்வைக்குப் புலப்படாது இருந்து கொண்டு பகைவிமானங்களை அவை அறியாமல் நெருங்கி திடீரெனப் பாய்ந்து தாக்கத் திட்டமிடுகிறார் என மெரேஸ்யெவ் தெரிந்து கொண்டான். அவனுக்குச் சிரிப்பு வந்தது. இவ்வளவு சிக்கலான பாய்ச்சல் காட்டுவது “செருப்புக்காலிகளுக்கு மட்டுமீறிய மரியாதை செய்வது ஆகாதா? ஆனால் ஜாக்கிரதை கெடுதல் அல்ல. மெரேஸ்யெவ் மறுபடி பின்னே

பார்த்தான். பெத்ரோவ் தொடர்ந்து வந்து கொண் டிருந்தான். வெண் முகிலின் பின்னணியில் அவனது விமானம் நன்றாகத் தென்பட்டது.

இப்போது பகைவிமானங்கள் சோவியத் விமானங்களின் வலப்புறம் தாழப் பறந்தன. ஜெர்மன் விமானங்கள் அழகாக, நேர் வரிசையாக, கண்ணுக்குத் தெரியாத நூல்களால் இணைக்கப்பட்டவைபோலப் பறந்தன. அவற்றின் மேற்பகுதிகள் மேலிருந்து பட்ட வெயிலொளியில் கண்கள் கூசுமாறு மின்னின.

''--சிறுத்தை மூன்று தாக்கு'' கமாண்டரது வாக்கியத்தின் துணுக்கு மெரேஸ்யெவின் காதுகளில் பாய்ந்தது.

செஸ்லோவும் அவருடைய பின்னோடிகளும் பனிக்கட்டி மலையிலிருந்து வெறியுடன் வழுகுவதுபோல, வலப்புறம் உயரேயிருந்து பகையணியின் விலாப்புறத்தில் பாய்ந்ததை அவன் கண்டான். எல்லாவற்றிலும் அருகிலிருந்த "செருப்புக்காலி" மீது குண்டு வரிசைகள் தாக்கின. அது உடனே குப்புற வீழ்ந்தது. செஸ்லோவும் அவருடைய பின்னோடிகளும் இவ்வாறு ஏற்பட்ட இடைவெளியில் புகுந்து ஜெர்மானிய அணியைக் கடந்து பறந்துபோய் விட்டார்கள். ஜெர்மன் விமான வரிசை அவர்கள் பின்னே நெருக்கமாயிற்று. "செருப்புக்காலிகள்" முன்போலவே சிறந்த ஒழுங்குடன் தொடர்ந்து சென்றன.

தனது அழைப்புக் குறி பெயரைச் சொல்லிவிட்டு, "தாக்கு" என்று கத்த வாயெடுத்தான் மெரேஸ்யெவ். ஆனால் உணர்ச்சிப் பெருக்கு காரணமாக அவன் குரலிலிருந்து "தா-ஆ-ஆ" என்ற சீழ்க்கையொலி மட்டுமே வெளிப்பட்டது. அதற்குள் அவன் ஒழுங்காகப் பறந்த பகை விமான அணி தவிர வேறு எதையும் காணாதவனாகக் கீழ் நோக்கிப் பாய்ந்தான். செஸ்லோவால் வீழ்த்தப்பட்ட விமானத்தின் இடத்தில் இப்போது பறந்த ஜெர்மன் விமானத்தையே அவன் தனக்கு இலக்காகக் கொண்டான். அவனுடைய காதுகளில் நொய்யென்ற ஒலி கணகணத்தது. இருதயம் தொண்டை வழியாக வெளியே வந்துவிடும் போல் இருந்தது. பகை விமானம் இலக்கு மையத்துக்கு வந்ததும் மெரேஸ்யெவ் சுடுவிசைகளை இருகைப் பெரு விரல்களாலும் பற்றியவாறு அதை நோக்கிப் பாய்ந்தான். சாம்பல் நிறத் தூவியடர்ந்த கயிறுகள் அவனுக்கு வலப்புறம் பளிச்சிட்டனபோல் இருந்தது. ஓகோ! சுடுகிறார்கள்! குறி தவறிவிட்டார்கள். மறுபடியும் இன்னும் அருகாக, மெரேஸ்யெவ் சேதமின்றித் தப்பிவிட்டான். பெத்ரோவோ? அதனும் சேதமடையவில்லை. அவன் இடப்புறம். அப்பால் விலகிவிட்டான். பையன் கெட்டிக்காரன்! இலக்குக் காட்டியின் மையத்தில் "செருப்புக்காலியின்" சாம்பல் நிறப் பக்கப் பகுதி பெரிதாகி கொண்டு போயிற்று. மெரேஸ்யெவின் விரல்கள் சுடுவிசைகளை சில்லென்ற அலுமினியத்தை உணர்ந்தன. இன்னும் கொஞ்சம்.

தனது விமானத்துடன் தான் முற்றிலும் கலந்து ஒன்றாகிவிட்டதை அப்போதுதான் அலெக்ஸேய வெற்றிக் களிப்புடன் உணர்ந்தான். விமான எஞ்சின் தன் நெஞ்சில் துடிப்பது போல் அவனுக்குப் பட்டது. விமான இறக்கைகளையும் வால் சுக்கானையும் அதன் உடல், உள்ளம் அனைத்தாலும் உணர்ந்தான். பாங்கற்ற பொய்க்கால்கள் கூட நுண்ணுணர்வு பெற்றுவிட்டன போன்றும், வெறிப் பாய்ச்சல் கொண்ட இயக்கத்தில் விமானத்துடன் தான் ஒன்றாகிவிடுவதற்குத் தடையாக இல்லை போலவும் அவனுக்குத் தோன்றியது பாசிஸ்ட் விமானம் இலக்குக் காட்டியின் மையத்திலிருந்து நழுவியது. பின்பு அகப்பட்டுவிட்டது. அதை நோக்கி நேரே பாய்ந்தபடியே மெரேஸ்யெவ் சுடுவிசையை அழுத்தினான். வெடியோசையை அவன் கேட்கவில்லை. குண்டு வரிசைகளையும் அவன் காணவில்லை. எனினும் குண்டுகள் இலக்கில் பட்டுவிட்டன என்பதை அறிந்தான். எனவே பகைவிமானம் விழுந்துவிடும் தான் அதனுடன் மோத நேராது என்ற உறுதியுடன் நிற்காமல் நேரே பகை விமானத்தை நோக்கிப் பறந்தான். இலக்குக் காட்டியிலிருந்து விலகிவிட்ட மெரேஸ்யெவ் பக்கத்தில் இன்னும் ஒரு விமானம் அடிபட்டு விழுவதைக் கண்டு வியப்படைந்தான். அதையும் அவனே தற்செயலாக அடித்து வீழ்த்திவிட்டானா என்ன? இல்லை. இது பெத்ரோவின் வேலை. அவன் வலப்புறமிருந்து திரும்பினான். சபாஷ், புதியவனே! தனது இளம் நண்பனின் வெற்றியால் மெரேஸ்யெவ் தன் சொந்த வெற்றியால் அடைந்ததைக் காட்டிலும் அதிகக் களிப்பு அடைந்தான்.

இரண்டாவது அணி ஜெர்மன் விமான வரிசையில் ஏற்பட்ட பிளவு வழியாகப் பறந்து போயிற்று. ஜெர்மன விமான வரிசையில் அதற்குள் பெருங் குழப்பம் ஏற்பட்டது. இரண்டாவது வரிசை விமானங்களை ஓட்டியவர்கள் அனுபவம் குறைந்த விமானிகள் போலும் அவை சிதறி ஓடின, வரிசை கலைந்துவிட்டது. செஸ்லோவ் அணியின் விமானங்கள் இவ்வாறு சிதறிக் கலைந்த செருப்புக்காலிகளுக்கு இடையே பாய்ந்து, பகை விமானங்கள் தங்கள் சொந்தக் காப்பகழ்கள் மீதே வெடிகுண்டுப் பெட்டிகளை மளமளவென்று காலியாக்குமாறு செய்தன. ஜெர்மானியர் தங்கள் காப்பு அரண்களைக் குண்டுகளால் தகர்க்கும்படி செய்வதே காப்டன் செஸ்லோவ் கணக்கிட்டுத் தயாரித்திருந்த திட்டம். சூரியனுக்கு அடியில் சென்றது இதற்கு ஒத்தாசையாக இருந்தது.

ஆனால் ஜெர்மன் விமானங்களின் முதல் வரிசை மறுபடி குறுகி ஒன்று சேர்ந்துவிட்டது. “செருப்புக்காலிகள்” சோவியத் டாங்கிகள் உடைத்துப் புகுந்த இடத்தை நோக்கி முன்னேறின. மூன்றாவது சோவியத் விமான அணியின் தாக்கு பயன் விளைக்கவில்லை. ஜெர்மானியர் ஒரு விமானத்தைக் கூட இழக்கவில்லை. ஒரு சோவியத் சண்டை விமானம் பகைக் குண்டுத்தாக்குக்கு இலக்காகி விழுந்துவிட்டது.

டாங்கித் தாக்கு தொடங்கிய இடம் அருகே வந்துவிட்டது. மறுபடி உயரே ஏற நேரமில்லை ஆபத்தை மதியாமல் கீழிருந்து தாக்குவது என்று செஸ்லோவ் தீர்மானித்தார். மெரேஸ்யெவ் மனதுக்குள் அவரை ஆதரித்தான். செங்குத்துப் பாய்ச்சலில் "லா-5" ரக விமானத்திற்கு உள்ள போர்ப் - பண்புகளைப் பயன்படுத்திக்கொண்டு பகைவன் வயிற்றில் குத்த அவனுக்கே ஆசையுண்டாயிற்று. முதல் அணி மேல் நோக்கிப் பாய்ந்தது. பீரங்கிக் குண்டுகள் ஊற்றுக்களின் கூரிய பீச்சு நீர்த் தாரைகள் போல வானைக் கிழித்துச் சென்றன. இரண்டு ஜெர்மன் விமானங்கள் சரிந்து விழுந்தன. அவற்றில் ஒன்று இருபாதிகளாக வகிரப்பட்டது போலும் திடீரென வானில் உடைந்து சிதறியது. மெரேஸ்யெவின் விமான எஞ்சின் அதன் வாலினால் நசுக்கப்படாமல் மயிரிழையில் தப்பிற்று.

"பின்தொடர்" என்று கத்தினான் மெரேஸ்யெவ். பின்னோடி விமானத்தின் நிழலுருவை ஒரு பார்வை பார்த்து விட்டு இயக்கு விசைப்பிடியைத் தன் பக்கம் இழுத்தான்.

தரை குப்புறக் கவிழ்ந்தது. கனத்த அடி அவனை இருக்கையில் நெரிந்து அதோடு அழுத்தியது. வாயிலும் உதடுகளிலும் இரத்தத்தின் சுவையை அவன் உணர்ந்தான். அவன் விழிகளில் செந்திரை படர்ந்தது. விமானம் அனேகமாகச் செங்குத்தாய் நின்றவாறு மேல் நோக்கிப் பாய்ந்தது. இருக்கையின் முதுகுப் பாகத்தில் கிடந்தபடியே மெரேஸ்யெவ் இலக்குக் காட்டியில் "செருப்புக்காலியின்" புள்ளிகளிட்ட வயிற்றையும் பருத்த சக்கரங்களை மூடியிருந்த நகைப்புக்கிடமான "செருப்புகளையும்" அவற்றில் ஒட்டியிருந்த விமான நிலையக் களிமண் கட்டிகளையும் கூடக் கண்டான்.

இரண்டு சுடுவிசைகளையும் அவன் அழுத்தினான். அவன் சுட்ட குண்டு பெட்ரோல் கலத்திலா, எஞ்சினிலா, வெடிகுண்டு பெட்டியிலா, எதில் பட்டனவோ அவனுக்குப் புரியவில்லை. ஆனால் வெடியின் பழுப்புப் படலத்தில் ஜெர்மன் விமானம் மறைந்துவிட்டது.

மெரேஸ்யெவின் விமானம் ஒரு புறம் தள்ளப்பட்டது. அது நெருப்புப் பிழம்பு ஒன்றின் அருகாகப் பாய்ந்து சென்றது. விமானத்தைச் சமநிலையில் திருப்பிச் செலுத்தியவாறு மெரேஸ்யெவ் வானத்தை அண்ணாந்து பார்த்தான். அவனது பின்னோடி வெள்ளைச் சோப்பு நுரையை ஒத்த மேகப்படிவுகளுக்கு மேலே எல்லையற்ற நீல வானில் தொங்கியபடி வலப்புறமாக அவனைத் தொடர்ந்து பறந்துகொண்டிருந்தான். சுற்றிலும் வெறுமையாக இருந்தது. தொடுவானில் மட்டுமே, தொலைதூர மேகங்களின் பின்னணியில் நாற்புறமும் சிதறி ஓடிய "செருப்புக்காலிகளின்" வரையுருக்கள் தென்பட்டன. மெரேஸ்யெவ் கடிகாரத்தைப் பார்த்தவன் ஆச்சரியம் அடைந்தான். சண்டை குறைந்தது அரைமணி நேரம் நீடித்திருக்க

வேண்டும் என்றும் பெட்ரோல் தீர்ந்து போகும் நிலையில் இருக்க வேண்டும் என்றும் அவனுக்குத் தோன்றியது. உண்மையிலோ, எல்லாவற்றுக்கும் மூன்றரை நிமிடங்களே பிடித்திருக்கின்றன என்று கடிகாரங்கள் காட்டின.

வலப்புறம் சம்மட்டத்துக்கு வந்து அருகாகப் பறந்த பின்னோடியைப் பார்த்து, "உயிரோடு இருக்கிறாயா?" என்று கேட்டான் மெரேஸ்யெவ்.

பல்வகை ஒலிகளின் குழப்பத்தினூடாக எங்கோ தொலைவி லிருந்து போல ஒலித்தது வெற்றிக் குரல்.

"உயிரோடிக்கிறேன்!- தரை -- தரையில் பாருங்கள் .."

கீழே மிதித்துத் துவைக்கப்பட்டுச் சேதப்படுத்தப்பட்டிருந்த கல்லுங்கரடுமான பள்ளத்தாக்கில் புகை மண்டிய பெட்ரோல் நெருப்புகள் சில இடங்களில் மூண்டெரிந்தன. வீசாமல் அசைவற்றிருந்த காற்றில் அவற்றின் கொழும்புகை தூண்களாக எழுந்தது. ஆனால் மெரேஸ்யெவ் பகை விமானங்களின் இந்த எரியும் பிணங்களைப் பார்க்கவில்லை. போர்க்களம் அனைத்திலும் விரிவாகப் பரவி ஓடிக்கொண்டிருந்த சாம்பல் - பசுமைநிற வண்டுகளையே அவன் நோக்கினான். இரு குறுகிய பள்ளங்கள் வழியே அவை பகைவர்களின் இடங்களை நெருங்கின. முன்வரிசை டாங்கிகள் பகை அரண்களைத் தாக்கிப் புகுந்துவிட்டன. ஜெர்மன் பீரங்கிகளின் குண்டுகள் அவற்றின் பின்னே இன்னும் வெடித்துக் கொண்டிருந்தன. எனினும் அவை ஜெர்மன் அரண்வரிசைகளைக் கடந்து தங்கள் பீரங்கிகளிலிருந்து செவ்வனல் கக்கியவாறு மேலே மேலே முன் சென்றன.

பகைவர்களின் தகர்ந்த அரணிடங்களுக்கு உள்ளே நூற்றுக் கணக்கான இந்த டாங்கிகள் புகுந்து தாக்குவதன் அர்த்தம் என்ன என்பதை மெரேஸ்யெவ் புரிந்துகொண்டான்.

அன்று நிகழ்ந்ததைப் பற்றி மறுநாள் சோவியத் மக்களும் விடுதலை விரும்பும் உலகினர் அனைவரும் மகிழ்ச்சிக் கொண்டாட்டத்துடன் செய்தித்தாள்களில் படித்தனர்.

கூர்ஸ்க் பிரதேசத்தின் ஒரு பகுதியில், இரண்டு மணி நேரம் பலத்த பீரங்கித் தாக்குக்குப் பிறகு சோவியத் சேனை ஜெர்மானிய அரண்வரிசையை உடைத்து எல்லாப் படைகளுடனும் அந்த இடைவெளியில் புகுந்து, தாக்குப் போர் தொடங்கியிருந்த சோவியத் படைகளுக்கு வழியைச் செப்பம் செய்தன.

காப்டன் செஸ்லோவின் ஸ்குவாட்ரனில் இருந்த ஒன்பது விமானங்களில் இரண்டு அன்று விமான நிலையம் திரும்பவில்லை விமானச் சண்டையில் ஒன்பது "செருப்புக்காலிகள்" சுட்டு வீழ்த்தப்பட்டன. ஒன்பதுக்கு இரண்டு என்பது விமானங்களைப்

பற்றிப் பேசுகையில் சந்தேகமின்றி நல்ல கணக்குதான். எனினும் இரண்டு தோழர்களை இழந்தது வெற்றிக் களிப்பில் துயர நிழல் படியச் செய்தது. விமானங்களிலிருந்து வெளியே குதித்த விமானிகள் ஆரவாரிக்கவில்லை. கத்தவில்லை, சண்டையின் சிக்கல்களைப் பற்றி உற்சாகத்துடன் விவாதித்து, கடந்துவிட்ட அபாயத்தை மீண்டும் அனுபவித்தவாறு கைகளை வீசி ஆட்டவில்லை. வெற்றிகரமான சண்டைக்குப் பின் வழக்கமாகச் செய்யும் இந்தக் காரியங்களை அன்று அவர்கள் செய்யவில்லை. அலுவலகத் தலைவரைச் சுளித்த முகங்களுடன் அணுகி, விளைவுகள் பற்றிய வரையறுத்த சுருக்கமான தகவலைக் கொடுத்துவிட்டு ஒருவரை ஒருவர் நேரிட்டு நோக்காமலே பிரிந்து சென்றார்கள்.

அலெக்ஸேய் மெரேஸ்யெவ் ரெஜிமென்டுக்குப் புதியவன். கொல்லப்பட்டவர்களின் முகங்கள் கூட அவனுக்குப் பழக்கமில்லை. எனினும் பொதுவாக எல்லோருக்கும் ஏற்பட்டிருந்த சோகம் அவனையும் தொற்றிக்கொண்டது எதற்காக அவன் தனது சித்தவுறுதி முழுவதையும் மனோபலம் அனைத்தையும் ஈடுபடுத்தி முயன்றானோ, அவனது வாழ்க்கையிலேயே மிகமிக முக்கியமான அந்த நிகழ்ச்சி நடந்தேறிவிட்டது. அவனது அடுத்துவரும் வாழ்க்கை முழுவதையும் நிர்ணயிப்பது இந்த நிகழ்ச்சி, உடல் நலமுள்ள முழுமதிப்பு வாய்ந்த மனிதர்களின் அணிகளில் அவன் மீண்டும் சேரப்புரிவது. மருத்துவமனைக் கட்டிலிலும், பிறகு நடக்கவும் நடனமாடவும் கற்றுக்கொள்கையிலும், இழந்துவிட்ட விமானமோட்டும் தேர்ச்சியை விடாப்பிடியான பயிற்சிகளால் மீண்டும் பெற்றபோதும் எத்தனை எத்தனை முறைகள் அவன் இந்த நாளைப் பற்றிக் கனவு கண்டிருந்தான்! இப்போது, அந்த நாள் வந்துவிட்டது. இரண்டு ஜெர்மன் விமானங்கள் அவனால் சுட்டு வீழ்த்தப்பட்டுவிட்டன. சண்டை விமானமோட்டிகள் குடும்பத்தில் அவன் சம உரிமையுள்ள உறுப்பினன் ஆகிவிட்டான். அவன் எல்லோரையும் போலவே அலுவலகத் தலைவரை அணுகி, தான் வீழ்த்திய விமானங்களின் எண்ணிக்கையைக் கூறி, நிலைமைகளை விவரித்து, பெத்ரோவைப் புகழ்ந்துவிட்டு அப்பால் போய், அன்று திரும்பாத விமானிகளைப் பற்றிச் சிந்தித்தவாறு பிர்ச் மரப்பந்தரின் கீழ் நின்றான்.

பெத்ரோவ் மட்டுமே தலைக்காப்பு இன்றி வெளிர்முடிகள் கலைந்து பறக்க, விமானத் திடலில் ஓடி வழியில் எதிர்ப்பட்டவர்கள் எல்லாருடைய கைகளையும் பற்றிக் குலுக்கி, விமானச் சண்டையை விவரிக்கலானான்.

''... பார்க்கிறேனோ, பகை விமானங்கள் பக்கத்தில் வந்துவிட்டன. கையை நீட்டினால் பிடித்துவிடலாம் போல! கேளு பார்த்தேன், சீனியர்

லெப்டினன்ட் முன் விமானத்தைக் குறி வைத்துத் தாக்கிவிட்டார். நான் பக்கத்து விமானத்தைக் குறிவைத்தேன். ஒரே அடி, விமானம் கயா!"

அவன் மெரேஸ்யெவிடம் ஓடி அவன் காலருகே மென்மையான புல்லடர்ந்த பாசி மீது விழுந்து கால்களை நீட்டிக் கொண்டான். இந்த அமைதியான கிடை அவனுக்குச் சகிக்கவில்லை எனவே உடனே துள்ளி எழுந்தான்.

"நீங்கள் தாம் இன்று எப்பேர்ப்பட்ட வளையங்கள் இட்டீர்கள்! வெகு நேர்த்தி! என் கண்கள் அப்படியே இருண்டுவிட்டன. ஜெர்மன்காரனை இன்று எப்படி அடித்து வீழ்த்தினேன் தெரியுமா? கேளுங்கள் - உங்கள் பின்னாலேயே பறந்தவன் திடீரென்று பார்த்தேன், அவன் கிட்டே வந்துவிட்டான். கை நீட்டித் தொட்டு விடலாம் போல, இதோ, நீங்கள் நிற்கிறீர்களே, இதே மாதிரி..."

அலெக்ஸேய் தன் சட்டைப் பைகளைத் தட்டிப் பார்த்தவாறு அவன் பேச்சை இடை முறித்தான் பொறு - "தம்பீ கடிதங்கள், கடிதங்கள் - அவற்றை எங்கே வைத்துவிட்டேன்?"

தனக்கு அன்று கிடைத்த தான் இன்னும் படிக்காத கடிதங்களை அவன் நினைவுகூர்ந்தான். பைகளில் அவற்றைக் காணாமல் அவனுக்கு உடல் முழுதும் குப்பென்று வியர்த்துக் கொட்டியது. அப்புறம் சட்டைக்குள் மார்பின் மீது சரசரத்த உறைகளைத் தொட்டுணர்ந்து அவன் "அப்பாடா" என்று பெருமூச்சு விட்டான். ஓல்காவின் கடிதத்தை எடுத்து, பிர்ச் மரத்தடியில் உட்கார்ந்து வெற்றிக்கிளர்ச்சி கொண்ட தன் நண்பனின் சொற்களைக் காதில் வாங்கிக் கொள்ளாமல், உறையை ஜாக்கிரதையாகப் பிரிக்கலானான்.

அந்தச் சமயத்தில் வாணக்குழல் டப்பென உரக்க ஒலித்தது. சிவப்புப் பொறிகள் சிந்திய பாம்பு விமானத்திடலுக்கு மேலே வானில் நெளிந்து சென்று மெதுவாகக் கலைந்து சிதறிய சாம்பல் தடத்தை விட்டுவிட்டு அணைந்தது. விமானிகள் துள்ளி எழுந்தார்கள். போகிற போக்கிலேயே அலெக்ஸேய் கடித உறையைச் சட்டைக்குள் மார்பருகே செருகிக் கொண்டான். கடிதத்தின் ஒரு வரியைக் கூடப்படிக்க அவனுக்கு வாய்க்கவில்லை. உறையைப் பிரித்தபோது அதற்குள் காகிதங்கள் தவிர ஏதோ கடினமான ஒன்றும் அவனுக்குத் தட்டுப்பட்டது. ஏற்கெனவே பழக்கமாகிவிட்ட வழியில் அணிக்கு முன்னே பறந்தவாறு அவன் அவ்வப்போது உறையைத் தொட்டுப் பார்த்தான், அதில் என்ன இருந்தது?

அலெக்ஸேய் இப்போது பணியாற்றிய சண்டை விமான ரெஜிமென்டுக்கு டாங்கிச் சேனை பகையணிகளைப் பிளந்து முன்னேறத் தொடங்கி நாள் முதல் போர்வேலை இடைவிடாது நெரிந்தது. பகையணி பிளக்கப்பட்ட இடத்துக்கு மேலே ஸ்குவாட்ரன்கள் ஒன்று

மாற்றி ஒன்றாகப் பறந்த வண்ணமாக இருந்தன. ஒரு ஸ்குவாட்ரன் சண்டையிலிருந்து திரும்பித் தரையில் இறங்கியதும் இறங்காததுமாக இன்னொரு ஸ்குவாட்ரன் அதற்கு மாற்றாகப் பறந்தது. இறங்கிய விமானங்களுக்குப் பெட்ரோல் நிரப்பப் பெட்ரோல் லாரிகள் விரைந்தன. காலிக் கலங்களில் பெட்ரோல் களகளவென்று தாரையாய்க் கொட்டியது. விமானிகள் தங்கள் அறைகளிலிருந்து இறங்கவில்லை. சாப்பாடு கூட, அலுமினியப் பாத்திரங்களில் அவர்களுக்கு இங்கே கொண்டு தரப்பட்டது. ஆனால் எவருக்குமே புத்தி போகவில்லை. கவளம் தொண்டையில் சிக்கிக்கொண்டது.

காப்டன் செஸ்லோவின் ஸ்குவாட்ரன் மறுபடி தரையில் இறங்கி, விமானங்கள் காட்டு மறைப்புக்கு இட்டுச் செல்லப்பட்டுப் பெட்ரோல் நிறைக்கப்படுகையில் மெரேஸ்யெவ் இன்பமான சோர்வினால் மூட்டுக்களில் வலியை உணர்ந்தவனாக, பொறுமையின்றி வானத்தை நோக்குவதும் பெட்ரோல் நிரப்புவர்களிடம் கத்திப் பேசுவதுமாகப் புன்னகையுடன் விமானி அறையில் உட்கார்ந்திருந்தான். மீண்டும் மீண்டும் விமானச் சண்டையில் கலந்து கொள்ளவும் தன்னைச் சோதித்துப் பார்க்கவும் அவனுக்கு அடங்கா ஆசை உண்டாயிற்று. மார்பை ஒட்டினாற்போல் சட்டைக்குள் இருந்த சரசரக்கும் கடித உறையை அடிக்கடி தொட்டுப் பார்த்துக்கொண்டான். ஆனால் இத்தகைய சூழ்நிலையில் கடிதத்தைப் படிக்க அவன் விரும்பவில்லை.

மாலையில், சேனையின் தாக்கு வட்டாரத்தை மங்குல் நம்பகமாக மறைத்துவிட்ட பின்பே விமானிகள் இருப்பிடம் செல்ல அனுமதிக்கப்பட்டார்கள். வழக்கமாகச் செல்லும் காட்டுக் குறுக்கு வழியில் போகாமல், சுற்று வழியாக, களைகள் மண்டிய வயலின் ஊடே நடந்தான் மெரேஸ்யெவ்.

திடீரென எதிர்பாரா வகையில் அவன் பின்னே இரைந்தது இராணுவ ஜீப். சக்கரங்கள் கீச்சிட அது பாதையில் நிறுத்தப்பட்டது. திரும்பிப் பாராமலே அது ரெஜிமென்ட் கமாண்டர் என மெரேஸ்யெவ் ஊகித்துக் கொண்டான்.

"விமான நிலையம் முழுவதையும் சுற்றிப் பார்த்து விட்டேன். எங்கே நம் வீரர்? எங்கே மறைந்துவிட்டார் வீரர்? என்று. அவரோ, இங்கே உலாவுகிறார்" என்றார் கமாண்டர்.

ஜீப்பிலிருந்து குதித்து இறங்கினார் கர்னல். அவர் தாமே அருமையாகக் கார் ஓட்டுவார். ஒழிவு நேரத்தில் அதில் நேரத்தைச் செலவிடுவதை விரும்புவார். அவ்வாறே கடினமான வேலைகளில் தாமே ரெஜிமென்டைத் தலைமை வகித்து நடத்திச் செல்வார். பிறகு மாலை வேளையில் எண்ணெய் வழியும் எஞ்சின்களைச் செப்பம் செய்வதில் மெக்கானிக்குகளுடன் பாடுபடுவார். வழக்கமாக அவர்

நீலப்பறப்பு உடையணிந்து வளையவருவார். அவருடைய மெலிந்த முகத்தில் காணப்பட்ட அதிகார தோரணையுள்ள மடிப்புகளையும், புத்தம் புதிய, பகட்டான விமானித் தொப்பியையும் கொண்டே அவரை மெக்கானிக்குகளிலிருந்து தனிப்பிரித்து அறிய முடியும்.

எங்கோ நினைவாகக் கைத்தடியால் தரையைக் கிளறிக் கொண்டிருந்த மெரேஸ்யெவின் தோளைப் பற்றினார் கமாண்டர்

எங்கே, உங்களைப் பார்ப்போம்? சைத்தானுக்கே வெளிச்சம் - சிறப்பானது எதையும் காணோம் இப்போது நான் ஒப்புக்கொள்ளலாம் நீங்கள் இங்கு அனுப்பப்பட்டபோது, சேனையில் உங்களைப்பற்றிக் கூறப்பட்டவற்றை நான் நம்பவில்லை. சண்டையில் தாக்கு பிடிப்பீர்கள் என்று நான் நம்பவில்லை. நீங்களோ, என்னமாய்ச் சண்டை செய்திருக்கிறீர்கள்! இதுதான் ருஷ்ய அன்னையின் மகிமை! வாழ்த்துகிறேன். வாழ்த்துகிறேன், வணங்குகிறேன்" என்றார்.....

அலெக்ஸேய் நிலவறைக்குள் போகவில்லை. பிர்ச் மரத்தின் அடியில் காளான் மணம் வீசும் ஈரக் கம்பளி போன்ற பாசியில் படுத்து, ஓல்காவின் கடிதத்தை உறையிலிருந்து பாதபாகமாக வெளியே எடுத்தான். ஒரு நிழல்படம் கையிலிருந்து நழுவிப் புல்மேல் விழுந்தது. அலெக்ஸேய் அதை எடுத்தான். நெஞ்சு படபடத்தது.

நிழல் படத்திலிருந்து அவனை நோக்கியது பழக்கமான, ஆனால் அதே சமயம் இனங்காண முடியாத அளவுக்குப் புதிய முகம் இராணுவச் சீருடை அணிந்த ஓல்காவின் நிழல் படம் அது. இராணுவ உடுப்பு, இடுப்புவார், செந்நட்சத்திரவிருது ஆகியவையும் அவளுக்கு மிகவும் இசைந்தன. இராணுவ அதிகாரி உடுப்பு அணிந்த ஒடிசலான அழகிய பையன் போல இருந்தாள் அவள். ஒரே விஷயம் என்னவென்றால் இந்தப் பையனின் முகம் களைத்துச் சோர்ந்து இருந்தது. ஒளிவீசும் பெரிய, வட்ட விழிகள் சிறுவனுக்கு இயல்பு அல்லாத ஊடுருவும் நோக்குடன் பார்த்துக்கொண்டிருந்தன என்பதே.

அலெக்ஸேய் இந்த விழிகளை நெடுநேரம் நோக்கியவாறு இருந்தான். அவன் உள்ளம் இனந்தெரியாத இனிய சோகத்தால் நிறைந்தது. விருப்பத்துக்கு உரிய பாட்டொலி மாலை வேளையில் தொலைவிலிருந்து கேட்கும் போது உணர்வது போன்ற சோகம் இது. பையிலிருந்து ஓல்காவின் பழைய நிழல்படத்தை எடுத்துப் பார்த்தான் அலெக்ஸேய். அதில் அவள் பல்வண்ண உடை அணிந்து விண்மீன்கள் போல் செறிந்திருந்த வெண் சாமந்தி மலர்கள் பூத்துக்குலுங்கிய புல் தரை மேல் உட்கார்ந்திருந்தாள். வேடிக்கை என்னவென்றால் இராணுவ உடையும், களைத்த விழிகளுமாக இருந்த அவன் முன் கண்டிராத பெண் பழக்கமான பெண்ணைவிட அவனது அன்புக்கு உரியவளாக இருந்தாள். நிழல்படத்தின் மறுபக்கம், "மறந்துவிடாதே" என்று எழுதப்பட்டிருந்தது.

கடிதம் சுருக்கமாக, உற்சாகம் பொங்கித் ததும்புவதாக இருந்தது. ஓல்கா இப்பொழுது சேப்பர் பிளாட்டூன் தலைவி, அவளுடைய பிளாட்டூன் இப்போது சண்டையில் பங்கு கொள்ளவில்லை. அது அமைதி நிறைந்த ஆக்க வேலையில் ஈடுபட்டிருந்தது. ஸ்தாலின் கிராத் நகரை மீண்டும் நிறுவிக்கொண்டிருந்தார்கள் பிளாட்டூன்காரர்கள். ஓல்கா தன்னைப் பற்றிக் கொஞ்சந்தான் எழுதியிருந்தாள். மாபெரும் ஸ்தாலின்கிராத் நகரைப்பற்றியும், அதன் உயிர்த்தெழும் இடிபாடுகள் பற்றியும் மிக ஆர்வத்துடன் விவரித்திருந்தாள். நாட்டின் எல்லாப் பகுதிகளிலிருந்தும் இப்போது அங்கு வந்துள்ள மாதர்களும் மங்கையரும் சிறுமிகளும் போருக்குப் பின் எஞ்சியிருக்கும் நிலவறைகளிலும் காப்பரண் களிலும் காப்பகழ்களிலும் ரெயில் பெட்டிகளிலும் ஓட்டுப்பலகைப் பாரக்குகளிலும் மண்காப்பறைகளிலும் வசித்துக்கொண்டு நகரைப் புதுக்கி நிறுவுவது பற்றிப் பரவசப்பட்டு எழுதியிருந்தாள். நன்றாக வேலை செய்யும் ஒவ்வொரு கட்டுமானப் பணியாளர்களுக்கும் புதுக்கி அமைக்கப்பட்ட ஸ்தாலின் கிராதில் பின்னர் இருப்பிடம் தரப்படுமாம். இது உண்மையானால் போர் முடிந்த பிறகு தங்கி இளைப்பாறத் தனக்கு இடம் இருக்கும் என்பதை அலெக்ஸேய் தெரிந்துகொள்ளட்டும்

கோடைகால வழக்கப்படி விரைவாக இருட்டாகிவிட்டது. கடைசி வரிகளை டார்ச் விளக்கு வெளிச்சத்தில் தான் அலெக்ஸேய் படித்தான். படித்து முடித்ததும் டார்ச் வெளிச்சத்தில் நிழல்படத்தை மறுபடி பார்த்தான். படைவீரப்பையனின் விழிகள் கண்டிப்பும், நேர்மையும் ஒளிர நோக்கின. அன்பே அன்பே உன் பாடு எளிதல்ல... போர் உன்னை விடவில்லை, எனினும் உன் உளவுறுதியைச் சிதைக்கவில்லை! எதிர்பார்த்துக் கொண்டிருக்கிறாயா? எதிர்பார், எதிர்பார்! காதலிக்கிறாயா? காதலி, காதலி அருமையானவளே! அவளிடமிருந்து, ஸ்தாலின்கிராத் போரில் பங்கு கொண்ட வீரப்பெண்ணிடமிருந்து தனது துர்ப்பாக்கியத்தை இந்த ஒன்றரை வருடக் காலமாகத் தான் மறைத்துவருவது குறித்து அவனுக்குத் திடீரென வெட்கம் உண்டாயிற்று. அப்போதே தன் அறைக்குப் போய் எல்லா விஷயங்களையும் உள்ளபடியே, ஒளிவு மறைவின்றி எழுதிவிட விரும்பினான். அவள் தீர்மானிக்கட்டும். எவ்வளவு சீக்கிரம் விஷயம் முடிவாகிறதோ அவ்வளவு நல்லது. எல்லாம் தெளிவு பட்டதும் இருவருக்கும் மனச்சுமை குறைந்துவிடும்.

இன்றையச் செயல்களுக்குப் பின் அவன் அவளோடு சமமாக உரையாட முடியும். அவன் வெறுமே விமானம் ஓட்டவில்லை, போரும் புரிகிறான். தன்னுடைய எதிர்பார்ப்புக்கள் வீணாகி விட்டாலோ அல்லது தான் போரில் மற்றவர்களுக்கு ஒப்பாகப் பங்கு கொள்ளத் தொடங்கினாலோ அவளுக்கு எல்லா விஷயங்களையும் தெரிவித்து

விடுவதாக அவன் உறுதி பூண்டிருந்தான், சபதம் ஏற்றிருந்தானே. இப்போது அவன் நோக்கம் ஈடேறிவிட்டது. அவனால் வீழ்த்தப்பட்ட இரண்டு பகை விமானங்கள் எல்லோர் கண்களுக்கும் முன்பாகப் புதரில் விழுந்து எரிந்து போயின. முறை அதிகாரி இன்று போர்க்களச் செய்தித்தாளில் இந்தத் தகவலைப் பதிப்பித்து விட்டான். டிவிஷனுக்கும் சேனைக்கும் மாஸ்கோவுக்கும் இது பற்றிச் செய்தி அனுப்பப்பட்டுவிட்டது.

இதெல்லாம் மெய்யே அவன் சபதம் நிறைவேறிவிட்டது இப்போது எழுதலாம். ஆனால் கண்டிப்பாகச் சீர் தூக்கிப் பார்த்தால் செருப்புக்காலி சண்டைவிமானத்துக்குச் சரியான பகைவன்தானா? நல்ல வேட்டைக்காரன் தன் வேட்டைத் திறமைக்குச் சான்றாக தான் ஒரு பேச்சுக்குச் சொன்னால், முயலைச் சுட்டு வீழ்த்தியதாகக் கூறுவானா?...

5

பலபலவென்று விடிவதற்கு முன்பே விமானிகள் எழுப்பப் பட்டார்கள். சோவியத் பாங்கிகள் பிளந்து உட்புகுந்த இடத்திற்கு அருகே பெரிய ஜெர்மன் விமான அணி ஒன்று முந்திய நாள் இறங்கியது என்ற தகவல் வேவுவீரர்களிடமிருந்து சேனைத் தலைமை அலுவலகத்துக்குக் கிடைத்திருந்தது. கூர்ஸ்க்ப் பிரதேசத்தில் சோவியத் டாங்கிகள் பிளந்து உட்புகுந்துவிட்டதனால் எதிர்ப்பட்டுள்ள அபாயத்தைப் பெரிதென மதித்து ஜெர்மன் படைத்தலைமையினர் ஜெர்மனியின் சிறந்த விமானிகளால் செலுத்தப்பட்ட “ரிஹ்த்கோபென்” விமான டிவிஷனை இங்கே தருவித்திருப்பதாக முடிவு செய்யத் தரை அவதானிக்கை விவரங்கள் இடமளித்தன. உளவு வீரர்களின் தகவல்கள் இவற்றை உறுதிப்படுத்தின. இந்த டிவிஷன் கடைசி முறையாக ஸ்தாலின்கிராதுக்கு அருகே தகர்த்து நொறுக்கப்பட்டிருந்தது. பின்பு ஜெர்மன் பின்புலத்தின் உள்ளே எங்கோ வெகு தொலைவில் மறுபடி அமைக்கப்பட்டது. குறித்த பகை டிவிஷன் தொகையில் பெரியது. புத்தம் புதிய போக்கே வுல்ப்-190 விமானங்கள் கொண்டது. மிகவும் அனுபவம் உள்ளது என்று அலெக்ஸேயின் ரெஜிமென்ட் எச்சரிக்கப்பட்டது. விழிப்புடன் இருக்கும்படியும் பிளந்து உட்புகுந்த டாங்கிகளைத் தொடர்ந்து முன்செல்லத் தொடங்கியிருந்த மோட்டார்ப் படைப் பிரிவுகளுக்குத் திண்ணமான காப்பு அளிக்கும்படியும் உத்தரவிடப்பட்டிருந்தது.

“ரிஹ்த்கோபென்!” கெர்மன் கோயெரிங்கின் தனிப்பட்ட அரவணைப்பில் இருந்த இந்த டிவிஷனின் பெயரை அனுபவம் உள்ள விமானிகள் நன்றாக அறிந்திருந்தார்கள். நெருக்கடியான நிலைமை எதிர்ப்பட்ட எல்லா இடங்களிலும் ஜெர்மானியர் இந்த டிவிஷனை

அனுப்பி வந்தார்கள். இந்த டிவிஷன் விமானிகளில் சிலர் ஸ்பானியக் குடியரசுக்கு மேல் கொள்ளத் தாக்கு நடத்தியவர்கள். டிவிஷன் விமானிகள் அனைவருமே திறமையுடன், உக்கிரமாகப் போரிட்டவர்கள், மிகமிக அபாயகரமான பகைவர்கள் எனப் புகழ் பெற்றிருந்தார்கள்.

"ஏதோ ரிஹ்த்கோபென் விமானங்கள் நம்முடன் சண்டைபோட வந்திருக்கின்றனவாமே. அவற்றை எதிர்ப்பட்டால் எவ்வளவு நன்றாயிருக்கும்! ஆகா, இந்த ரிஹ்த்கோபென்களுக்குச் சரியான சூடு கொடுத்தோமானால் அற்புதமாயிருக்குமே!" என்று சாப்பாட்டு அறையில் பொரிந்து கொட்டினான் பெத்ரோவ். மெரேஸ்யெவுக்கோ, செயல் பற்றிய சர்ச்சையில் கேலிகளும் வெட்டிப் பேச்சுக்களும் பிடிக்கவில்லை. அவன் சொன்னான்.

''ரிஹ்ஹத்கோபென்'' என்றால் ஏதோ சாமானியமாக எண்ணாதே. ''ரிஹ்ஹத்கோபென்'' எதிர்ப்படும்போது, களைச் செடிகளுக்கிடையே எரிந்து சாம்பலாக நீ விரும்பாவிட்டால், உன்னிப்பான விழிப்புடன் இரு காதுகளைக் கூராக வைத்துக் கொள், தொடர்பை இழந்து விடாதே ரிஹ்ஹத்கோபென் இருக்கிறதே, தம்பீ, இது பயங்கர விலங்கு. நீ வாயைத் திறப்பதற்குள் அதன் பற்களுக்கிடையே நொறுங்கிக் கொண்டிருப்பாய், தெரிந்ததா...''

பொழுது புலர்ந்ததுமே முதல் ஸ்குவாட்ரன் புறப்பட்டு விட்டது. கர்னல் தாமே இதற்குத் தலைமை வகித்தார். அது போரிட்டுக் கொண்டிருக்கையிலேயே பன்னிரு விமானங்கள் கொண்ட இரண்டாவது அணி பறக்கத் தயாராக நின்றது. அதற்குத் தலைமை தாங்கி நடத்திச் செல்லவிருந்தார் சோவியத் யூனியனின் வீரர் என்ற பட்டம் பெற்ற மேஜர் பெதோத்தவ். ரெஜிமென்டிலேயே கமாண்டருக்கு அடுத்தபடி யாவரிலும் தேர்ந்த அனுபவமுள்ள விமானி இவர். விமானங்கள் ஆயத்தமாக இருந்தன விமானிகள் அறைகளில் அமர்ந்திருந்தார்கள் எஞ்சின்கள் குறைந்த வேகத்துடன் முடுக்கிவிடப்பட்டிருந்தன. இதனால் காட்டுத் திறப்பு வெளியில் குப்குப்பென்று காற்று வீசிக்கொண்டிருந்தது. இடிப்புயலுக்கு முன், தாகமுற்ற தரைமீது பெரிய, கனத்த முதல் மழைத்துளிகள் சடசடக்கையில், தரையைப்பெருக்கி, மரங்களை அலைத்தாட்டும் இளங்காற்றை ஒத்திருந்தது அது.

முதல் அணியைச் சேர்ந்த விமானங்கள் வானத்தில் வருவது போல் நேர்க்குத்தாகக் கீழே இறங்கியதைத் தன் விமானி அறையில் உட்கார்ந்தவாறு கவனித்தான் அலெக்ஸேய். தன் வசமின்றியே விமானங்களை எண்ணினான். தரையில் இறங்கிய இரண்டு விமானங்களுக்கு நடுவே இடைவெளி இருப்பதைக் கண்டதும் அவனுக்குப் பதைப்பு உண்டாயிற்று இதோ கடைசி விமானம் தலை சேர்ந்துவிட்டது. அப்பாடா! அலெக்ஸேயின் நெஞ்சுச் சுமை இறங்கியது போலிருந்தது

கடைசி விமானம் ஒரு பக்கம் ஒதுங்கியதும் ஒதுங்காததுமாக மேஜர் பெதோத்தவின் விமானம் மேலே கிளம்பியது. சண்டை விமானங்கள் இணை இணையாக வானில் பறந்தன. இதோ அவை காட்டுக்கு அப்பால் அணி வகுத்துக் கொண்டன. இறக்கைகளை அசைத்துவிட்டு, பெதோத்தவ் விமானத்தை நேரே செலுத்தலானார். நேற்று பிளந்து ஊடுருவப்பட்ட இடத்தை ஒட்டியவாறு ஜாக்கிரதையாகத் தாழப்பறந்தன விமானங்கள் மிக உயரத்திலிருந்து தொலைக்காட்சியாகக் காண்கையில் எல்லாம் பொம்மைகள் போன்று தோற்றம் அளிக்கும். இப்போதோ, அவ்வாறின்றி அலெக்ஸேயின் விமானத்துக்கு அடியே தரை அருகாகப் பாய்ந்து சென்றது. தலைக்கு நாள் அவனுக்கு மேலிருந்து பார்ப்பதற்கு ஏதோ விளையாட்டு போலக் காணப்பட்டது இன்று பிரமாண்டமான

எல்லை காண இயலாத போர்க்களமாக அவன் முன்னே விரிந்தது. பீரங்கிக் குண்டுகளாலும் வெடிகுண்டுகளாலும் குழிபறிக்கப்பட்டு, காப்பகழ்களும் கிடங்குகளும் தோண்டப்பட்டிருந்த வயல்களும் புல்தரைகளும் சோலைகளும் விமான இறக்கைகளுக்கு அடியே தலைதெறிக்கும் வேகத்துடன் விரைந்தன. போர்க்களத்தில் இறைந்து கிடந்த பிணங்களும் படையினரால் விட்டுவிடப்பட்டுத் தனியாக நின்ற பீரங்கிகளும் முழுமுழு பீரங்கிப் படைப்பிரிவுகளும் தோன்றித்தோன்றி மறைந்தன. அடிபட்ட டாங்கிகளும் உடைந்து தகர்ந்த இரும்புச் சட்டங்கள், கட்டைகளில் நீண்ட குவியல்களும் தென்பட்டன. பீரங்கிக் குண்டு மாரியால் அறவே மொட்டையாக்கப்பட்ட பெருங்காடு கீழே பெருகியோடிற்று. மேலிருந்து பார்க்கையில் அது பிரமாண்டமான குதிரை மந்தையால் மிதித்துத் துவைக்கப்பட்ட வயல்போலக் காட்சி அளித்தது. இவை எல்லாம் திரைப்படப் பிலிம் போன்ற விரைவுடன் பாய்ந்தோடின. இந்தப் பிலிமுக்கு முடிவே கிடையாது எனத் தோன்றியது. இங்கு எவ்வளவு பிடிவாதமான, இரத்தப் பெருக்குள்ள போர் நிகழ்ந்தது, எவ்வளவு பெருத்த இழப்புகள் ஏற்பட்டன, இங்கே அடையப்பட்ட வெற்றி எவ்வளவு மகத்தானது என்பவற்றை இவை பறை சாற்றின.

விசாலமான திடல் முழுவதிலும் குறுக்கும் நெடுக்குமாக இரட்டைத் தடங்கள் பதிந்திருந்தன, டாங்கிகளின் சங்கிலிப் பட்டைகள். அவை மேலும் மேலும் முன்னே, ஜெர்மன் அணியிடங்களுக்கு உள்ளே இட்டுச் சென்றன. இந்தத் தடங்கள் ஏராளமாக இருந்தன. நாற்புறமும் தொடுவானம் வரை இந்தத் தடங்களை காணமுடிந்தது. இன்னவை என்று தெரியாத விலங்குகளின் பிரமாண்டமான கூட்டம் வழி தெரியாமல் வயல்களின் ஊடாகத் தெற்கு நோக்கிப் பாய்ந்தோடியது போலத் தோன்றியது. முன் சென்றுவிட்ட டாங்கிகளைத் தொடர்ந்து சென்றன மோட்டார் பீரங்கிகளும், பெட்ரோல் லாரிகளும் டிராக்டர்களால் இழுக்கப்பட்ட பிரமாண்டமான செப்பனிடும் தொழிற்கூட வண்டிகளும் கித்தானால் மூடப்பட்ட சரக்கு லாரிகளும், மேலிருந்து பார்க்கும்போது அவை மெதுவாகப் போவது போலிருந்தது. அவற்றின் வால் போலத் தொலைவில் தெரிந்தது இளநீலப் புழுதிப்படலம் சண்டை விமானங்கள் உயரே எழும்பிய பிறகோ இவை எல்லாம் வசந்தகால எறும்புப் பாதைகளில் சாரிசாரியாக எறும்புகள் ஊர்வது போன்று தோற்றம் அளித்தன.

காற்று வீசரமல் அசைவற்றிருந்த வானில் வெகு உயரே எழுந்த புழுதி வால்களுக்குள் மேகங்களில் போல மூழ்கியவாறு சண்டை விமானங்கள் படை வரிசைகளுக்கு மேலாகப் பறந்து முன்வரிசை ஜீப்புகள் வரை சென்றன. பாங்கிப் படைத் தலைமை அதிகாரிகள் அந்த ஜீப்புகளில் இருந்தார்கள் போலும். படை வரிசைகளுக்கு உயரே வானம் தூய்மையாக இருந்தது. ஆனால் தொலைதூரத் தொடுவானத்தின்

மங்கிய விளிம்பின் அருகே சண்டை நடப்பதற்கு அறிகுறியாக ஒழுங்கற்ற புகைப் படலங்கள் தென்பட்டன. விமான அணி பின்னே திரும்பிப் பாம்பு போல வானில் நெளிந்து போய்விட்டது. அதே சமயத்தில் தொடுவானக் கோட்டின் அருகே தரையை ஒட்டினாற் போலத் தொங்கிய ஒரு வரையுருவை முதலிலும் பின்பு வரையுருக்களின் முழுத் திரளையும் அலெக்ஸேய் கண்ணுற்றான். ஜெர்மன் விமானங்கள்! அவையும் தரையை அடுத்தாற்போலப் பறந்தன. களைகள் மண்டிய செம்மைப்படர்ந்த வயல்களுக்கு உயரே வெகு தூரம் தென்பட்ட புழுதி வால்களையே நோக்கி அவை முன்னேறின. அலெக்ஸேய் இயல்பூக்கத்தால் தூண்டப்பட்டுத் திரும்பிப் பார்த்தான். அவனுடைய பின்னோடி மிகக் குறுகிய இடைவெளிவிட்டு அவனைத் தொடர்ந்து வந்து கொண்டிருந்தான்.

அலெக்ஸேய் உற்றுக் கேட்டான். எங்கே தொலைவிலிருந்து ஒலித்தது குரல்.

"நான் கடற்பறவை இரண்டு, பெதோத்தவ் - நான் - கடற்பறவை இரண்டு, பெதோத்தவ். கவனியுங்கள்! என் பின்னே வாருங்கள்!"

வானத்தில் ஒழுங்குக் கட்டுப்பாடு மிகக் கடுமையானது. விமானியின் நரம்புகள் தாங்கும் எல்லைவரை இறுக்கம் அடைந்திருக்கும். எனவே, சில வேளைகளில் கமாண்டர் உத்தரவின் கடைசிச் சொல்லை உச்சரிப்பதற்கு முன்பே கூட விமானி அவருடைய விருப்பத்தை நிறைவேற்றி விடுகிறான். கணகணப்புக்கும் சீழ்க்கைக்கும் இடையே எங்கோ தொலைவில் ஒலித்தன புதிய கட்டளையின் சொற்கள். அதற்குள் அணி முழுவதும் இணை இணையாக, அதே சமயம் நெருக்கமான வரிசையை விடாமல், ஜெர்மானிய விமானங்களைக் குறுக்கிட்டுத் தாக்கத் திரும்பியது. பார்வையும் செவிப்புலனும் சிந்தனையும் - எல்லாம் முடிந்தவரை கூராகிவிட்டன. கண்களுக்கு எதிரே விரைவாகப் பெரியவையாகிய வேற்று விமானங்கள் தவிர எதையும் அலெக்ஸேய் காணவில்லை. தலைக்காப்பின் காதுக்குழாயில் வந்த கணகணப்பையும் கிறீச்சொலிகளையும் தவிர எதையும் அவன் கேட்கவில்லை. இந்தக் குழாய் வழியே உத்தரவு இதோ ஒலிக்க வேண்டும். ஆனால் உத்தரவுக்குப் பதிலாக ஜெர்மன் மொழியில் கிளர்ச்சியுடன் ஒலித்த குரல் அவனுக்கு மிகத் தெளிவாகக் கேட்டது.

"பகை விமானங்கள்! பகை விமானங்கள் ! 'லா-5.' பகை விமானங்கள்?" என்று கத்தினான் ஒருவன். அவன் ஜெர்மானியத் தரைக் குறிவைப்போனாக இருக்க வேண்டும் ஆபத்து பற்றித் தனது விமானங்களை அவன் இவ்வாறு எச்சரித்தான்.

புகழ்பெற்ற ஜெர்மன் விமான டிவிஷன் "ரிஹ்த்கோபென்" தனது வழக்கப்படி போர்க் களத்தில் குறிவைப் போரையும் தரை அவதானிக்கை யாளர்களையும் வலைப் பின்னல் போல விரிவாக நியமித்திருந்தது.

விமானச் சண்டைகள் நடக்கக்கூடிய இடங்களில் இவர்கள் வானொலி பரப்பு கருவிகளுடன் இரவில் போதிய நேரம் முன்பே பாராஷூட்டுகளின் உதவியால் இறக்கப்பட்டிருந்தார்கள்.

கரகரப்பும் எரிச்சலும் கொண்ட இன்னொரு குரல் முன்னதை விடக் குறைந்த தெளிவுடன் ஜெர்மன் மொழியில் படாத கலவரமும் ஒலித்தது

"இடப்பக்கத்தில் லா-5! இடப்பக்கத்தில் 'லா -5!"

இந்தக் குரலில் கோபத்துடன் கூடவே நன்கு மறைக்கப்படாத கலவரமும் ஒலித்தது.

அலெக்ஸேய் மெரேஸ்யெவ் பகை விமானங்களைக் கூர்ந்து பார்த்தான். இவை "போக்கே -வூல்ப்-190" ரகத் திடீர்த் தாக்குச்சண்டை விமானங்கள். விறலும் லாகவமும் உள்ளவை. அண்மையில்தான் இவை போர்ப்படைகளில் புழங்கத் தொடங்கியிருந்தன. சோவியத் விமானிகள் இவற்றுக்குப் போக்குகள் என்று மெட்டிருந்தார்கள்

எண்ணிக்கையில் அவை அலெக்ஸேயின் அணியைப்போல் இரு மடங்காக இருந்தன. "ரிஹ்றத்கோபென்" டிவிஷனின் அணிகளுக்குரிய தனிச்சிறப்பான கண்டிப்பான வரிசையில் அவை பறந்தன. பின்தொடரும் ஒவ்வொரு விமானமும் முன்னுள்ள தன் வாலைக் காக்கும்படியான அமைப்பில் படிவரிசை அணியாக இணை இணையாய்ச் சென்றன அவை. உயரத்தில் தமக்கு இருந்த மேம்பாட்டைப் பயன்படுத்திக்கொண்டு பெதோத்தவ் தமது அணியைத் தாக்கில் ஈடுபடுத்தினார். அலெக்ஸேய் தனக்கென்று ஒரு பகை விமானத்தை மனதுக்குள் குறித்துக்கொண்டான். மற்ற விமானங்களைப் பார்வையிலிருந்து தப்பவிடாமல், அந்தப் பகைவிமானத்தை இலக்குக் காட்டியின் மையத்துக்குக் கொண்டுவர முயன்றவாறு அதன் மேல் பாய்ந்தான். ஆனால் வேறொரு குழு பெதோத்தவை முந்திக் கொண்டுவிட்டது. "யாக்" விமானங்கள் கொண்ட அந்தக் குழு வேறு புறமிருந்து வந்து ஜெர்மன் விமானங்களை மேலிருந்து இடைவிடாது தாக்கிற்று. ஜெர்மன் வரிசையைத் தகர்த்துச் சிதற அடிக்கும் அளவுக்கு வெற்றிகரமாக இருந்தது அந்தத் தாக்கு. வானில் ஒரே அமளி குமளி ஏற்பட்டது. இரு அணிகளும் தனித்தனியே சண்டையிடும் இணைகளாகவும் நால் விமானக் குழுக்களாகவும் பிரிந்தன. பீரங்கிக் குண்டுகளைப் பொழிந்து பகை விமானங்களை இடைமறிக்கவும் வாலில் தாக்கவும் விலாப்புறம் சுட்டுவீழ்த்தவும் முயன்றன சோவியத் சண்டை விமானங்கள்.

இணைகள் ஒன்றன் பின் ஒன்றாக வானில் சுற்றிவந்தன. காற்றில் சிக்கலான வட்ட நடனம் தொடங்கியது.

இந்தக் குழப்பத்தில் பகை விமானம் எது தன் விமானம் எது என்று அனுபவம் உள்ள கண்கள் தாம் பகுத்தறிய முடியும். காதுக் குழாய்கள் வழியே விமானியின் செவிகளில் பாயும் தனித்தனி ஒலிகளை

வேறுபிரித்து அறிவது அனுபவம் உள்ள செவிகளுக்கே இயலுவது போல அந்த நேரத்தில் வானில் எத்தனை எத்தனை விதச் சத்தங்கள் ஒலித்தன. தாக்குபவனின் கரகரத்த வசவுச் சொற்களும், காயமடைந்தவனின் முனகல்களும் ஆழ்ந்த பெருமூச்சின் கரகரப்பு என்று இப்படிப் பற்பல ஒலிகள். ஒருவன் சண்டைப் போதையில் வேற்று மொழியில் பாட்டு முழக்கினான். மற்றொருவன் குழந்தை போல அரற்றி "அம்மா" என்றான். மூன்றாமவன் சுடுவிசையை அழுத்தியவாறு போலும், "இந்தா, இந்தா இன்னும் இந்தா!" என்று வன்மத்துடன் கூறினான்.

திட்டமிட்டிருந்த இரை அலெக்ஸேயின் இலக்குக்குத் தப்பிவிட்டது. அதற்குப் பதிலாக தனக்கு உயரே ஒரு "யாக்" விமானம் பறப்பதையும் நேரான இறக்கைகள் கொண்ட சுருட்டு வடிவான "போக்" விமானம் அதன் வாலுடன் ஒட்டினாற்போல் விடாது தொடர்வதையும் அவன் கண்டான். போக விமான இறக்கைகளிலிருந்து ஒரு போகான இரண்டு குண்டு வரிசைகள் "யாக்" விமானத்தை நோக்கிப் பாய்ந்தன. அவை அதன் வாலில் பட்டுவிட்டன. அலெக்ஸேய் உதவிக்காக நேரே அம்பு போல மேலே விரைந்தான். கணப்போதின் ஒரு பகுதி நேரம் அவனுக்கு மேலே கரு நிழல் ஒன்று தோன்றியது. அந்த நிழல் மீது தன் எல்லா பீரங்கிகளிலிருந்து முழு மூச்சாகக் குண்டுகளைப் பாய்ச்சினான் அலெக்ஸேய் "போக் விமானத்துக்கு என்ன நேர்ந்தது என்பதை அவன் காணவில்லை. "யாக்" விமானம் சேதமுற்ற வாலுடன் தனியாகத் தொடர்ந்து பறந்ததை மட்டுமே அவன் கண்டான். இந்தக் களேபரத்தில் பெத்ரோவ் பின் தங்கிவிட்டானோ என்று திருப்பிப் பார்த்தான் அலெக்ஸேய். இல்லை, பெத்ரோவ் அனேகமாக அருகே பறந்தான்.

"பின் தங்கிவிடாதே, தம்பீ" என்று பற்களின் இருக்கு வழியே கூறினான் அலெக்ஸேய்.

கணகணப்பும் சடசடப்பும் பாட்டும் காதுகளில் ஒலித்தன. வெற்றி முழக்கமும் அச்ச மிகுதியால் வீரிடலும், கரகரப்பும் பற்களை நெரிப்பதும், திட்டு வசவுகளும், ஆழ்ந்த பெருமூச்சும் கேட்டன. இந்த ஓசைகளைக் கேட்கையில் தரைக்கு வெகு உயரே சண்டை விமானங்கள் போரிடுவதாகத் தோன்றவில்லை. பகைவர்கள் ஒருவரை யொருவர் கைகளால் இறுகப் பற்றியவாறு, கரகரப்பதும் பெருமூச்சுவிடுவதுமாக, பலத்தை எல்லாம் ஒருமுனைப்படுத்தித் தலையில் புரள்கிறார்கள் என்று தோன்றியது.

அலெக்ஸேய் தாக்குவதற்குப் பகை விமானத்தைத் தேடும் பொருட்டு வானத்தைச் சுற்றிலும் கண்ணோட்டினான். திடீரென்று அவனுக்கு முதுகந்தண்டு திடீரெனச் சில்லிட்டு விட்டது போலவும் பிடரில் மயிர்க் கூச்செறிவது போலவும் உணர்வுண்டாயிற்று. தனக்குச் சற்று கீழே "லா 5" விமானத்தையும் அதை மேலிருந்து தாக்கிய போக்"

விமானத்தையும் அவன் கண்டான். சோவியத் விமானத்தின் எண்ணை அவன் கவனிக்கவில்லை. ஆனால், அது பெத்ரோவ் என்பதைப் புரிந்து கொண்டான் உணர்ந்தான். தனது எல்லா பீரங்கிகளிலிருந்தும் சடசடவென்று குண்டு மழை பெய்தவாறு அவன் மேல் நேராகப் பாய்ந்தது போக்கே-வூல்ப்' விமானம். இன்னும் அரை நொடியில் பெத்ரோவின் பாடு தீர்ந்துவிடும் போல் இருந்தது. சண்டை மிக மிக அருகே நடந்துகொண்டிருந்த படியால் விமானத் தாக்கு விதிகளைக் கடைப்பிடித்தவாறு நண்பனுடைய உதவிக்குச் செல்வது அலெக்ஸேய்க்கு இயலாதிருந்தது. திரும்புவதற்கு நேரமோ இடமோ இல்லை. ஆபத்தில் இருந்த நண்பனின் உயிரைக் காப்பாற்று வதற்காக அபாயத்தை மேற்கொள்ளத் துணிந்தான். தன் விமானத்தைக் கீழ் நோக்கித் திருப்பி விரைவை அதிக்கப்படுத்தினான். தனது சொந்தக் கனத்தின் ஈர்ப்பு வேகம் சட வேகத்தாலும், எஞ்சினின் முழு ஆற்றலாலும் பன்மடங்காகி விடவே, விமானம் அசாதாரண இறுக்கத்தால் அதிர்ந்து நடுங்கியவாறு கல் போல - அல்ல, கல்போல அல்ல, ராக்கெட் போல - "போக்" விமானத்தின் குட்டை இறக்கைகள் கொண்ட உடல் மீது நூல்கள் போன்று குண்டுவரிசைகளைப் பாய்ச்சிய படி விழுந்தது. இந்தத் தலைதெறிக்கும் வேகம் காரணமாகவும் திடீரெனக் கீழே பாய்வதனாலும் நினைவு தப்புவதை உணர்ந்தான் அலெக்ஸேய். அகாதத்தில் விரைந்து வீழ்கையில் அவனது கண்கள் குருதி நிறைந்து மங்கின. எனவே தன் விமானத்தின் உந்து சக்கரத்துக்கு முன்னே எங்கேயோ போக்" விமானம் வெடித்துப் புகை சூழ்ந்ததை அவன் அரைகுறையாகவே கண்டான். பெத்ரோவா? அவன் எங்கோ மறைந்துவிட்டான். எங்கே அவன்? அடித்து வீழ்த்தப்பட்டுவிட்டானா? குதித்துவிட்டானா? போய்விட்டானா?

சுற்றிலும் வானம் தெளிவாயிருந்தது. எங்கோ பின்னால் கண்ணுக்குத் தெரியாத விமானத்திலிருந்து அமைதியான வானில் ஒலித்தது குரல்.

"நான் - கடற்பறவை இரண்டு, பெதோத்தவ். நான் - கடற்பறவை இரண்டு, பெதோத்தவ். அணி வகுத்துக் கொள்ளுங்கள், அணி வகுத்துக் கொள்ளுங்கள் என் அருகே திரும்புவோம். நான் - கடற்பறவை இரண்டு...

பெதோத்தவ் அணியை இட்டுச் சென்றுவிட்டார் போலும்.

"போக்கேவூல்பைச்" சுட்டு வீழ்த்திய பிறகு தன் விமானத்தை வெறிகொண்ட செங்குத்துத் தலைகீழ்ப் பாய்ச்சலிலிருந்து சம நிலைக்குக் கொண்டு வந்ததும் மெரேஸ்யெவ் பேரார்வத்துடன் ஆழ்ந்த மூச்சிழுத்தான். அபாயம் விலகிவிட்டதால் ஏற்பட்ட களிப்பை, வெற்றி மகிழ்ச்சியை உணர்ந்தவாறு, நிலவிய அமைதியில் திளைத்தான் அவன். திரும்பு வழியை நிச்சயிப்பதற்காகத் திசைகாட்டியைப் பார்த்தவன், பெட்ரோல் குறைவாக விமான நிலையம் சேர்வதற்கே போதும் போதாததாக இருப்பதை கவனித்து முகம் சுளித்தான். ஆனால் சூனியத்துக்கு அருகே

இருந்த பெட்ரோல் மானி முள்ளைவிட அதிகப் பயங்கரமான ஒன்று அடுத்த கணமே அவனுக்குப் புலனாயிற்று. பறட்டைப் பிடரி போன்ற மேகத்திலிருந்து அவனை நோக்கிப் பாய்ந்தது. எங்கிருந்தோ வந்த “போக்கே-வூல்ப்190” விமானம். சிந்திக்க நேரமில்லை, விலகி தப்ப இடமில்லை.

பகைவர்கள் ஒருவர் மீது ஒருவர் விரைவாகப் பாய்ந்தார்கள்.

6

தாக்கும் சேனையின் பின்புலப் பாதைகளுக்கு உயரே நடந்த விமானச் சண்டையின் இரைச்சலைக் கேட்டவர்கள் அதில் பங்கு கொண்டவர்கள் - சண்டையிடும் விமானங்களின் அறைகளில் இருந்த வர்கள் - மட்டுமே அல்ல.

சண்டை விமான ரெஜிமெண்ட் கமாண்டர் கர்னல் இவனோவும் விமான நிலையத்தில் அலுவலகத்தின் திறன் மிக்க வானொலிக் கருவியில் இதைக் கேட்டுக்கொண்டிருந்தார். தாமே அனுபவம் மிக்க தேர்ந்த விமானி ஆதலால், சண்டை உக்கிரமாக நடக்கிறது. பகைவர்கள் அதிக பலமுள்ளவர்கள், வானை விட்டுக் கொடுத்து விலக அவர்கள் தயாராயில்லை என்பதைக் கருவியில் கேட்ட ஒலிகளிலிருந்து அவர் புரிந்து கொண்டார். பாதைகளுக்கு மேலே பேதோத்தவ் கடினமான போர் நிகழ்த்திக் கொண்டிருக்கும் செய்தி விமான நிலையத்தில் விரைவாகப் பரவிவிட்டது. எவர்களுக்கெல்லாம் முடிந்ததோ அவர்கள் காட்டிலிருந்து திறப்பு வெளிக்கு வந்து கலவரத்துடன் தெற்கே பார்க்கலானார்கள். அங்கிருந்துதான் விமானங்கள் திரும்பிவர வேண்டியிருந்தது.

நீளங்கிகள் அணிந்த மருத்துவர்கள் போகிற போக்கில் எதையோ சவைத்தவாறு சாப்பாட்டு அறையிலிருந்து வெளியே ஓடிவந்தார்கள். பின்புற முகடுகள் மேல் பிரமாண்டமான செஞ்சிலுவைகள் பொறித்த மருத்துவ உதவி லாரிகள் புதர்களுக்குள்ளிருந்து யானைகள் போல வெளியேறி, இயங்கும் எஞ்சின்கள் கடகடக்கத் தயாராக நின்றன.

மர மூடிக் குவைகளின் பின்னிருந்து முதலில் வெளிப்பட்டு, வட்டம் இடாமல் கீழே இறங்கி விசாலமான திடல் நெடுக ஓடியது முதல் விமான ஜோடி - சோவியத் யூனியனின் வீரர் பெதோத்தாவின் “எண் ஒன்றும்” அவரது பின்னோடியின் “எண் இரண்டும். அவற்றை அடுத்து உடனேயே இறங்கிற்று இரண்டாவது இணை. திரும்பும் விமான எஞ்சின்களின் இயக்கத்தால் காட்டுக்கு மேலே வானம் தொடர்ந்து ஆர்த்தது.

“ஏழாவது, எட்டாவது, ஒன்பதாவது, பத்தாவது...”

என்று எண்ணினார்கள் விமான நிலையத்தில் நின்றவர்கள். மேலும் மேலும் அதிக இறுக்கத்துடன் வானத்தைப் பார்த்துக்கொண்டிருந்தார்கள் அவர்கள்.

இறங்கிய விமானங்கள் திடலிலிருந்து அகன்று தங்கள் காப்பிடங்களுக்குள் போய் அடங்கிவிட்டன. ஆனால் இரண்டு விமானங்கள் இன்னும் திரும்பவில்லை.

எதிர்பார்த்திருந்தவர்களின் கூட்டத்தில் நிசப்தம் குடி கொண்டது. ஒவ்வொரு நிமிடமும் கழிய மாட்டாமல் மெதுவாகக் கழிந்தது.

“மெரேஸ்யெவும் பெத்ரோவும்” என்று தணிந்த குரலில் சொன்னான் ஒருவன்.

திடீரென ஒரு பெண்ணின் குரல் திடல் முழுவதிலும் கேட்கும்படி களிப்புடன் கீச்சிட்டது.

“வருகிறது!”

எஞ்சினின் கடகடப்பு கேட்டது பிர்ச் மர முடிகளின் பின்னிருந்து, தொங்கவிட்ட சக்கரங்களால் அவற்றை அனேகமாகத் துவைத்துக்கொண்டு பறந்து வந்தது “பன்னிரண்டாவது.” விமானம் அடிப்பட்டிருந்தது. அதன் வாலின் ஒரு துண்டு பிய்ந்திருந்தது, இடது இறக்கையின் வெட்டுண்ட முனைகம்பியில் இழுபட்டவாறு நடுங்கிற்று. விமானம் விந்தையான முறையில் தலையைத் தொட்டது. உயர எம்பிக் குதித்தது. மறுபடி தரையில் பட்டது, மீண்டும் எம்பிக் குதித்தது. அனேகமாக விமான நிலையத்தின் கோடிவரை இவ்வாறே குதித்துக் குதித்துச் சென்று திடீரென வாலை உயர்த்திக் கொண்டு நின்றுவிட்டது. ஏறுபடிகளில் நின்ற மருத்து வர்களுடன் மருத்துவ லாரிகளும் சில ஜீப் கார்களும் எதிர்பார்த்திருந்த கூட்டம் அனைத்தும் விமானத்தை நோக்கி விரைந்தன. விமானி அறையிலிருந்து யாரும் வெளிவரவில்லை.

வளைமுகடு திறக்கப்பட்டது. இருக்கையுடன் ஒண்டியபடி இரத்தக் குட்டையில் மிதந்தது பெத்ரோவின் உடல். தலை சக்தியின்றி மார்பின் மேல் துவண்டு தொங்கியது. நீண்ட வெளிர் முடியின் நனைந்த கற்றைகள் முகத்திற்குத் திரையிட்டிருந்தன. மருத்துவர்களும் நர்ஸ்களும் வார்களை அவிழ்த்தார்கள். இரத்தம் படிந்து குண்டுச் சிதலால் ஊடறுக்கப்பட்டிருந்த பாராஷூட் பையை அகற்றினார்கள். அசைவற்ற உடலை வெளியே எடுத்துத் தரையில் கிடத்தினார்கள். பெத்ரோவின் கால்களில் குண்டுகள் தாக்கியிருந்தன, ஒருகை சேதமுற்றிருந்தது. கருங்கறைகள் நீல விமானி உடையில் விரைவாகப் பரவின.

அங்கேயே பெத்ரோவின் காயங்களுக்கு உடனடியாகக் கட்டுக்கள் போடப்பட்டன. அவனை ஸ்டிரெச்சரில் கிடத்தி லாரியில் ஏற்றத் தொடங்கிவிட்டார்கள் ஆட்கள். அப்போது அவன் கண்களைத் திறந்தான் ஏதோ கிசுகிசுத்தான், ஆனால் அவனது ஈனக் குரல் ஒருவர் காதிற்கும் எட்டவில்லை . கர்னல் அவன் அருகே குனிந்தார்.

“எங்கே மெரேஸ்யெவ்?” என்று கேட்டான் பெத்ரோவ்.

“இன்னும் திரும்பவில்லை.”

ஸ்டிரெச்சர் மறுபடி தூக்கப்பட்டது. ஆனால் காயமடைந்தவன் தலையை விசையாக ஆட்டி, ஸ்டிரெச்சரிலிருந்து குதிக்க முயல்பவன் போன்று உடலை அசைத்தான்.

"நில்லுங்கள், என்னை அப்பால் கொண்டு போகாதீர்கள் ! நான் போகமாட்டேன். மெரேஸ்யெவ் வரும்வரை காத்திருப்பேன். அவன் என் உயிரைக் காப்பாற்றினான்" என்றான்.

பெத்ரோவ் தீவிரமாக எதிர்த்தான். கட்டுக்களைப் பிய்த்து அறுத்துவிடுவதாக அச்சுறுத்தினான். எனவே கர்னல் கையை ஆட்டி, முகத்தைத் திருப்பிக்கொண்டு, "சரி, ஸ்டிரெச்சரைக் கீழே வையுங்கள். மெரேஸ்யெவிடம் பெட்ரோல் இன்னும் ஒரு நிமிடத்துக்கு மேல் காணாது. அதற்குள் இவன் உயிர் போய்விடாது" என்று பற்களைக் கடித்துக் கொண்டு சொன்னார்.

தமது வினாடி மானியின் சிவப்பு வினாடி முள் டிக் டிக் கென்று ஒலித்தவாறு எண் வட்டத்தில் சுற்றி வருவதைக் கவனித்தார் கர்னல். எல்லோரும் மெரேஸ்யெவின் விமானம் வர வேண்டிய மங்கிய நீலக் காட்டின் பக்கமே பார்த்துக்கொண்டிருந்தார்கள். காதுகளைக் கூராக்கிக்கொண்டு உற்றுக் கேட்டார்கள். ஆனால் தொலைவில் கேட்ட பீரங்கிக் குண்டுகளின் முழக்கமும், அருகே மரத்தைக் கொத்திக்கொண்டிருந்த மரங்கொத்தியின் அலகோசையும் தவிர வேறு எந்த ஒலியும் கேட்கவில்லை.

சில வேளைகளில் ஒரு நிமிடம் எவ்வளவு நேரம் நீடிக்கிறது!

7

பகைவர்கள் முழு வேகத்துடன் ஒருவரை நோக்கி ஒருவர் எதிரெதிராகப் பாய்ந்து வந்தார்கள். "லா-5"ம் "போக்கே வூல்ப்-190"ம் விரைவு மிக்க விமானங்கள் ஒலியின் வேகத்தைவிட விரைவாக ஒருவரை ஒருவர் நெருங்கினார்கள் பகைவர்கள்.

அலெக்ஸேய் மெரேஸ்யெவும் புகழ்பெற்ற "ரிஹ்த்கொபென்" டிவிஷனைச் சேர்ந்த எவனோ தேர்ந்த ஜெர்மன் விமானியும் தலைமோதல் தாக்கு நடத்த முற்பட்டிருந்தார்கள். விமானப் படைகளில் தலைமோதல் தாக்கு சில கணங்களே நீடிக்கும். அந்த நேரத்துக்குள் மிகத்துடியான ஆள் கூடச் சிகரெட் பொருத்திவிட முடியாது. ஆனால் இந்தச் சில கணங்களில் விமானிக்குத் தேவைப்படும் நரம்பு இறுக்கமும் உள ஆற்றல்கள் எல்லாவற்றின் சோதனையும் தரைப்போர் வீரனுக்கு ஒருநாள் முழுவதும் சண்டையிடப் போதுமானவை.

முழு வேகத்துடன் ஒன்றன் மீது ஒன்று நேரே பாயும் இரு விரைவுமிக்க விமானங்களைக் கற்பனை செய்துகொள்ளுங்கள். பகை விமானம் கண்ணெதிரே பெரிதாகிக்கொண்டு போகிறது. இதோ அவன் எல்லாப் பகுதிகளும் சட்டென்று பார்வையில் படுகின்றன. அதன்

இறக்கைகளும் உந்துவிசிறியின் பளிச்சிடும் வட்டமும், பீரங்கிகளின் கரும் புள்ளிகளும் புலனாகின்றன. இன்னும் ஒரு கணத்தில் விமானங்கள் மோதிக்கொண்டு, சிறு சிறு சிம்புகளாகத் தெறித்துச் சிதறிவிடும். விமானத்தையோ மனிதனையோ அந்தச் சிம்புகளைக் கொண்டு ஊகித்தறியவே முடியாது, அவ்வளவு சிறியவையாக இருக்கும் அவை அந்த நேரத்தில் விமானியின் சித்தவுறுதி மட்டுமே அல்ல, அவனது உள ஆற்றல்கள் யாவுமே சோதனைக்கு உள்ளாகின்றன. மனோதிடம் குறைந்தவன், ராட்சத நரம்பு இறுக்கத்தைத் தாங்க முடியாதவன், வெற்றிச் காக உயிர் வழங்கச் சக்தி அற்றவன், இயல்பூக்கத்தால் தூண்டப்பட்டு இயக்கு விசைப் பிடியைத் தன் பக்கம் இழுப்பான் - தன்னை நோக்கிப் பாய்ந்து வரும் மரணச் சூறாவளியின் தாக்கிலிருந்து தப்பும் நோக்கத்துடன். அடுத்த கணமே அவனுடைய விமானம் கிழிந்த வயிறு அல்லது வெட்டுண்ட இறக்கையுடன் கீழே விழும். அவன் தப்பிப் பிழைக்க முடியாது. அனுபவமுள்ள விமானிகள் இதை நன்றாக அறிவார்கள். அவர்களில் மிக மிக வீரம் உள்ளவர்களே தலைமோதல் தாக்கு நடத்தத் தீர்மானிப்பார்கள்.

கிழக்குப் போர்முனையில் ஏற்பட்ட பெருத்த இழப்புக்களின் விளைவாக ஜெர்மன் விமானப் படையில் உண்டான பள்ளத்தை இட்டு நிரப்புவதற்காகக் குறுகிய திட்டப்படி விமானப் பறப்புக்கு விரைவில் பயிற்றப்பட்டு போர்முனைக்கு அனுப்பப்பட்ட கோயெரிங்க் அறைகூவல் வீரர்கள் எனப்பெயர் கொண்ட சிறுவர்களில் ஒருவனல்ல தனக்கெதிராக வருபவன் என்பதை அலெக்ஸேய் புரிந்துகொண்டான். அவனோடு மோத வந்தான் “ரிஹ்த்கோபென்” டிவிஷனைச் சேர்ந்த தேர்ந்த விமானி. எத்தனையோ விமானப் போர்களில் அடைந்த வெற்றிகள் அவனது விமானத்தின் மேல் விமான வரையுருக்களின் வடிவில் பொறிக்கப்பட்டிருக்கும். இவன் விலகமாட்டான், மோதலிலிருந்து நழுவ மாட்டான்.

ஒரேயடியாக இறுக்கம் அடைந்திருந்த அலெக்ஸேய்க்கு தனது விமானத்தினது உந்துவிசிறியின் பளிச்சிடும் அரை வட்டத்திற்கு அப்பால் பகை விமானி அறையின் ஒளிபுகும் முன் சுவரும் அதன் ஊடாகக் குத்திட்டு நோக்கும் இருமனித விழிகளும் தென்படுவது போல் இருந்தது. இந்த விழிகளில் உக்கிரமான வெறுப்பு கனல் வீசியது. இது நரம்பு இறுக்கத்தால் உண்டான மாயத் தோற்றமே. எனினும் அலெக்ஸேய் அந்த விழிகளைத் தெளிவாகக் கண்டான். தனது எல்லாத் தசைகளையும் மொத்தமான கட்டியாகும் படி இறுக்கிக்கொண்டு, அவ்வளவுதான்! எல்லாம் முடிந்தது!” என்று எண்ணினான். நேரே நோக்கியவாறு அதிகரிக்கும் விரைவுடன் எதிரே சென்றான். இல்லை, ஜெர்மானியனும் விலகவில்லை. வாழ்வு தீர்ந்தது!

கணச் சாவுக்குத் தன்னை ஆயப்படுத்திக் கொண்டான் அலெக்ஸேய். திடீரென எங்கோ - கைக்கெட்டும் தொலைவில் என்று அலெக்ஸேய்க்குத்

தோன்றியது ஜெர்மானியன் தாக்கு பிடிக்க மாட்டாமல் உயரே கிளம்பினான். அவனது விமானத்தின் நீலவயிறு வெயில் பட்டு மின் வெட்டுப் போல அலெக்ஸேயின் எதிரே பளிச்சிட்டது. அக்கணமே அலெக்ஸேய் எல்லாச் சுடுவிசைகளையும் அழுத்தி மூன்று நெருப்புத் தாரைகளால் அதைத் துளைத்துக் கிழித்துவிட்டான். மறுகணத்தில் அவன் தன் விமானத்தைக் குப்புறச் செலுத்திக் கரணம் அடித்தான். தரை அவன் தலைக்கு மேலே பாய்ந்து செல்கையில் அதன் பின்னணியில் மெதுவாக, தன் வசமின்றி மிகுந்த பகைவிமானத்தைக் கண்ணுற்றான். வெற்றி வெறிக்களிப்பு அவனுக்குள் ஊற்றெடுத்துப் பீறிட்டது. எல்லாவற்றையும் மறந்துவிட்டு "ஓல்கா!" என்று கத்தினான். வானில் திடீர் வட்டங்கள் இட்டு, களைப்பூண்டுகள் மண்டிச் சிவந்த தரைமீது ஜெர்மன் விமானம் மோதி வெடித்து அதிலிருந்து கரும் புகைத்தூண் எழும்வரை அதைத் தொடர்ந்து சென்றான்.

அப்புறந்தான் அலெக்ஸேயின் நரம்பு இறுக்கம் தளர்ந்தது. கல்லாகி விட்ட தசைகள் தொய்ந்தன. அவனுக்குப் பெருங்களைப்பு உண்டாயிற்று. உடனேயே அவன் பார்வை பெட்ரோல் மானியின் எண் வட்டத்தின் மேல் பட்டது. முள் சூனியத்துக்கு வெகு அருகே நடுங்கியது.

பெட்ரோல் மூன்று நிமிடங்களுக்கே அதிகமாய்ப் போனால் நான்கு நிமிடங்களுக்கே போதுமானதாயிருந்தது. விமான நிலையம் சேர்வதற்குக் குறைந்தது பத்து நிமிடங்களாவது பறந்தாக வேண்டும். அதுவும் உயரே கிளம்புவதில் இன்னும் நேரம் செலவிடாவிட்டால். அடிப்பட்ட பகை விமானத்தைத் தரைவரை தொடர்ந்ததுதான் தப்பு.. "சின்னப்பயல், முட்டாள்!" என்று தன்னையே திட்டிக்கொண்டான் அலெக்ஸேய்.

துணிவும் பதற்றமின்மையும் உள்ளவர்களின் மூளை ஆபத்துக் காலத்தில் வேலை செய்வது போலவே அலெக்ஸேயின் மூளைக் கூர்மையாக, தெளிவாகச் சிந்தித்தது முதன்மையாக முடிந்தவரை அதிக உயரத்திற்குப் போய்விடவேண்டும். ஆனால் வட்டங்கள் இடாமலே, மேலே மேலே ஏறுகையிலேயே விமான நிலையத்தை நெருங்க வேண்டும். நல்லது.

விமானத்தைத் தேவையான செல்திசையில் திருப்பி, தரை விலகிப் போவதையும் படிப்படியாகத் தொடுவானத்தில் மங்குல் சூழ்வதையும் கவனித்தவாறு அவன் தனது கணக்கீட்டை இன்னும் நிதானமாகத் தொடர்ந்தான். எரிபொருள் பற்றிய நம்பிக்கைக்கு இடமில்லை. பெட்ரோல்மானி சிறிது பிசகுவதாகவே வைத்துக் கொண்டாலும் பெட்ரோல் எப்படியும் போதாது. வழியில் இறங்குவதா? எங்கே? குறுகிய வழி முழுவதையும் அவன் நினைவு படுத்திப் பார்த்தான். தழை மரக் காடுகள், சதுப்பு நிலச் சோலைகள், மேடும் பள்ளமுமான வயல்கள் நீண்டகால அரணமைப்புகள் இருந்த வட்டாரத்திலுள்ள இந்த வயல்கள் குறுக்கும் நெடுக்கும் எங்கும் தோண்டப்பட்டு,

குண்டு வெடிப்புக்களால் ஏற்பட்ட குழிகள் நிறைந்து முட்கம்பிகள் பின்னிக்கிடந்தன.

இல்லை, இறங்கினால் சாவு நிச்சயம்.

பாராஷூட்டின் உதவியால் குதிப்பதா? அது செய்யலாம். இப்போதே கூட வளைமுகட்டைத் திறக்க வேண்டும், ஒரு வளையம் வர வேண்டும், இயக்கு விசைப் பிடியை முன்னே தள்ள வேண்டும், தாவிக் குதிக்க வேண்டும் - அவ்வளவு தான். ஆனால் விமானம்! லாகவமும் விசையும் உள்ள இந்த அற்புதமான கரும் பறவை! இதன் போர் பண்புகள் இன்று மூன்று முறை அவன் உயிரைக் காப்பாற்றின. விமானம் நேர்த்தியான, வலிய, பெருந்தன்மையும் விசுவாசமும் வாய்ந்த உயிர்ப்பிராணியாக அலெக்ஸேய்க்கு அந்தக் கணத்தில் தோன்றியது. அதை விட்டுவிடுவது துரோகச் செயலாகப் பட்டது. தவிர, முதல் சண்டைகளிலேயே விமானத்தைக் கோட்டை விட்டுவிட்டு வெறுங்கையுடன் திரும்புவது, புது விமானத்தை எதிர்பார்த்துச் சேமிப்பில் ஈயோட்டிக்கொண்டிருப்பது. போர்முனையில் நமது பெரு வெற்றி உதயமாகியிருக்கும் இந்த மும்முரமான நேரத்தில் செயலற்றுச் சோம்பியிருப்பது. இப்பேர்ப்பட்ட நாட்களில் வெட்டியாக வளைய வருவது என்பதை நினைக்கவே அவன் கூசினான்.

“என்னவானாலும் சரி, இப்படி மட்டும் செய்யக்கூடாது” என்று யாரோ முன்வைத்த யோசனையை அருவருப்புடன் நிராகரிப்பவன் போல உரக்கச் சொன்னான் அலெக்ஸேய்.

எஞ்சின் நின்றுவிடும் வரை பறப்பது! அப்புறம்? அப்புறம் பார்த்துக்கொள்ளலாம்.

அவன் மேலே பறந்தான். மூவாயிரம், பிறகு நாலாயிரம் மீட்டர் உயரத்திலிருந்து சுற்றுமுற்றும் கண்ணோட்டி எங்கேனும் சிறு சமதரையாவது தென்படுகிறதா என்று பார்த்தான். தொடுவானத்தில் காடு மங்கிய நீலமாகத் தெரியலாயிற்று. அதன் மறுபுறம் இருந்தது விமான நிலையம். அதை அடைய இன்னும் பதினைந்து கிலோமீட்டர் பறக்க வேண்டும். பெட்ரோல் மானியின் முள்ளோ, நடுங்கக் காணோம். எல்லைக் குறித் திருகாணிமீது அசைவின்றிக் கிடந்தது அது. ஆனாலும் எஞ்சின் இயங்குகிறது. எதனால் இயங்குகிறது? இன்னும், இன்னும் உயரே... அப்படித்தான்!

உடல் நலமுள்ளவன் இதயத் துடிப்பைக் கவனிப்பதில்லை. அதேபோல விமானியின் காது சரியாக இயங்கும் எஞ்சினின் ஒரு சீரான முழக்கத்தைக் கவனிப்பதில்லை. திடீரென இந்த முழக்கத்தின் தொனி மாறியது. அலெக்ஸேய் இதைச் சட்டென உணர்ந்து கொண்டான். காடு துலக்கமாகத் தென்பட்டது. அதுவரை ஒரு ஏழு கிலோமீட்டர் தொலைவு இருக்கும். அதற்கு மேலாக மூன்று நான்கு கிலோமீட்டர் பறக்க வேண்டியிருக்கும் இது அதிகமில்லை. ஆனால் எஞ்சினின்

இயக்கப்பாங்கு மிகக் கெடுதலாக மாறிவிட்டது. எஞ்சின் அல்ல, தனது மூச்சே நின்றுவிடுவது போன்று விமானி இந்த மாற்றத்தை உணர்ந்தான் திடீரென "ச்சிஹா ச்சிஹ் ச்சிஹ்" என்ற பயங்கர ஓசை. சுரீரென்ற வலி போல அவன் உடல் முழுவதிலும் பரவியது அது

இல்லை, மோசமில்லை. மறுபடி ஒரு சீராக இயங்குகிறது. இயங்குகிறது. இயங்குகிறது, வெற்றி! இயங்குகிறது! காடோ, இதோ வந்துவிட்டது. பிர்ச் மர முடிகளின் மேல் சுருள் சுருளான பசிய நுரை வெயிலில் அசைந்தாடுவது தெரிகிறது. காடு. இனி விமான நிலையம் தவிர வேறு எங்குமே இறங்குவது முடியாது மற்ற வழிகள் துணிக்கப்பட்டு விட்டன. முன்னே, முன்னே!

"ச்சிஹ், ச்சிஹ், ச்சிஹ்!"

மறுபடி ஒரு சீரான இயக்கம். எவ்வளவு நேரத்துக்கு? கீழே காடு. மணல் மீது செல்கிறது பாதை ரெஜிமெண்ட் கமாண்டரின் தலை வகிடு போன்று நேராகவும் சமமாகவும். இப்போது விமான நிலையத்துக்கு ஒரு மூன்று கிலோமீட்டர் தான் இருக்கிறது. கொத்தளச் சுவர் போன்ற காட்டோரம் அலெக்ஸேய்க்குத் தென்படத் தொடங்கிவிட்டது. அதற்கு அப்பால் இருக்கிறது விமான நிலையம்.

"ச்சிஹ், ச்சிஹ், ச்சிஹ், ச்சிஹ்" திடீரென ஒரே நிசப்தம். விமானப் புறக்கருவிகள் காற்றில் சீழ்க்கையடிக்கும் ஓசை கூடக் கேட்கும்படி அவ்வளவு அமைதி. இதுதான் முடிவா? தன் உடல் முழுவதையும் சில்லிடுவதை அலெக்ஸேய் உணர்ந்தான். குதித்துவிடலாமா? வேண்டாம், இன்னும் கொஞ்சம் போகட்டும்.... விமானம் சாய்வாகக் கீழிறங்கும் படி வைத்து, காற்று மலை மேலிருந்து வழுகலானான். இந்த வழுக்கலைக் கூடியவரை அதிகச்சரிவாகச் செய்யவும் அதே சமயம் விமானம் புரண்டு சுழல இடங்கொடாமலிருக்கவும் முயன்றான்.

வானிலே இந்த முழு நிசப்தம் எவ்வளவு பயங்கரம்! சூடு ஆறும் எஞ்சின் சடக்கென ஒலிப்பதும், விரைந்த இறக்கம் காரணமாகக் கன்னப்பொருத்துக்களில் இரத்தவோட்டம் விண்விண்ணென்று தெறிப்பதும் காதுகள் நொய் யென்று இரைவதும் கேட்கும் அளவுக்கு நிசப்தம் பிரமாண்டமான காந்தத்தால் விமானத்தை நோக்கி ஈர்க்கப்படுவது போல அதை எதிர்கொண்டு விரைந்து பாய்ந்தது தரை!

இதோ காட்டோரம். அதற்கு அப்பால் பளிச்சிடுகிறது மரகதப் பச்சைத் துணித்துண்டு போன்ற விமானத்திடல், நேரம் கடந்துவிட்டதோ? அரைச் சுற்றில் நின்றுவிட்ட உந்துவிசிறி அலகு தொங்குகிறது பறக்கையில் அதைப்பார்க்க எவ்வளவு பயங்கரமாயிருக்கிறது. காடு நெருங்கிவிட்டது இதுதான் இறுதியோ?... அவனுக்கு என்ன நேர்ந்தது, இந்தப் பதினெட்டு மாதங்களாக அவன் மனிதசக்திக்கு மீறிய எத்தகைய கடினமான பாதையைக் கடந்து வந்திருக்கிறான், இவ்வளவுக்குப் பிறகும் அவன் தன் நோக்கத்தை ஈடேற்றுவதில் வெற்றி பெற்றுவிட்டான், உண்மையான

ஆமாம், உண்மையான மனிதன் ஆகிவிட்டான் என்பதை எல்லாம் ஓல்கா அறியாமலே இருந்துவிடுவாளோ? இந்த நோக்கம் ஈடேறியதும் இப்படி அசட்டுத்தனமாக நொறுங்கிச் சாக வேண்டியதுதானா?

குதிப்போமா? நேரம் கடந்துவிட்டது! காடு பாய்ந்து வருகிறது, அதன் மரமுடிகள் வரைந்த சூறைக்காற்றில் மொத்தமான பச்சைப் பட்டைகளாக ஒன்று கலக்கின்றன. இம்மாதிரி ஒரு காட்சியை அவன் எங்கோ கண்டிருக்கிறான். எங்கே? ஆம், அந்த வசந்த்த்தில், பயங்கரமான அந்த விபத்தின் போது அப்போதும் பச்சைப் பட்டைகள் இதே மாதிரி விமான இறக்கைகளுக்கு அடியில் பாய்ந்து வந்தன. கடைசி முயற்சி இயக்கு விசைப் பிடியை தன் பக்கம் இழுக்க வேண்டும்.

8

ரெஜிமென்ட் கமாண்டர் சட்டைக்கையைத் தாழ்த்திவிட்டுக் கொண்டார். கடிகாரம் இனி தேவையில்லை. இழைய வாரிவிடப்பட்டிருந்த தலை வகிட்டை இரு கைகளாலும் தடவிவிட்டு உணர்ச்சியற்ற கட்டைக் குரலில் "இனி அவ்வளவு தான்" என்றார்.

"நம்பிக்கைக்கே இடமில்லையா?" என்று ஒருவன் கேட்டான்.

அவ்வளவுதான். பெட்ரோல் தீர்ந்துவிட்டது எங்காவது இறங்கி யிருப்பான் அல்லது குதித்திருப்பான் ஒருவேளை... ஊம், ஸ்டிரெச்சரை எடுத்துப் போங்கள்!"

கமாண்டர் மறுபுறம் திரும்பி, மெட்டை இரக்கமின்றிச் சித்திரவதை செய்தவாறு ஏதோ பாட்டைச் சீழ்க்கை அடிக்கலானார். பெத்ரோவின் தொண்டையில் கொதிக்கும் இறுகிய கட்டி ஒன்று குமிழிபோல மேலே வந்து அடைத்துக்கொண்டது. அதனால் அவனுக்கு மூச்சு முட்டியது. விந்தையான இருமல் மௌனமாக நின்று கொண்டிருந்த ஆட்கள் திரும்பிப் பார்த்தவர்கள் அக்கணமே முகங்களைத் திருப்பிக்கொண்டார்கள், காயமடைந்த விமானி ஸ்டிரெச்சரில் கிடந்தவாறு விம்மி அழுதான்.

"இவனை எடுத்துக்கொண்டு போய்த் தொலையுங்களேன்!" என்று வேற்றுக் குரலில் கத்திவிட்டு, கூட்டத்திலிருந்து மறுபுறம் திரும்பி, வேகமான காற்றில் போலக் கண்களைச் சுருக்கிக் கொண்டு அப்பால் போய்விட்டார் கமாண்டர்.

ஆட்கள் திடலில் மெதுவாகக் கலைத்து செல்லத் தொடங்கி னார்கள். அதே கணத்தில் ஒரு விமானம் நிழல் போன்ற முழு நிசப்தத்துடன், சக்கரங்களால் பிர்ச் மர முடிகள் மேல் கோடிட்டவாறு காட்டோரத்தில் பின்னிருந்து வெளியே துள்ளி வந்தது. ஏதோ ஆவிபோல் ஆட்களின் தலைகளுக்கு உயரேயும் தரைக்கு மேலும் வழுகி, அதனால் ஈர்க்கப்பட்டது போன்று மூன்று சக்கரங்களும் ஒரே சமயத்தில் புல்லில் படும்படி இறங்கியது. மந்தமான ஒலியும் பரல்களின் நெறுநெறுப்பும் புற்களின் சரசரப்பும் கேட்டன இந்தச் சத்தங்கள் அசாதாரணமாக இருந்தன. ஏனெனில் இயங்கும் எஞ்சினின் இரைச்சல் காரணமாக இந்த ஒலிகளை

விமானிகள் ஒருபோதும் கேட்பதில்லை. இவை எல்லாம் சற்றும் எதிர்பாரா விதத்தில் நிகழ்ந்துவிட்டன ஆதலால் என்ன நடந்தது என்று ஒருவருக்கும் நிச்சமாகப் புரியக்கூட இல்லை. பார்க்கப்போனால் நடந்தது சர்வ சாதாரணமான விஷயம். ஒரு விமானம் வந்து இறங்கியது. அதாவது "பதினொன்றாவது" எல்லோரும் அவ்வளவு ஆவலாக எதிர்பார்த்த விமானம்.

அவன்!" என்று ஒருவன் இயல்புக்கு மாறான வெறித்த குரலில் கத்தினான். பிரமை பிடித்தவர்கள் போல நின்ற ஆட்களை இந்தக் கத்தல் சுய நிலைக்குக் கொண்டுவந்தது.

விமானம் ஓட்டத்தை முடித்து, சக்கரங்கள் கீச்சிடும்படி பிரேக் போட்டு, விமானத் திடலின் கோடியில், மாலைக் கதிரவனின் இளஞ் செங்கிரணங்களால் ஒளியுறுத்தப்பட்டு வெண்தண்டுகளும் சுருட்டை முடிகளுமாக இலகிய இளம் பிர்ச் மரம் சுவருக்கு எதிரே நின்றது.

இம்முறையும் விமானி அறையிலிருந்து ஒருவரும் வெளிவரவில்லை. ஆட்கள் விமானத்தை நோக்கித் தலைதெறிக்க ஓடினார்கள். அவர்களுக்கு மூச்சு திணறியது. ஏதோ அவலம் நேர்ந்துவிட்டதென்ற முன்னுணர்வு ஏற்பட்டது. ரெஜிமென்ட் கமாண்டர் எல்லோருக்கும் முன்னே ஓடி, இறக்கைமேல் அனாயாசமாகத் துள்ளி ஏறி, வளை முகட்டைத் திறந்து விமானி அறைக்குள் எட்டிப் பார்த்தார். அலெக்ஸேய் மெரேஸ்யெவ் தலைக்காப்பு இன்றி, மஞ்சு போன்று வெளிறிப் போய் உட்கார்ந்திருந்தான். இரத்தம் செத்துப் பசிய நிறங்கொண்டிருந்த உதடுகளை விரித்துப் புன்னகை செய்தான். அழுந்தக் கடிக்கப்பட்ட கீழுதட்டிலிருந்து இரத்தம் இரண்டு தாரைகளாக மோவாயில் வழிந்தது.

"உயிரோடிக்கிறாயா? காயம் பட்டிருக்கிறதா?" என்று கேட்டார் கர்னல்.

சோர்வுடன் முறுவலித்து, களைப்பினால் செத்துச் சாவடைந்த விழிகளால் அவன் கர்னலை நோக்கினான்.

"இல்லை, சௌக்கியமாயிருக்கிறேன். மட்டுமீறிக் கிலி கொண்டுவிட்டேன். ஒரு ஆறு கிலோமீட்டர்கள் பெட்ரோல் இல்லாமலே வந்தேன்" என்றான்.

விமானிகள் ஆரவாரித்தார்கள், வாழ்த்தினார்கள், கை குலுக்கினார்கள், அலெக்ஸேய் புன்னகையுடன் சொன்னான்.

"அண்ணன்மாரோ, இறக்கைகளை முறித்துவிடாதீர்கள். இப்படிச் செய்யலாமா? எல்லோரும் மேலே ஏறிக் குந்திவிட்டீர்களே... நான் இதோ இறங்குகிறேன்."

அந்தச் சமயத்தில், தனக்கு மேலே கவிந்திருந்த இந்தத் தலைகளுக்கு அப்பாலிருந்து பழக்கமான, ஆனால், எங்கோ தொலைவிலிருந்து வருவது போல ஈனமான குரல் ஒன்று அவனுக்குக் கேட்டது.

"அலெக்ஸேய், அலெக்ஸேய்" என்று அழைத்தது அது.

அக்கணமே அலெக்ஸேய் புத்துயிர் பெற்றுவிட்டான். அவன் துள்ளி எழுந்து, கைகளால் விளிம்பைப் பற்றிக் கொண்டு கனத்த கால்களை வெளியே எடுத்துப் போட்டுத் தரையில் குதித்தவன் ஒருவன் இடித்துத் தள்ளத் தெரிந்தான்.

பெத்ரோவின் முகம் தலையணை போன்றே வெறுத்திருந்தது. குழிந்து மங்கியிருந்த விழிகளில் இரண்டு பெரிய கண்ணீர்த்துளிகள் ததும்பி நின்றன.

"தம்பீ நீ உயிரோடு இருக்கிறாயா? அட பயலே!"

இவ்வாறு கூறி, அலெக்ஸேய் ஸ்டிரெச்சருக்கு முன்னே சிரமத்துடன் முழந்தாள் படியிட்டு தோழனின் பலமற்றுத் துவண்டு கிடந்த தலையை அணைத்து அவனுடைய நீல விழிகளை விழி பொருந்த நோக்கினான். அவற்றில் துன்பம் படர்ந்திருந்தது. அதே சமயம் மகிழ்ச்சி சுடர்ந்தது.

"உயிரோடு இருக்கிறாயா?"

"நன்றி, அலெக்ஸேய், நீ என்னைக் காப்பாற்றினாய். அருமையானவன் நீ, அலெக்ஸேய் அருமையானவன்..."

"காயமடைந்தவனை எடுத்துத்தான் போய்த் தொலையுங்களேன்! வாயை அங்காத்துக் கொண்டு நிற்கிறீர்களே?" என்று திடீரெனச் சீறினார் கர்னல்.

ரெஜிமென்ட் கமாண்டர் அருகே நின்று கொண்டிருந்தார். அவரது சிறுகூடான துடிதுடிப்புள்ள மேனி பளபளப்பான இறுகிய ஜோடுகள் அணிந்த கால்கள் மேல் அசைந்தாடிக் கொண்டிருந்தது. நீல விமானி உடைக்குக் கீழே தெரிந்தன காலணிகள்.

"சீனியர் லெப்டினன்ட் மெரேஸ்யெவ், பறப்பைப் பற்றி அறிக்கை செய்யுங்கள். சுட்டு வீழ்த்தப்பட்ட விமானங்கள் உள்ளனவா?"

"உள்ளன, தோழர் கர்னல். இரண்டு போக்கே வுல்ப் விமானங்கள்."

"சந்தர்ப்பச் சூழ்நிலை?"

"ஒன்று செங்குத்துத் தாக்கில் அது பெத்ரோவின் விமானவாலை ஒட்டிப் பறந்துகொண்டிருந்தது. இரண்டாவது, பொதுச் சண்டை யிடத்திற்கு வடக்கே மூன்று கிலோ மீட்டர் தொலைவில் தலைமோதல் தாக்கில் வீழ்த்தப்பட்டது."

"தெரியும். தரை அவதானிக்கையாள் இப்போதுதான் தகவல் தெரிவித்தான். நன்றி."

"சோவியத் யூனியனுக்குத் தொண்டு செய்கிறேன்" என்ற வழக்கமான இராணுவப் பதில் வாக்கியத்தைச் சொல்ல வாயெடுத்தான் அலெக்ஸேய்.

ஆனால் வழக்கமாகக் குற்றங்கண்டு பிடிப்பவரும் விதிகளுக்குப் பணிபவருமான கமாண்டர் நட்புடன் அளவளாவும் குரலில் அவனை இடை முறித்தார்.

அருமையான வேலை! நாளைக்கு ஸ்குவாட்ரன் தலைமைப் பொறுப்பை ஏற்றுக்கொள்ளுங்கள்.... மூன்றாவது ஸ்குவாட்ரனின்

கமாண்டர் இன்று தளத்துக்குத் திரும்பவில்லை. அவருக்கு மாற்றாக..." என்றார்.

தலைமை அலுவலகத்துக்கு அவர்கள் நடந்து சென்றார்கள். அன்றைய பறப்புக்கள் முடிந்துவிட்டபடியால் கூடியிருந்தவர்கள் எல்லோரும் அவர்களைப் பின்தொடர்ந்தார்கள். தலைமை அலுவலக மிருந்த பசிய மேடு நெருங்கிவிட்டபோது அங்கிருந்து அவர்களை எதிர்கொண்டு ஓடிவந்தான், முறை அதிகாரி வெறுந்தலையும் களி பொங்கும் முகமுமாக அவன் எதையோ கத்துவதற்கு வாயெடுத்தான். ஆனால் கர்னல் அவனைத் தடுத்து, வறண்ட, கடுமையான குரலில், "தொப்பி இல்லாமல் ஏன்வந்தீர்? நீர் என்ன, இடைவேளையில் பள்ளிப் பையனா?" என்றார்.

"தோழர் கமாண்டர், பேச அனுமதியுங்கள்!" என்று விரைப்பாக நின்று ஓரே மூச்சில் விண்ணப்பித்துக்கொண்டான் லெப்டினன்ட்.

"ஊம்?"

"நமது அருகாமையிலுள்ள "யாக் விமான ரெஜிமென்ட் கமாண்டர் உங்களை டெலிபோனில் கூப்பிடுகிறார்."

"ஏன், என்ன விஷயம்?"

கர்னல் விருட்டென்று நிலவறைக்குள் பாய்ந்து புகுந்தார்.

"அவர் உன்னைப்பற்றித்தான்." என்று அலெக்ஸேயிடம் சொல்லத் தொடங்கினான் முறை அதிகாரி.

ஆனால் கீழிருந்து முழங்கிற்று கமாண்டரின் குரல்:

"மெரேஸ்யெவை என்னிடம் அனுப்புங்கள்!"

மெரேஸ்யெவ் அவர் அருகே போய், இராணுவ முறைப்படி கைகளை உடையுடன் சேர்த்து வைத்தவாறு அசையாமல் நின்றான். கர்னல் டெலிபோன் குழாயை உள்ளங்கையால் மூடிக்கொண்டு சீறி எழுந்தார்.

"என்ன நீங்கள் என்னைக் காலை வாரி விடுகிறீர்கள்? பக்கத்து ரெஜிமென்ட் கமாண்டர் டெலிபோனில் கேட்டார், 'உன் பதினொன்றாம் எண் விமானத்தில் பறப்பது யார்? என்று. 'சீனியர் லெப்டினன்ட் மெரேஸ்யெவ் என்றேன். அவன் கணக்கில் எத்தனை விமானங்கள் எழுதினாய்? என்று கேட்டார். இரண்டு என்று சொன்னேன். இன்னும் ஒரு விமானம் அவன் கணக்கில் எழுது. என்னை நெருங்கித் துரத்திய ஜெர்மன் விமானத்தைச் சுட்டு வீழ்த்தினான் அவன். பகை விமானம் தலையில் விழுந்ததை நானே கண்டேன் என்றார். ஊம்? என்ன பேசாமல் இருக்கிறீர்கள்? அவரிடமே பேசிக் கொள்ளுங்கள், இந்தாருங்கள். ஹலோ, கேள். சீனியர் லெப்டினன்ட் மெரேஸ்யெவ் போன் அருகே நிற்கிறார். போனை அவரிடம் கொடுக்கிறேன்."

பழக்கமற்ற கம்மிய குரல் அலெக்ஸேயின் காதில் இரைந்தது.

"நன்றி, சீனியர் லெப்டினன்ட்! அற்புதமான தாக்கு பாராட்டுகிறேன். என்னைக் காப்பாற்றினாய். ஆமாம். நான் தரைவரையில் அந்த விமானத்தைப் பின்பற்றிச் சென்றேன். அது தரையில் மோதிச் சிதறியதைப்

பார்த்தேன்.. நீ வோத்கா குடிப்பது உண்டா? என் இருப்பிடத்துக்கு வா ஒரு லிட்டர் உனக்காக வைத்திருப்பேன். நல்லது, நன்றி. உன் கையைப் பற்றிக் குலுக்குகிறேன். கட்டாயம் வா!'' என்றது அந்தக் குரல்.

மெரேஸ்யெவ் டெலிபோன் குழாயை வைத்தான். அன்று அனுபவித்தவற்றால் அவன் ஒரேயடியாகக் களைத்துப் போயிருந்தான். நிற்பதே அவனுக்கு அரும்பாடாக இருந்தது. கூடிய விரைவில் தன் நிலவறை சேர்ந்து, பொய்க்கால்களைக் கழற்றி எறிந்துவிட்டு கட்டிலில் உடலைக் கிடத்துவது பற்றியே அவன் மனம் எண்ணமிட்டது. டெலிபோன் அருகே அசட்டுப் பிசட்டென்று தயங்கி நின்றுவிட்டு அவன் வாயில் பக்கம் மெதுவாக நகர்ந்தான்.

''எங்கே போகிறீர்கள்?'' என்று வழி மறித்தார் கமாண்டர் மெரேஸ்யெவின் கையைப் பற்றி, தமது வறண்ட சிறு கையால் வலி உண்டாகும்படி பலமாக இறுக்கிக் குலுக்கினார். ஊம், உங்களுக்கு என்ன சொல்லுவது? சபாஷ் என் ரெஜிமெண்டில் இப்பேர்ப்பட்ட ஆட்கள் இருப்பது குறித்துப் பெருமை கொள்கிறேன். இன்னும் என்ன சொல்வது? நன்றி... உங்கள் நண்பன் பெத்ரோவ் மட்டும் என்ன, மோசமானவனா? மற்றவர்களுந்தாம்..... ஆகா, இம்மாதிரி மக்கள் இருக்கும் போது போரில் நாம் தோல்வி அடைய மாட்டோம்!''

இவ்வாறு கூறி இன்னும் ஒரு முறை மெரேஸ்யெவின் கையை வலிக்கும்படி இறுகப் படித்துக் குலுக்கினார்.

மெரேஸ்யெவ் நிலவறையை அடைந்தபோது இரவாகிவிட்டது. ஆனால் அவனுக்கு உறக்கம் பிடிக்கவில்லை. தலையணையைத் திருப்பி வைத்துக்கொண்டான். ஆயிரம் வரை எண்ணிவிட்டுத் தலைகீழாக ஒன்று வரை எண்ணினான். தனது நண்பர்களில் 'அ'' என்ற எழுத்தில் தொடங்கும் குலப்பெயர் நெடுங்கணக்குப்படி வரிசையாக ஒவ்வோர் எழுத்திலும் ஆரம்பிக்கும் குலப்பெயர் உள்ளவர்களை ஞாபகப்படுத்திக் கொண்டான். புகைவிளக்கின் மங்கிய சுவாலையை வைத்த கண் வாங்காமல் பார்த்துக் கொண்டிருந்தான். தூக்கம் வருவதற்காகக் கையாளப்படும் இந்த யுக்திகள் எத்தனையோ தடவைகள் சோதித்து அறியப்பட்டவையே எனினும் இன்று அவனிடம் அவை பயன் விளக்கவில்லை. அவன் கண்களை மூட வேண்டியதுதான் தாமதம், அறிமுகமான உருவங்கள் ஒருபோது துலக்கமாகவும் மறுபோது மங்கிய மூட்டத்திலிருந்து பிரித்தறியவே கடினமாயிருக்கும்படி தெளிவின்றியும் அவன் முன் தோன்றி மறையலாயின வெள்ளிக் கேசம் பிடரிபோல் இலங்க, கவலையுடன் பார்த்தார் மிஹாய்லா தாத்தா. ''பசுவினுடையவை போன்ற இமை மயிர் கொண்ட அந்திரெய் தெக்தியாரென்கோ நல்லியல்புடன் கண் ஜாடை காட்டினான் வஸீலிய வஸீலியெவிச் யாருக்கோ சூடாகக் கொடுத்தவாறு, நரையோடிய தலையைக் கோபத்துடன் அசைத்தார். முகச் சுருக்கங்கள் எல்லாம் களி துலங்கும்படி

குறு நகை செய்தார் முதிய ஸ்னைப்பர் கமிஸார் வரபியோ வின் மெழுகு முகம் தலையணையின் வெள்ளைப் பின்னணியிலிருந்து அறிவு சுடரும் விழிகளால் அலெக்ஸேயை நோக்கியது. உள்ளத்தை ஊடுருவிப் பார்க்கும், நகைச்சுவை மிளிரும் விழிகள் அவை, எல்லாவற்றையும் புரிந்துகொள்பவை அவை. ஸீனாவின் தழல் நிறக் கூந்தல் காற்றில் பறந்தவாறு தோன்றி மறைந்தது. துடியான சிறு மேனியனான பயிற்சி ஆசிரியன் நவூமவ், புன்னகைத்தான், அனுதாபமும் பரிவும் தோன்றக் கண் சிமிட்டினான். நட்பு நிறைந்த எத்தனையோ இனிய முகங்கள் இருளிலிருந்து புன்னகையுடன் அவனை நோக்கின, நினைவுகளை எழுப்பின, ஏற்கெனவே தளும்பத் தளும்ப நிறைந்திருந்த இதயத்தை இதமான அன்பால் நிறைந்தன. நட்பார்ந்த இந்த முகங்களுக்கு நடுவே உதித்து, உடனே அவற்றை மறைத்துவிட்டது ஓல்காவின் முகம். இராணுவ உடுப்பு அணிந்த இளநங்கையின் சதைப்பிடிப்பு அற்ற முகம். களைத்த, பெரிய விழிகளால் நோக்கியது அது. தான் ஒருபோதும் கண்டிராத கோலத்தில் தன் முன்னே ஓல்கா நிற்பது போன்று அவ்வளவு தெளிவாக அந்த முகத்தைப் பார்த்தான் அலெக்ஸேய். இந்தத் தோற்றம் மெய்யானதே போல இருந்ததால் அலெக்ஸேய் சிறிது எழுந்திருக்கக் கூடச் செய்தான்.

அப்புறம் தூக்கமாவது வருவதாவது! இன்பம் ததும்பும் ஆற்றல் அவனுக்குள் ஊற்றெடுத்துப் பெருகியது. அலெக்ஸேய் படுக்கையிலிருந்து துள்ளி எழுந்து, விளக்கைப் பொருத்தினான். நோட் புத்தகத்திலிருந்து ஒரு காகிதத்தை கிழித்தான். பென்சில் நுனியைத் தீட்டிக் கூராக்கிக் கொண்டு எழுதத் தொடங்கினான்.

மளமளவென்று பெருகிய எண்ணங்களை அதே விரைவில் எழுத்தில் வடிக்க இயலாதவனாய், கிறுக்கித் தள்ளினான் அவன். என் அன்பே! இன்று நான் மூன்று ஜெர்மன் விமானங்களைச் சுட்டு வீழ்த்தினேன். ஆனால் முக்கிய விஷயம் இது அல்ல. என்னுடைய சில தோழர்கள் அனேகமாக நாள் தோறும் இவ்வாறு செய்கிறார்கள். உன்னிடம் இதைப் பற்றி நான் பெருமையடித்துக்கொள்ள மாட்டேன்.. தூரத்தில் இருந்து கொண்டு என் நெஞ்சிலும் வாழும் இனியவளே! பதினெட்டு மாதங்களுக்கு முன் எனக்கு நேர்ந்ததை எல்லாம் உனக்கு விவரிக்க இன்று நான் விரும்புகிறேன், இன்று அதற்கு நான் உரிமை பெற்றுவிட்டேன். இந்தச் சேதியை நான் உன்னிடமிருந்து இதுவரை மறைத்து வைத்திருந்தேன். அதற்காகப் பச்சாதாப்பப்படுகிறேன், மிகவும் வருந்துகிறேன். இன்று தான் சொல்லிவிடுவதென்று முடிவாகத் தீர்மானித்தேன்..."

பின்னுரை

அர்யோல் பிரதேசத்துக்கான போர் சோவியத் சைனியத்தின் வெற்றியில் முடியும் தறுவாயில் இருந்தது. வடக்கே இருந்து தாக்கிய முன்னணி ரெஜிமெண்டுகள் க்ராஸ்னகோர்ஸ்க்கயா மேட்டிலிருந்து தாங்கள் தீப்பட்டு எரியும் நகரைக் காண்பதாக அறிவித்துவிட்டன. அந்தப் பிரதேசத்தில் நடவடிக்கைகள் நடத்திக் கொண்டிருந்த சண்டைவிமான ரெஜிமெண்டைச் சேர்ந்த விமானிகள் கடைசி ஒன்பது நாட்களில் நாற்பத்தேழு பகை விமானங்களைச் சுட்டு வீழ்த்திவிட்டார்கள் என்ற தகவல் அப்போது ப்ரியான்ஸ்க் முனைமுக அலுவலகத்துக்குக் கிடைத்தது. இந்தக் காலப் பகுதியில் ரெஜிமென்டுக்கு நேர்ந்த இழப்புக்கள் ஐந்து விமானங்களும் மூன்றே ஆட்களும் மட்டுமே, ஏனெனில் இரு விமானிகள் சேதமடைந்த விமானங்களிலிருந்து பாராஷூட்டுடன் குதித்துக் கால்நடையாக ரெஜிமென்டை அடைந்துவிட்டார்கள் என்று அந்தத் தகவல் அறிவித்தது. சோவியத் சைனியத்தின் பிரசண்டமான தாக்குதல்கள் நடந்துகொண்டிருந்த அந்த நாட்களில் கூட இத்தகைய வெற்றி அசாதாரணமாக இருந்தது.

விமானிகளின் இந்த வீரச் செயல்கள் பற்றிப் “பிராவ்தா” செய்தித்தாளுக்கு எழுதும் நோக்கத்துடன் நான் தகவல் தொடர்பு விமானத்தில் இந்த ரெஜிமென்டுக்குச் சென்றேன்.

நாங்கள் விமான நிலையத்தை அடைந்த போது மாலை ஆகி விட்டது. ரெஜிமென்டின் கெடுபிடி நிறைந்த வேலை நாள் முடிந்துவிட் டிருந்தது. அர்யோல் நகரின் அருகே ஜெர்மானியர்கள் விமான நடவடிக்கைகளைச் சிறப்பாக தீவிரப்படுத்தியிருந்தார்கள். ரெஜிமென்ட் சண்டைவிமானங்கள் அன்று ஏழு முறை சண்டைப் பறப்புகள் நடத்த நேர்ந்திருந்தது. பொழுது சாயும் தறுவாயில் கடைசிக் குழுக்கள் எட்டாவது பறப்புக்குப் பின் திரும்பி வந்திருந்தன. ரெஜிமென்ட் கமாண்டர் சிறு கூடான மேனியர், பழுப்பேறிய நிறமுள்ள துடியான மனிதர். புத்தம் புதிய நீல விமானி உடை அணிந்திருந்தார். அவரது முடி கச்சிதமாக நேர் வகிடு எடுத்து வாரிவிடப்பட்டிருந்தது. அன்று எதுவும் உருப்படியாக எனக்குத் தெரிவிக்கும் நிலையில் தாம் இல்லை என்றும், காலை ஆறு மணிமுதல் விமான நிலையத்தில் இருப்பதாகவும் தாமே மூன்று முறை பறப்பு நடத்தியதாகவும் களைப்பினால் இப்போது நிற்பதே தமக்கு அரும்பாடாக இருக்கிறது என்றும் அவர் ஒளிக்காமல் ஒப்புக்கொண்டார். மற்ற ஸ்குவாட்ரன் கமாண்டர்களுக்கும் பத்திரிகைப் பேட்டி அளிக்க அன்று நேரமில்லை போட்டியை அடுத்த நாளுக்கு ஒத்திப்போட வேண்டும் என்பதை நான் புரிந்து கொண்டேன்.

தவிர நேரமாகிவிட்டபடியால் அன்று திரும்பவும் முடியாது என்பது தெளிவாயிருந்தது. சூரியன் பிர்ச் மர முடிகள் மீது தனது கிரணங்களின் உருக்கிய தங்கத்தை ஊற்றிக் கொண்டிருந்தது.

கடைசி விமானங்கள் தரையில் இறங்கலாயின. எஞ்சின்களை நிறுத்தாமல் அவற்றை ஓட்டப் பாதையிலிருந்து நேரே காட்டோரத்துக்குச் செலுத்தினார்கள் விமானிகள். அங்கே மெக்கானிக்குகள் அவற்றைக் கைகளால் திருப்பினார்கள். முகட்டின் மேல் புல் பற்றைகள் பரப்பப்பட்டுப் பசேலென்றிருந்த காப்பிடத்துக்குள் விமானம் நின்ற பிறகே, களைத்து வெளிறிய விமானி தன் அறையிலிருந்து மெதுவாக வெளியே வந்தான்.

கடைசியாக நிலையம் சேர்ந்தது மூன்றாவது ஸ்குவாட்ரன் கமாண்டரின் விமானம். விமானி அறையின் ஒளிபுகும் வளை முகடு திறக்கப்பட்டது முதலாவது அங்கிருந்து வீசுடுல்மேல் விழுந்தது பெரிய கருங்காலிக் கைத்தடி அதன்மேல் தங்கக் கூட்டெழுத்துக்கள் பொறிக்கப்பட்டிருந்தன. பிறகு பழுப்பேறிய அகன்ற முகமும் கரிய முடியும் கொண்ட ஒருவன் வலிய கரங்களால் விளிம்பைப் பற்றிச் சட்டென எழுந்து லாகவமாக மறுபுறம் தாண்டி இறக்கை மேல் நின்றான் அங்கிருந்து சிரமத்துடன் தரையில் இறங்கினான். இவன் ரெஜிமெண்டிலேயே சிறந்த விமானி என்று யாரோ என்னிடம் சொன்னான். மாலை நேரத்தை வீணாக்க விரும்பாமல் அப்போதே அவனிடம் உரையாட நான் தீர்மானித்தேன். எனக்கு நன்றாக நினைவு இருக்கிறது உயிரோட்ட முள்ள கரிய ஜிப்ஸிக் கண்களால் அவன் என்னைக் குதூகலம் பொங்க நோக்கினான். அந்த விழிகளில் தனியாத இளமை உற்சாகம் பெருக்கெடுத்தது அதே சமயம், வாழ்க்கையில் நிறைய அடிபட்டுத் தேறிய அனுபவசாலியின் அலுப்பும் விவேகமும் தென்பட்டன. அவன் புன்னகையுடன் சொன்னான்.

“கொஞ்சம் கருணை காட்டுங்கள்! மெய்யாகவே சொல்லுகிறேன் நிற்கமாட்டாமல் தள்ளாடுகிறேன். காதுகளில் நொய்யென்று இரைகிறது நீங்கள் சாப்பிட்டாயிற்றா? இல்லையா? ரொம்ப நல்லதாயிற்று. சாப்பாட்டு அறைக்குப் போய், சேர்ந்து உண்போம். ஒரு பகை விமானத்தை வீழ்த்தியதற்கு இருநூறு கிராம் வோத்கா இரவுச் சாப்பாட்டின் போது கொடுப்பது எங்கள் ரெஜிமென்டில் வழக்கம். இதன்படி எனக்கு இன்று நானூறு கிராமம் வோத்கா கிடைக்கும் நம் இருவருக்கும் போதும் என்ன போவோமா? சாப்பிட்டுக்கொண்டே பேசுவோம், உங்களுக்கு அவ்வளவு ஆவலாயிருந்தால்.”

நான் இசைந்தேன். கரவற்ற இந்தக் குதூகல இளைஞனை எனக்கு மிகவும் பிடித்துவிட்டது. காட்டின் ஊடாக நேரே சென்ற ஒற்றையடிப் பாதையில் நாங்கள் நடந்தோம். அந்த இளைஞன் விரைவாக நடந்தான் நடு நடுவே குனிந்து காட்டு பொரிப் பழங்களைப் பறித்து உடனே வாயில் போட்டுக் கொண்டான். அன்று அவன்

மிகவும் களைத்துப் போனான் போலும், ஏனெனில் சிரமத்துடன் அடியெடுத்து வைத்தான் ஆனால் தனது விந்தைக் கைத்தடியை அவன் ஊன்றிக் கொள்ளவில்லை கைத்தடி அவன் முழங்கையில் தொங்கிற்று. எப்போதாவது அதை எடுத்து ஈப்பொறிக் காளானை அடித்து முறித்தான், அல்லது ஏதோ புதரின் ரோஜா நிறக்கொண்டை மேல் அடித்தான். பள்ளத்தாக்கைத் தாண்டி வழுக்கலான செங்குத்துக் களிமண் மேட்டில் நாங்கள் ஏறியபோது விமானி புதர்களை ஆதரவாகப் பிடித்துக்கொண்டு மெதுவாக ஏறினான், ஆனால் அப்போதும் தடியை ஊன்றிக்கொள்ளவில்லை.

சாப்பாட்டு அறையை அடைந்ததுமே, அவனுடைய களைப் பெல்லாம் எங்கோ பறந்துவிட்டது. அவன் ஜன்னல் அருகே உட்கார்ந்து கொண்டான். குளிரான சிவந்த சூரியாஸ்தமனம் இங்கிருந்து தெரிந்தது. விமானிகளின் குறிகளின் படி மறுநாள் காற்று வீசும் என்பதை இது முன்னறிவித்தது. இளைஞன் பெரிய குவளை நீரை ஆர்வமாக ஓசையுடன் பருகினான் அழகிய சுருள் கூந்தல் பிரசாரகியிடம் கேலியாகப் பேசினான் மருத்துவமனையிலிருக்கும் தனது ஒரு நண்பன் மேல் உள்ள காதலால் பரிசாரகி சூப்பில் அளவு மீறி உப்பு போட்டுவிட்டாள் என்று நகையாடி னான். விருப்புடன் நிறையச் சாப்பிட்டான், ஆட்டு விலாவெலும்புகளை வலிய பற்களால் ஒட்டக் கறுவினான். பக்கத்து மேஜைகளைச் சுற்றி அமர்ந்திருந்த தோழர்களுடன் கேலிப் பேச்சுக்களைப் பரிமாறிக் கொண்டான். மாஸ்கோச் செய்திகளை என்னிடம் விசாரித்தான். புதிய இலக்கிய வெளியீடுகள் பற்றித் தெரிந்துகொள்ள விரும்பினான் மாஸ்கோத் தியேட்டர்களில் என்னென்ன நிகழ்ச்சிகள் நடக்கின்றன என்று ஆர்வத்துடன் கேட்டான். தான் அந்தத் தியேட்டர்களுக்கு ஒரு தடவை கூடப் போனதில்லை என்று அங்கலாய்த்தான். இங்கே "புயல் மேகங்கள்" என்று அழைக்கப்படும் பில்பெர்ரி ஜெல்லியை நாங்கள் சாப்பிட்டு முடித்ததும் அவன் கேட்டான்:

"நீங்கள் இரவில் எங்கே தங்கப் போகிறீர்கள்? இடம் இன்னும் நிச்சயமாகவில்லையா? நிரம்ப நல்லது. எனது நிலவறையில் தங்குங்கள்!" இவ்வாறு சொல்லிக் கணநேரம் முகத்தைச் சுளித்தான் பின்பு விளக்கினான்: "என் அறைக் கூட்டாளி இன்று பறப்பிலிருந்து திரும்பவில்லை.... ஆகவே படுக்கை காலியாக இருக்கிறது. புதிய படுக்கைத் துணிகள் கிடைக்கும். போவோம் வாருங்கள்."

அவன் எல்லோருடனும் கலகலப்பாகப் பழகுவதை விரும்புபவன் புதிய ஆளுடன் உரையாடவும் அவன் அறிந்தவற்றை எல்லாம் கேட்டுத் தெரிந்துகொள்வும் அடங்கா ஆர்வம் உள்ளவன் என்பது தெளிவாகப் புலப்பட்டது.

நான் அவன் அறையில் தங்க இசைந்தேன். நாங்கள் பள்ளத்தாக்கிற்கு வந்தோம். அதன் இரு சரிவுகளிலும் மட்கிய இலைகள், ஈரக்

காளான்கள் ஆகியவற்றின் மணம் வீசிய காட்டுப் புதர்களின் மறைவில் தோண்டப்பட்டிருந்தன நிலவறைகள்.

விளக்கின் புகையும் சுவாலை எரியத் தொடங்கி நிலவறைக்குள் வெளிச்சம் பரப்பியதும் அறை இடமகன்றதாகவும் வசிக்க வசதியுள்ளதாகவும் காணப்பட்டது. மண் சுவர்களில் அமைந்த பிறைகளில், மணம் வீசும் புதிய வைக்கோல் அடைத்த நீர் சுவறாத்துணி மெத்தைகள் மேல் கச்சிதமாக விரிக்கப்பட்டிருந்தன இரண்டு படுக்கைகள். அறையின் மூலைகளில் நின்றன இளம் பிர்ச் கன்றுகள். அவற்றின் இலைகள் இன்னும் வாடவில்லை. இந்தக் கன்றுகள் நறுமணத்திற்காக வைக்கப்பட்டிருப்பதாக விமானி விளக்கினான். படுக்கைகளுக்கு மேலே மண்சுவரில் ஒழுங்கான குறடுகள் அமைந்திருந்தன. அவற்றில் செய்தித்தாள் விரிப்புகள் மேல் புத்தக அடுக்குகளும், குளியல், சவர சாதனங்களும் வைக்கப்பட்டிருந்தன. ஒரு கட்டிலின் தலைமாட்டில் ஒளி புகும் பிளாஸ்டிக் கண்ணாடிச் சட்டங்கள் போட்ட இரண்டு நிழல் படங்கள் மாட்டப்பட்டிருந்தன. நேர்த்தியான வேலைப்பாடுள்ள இந்தச் சட்டங்கள் விமானி தன் கைப்படச் செய்தவை என்பது தெரிந்தது. போர் நடவடிக்கைகள் ஓரளவு ஓய்ந்திருந்த நேரங்களில் கைத்தேர்ச்சியுள்ள ரெஜிமென்ட்காரர்கள் பொழுதைக் கழிப் பதற்காக இம்மாதிரிச் சட்டங்களைப் பகை விமானத் துண்டுகளிலிருந்து ஏராளமாகச் செய்வது உண்டு மேஜையின் மேல் ராஸ்ப்பெர்ரிக் பழங்கள் நிறைந்த இராணுவ உணவுப் பாத்திரம் புர்டாக் இலையால் மூடி வைக்கப்பட்டிருந்தது. ராஸ்ப்பொரிப் பழங்கள், பசிய பிர்ச் கன்றுகள், வைக்கோல், தரையில் பரப்பப்பட்டிருந்த பிர் மரக் கிளைகள் ஆகியவற்றிலிருந்து இன்பமான

செழு மணம் வீசிக் கிளுகிளுப்பு ஊட்டியது. நிலவறையில் இனிமையும் ஈரிப்பும் உள்ள குளுமை பரவியிருந்தது. வெளியே பள்ளத்தாக்கில் தாலாட்டுவதுபோலச் சிலம்பின தத்துக்கிளிகள். இதமான சோர்வு உடல் முழுவதிலும் பரவியது. எனவே, ராஸ்ப்பெர்ரிப் பழங்களைத் தின்று கொண்டே உரையாடுவது என்று திட்டமிட்டிருந்த நாங்கள் அந்தத் திட்டத்தைக் காலைவரை ஒத்திப்போட தீர்மானித்தோம்.

விமானி வெளியே போனான். அவன் உரத்த சத்தத்துடன் பல் தேய்த்ததும், காடெல்லாம் ஒலிக்கும்படி தொண்டையைக் கனைத்துச் செருமியவாறு குளிர் நீரைத் தலையில் கொட்டிக் கொண்டதும் கேட்டது. குதுகலமும் புத்துணர்ச்சியும் சுடர் விடத் திரும்பி வந்தான் அவன் நீர்த்துளிகள் அவனது தலைமயிரிலும் புருவங்களிலும் காணப்பட்டன. விளக்கைச் சற்று தணித்துவிட்டு அவன் உடை களையலானான். ஏதோ பொத்தென்று தரையில் விழுந்தது. நான் திரும்பிப் பார்த்தேன். அங்கே கண்டதை என்னால் நம்பமுடியவில்லை. தரையில் பொய்க்கால்களை வைத்தான் அவன். கால்கள் இல்லாத விமானி! அதிலும் சண்டை விமான மோட்டி! இன்று மட்டுமே ஏழு போர்ப் பறப்புகள் நிகழ்த்தி இரண்டு பகை விமானங்களை வீழ்த்தியவன்! இது முற்றிலும் நடக்கக் கூடாததாகத் தோன்றியது.

ஆனால் அவனது பொய்க்கால்கள் இராணுவப் பாங்கான பூட்சுகள் லாகவமாக அணிவிக்கப்பட்டுத் தரையில் கிடந்தன. அவற்றின் கீழ் முனைகள் படுக்கைக்கு அடியிலிருந்து துருத்திக்கொண்டிருந்தன. அங்கே ஒளிந்திருக்கும் ஒரு மனிதனுடைய கால்கள் போல் காணப்பட்டன அவை. அந்தக் கணத்தில் என்னுடைய பார்வை குழப்பமடைந்ததாகத் தென்பட்டது போலும் ஏனெனில் விமானி என்னைப் பார்த்து தந்திரமும் மனநிறைவும் ததும்பும் புன்னகையுடன் கேட்டான்:

"நீங்கள் முன்பு இதைக் கவனிக்கவில்லையா என்ன?"

"இப்படி இருக்கும் என்ற எண்ணமே எனக்கு உண்டாகவில்லை."

"ரொம்ப நல்லது! இதற்காக நன்றி! உங்களுக்கு ஒருவரும் இதைப் பற்றிச் சொல்லாததுதான் எனக்கு ஆச்சரியமாக இருக்கிறது. எங்கள் ரெஜிமென்டில் எத்தனை தேர்ந்த விமானிகள் இருக்கிறார்களோ அத்தனை தம்பட்டமடிப்போரும் இருக்கிறார்கள். ஒரு புதிய ஆளிடம், அதுவும் "பிராவ்தா" செய்தித்தாளிலிருந்து வந்திருப்பவரிடம் இத்தகைய அபூர்வத்தைப் பற்றிப் பெருமையடித்துக் கொள்ளாமல் எப்படி விட்டுவிட்டார்கள்?"

ஆனால் இது கண்டறியாத சேதியாயிற்றே. கால்கள் இல்லாமல் சண்டைவிமானத்தைச் செலுத்துவதும் போரிடுவதும் நம்பவே முடியாத அருஞ்செயல் அல்லவா! "விமானப் படை வரலாறு இம்மாதிரி நிகழ்ச்சியை இதுவரை அறிந்ததே இல்லையே."

விமானி களிப்புடன் சீழ்க்கை அடித்தான்.

"விமானப்படை வரலாறாவது ஒன்றாவது! அது எத்தனையோ விஷயங்கள் அறியவில்லை, இந்தப் போரில் சோவியத் விமானிகளிட மிருந்து தெரிந்து கொண்டது. தவிர இதிலே என்ன நலம் இருக்கிறது? மெய்யாகச் சொல்லுகிறேன், நம்புங்கள்: இந்தப் பொய்க்கால்களோடு இன்றி நிஜக்கால்களுடன் விமானமோட்டுவதே எனக்கு எவ்வளவோ அதிக மனநிறைவு அளித்திருக்கும். ஆனால் என்ன செய்வது? நிலைமைகள் அப்படி வந்து சேர்ந்து கொண்டனவே என்று விமானி பெருமூச்சு விட்டான். ஆனால் ஒன்று. சரியாகச் சொல்வதானால் இத்தகைய உதாரணங்களை விமானப்படை வரலாறு முன்பே அறிந்திருக்கிறது" என்றான்.

விமானி கைப்பெட்டிக்குள் தேடி ஏதோ ஒரு பத்திரிகைத் துணுக்கை அதற்குள்ளிருந்து எடுத்தான். அது ஒரேயடியாக நைந்து மடிப்புகளில் விட்டுப்போய் ஸெல்லோபேன் காகிதத்தில் ஜாக்கிரதையாக ஒட்டப்பட்டிருந்தது. ஒரு பாதம் இல்லாமல் விமானம் ஓட்டிய ஒரு விமானியைப் பற்றி அதில் வருணிக்கப்பட்டிருந்தது.

"என்னவாயினும் அந்த விமானியின் ஒரு கால் ஊனமின்றியிருந்ததே தவிர அவன் ஓட்டியது சண்டைவிமானம் அல்ல, ஏதோ பழங்கால "பர்மான்" விமானம் தானே."

"ஆனால் நான் சோவியத் விமானி என்பதை மறந்து விட்டீர்களே நான் பெருமையடித்துக்கொள்கிறேன் என்று நினைக்காதீர்கள். இவை சொற்கள் அல்ல. இவற்றை ஒரு காலத்தில் என்னிடம் சொன்னவர் நல்ல, "உண்மையான மனிதர்" ('உண்மையான' என்ற சொல்லை அவன் சிறப்பாக அழுத்தினான். அவர் இப்போது காலமாகிவிட்டார்."

விமானியின் துடியான அகன்ற முகத்தில் அன்பு கனிந்த சோகம் பரவியது. விழிகள் பரிவுடன் தெளிந்த ஒலி வீசின. முகம் திடீரெனப் பத்து வயது அதிக இளமை அடைந்து, சிறுவனது போல ஆயிற்று. ஒரு நிமிடம் முன்பு நடுவயதினனாகத் தோற்றமளித்த அவனுக்கு உண்மையில் வயது இருபத்திரண்டு, இருபத்து மூன்றுக்கு மேல் இராது என நான் உணர்ந்தேன்.

"என்ன, எப்பொழுது எங்கே என்று யாரேனும் கேட்கத் தொடங்கும் போது சாதாரணமாக என்னால் சகிக்க முடிவதில்லை. ஆனால் இப்போது எல்லாம் சட்டென நினைவுக்கு வந்துவிட்டன.... நீங்கள் இங்கே வெளி ஆள். நாளையே நாம் பிரிந்துவிடுவோம், அப்புறம் சந்திப்பது சந்தேகந்தான் என் கால்கள் பற்றிய கதையைச் சொல்லுகிறேன் கேட்கிறீர்களா?" என்றான் விமானி.

அவன் படுக்கையில் உட்கார்ந்து, கம்பளியை மோவாய் வரை இழுத்துப் போர்த்துக்கொண்டு கதை சொல்லலானான். உடனிருப்பவனை அறவே மறந்து தனக்குத்தானே பேசிக்கொள்பவன் போலச் சொல்லிக் கொண்டு போனான் அவன். எனினும் சுவையாக, விளக்கமாக விவரித்தான். அவனுக்கு நுண்மதியும் தெளிவான

நினைவற்றாலும் நல்ல, பெரிய இதயமும் இருப்பதை உணர முடிந்தது. நான் கேட்பது முக்கியமானது, அபூர்வமானது அப்புறம் இதை மறுபடி ஒருபோதும் தெரிந்துகொள்ள முடியாது என்பதை சட்டெனப் புரிந்து கொண்டேன். மூன்றாவது ஸ்குவாட்ரனின் போர்ப்பறப்புகள் பற்றிய நாட்குறிப்பு என்ற தலைப்புடன் மேஜைமேல் கிடந்தது ஒரு நோட்டுப்புத்தகம். அதை எடுத்துக்கொண்டு விமானியின் கதையை அதில் குறித்துக்கொள்ளலானேன்.

இந்த மனிதனின் வியப்பூட்டும் வாழ்க்கைக் கதை என்னை ஒரேயடியாக ஆட்கொண்டுவிட்டது. எனவே முடிந்தவரை விரிவாகவே அதைக் குறித்துக்கொள்ள முயன்றேன். ஒரு நோட்டுப்புத்தகத்தை எழுதி முடித்தபின் பலகையில் இன்னொரு நோட்டுப் புத்தகத்தைத் தேடி எடுத்து அதையும் எழுதி நிறைத்தேன். நிலவறையின் குறுகிய வாயிலுக்கு வெளியே வானம் வெளுக்கத் தொடங்கியதை நான் கவனிக்கவே இல்லை. "ரிஹோத்கோபென்" விமான டிவிஷனைச் சேர்ந்த மூன்று ஜெர்மன் விமானங்களை வீழ்த்திய பின் தான் முழு மதிப்புள்ள விமானி என மீண்டும் உணர்ந்த நாள்வரை தன் கதையைச் சொல்லி முடித்தான் அலெக்ஸேய் மாரேஸ்யெவ்.

"அட, நாம் வெகுநேரம் அரட்டையடித்துக் கொண்டிருந்து விட்டோம். எனக்கானால் நாளைக்குக் காலையிலிருந்து பறப்பு நடத்தியாக வேண்டும்" என்று ஒரு வாக்கியத்தை அரைகுறையாக நிறுத்திவிட்டு அவன் கூறினான். "பேசித் துளைத்துவிட்டேன் அல்லவா நான் உங்களை! மன்னித்துக் கொள்ளுங்கள். இப்போது உறங்குவோம்" என்றான்.

"ஓல்கா விஷயம் என்ன ஆயிற்று? அவள் உங்களுக்கு என்ன பதில் எழுதினாள்? என்று கேட்டுவிட்டு, உடனே நினைவுபடுத்திக் கொண்டு, ஆனால் இந்தக் கேள்வி உங்களுக்கு ஒருவேளை பிடிக்காதிருக்கலாம். அப்படியானால் பதில் சொல்லாதீர்கள்" என்றேன்.

"பிடிக்காதிருப்பானேன்?" என்று அவன் புன்னகை செய்தான். ஓல்காவும் நானும் பெரிய விசித்திரப் பேர்வழிகள். கேளுங்கள். அவளுக்கு ஆரம்பத்திலிருந்தே எல்லாம் தெரிந்திருக்கிறது. என் நண்பன் அந்திரெய் தெக்தியாரென்கோ உடனேயே அவளுக்கு எழுதிவிட்டானாம் - முதலில் விபத்தைப் பற்றியும் அப்புறம் என் கால்கள் வெட்டி அகற்றப்பட்டதைப் பற்றியும். நான் இதை எதனாலோ மறைக்கிறேன் என்பதைக் கண்டு இதைப் பற்றிச் சொல்வது எனக்குக் கஷ்டமாயிருக்கிறது என்று புரிந்துகொண்டாள். ஆகவே ஒன்றும் அறியாதவள் போல நடித்து வந்தாள். இப்படியாக நாங்கள் ஒருவரை ஒருவர் ஏமாற்றி வந்திருக்கிறோம், எதற்கோ தெரியவில்லை. அவளைப் பார்க்க விரும்புகிறீர்களா?"

விளக்குத் திரியைப் பெரிதாக்கி, அதை படுக்கைத் தலைமாட்டில் தொங்கிய நிழல் படங்களின் பக்கத்தில் கொண்டு போனான். அவற்றில்

ஒரு படம் தேர்ச்சியற்ற பொழுது போக்குப் படப்பிடிப்பாளனால் எடுக்கப்பட்டது. அது அனேகமாக முழுவதும் மங்கித் தேய்ந்து போயிருந்தது. கோடைகாலப் புல் தரையில் பூக்கள் நடுவே கவலையின்றி முறுவலித்துக் கொண்டிருந்த பெண்ணின் வடிவத்தை அந்தப் படத்தில் காண்பது கடினமாக இருந்தது. இன்னொரு படத்தில் ஜூனியர் லெப்டினன்ட் எஞ்சினீயரின் சீருடை அணிந்து அதே மங்கை காணப்பட்டாள். அவளுடைய அறிவு சுடர்ந்த மெலிந்த முகத்தில் ஒருமுனைப்பாடும் கண்டிப்பும் தென்பட்டன. அவள் மிகச் சிறியவளாக இருந்தமையால் இராணுவச் சீருடை அணிந்த அழகிய பதினாறு வயதுப் பையன் போல் காணப்பட்டாள். ஒரே வித்தியாசம் என்னவென்றால், இந்தப் பையனின் கண்களில் களைப்பும் பிள்ளைத்தனத்துக்கு மாறான கூர்ந்த பார்வையும் இருந்ததுதான்.

“உங்களுக்கு இவளைப் பிடித்திருக்கிறதா?”

“ஆமாம்” என்று மனப்பூர்வமாகச் சொன்னேன்.

“எனக்குந்தான்” என்று நல்லியல்புடன் சிறு நகை செய்தான் விமானி.

“ஸ்த்ருத்கோவோ? இப்போது எங்கே இருக்கிறான் அவன்?”

“எனக்குத் தெரியாது. போன குளிர்காலத்தில் விலீக்கியெ லூக்கி என்னும் இடத்திலிருந்து அவனுடைய கடிதம் கிடைத்தது.”

“டாங்கிவீரன்... அவன் பெயர் என்ன?...”

“கிரிகோரிய் க்வோஸ்தியேவா? அவன் இப்போது மேஜர். ப்ரோஹரொவக்கா என்னும் இடத்தின் அருகே நடந்த புகழ்பெற்ற போரிலும் அப்புறம் இங்கே, கூர்ஸ்க்ப் பிரதேசத்தில் டாங்கிப் படைகளின் பிளந்து ஊடுருவும் நடவடிக்கைகளிலும் அவன் கலந்து கொண்டான். அக்கம் பக்கத்தில் போரிடுகிறோம், ஆனால் ஒருவரையொருவர் சந்திக்கவில்லை. அவன் டாங்கி ரெஜிமென்ட் கமாண்டர். இப்போது ஏனோ பேசாதிருக்கிறான். அதனால் பரவாயில்லை. கட்டாயம் சந்திப்போம், உயிரோடிருப்போம். நாம் வாழ வேண்டாமா, ஊம்?....

விளக்கை ஊதி அணைத்தான். அரையிருள் சூழ்ந்தது. மங்கிய புலர்போதின் வெளிச்சம் அதைக் கொஞ்சங்கொஞ்சமாகக் குறைக்கத் தொடங்கிற்று. கொசுக்கள் ரீங்காரம் செய்தன. இந்த அருமையாக காட்டு இருப்பிடத்தில் இருந்த ஒரே அசௌகரியம் கொசுக்கள்தாம்.

“உங்களைப் பற்றிப் பிராவ்தா”வில் எழுத மிகவும் விரும்புகிறேன்” என்றேன்.

“அதற்கென்ன, எழுதுங்களேன்” என்று விசேஷ உற்சாகமின்றி இசைந்தான் விமானி. நிமிட நேரத்திற்கெல்லாம் தூக்கக் குரலில் சொன்னான்: அல்லது ஒருவேளை வேண்டாமோ? ஹிட்லரின் பிரசார மந்திரி கெப்பெல்ஸ் கையில் கிடைக்கும், அவன் பிரமாதமாகக் கதை

அளக்கத் தொடங்கிவிடுவான் - ருஷ்யப் படைகளில் கால்களற்றவர்கள் கூடப்போரிடுகிறார்கள், அப்படி இப்படி என்று... பாசிஸ்டுகள் இப்படிக் கயிறு திரிப்பதில் படு சூரர்கள் ஆயிற்றே."

மறு நொடியிலேயே அவன் ரசமாகக் குறட்டை விடத் தொடங்கிவிட்டான். எனக்கோ தூக்கம் வரவில்லை. எதிர்பாராத இந்தச் சுயசரிதை தன் எளிமையாலும் மாண்பாலும் என்னைப் பரவசப்படுத்தி விட்டது. இதன் கதாநாயகன் தானே அருகில் படுத்துறங்கினான், பனித் துளிகள் படிந்த அவனுடைய பொய்க்கால்கள் புலரத் தொடங்கியிருந்த பகலின் வெள்வொளியில் துலக்கமாகத் தென்பட்டவாறு தரையில் கிடந்தன. இல்லாவிட்டால் நான் கேட்டது எல்லாம் நல்ல கட்டுக்கதை என எனக்குத் தோன்றியிருக்கும்.....

-அதன் பிறகு நான் அலெக்ஸேய் மாரேஸ்யெவைச் சந்திக்கவில்லை. ஆனால், அர்யோல் நகருக்கு அருகிலேயே இந்த விமானியின் அசாதாரணமான கதையை நான் குறித்துக் கொண்டிருந்த இரண்டு நோட்டுப் புத்தகங்களை போர்க்காலத்தில் செல்ல நேர்ந்த இடங்களுக்கெல்லாம் உடன் கொண்டு சென்றேன். சண்டை நடந்துகொண்டிருக்கையிலும், சற்று ஓய்ந்திருந்த நாட்களிலும், பின்னர் நாஜிகளிடமிருந்து விடுவிக்கப்பட்ட ஐரோப்பிய நாடுகளில் சுற்றித் திரிந்தபோதும் அவனைப் பற்றி ஒரு கட்டுரை எழுத நான் எத்தனையோ தடவை முயன்றேன். ஆனால் ஒவ்வொரு முறையும் நான் எழுதியது அவனுடைய வாழ்க்கையின் வண்ணமற்ற வெறும் நிழலாகவே எனக்குப் பட்டது. எனவே அப்புறம் பார்க்கலாம் என்று இருந்துவிட்டேன்.

கடைசியாக நியூரம்பெர்கில் நடந்த சர்வதேச இராணுவ விசாரணை மன்றத்தின் அமர்வுகளில் நான் உடனிருந்தேன். கெர்மன் கோயெரிங்கின் விசாரணை முடிவை நெருங்கிக்கொண்டிருந்தது. "ஜெர்மனியின் இரண்டாவது நாஜி" கோயெரிங்க் எழுத்துமூலமான சாட்சியங்களின் கனத்தைத் தாளமாட்டாமல் பேசத் தெடங்கினான். சோவியத் வழக்குரைஞரின் கேள்விகள் அவனைத் திக்கு முக்காட வைத்தன. அதுவரை தோல்வியை அறியாத பாசிச அரக்கச் சைனியம், சோவியத் நாட்டின் எல்லையற்ற அகல் பரப்பில் சோவியத் நாட்டின் தாக்குதல்களால் எப்படிக் கொஞ்சங் கொஞ்சமாகக் கரைந்து தகர்ந்து சிதறிப் போயிற்று என்பதை அவன் விருப்பமின்றியே, பற்களைக் கடித்துக் கொண்டு விசாரணை மன்றத்துக்கு விவரித்தான். தனது கட்சியை நியாயப்படுத்துவதற்காக கோயெரிங்க் மங்கிய விழிகளை வானை நோக்கி நிமிர்த்து "ஆண்டவன் சித்தம் அவ்வாறு இருந்தது" என்றான்.

"நம்பிக்கைத் துரோகம் செய்து சோவியத் யூனியன் மீது நீங்கள் படையெடுத்தீர்கள். அதன் விளைவாகவே ஜெர்மனி முறியடிக்கப்பட்டுப்

படுதோல்வி அடைந்தது. இவ்வாறு செய்ததன் மூலம் நீங்கள் மிகப் பெரிய குற்றம் இழைத்துவிட்டீர்கள் என்பதை ஒப்புக்கொள்கிறீர்களா?" என்று கோயெரிங்கிடம் கேட்டார் சோவியத் தரப்பு வழக்குரைஞர் ரொமான் ருதேன்கோ.

"இது குற்றம் அல்ல, அழிவு விளைக்கும் தவறு" என்று விழிகளைக் கடுப்புடன் தாழ்த்திக் கொண்டு கம்மிய குரலில் விடையிறுத்தான் கோயெரிங்க். "ஒன்று மட்டும் நான் ஒப்புக்கொள்ள முடியும். நாங்கள் ஆய்ந்தோய்ந்து பாராமல் காரியம் செய்துவிட்டோம். ஏனெனில் எத்தனையோ விஷயங்களை நாங்கள் அறியாதிருந்தோம், பலவற்றை அனுமானிக்கவே இயலாதிருந்தோம் என்பது போர் நடக்கையில் எங்களுக்கு விளங்கிற்று. முதன்மையாக சோவியத் ருஷ்யர்களை நாங்கள் அறியவும் இல்லை, புரிந்துகொள்ளவும் இல்லை. அவர்கள் எங்களுக்குப் புதிராக இருந்தார்கள், இருக்கிறார்கள். சோவியத் நாட்டின் உண்மையான போர் ஆற்றலை மிக மிகச் சிறந்த உளவு நிறுவனம் கூடக் கண்டறிய முடியாது. நான் குறிப்பிடுவது பீரங்கிகள், விமானங்கள், டாங்கிகள் ஆகிய வற்றின் எண்ணிக்கை அல்ல. இதை நாங்கள் கிட்டத்தட்டச் சரியாக அறிந்திருந்தோம். இயந்திரத் தொழிலின் திறனையும் இயங்கு ஆற்றலையும் நான் குறிப்பிடவில்லை. நான் கூறுவது மனிதர்களைப் பற்றி. ருஷ்ய மனிதன் வெளிநாட்டினருக்கு எப்போதுமே விளங்காப் புதிராக இருந்து வந்திருக்கிறான் நெப்போலியனும் ருஷ்யனைப் புரிந்து கொள்ளவில்லை. நெப்போலியன் செய்த தவற்றையே நாங்கள் திரும்பச் செய்தோம், அவ்வளவுதான்."

"விளங்காப் புதிரான ருஷ்ய மனிதனை", "சோவியத் நாட்டின் உண்மையான போர் ஆற்றலைப்பற்றி கோயெரிங்க் வேறு வழியின்றி வெளிப்படையாகக் கூறியதை நாங்கள் பெருமையுடன் செவிமடுத்தோம். எவனது திறமையும் மேதையும் தியாகமும் வீரமும் போர் நாட்களில் உலகம் அனைத்தையும் பிரமிக்கச் செய்தனவோ, அந்த சோவியத் மனிதன் இந்த கோயெரிங்க் போன்ற பேர்வழிகளுக்கு நாசம் விளைவிக்கும் புதிராக இருந்தான், இருந்துவருகிறான் என்பதை நம்ப முடிந்தது ஜெர்மானியர்கள் ஆளும் வர்க்கத்தினர்' என்ற அவலச் "சித்தாந்தத்தைக்" கண்டுபிடித் தவர்கள், சோஷலிஸ நாட்டில் பிறந்து வளர்ந்த மனிதனின் ஆன்மாவையும் ஆற்றலையும் புரிந்து கொள்வது எங்கே? அப்போது நான் அலெக்ஸேய் மாரேஸ்யெவைச் சட்டென நினைவு கூர்ந்தேன் ஓக் பலகை முகப்பிட்ட இந்த ஆடம்பர மற்ற ஹாலில் அவனது பாதி மறந்துவிட்ட உருவம் பளிச்சென, இடைவிடாது என் முன் ஒளிர்ந்தது. கெய்த்தலின் தரைப் படையையும் கோயெரிங்கின் விமானப் படையையும் தகர்த்து நொறுக்கி, ரேடரின் போர்க்கப்பல்களைக் கடலின் அடித்தரையில் புதைத்து, தங்கள் விறல்மிக்க அடிகளால் ஹிட்லரின் கொள்ளைக்கார அரசைத்

தூள் தூளாக்கிய கோடானுகோடி சாதாரண சோவியத் மக்களில் ஒருவனைப்பற்றிய கதையை இங்கேயே, நாஜிஸத்தின் வளர்ப்புப் பண்ணையாக விளங்கிய இந்த நியூரம்பெர்க் நகரிலேயே எழுதிவிட எனக்கு ஆசை உண்டாயிற்று.

மஞ்சள் அட்டை போட்ட நோட்டுப்புத்தகங்களை (இவற்றில் ஒன்றின் மேல் "மூன்றாவது ஸ்குவாட்ரனின் போர்ப்பறப்புகள் பற்றிய நாட்குறிப்பு" என்ற தலைப்பு மாரேஸ்யெவின் கைப்பட எழுதப்பட்டிருந்தது) நியூரம்பெர்க் நகருக்கும் நான் உடன் கொண்டுவந்திருந்தேன். விசாரணை மன்ற அமர்விலிருந்து திரும்பியதும் பழைய குறிப்புக்களைப் படித்துத் தெளிவுபடுத்திக் கொள்வதில் முனைந்தேன். அலெக்ஸேய் மாரெஸ்யெவின் கதையை அவனுடைய தோழர்களிடமிருந்து கேட்டு அறிந்தவற்றையும் அவனது சொற்களையும் ஆதாரமாகக் கொண்டு உள்ளபடியே எழுத முயன்றேன்.

எத்தனையோ விவரங்களை உரிய காலத்தில் குறித்து வைத்துக் கொள்ள எனக்கு இயலவில்லை. இந்த நான்கு ஆண்டுகளில் எத்தனையோ விவரங்கள் மறந்துபோய்விட்டன. தன்னடக்கம் காரணமாக எத்தனையோ விஷயங்களை அலெக்ஸேய் மாரேஸ்யெவ் அப்போது சொல்லாமல் விட்டுவிட்டான். அரைகுறை விவரங்களை ஊகித்து இட்டு நிரப்ப நேர்ந்தது. அன்று இரவு அலெக்ஸேய் தன் நண்பர்களைப் பற்றி எவ்வளவோ கனிவுடனும் விளக்கமாகவும் விவரித்தான். ஆனால் அவர்களது உருவச் சித்திரங்கள் காலப்போக்கில் நினைவிலிருந்து அழிந்து விட்டன. இவற்றைப் புதிதாகத் தீட்ட வேண்டியிருந்தது. மெய் விவரங்களைக் கண்டிப்பாகப் பின்பற்ற இங்கே எனக்கு வாய்ப்பு இல்லாமையால் நான் கதாநாயகனின் குலப்பெயரைச் சிறிது மாற்றினேன். அவனுக்கு வழித்துணையாக இருந்தவர்களுக்கு அருஞ்செயலை நிறைவேற்றும் கடினமான பாதையில் அவனுக்கு உதவி செய்தவர்களுக்குப் புதுப் பெயர்கள் இட்டேன். இந்த நவீனத்தில் தங்களை இனம் கண்டு கொண்டால் அவர்கள் என்மேல் மனத்தாங்கல் கொள்ளாதிருப்பார்களாக.

நவீனத்துக்கு "உண்மை மனிதனின் கதை" என்று பெயரிட்டேன். ஏனெனில் அலெக்ஸேய் மாரேஸ்யெவ் தான் உண்மையான சோவியத் மனிதன். எவனை கெர்மன் கோயெரிங்க் ஒருபோதும் புரிந்துகொள்ள வில்லையோ, தனது அவமானகரமான சாவு வரை கோயெரிங்க் எவனை விளங்கிக்கொள்ளவே முடியவில்லையோ, வரலாற்றின் படிப்பினையை மறந்துவிடும் போக்குள்ளவர்கள், நெப்போலியனும் ஹிட்லரும் போன வழியில் செல்ல இப்போதுங்கூட இரகசியமாக ஆசைப்படுபவர்கள் அனைவரும் எவனை இன்றளவும் புரிந்து கொள்ளவில்லையோ, அந்த சோவியத் மனிதனை அலெக்ஸேய் மாரேஸ்யெவ்.

இவ்வாறு பிறந்தது இந்த "உண்மை மனிதனின் கதை."

புத்தகம் எழுதப்பட்டு அச்சிடத் தயாரானதும், அது வெளியா வதற்கு முன் கதாநாயகனுக்கு அதைப் படித்துக்காட்ட எனக்கு விருப்பம் உண்டாயிற்று. ஆனால், முடிவற்ற போர்முனைப் பாதைகளின் சிடுக்குப் பின்னலில் எங்கோ அவன் நான் காண முடியாதவாறு மறைந்துவிட்டான். எங்கள் இருவருக்கும் பரிச்சயமான விமானி நண்பர்களிடமும் அதிகாரபூர்வமான வட்டாரங்களிலும் விசாரித்துப் பார்த்தேன். அப்படியும் அலெக்ஸேய் மாரேஸ்யெவைத் தேடிக் காண எனக்கு உதவ அவர்களால் முடியவில்லை.

நவீனம் சஞ்சிகையில் வெளியாகிவிட்டது, வானொலி மூலம் படிக்கப்பட்டது. அப்போது ஒருநாள் காலை என் வீட்டு டெலிபோன் மணி அடித்தது.

"நான் உங்களைச் சந்திக்க விரும்புகிறேன்" என்றது கரகரத்த ஆண்மைக் குரல். அது பாக்கமானது போலிருந்தது. ஆனால், யாருடையது என்பது நினைவில்லை.

"பேசுவது யாதோ?"

"மேஜர் அலெக்ஸேய் மாரேஸ்யெவ்."

சில மணி நேரத்துக்குப் பின் அவன் என் வீட்டுக்கு வந்தான். முன்போலவே குதூகலமும் சுறுசுறுப்பும் செயலார்வமும் அவனிடம் பொங்கின. ஒரு சிறிது சாய்ந்தாடும் கரடி நடை நடந்தான். நான்கு போர்க்கால ஆண்டுகள் அவனிடம் அனேகமாக ஒரு மாறுதலையும் விளைவிக்கவில்லை.

"நேற்று நான் வீட்டில் உட்கார்ந்து ஏதோ படித்துக்கொண் டிருந்தேன். வானொலி முழங்கிக்கொண்டிருந்தது. ஆனால் என்ன ஒலிபரப்பப்படுகிறது என்று கவனிக்காமலே நான் படிப்பில் ஆழ்ந்திருந்தேன். திடீரென்று அம்மா கிளர்ச்சி பொங்க ஓடிவந்து வானொலிப் பெட்டியைக் காட்டி, "கேள் மகனே, உன்னைப் பற்றியது தான் இந்த நிகழ்ச்சி" என்றாள். நான் உற்றுக் கேட்டேன். உண்மைதான். நிகழ்ச்சி என்னைப்பற்றியதே. எனக்கு நேர்ந்தது எல்லாம் விவரிக்கப்பட்டது. நான் வியப்படைந்தேன், என்னைப்பற்றி இதை யார் எழுதியிருக்க முடியும் என்று. இதைப்பற்றி நான் யாருக்குமே சொன்னதில்லையே என்று நினைத்தேன். சட்டென நினைவு வந்தது. நாம் அர்யோல் நகருக்கு அருகே சந்தித்ததும், நிலவறையில் இரவு முழுவதும் உங்களை உறங்கவிடாமல் நான் பேசிக்கொண்டிருந்ததும்.... இது எப்போதோ, அநேகமாக ஐந்து ஆண்டுகளுக்கு முன் நடந்ததாயிற்றே என்று எண்ணினேன். நவீனத்தின் ஒரு பகுதி படிக்கப்பட்டு, இயற்றியவர் பெயர் கூறப்பட்டதும் உங்களைத் தேடிக் காண்பது என்று தீர்மானித்தேன்..."

இவ்வாறு அவன் மளமளவென்று விவரித்தான். ஓரளவு கூச்சமுள்ள, மலர்ந்த புன்னகை மாரேஸ்யெவுக்கு இயல்பான அதே புன்னகை அவன் முகத்தில் தவழ்ந்தது.

நெடுங்காலமாக ஒருவரையொருவர் காணாத இராணுவத்தினர் மறுபடி சந்திக்கும் போது பேசிக்கொள்வது போலவே நாங்கள் போர்களைப் பற்றியும் வெகுநேரம் உரையாடினோம். அலெக்ஸேய் மாரேஸ்யெவ் தன்னைப் பற்றி முன்போலவே விருப்பின்றி விவரித்தான். அவன் இன்னும் நிறைய வெற்றிகரமாகப் போர் புரிந்தான் என்பதைத் தெரிந்து கொண்டேன். 1943 முதல் 1945 வரை நடந்த தாக்குப் போர் நடவடிக்கைகளில் அவன் தன் ரெஜிமெண்டுடன் பங்காற்றினான். எங்கள் முந்திய சந்திப்புக்குப் பிறகு அவன் அர்யோல் அருகே மூன்று பகை விமானங்களை வீழ்த்தினான். அப்புறம் பால்டிக் பிரதேசப் போரில் பங்கு கொண்டு இன்னும் இரண்டு பகை விமானங்களைச் சுட்டுத் தள்ளினான். சுருங்கச் சொன்னால், அவன் தன் கால்களின் இழப்புக்கு ஈடாகப் பகைவர்களிடம் வட்டியும் முதலுமாகக் கணக்கு தீர்த்துக் கொண்டான். அரசாங்கம் அவனுக்கு "சோவியத் யூனியனின் வீரன்" என்ற பட்டம் அளித்து கௌரவித்தது.

அலெக்ஸேய் மாரேஸ்யெவ் தன் குடும்ப விஷயங்களையும் சொன்னான். இந்த அம்சத்தில் நவீனத்தை இன்பியலாக முடிக்க வாய்ந்தது குறித்து மகிழ்கிறேன்.

போர் முடிந்த பிறகு அவன் தான் காதலித்த மங்கையை மணந்து கொண்டான். அவர்களுக்கு வீக்தர் என்ற ஒரு மகன் இருக்கிறான். மாரேஸ்யெவின் முதிய தாய் கமீஷினிலிருந்து மகனிடம் வந்து இப்போது மகனையும் மருமகளையும் கண்டு ஆனந்தித்துக் கொண்டு, பேரன் வீக்தரைச் சீராட்டியவாறு வாழ்ந்து வருகிறாள்.

இவ்வாறு உண்மையான சோவியத் மனிதன் மாரேஸ்யெவின் வரலாற்றை அயல் நாட்டில் நான் எழுதிய இந்நவீனத்தை வாழ்க்கையே தொடர்ந்து எழுதிவிட்டது.

மாஸ்கோ, நவம்பர் 28, 1950.

★★★